வல்லிசை

அழகிய பெரியவன்

நற்றிணை பதிப்பகம்

வல்லிசை * நாவல் * அழகிய பெரியவன் * அழகிய பெரியவன்
* முதல் பதிப்பு: ஜூன் 2016 * இரண்டாம் பதிப்பு : நவம்பர் 2022
வெளியீடு: நற்றிணை பதிப்பகம் (பி) லிமிடெட் * எண். 136,
தரைத்தளம், சோழன் தெரு, ஆழ்வார்திருநகர், சென்னை-600 087.

* மின்னஞ்சல்   : natrinaipathippagam@gmail.com
* கைப்பேசி   : 94861 77208
* தொலைபேசி   : 044 - 4273 2141
* அச்சாக்கம்   : துர்கா பிரிண்டர்ஸ், சென்னை-600 005

அழகிய பெரியவன் (1968)

சி. அரவிந்தன் எனும் இயற்பெயர் கொண்ட அழகிய பெரியவன் வேலூர் மாவட்டம் பேரணாம்பட்டைச் சேர்ந்தவர்.

நூல்கள்

சிறுகதை: அழகிய பெரியவன் கதைகள்
(57 சிறுகதைகள், 6 குறுநாவல்கள் அடங்கிய தொகுப்பு.)

நாவல்: தகப்பன் கொடி

கட்டுரை: கம்பளிப்பூச்சி இரவு, பெருகும் வேட்கை, மீள்கோணம், வெட்கம் கெட்ட நாடு, மூடிய முகங்களில், தேநீர் மேசை.

கவிதை: நீ நிகழ்ந்தபோது, அரூப நஞ்சு, உனக்கும் எனக்குமான சொல், ஞாபக விலங்கு.

விருதுகள்: தமிழக அரசின் நாவல், கவிதை நூல்களுக்கான இலக்கிய விருது, சிற்பி இலக்கிய விருது, கலை இலக்கியப் பெருமன்ற விருது, சு. சமுத்திரம் நினைவு இலக்கியப் பரிசு, பெரியார் விருது.

பல பல்கலைக்கழகங்களிலும் கல்லூரிகளிலும் இவர் படைப்புகள் பாடமாக வைக்கப்பட்டுள்ளன. இந்தி, வங்காளம், மலையாளம், ஆங்கிலம், தெலுங்கு, செக் முதலான மொழிகளில் இவரின் கதைகளும் கவிதைகளும் மொழியாக்கம் செய்யப்பட்டிருக்கின்றன.

குறடு, கண்காணிக்கும் மரணம் ஆகிய சிறுகதைகள் குறும்படங்களாக்கப்பட்டுள்ளன.

சமர்ப்பணம்

மானுட சமத்துவத்துக்காகப்
பேசிய, எழுதிய, பாடிய, போராடிய,
உயிர்நீத்த தோழர்களுக்கு

முழவு

1

தகப்பனும் பிள்ளையும் வீட்டை விட்டுப் புறப்பட்டபோது வெயில் முறைத்துப் பார்த்தது. வைகாசிமாத வெயில். பொழுது ஏற ஏற அடுப்பில் இருப்பதைப்போல வாட்டியது. இன்னும் கத்தரி முடியவில்லையோ என்று நினைத்தார்கள் மக்கள். வேளையோடு கிளம்பிவிடவேண்டும் என்றுதான் இராவணேசன் நினைத்திருந்தார். அவர் தயாராகிக்கொண்டிருந்தபோது பக்கத்து ஊர் ஒன்றிலிருந்து இரண்டு பேர் அவரைப் பார்க்க வந்துவிட்டார்கள். தோல் பதனிடும் தொழிற்சாலையில் வேலை வேண்டுமாம். ஊரிலிருக்கும் தோல் பதனிடும் முதலாளி ஒருவருடன் இராவணேசனுக்கு நெருக்கம் என்பது பரவலாக எல்லாருக்கும் தெரியும்.

"என்னேரமும் ஊர்வேலையேவா? புள்ள தயாராகி ஒக்காந்து பாத்துனுக்கடுக்குது. வேளையோட அத இட்டுனுப்போயி பொளப்பப் பார்க்கத்தாலியா?"

வந்திருப்பவர்களின் காதுபடவே சிடுசிடுத்தாள் தவமணி. திருவேங்கடமும், தயாராகி அப்பாவுக்காகக் காத்துத்தான் கிடந்தான். இராவணேசனோ சுருக்காய் வரவில்லை.

ஒருவழியாய் இருவரும் புறப்பட்டதும், தவமணி தெருவிலிறங்கி வழியனுப்பி வைத்தாள். புருசனும் பிள்ளையும் செல்வதை பெருமிதத்தோடு பார்த்துக்கொண்டு நின்றாள். நினைவு வந்தவளாக புருஷனை அழைத்துச் சொன்னாள்,

"வேல முடியிறதுக்கு சாயங்காலம் ஆச்சின்னா, இருட்டுல வரமாணா. அப்பிடியே தோப்பூருக்குப்போயி ரவு தங்கிட்டு வாங்க."

"செரி. ஆவுட்டும்" என்றார் இராவணேசன்.

புதுக்குடிக்குப் பக்கத்திலிருக்கும் தோப்பூரில் தவமணியின் தாய்வீடு. அவளுக்கு உள்ளுக்குள்ளே ஆனந்தம் பொங்கியது. அந்த ஊரிலேயே அவள் மகன்தான் ஆறாவது பாரத்தை முடித்திருக்கிறான்.

இரண்டு நாட்களுக்கு முன்பு திருவேங்கடம் பள்ளிக்குப் போயிருந்தான். தேர்வு முடிவுகள் வந்துவிட்டிருக்குமா என்ற பதைப்பு அவனுள்ளே இருந்தது. அவனைப் பார்த்ததுமே நாராயண சாமி வாத்தியார் சொன்னார்,

"திருவேங்கடம், பாஸ்பண்ணிட்டடா நீயி."

ஆர்வத்தோடு போய் தலைமையாசிரியர் அறைக்குப் பக்கத்தி லிருந்த தகவல்பலகையில் பார்த்தான். ஆறாவது பாரம் முடித்துத் தேறியவர்களின் பட்டியலை கம்பி வலைக்குள்ளே ஒட்டி வைத்திருந் தார்கள். மகிழ்ச்சியில் நெஞ்சம் விம்மியது.

நடைத்தூணின் பக்கமாகப்போய் உட்கார்ந்துகொண்டான். கரகரவென விழிகள் சுரந்தன. அரைகுறை உடைகளோடும், கோவணம் கட்டிக்கொண்டும் திரிந்தபடியிருக்கும் ஊராரின் தோற்றம் சடாரென்று மனக்கண்ணில் வெட்டிச் சென்றது. அப்பா வின் நினைவு வந்தது. உடனே வீட்டுக்குப் போக வேண்டுமென எழுந்துகொண்டான்.

வீட்டில் வந்து சொன்னபோது மகனை உச்சிமுகர்ந்தாள் தவமணி. இரு கைகளாலும் மகனின் முகத்தை வருடியெடுத்து, தன் முன்னந்தலையில் வைத்து நட்டக்கு ஒடித்தாள். பூந்துடைப்ப ஈர்க்குகளை எடுத்து வந்து திருஷ்டி சுற்றிக் கொளுத்தினாள். கதவு மூலையில் வைக்கப்பட்ட அவ்வீர்க்குகள் படபடவென எரிந்தன.

இராவணேசனும் திருவேங்கடமும் கச்சேரியைப்*பார்த்து நடந்தார்கள். அவர்களின் குடியிருப்புக்கும் கச்சேரிக்கும் எப்படியும் இரண்டு பர்லாங்கு தொலைவு இருக்கும்.

பெரியபேட்டையின் நடுநாயகமாய் விளங்கிய கச்சேரியை ஒட்டி சாவடியும் பாட்டைச்சாரியம்மன் கோயிலும் இருந்தன. அங்கிருக்கும் மைதானத்தில் கரிவண்டிகள்* வந்து நிற்கும்.

சாலை போடும் பணி நடந்துகொண்டிருந்தது. சாலையோரம் மேற்கே பார்த்தாற்போல இருக்கும் நிலத்திலிருந்து கமலை இறைப்புத் தண்ணீரை பெண்ணாட்கள் பானைகளில் சுமந்துகொண்டு வந்து மண்அடங்க ஊற்றினார்கள். ஆணாட்கள் சாலையில் உள்ள பள்ளங்களுக்கு மண்கொட்டி நிரவினார்கள். சிலர் சாலையோர நிலங்களிலிருந்து மண்ணெடுத்துக் கூடைகளில் சுமந்து வந்தார்கள்.

---

* கச்சேரி – அரசு அலுவலகம், காவல் நிலையம்
* கரிவண்டி – நிலக்கரியில் ஓடிய பேருந்து

அவர்களில் சிலர் இராவணேசனுக்கு வணக்கம் சொல்லி ஒதுங்கி வழி விட்டார்கள்.

திருவேங்கடம் அவர்களைக் கூர்ந்து பார்த்தான். அவர்களில் பெரும்பாலோர் அவன் பகுதியிலிருந்து வந்தவர்கள். மெலிந்தும் குறுகியும் இருந்த அவ்வுருவங்களின் உடலில் வியர்வை பெருக் கெடுத்தது. உடல்முழுக்க புழுதி ஒட்டியிருந்தது. வெயில் அவர்களைச் சுக்காய் உலர்த்தியிருந்தது.

மேஸ்திரி அத்தொழிலாளர்களை அதட்டி வேலை வாங்கிக் கொண்டிருந்தான். சாலையைக் கொத்துவதும் ஜல்லிக்கற்களைப் போட்டு நிரவுவதும் நீர் ஊற்றுவதுமாக வேலை நடந்துகொண்டி ருந்தது. கடப்பாரையும் மண்வெட்டியும் இரும்புத்தட்டுகளும் கற் களுடன் மோதும் உலோக ஓசைகள். வேலையாட்களின் பேச் சொலிகள். மண் அடங்க வேண்டி ஊற்றப்பட்ட நீரைக் குடித்து அடங்கியது சாலை. வெம்மையான நீராவி அங்கு இமிரியிருந்தது.

தொலைவில் பெரிய கல்லுருளையை இருபதுக்கும் மேற்பட்ட ஆண்கள் கயிறுகட்டி சாலையில் உருட்டிக்கொண்டு வந்தனர். பின்னாலேயே இலேசாகத் தண்ணீர் தெளித்தபடி சில பெண்கள் வந்தனர்.

அக்கல்லுருளையை அத்தனை பேர் சேர்ந்தும் இழுக்க முடிய வில்லை. சாலையின் பாதி நீளத்துக்கு இருந்த அவ்வுருளையைப் பார்த்தபோது வியப்பும் பயமும் அவனுள்ளே ஒருசேர எழுந்தன. கல்லுருளையின் இரண்டு பக்கங்களிலேயும் அடித்திருந்த மர ஆப்பு களில் கைத்தண்டி அளவுக்குத் தடிமனாய் வடக்கயிறு சுருண்டி ருந்தது.

இராவணேசனும் திருவேங்கடமும் அவர்களைச் சமீபித்த போது நீரூற்றிக்கொண்டிருந்த பெண்களில் ஒருத்தி அவர்களை நோக்கி ஓடிவந்தாள். திருவேங்கடம் அவளைக் குறிப்பாய்ப் பார்த் தான். அவள் தன் முக்காட்டை எடுத்தாள். பொன்னம்மாள் அத்தை!

"எப்பா சாமீ, எனுமோ நீ பெரீபடிப்பு கெலிச்சிட்டியாமே? எங்கண்ணி சொல்லுச்சி. உன்னும் நல்லாப்படிச்சி எங்கண்ணன் மாதிரியே வர்ணும் சாமீ."

தன் முந்தானையிலிருந்து முடியை அவிழ்த்து ஓரணாப் பணத்தை அவன் கையில் வைத்தாள். வாஞ்சையோடு அவனின் கன்னத்தைத் தொட்டாள். நீரில் ஊறியிருந்த அவளின் கைகளி லிருந்து அபூர்வமானதொரு குளுமையை உணர்ந்தான் திருவேங் கடம். அக்குளுமை அவனின் உடல் முழுவதும் பரவியது.

பொன்னம்மாளின் கண்கள் கலங்கின.

"எங்கியோ போறீங்க போலக்கீது. கெவனமாப் போய் வாங்க, எண்ணா..."

"செரீம்மா. நீ போய் வேலையைப்பாரு. நாங்க புதுக்குடி வரைக்கும் போய் வர்றோம்."

"ஆவுட்டும்ணா."

அவளையும் அங்கே வேலை செய்தவர்களையும் திரும்பித் திரும்பிப் பார்த்தபடியே நடந்தான் திருவேங்கடம்.

"காலெ எட்டிப்போடுடா சாமீ" என்றார் இராவணேசன். கச்சேரிக்குப் பக்கத்திலிருந்த மைதானத்தில் ஒரு கரிவண்டி நின்றிருந்தது. அதில் அவர்கள் ஏறிக்கொண்டார்கள்.

அவன் வீட்டிலிருந்து பெரியசாலைக்கு கொஞ்சத்தொலைவு தான். அவனுக்கும் அவனின் கூட்டாளிகளுக்கும் போக்கிடம் அந்தச் சாலைதான். மோட்டார்களும் கரிவண்டிகளும் ஆச்சரியத்தைத் தந்தபடி அதில்தான் ஓடின. கரிவண்டி நிலக்கரியில் ஓடுவதால் சாலையில் சாம்பலையும் தீப்பொறிகளையும் கொட்டிச் செல்லும்.

நான்கு ஆண்டுகளுக்கு முன்பு பெரியபேட்டையே கொண்டாடும்படியான ஓர் அதிசயம் நிகழ்ந்தது. நவாப்பாய் என்பவர், வாடகை மிதிவண்டிக் கடையொன்றைத் திறந்தார். பத்து மிதி வண்டிகள் திடீரென கம்பீரமாக அவ்வூரில் அணிவகுத்து நின்றன. ஒரு மணி நேரத்துக்கு வாடகை இரண்டணா. ஓர் இரவு முழுவதும் வைத்துக்கொண்டால் கால்ரூபாய். நவாப்பாய் அந்த மிதி வண்டிகளை பம்பாயிலிருந்து கப்பல் மூலமாகத் தருவித்ததாக ஊர்மக்கள் பேசிக்கொண்டார்கள்.

அவ்வளவு இலேசில் நவாப்பாயிடமிருந்து வாடகைக்கு மிதி வண்டிகளை வாங்கிவிட முடியாது. ஆள் தெரிந்திருக்க வேண்டும். வண்டியில் கீறல் விழுந்திருந்தாலோ, ஏதேனும் கழன்றுவிட்டாலோ, சக்கரக்கம்பிகள் உடைந்தாலோ போனது, நிற்கவைத்து கால் ரூபாயை அபராதமாக வாங்கிவிடுவார். கால்ரூபாயென்றால் சும்மா யில்லை. ஏழை மனிதர்களின் ஒருநாள் கூலி. ஏழைபாழைகள் அம்மிதிவண்டிகளைத் தொலைவாய் நின்று பார்த்துக்கொள் வதோடு சரி.

திருவேங்கடமும், அவன் சினேகிதக்காரன் சிவலிங்கமும் மிதிவண்டியைப் பார்க்கப்போய் அடிவாங்கி வந்ததும்கூட ஒரு முறை நடந்திருக்கிறது.

பூங்குளத்துக்குப் பக்கமிருக்கிற செக்குமேட்டுத் தெருவில் ஒருவர் மிதிவண்டி வாங்கியிருந்தார். அந்த ஊரிலேயே முதலில் மிதிவண்டி வாங்கியது அவர்தான். அவர் ஓர் அரசாங்க அதிகாரி. மிதிவண்டியை மிதித்துக்கொண்டு அவர் சாலையில் போகும் போதும் வரும்போதும் ஊரே வேடிக்கை பார்க்கும். ஆர்வமிகுதியில் சிறுவர்கள் அதைத் தொட்டுப்பார்ப்பார்கள்.

திருவேங்கடம் சிவலிங்கத்தைக் கூட்டிக்கொண்டு ஒருநாள் காலை நேரத்தில் செக்குமேட்டுத் தெருவுக்குப் போயிருந்தான். அந்த அதிகாரி மிதிவண்டியைத் தன் வீட்டெதிரில் நிறுத்தித் துடைத்துக்கொண்டிருந்தார். தயக்கத்துடன் இருவரும் தொலை வில் நின்றபடி மிதிவண்டியை வேடிக்கை பார்த்துக்கொண்டி ருந்தனர்.

மிதிவண்டி ஒரு பூச்சியைப்போலத் தோன்றியது. முன்னால் இருந்த அதன் கைப்பிடிகள் இரண்டு கொம்புகளாய்த் தெரிந்தன. சக்கரங்கள் இரண்டும் அப்பூச்சியின் வயிற்றைப் போலவும் மார்பைப் போலவும் சுழன்றன.

அதிகாரி வீட்டுக்குள் போகும் தருணத்துக்காய்க் காத்திருந்த இருவரும், ஓடிப்போய் ஆசைதீர மிதிவண்டியைத் தொட்டுக் குதூகலித்தார்கள். திளைப்பின் நடுவே அவர்களுக்குப் படீரென ஓர் அறை விழுந்தது.

“ஓடுங்கடா, பறப்பசங்களே.”

கண்களைத் துருத்தியபடி கூச்சலிட்டார் அதிகாரி. அவர் வீட்டைப் பார்த்து அதே தொனியில் சொன்னார்.

“சொம்புல ஜலம் கொண்டாடி. வண்டியெக் கழுவி உடணும்.”

அடிவாங்கிய இருவரும் நடுப்பகல்வரைக்கும் ஏரிக்கரையில் பொழுதைக் கழித்தார்கள். வீட்டுக்குப் போக நடுக்கமாய் இருந்தது. பலநாள் கழிந்த பிறகுதான் இராவணேசனுக்கு மகன் அடிபட்ட விசயம் தெரியவந்தது. செக்குமேட்டுத் தெருவுக்குப் போனதற்காக மகனை அவர் மேலுக்குக் கடிந்துகொண்டார். ஆனாலும் உள்ளே நெருடியது.

அவனுக்கு எப்படியாவது ஒரு மிதிவண்டியை வாங்கிக் கொடுத்துவிடவேண்டும் என்று அப்போது முடிவு செய்து கொண்டார்.

2

தடதடக்கும் சப்தத்தோடு ஓடியது கரிவண்டி.

நாலாபுறமும் திறப்புடன் இருந்தது வண்டி. அதனுள்ளே முப்பது பேர்கள்தான் உட்கார்ந்து பயணம் செய்ய முடியும். ஆனாலும் இருக்கைகள் நிரம்பாமலிருந்தன. இரண்டணா கொடுத்து பயணம் செய்வதற்குப் பதிலாக நடந்தே போய்விடலாம் என்று சனங்கள் நடந்துகொண்டிருந்தனர். சிலர் கூட்டமாக மாட்டுவண்டிகளில் தூர ஊர்களுக்குப் போய் வந்தனர். வண்டியின் பின்புறத்தில் குடுவையைப் போலிருந்த கொதிகலனுள் நிலக்கரித்துண்டுகளை அவ்வப்போது போட்டுக்கொண்டிருந்தார்கள். ஓட்டுநர் அறைக்கும் பயணிகள் அறைக்குமாக ஒரு கம்பித்தடுப்பு. உள்ளே அனலடித்தது.

இப்போது நிலக்கரிக்குப் பதிலாக எண்ணெயில் ஓடும் வண்டிகள் வந்துவிட்டதாம். அப்பா சொல்லக் கேட்டிருந்தான் திருவேங்கடம். அதன் எஞ்சினை கம்பியால் சுற்றி முடுக்கவேண்டுமாம். போனவாரம் எதற்காகவோ கச்சேரி சாலையில் போய்க்கொண்டிருந்தபோது மூக்கு வண்டியின் பின்னால் இரும்புக் கம்பியைப் பொருத்தி ஒருவர் சுற்றிக்கொண்டிருப்பதைப் பார்த்தான். அப்பா சொன்ன வண்டி இதுதானோ என்று தோன்றியது.

சாலையோர மரங்கள் விலகியோடின. வழியோரத்தில் சில நிலங்களில் அறுப்பறுத்து முடிந்திருந்தது. சிலவற்றில் கோடையுழவு செய்திருந்தார்கள்.

ஒன்றிரண்டு இடங்களில் கரும்பும் வாழையும் போட்டிருந்தார்கள். அந்நேரத்திலும் மாடுகளைத் தட்டி, கமலை இறைக்கும் சப்தம் அவ்வப்போது கேட்டது. இன்னும் நடுப்பொழுது வரவில்லை. திருவேங்கடம் சாலையை நோட்டம் பார்த்தபடியே வந்தான்.

தேவிபுரத்தில் வண்டி நீண்டநேரம் நின்றது. இராவணேசன் கோபத்தில் முனகியபடி கீழே இறங்கி உலவிக்கொண்டிருந்தார். அவர் வண்டியோட்டுபவனையும், காசு வசூலிப்பவனையும் பார்த்துக் கத்தினார். திருவேங்கடத்துக்கு எதுவும் விளங்கவில்லை. வண்டி பழுதாகியிருப்பதாகத்தான் முதலில் அவன் நினைத்தான். அப்பாவின் கத்தலுக்குக் காதுகொடுத்தபோது வேறு ஏதோ காரணம் என்று புரிந்தது.

"எல்லாருந்தான் காசுகுடுத்து இதுல ஏறினு வர்றோம். சிலருக்கு மட்டும் ஏன் மொதலிடம்? எங்களாவுங்க வந்தா இப்பிடிக் காத்துனு இருந்து ஏத்தினு போவிங்களா?"

இராவணேசன் கேட்டுக்கொண்டிருக்கும்போதே ஒருவர் வெள்ளையுடுப்பில் வந்து வண்டியில் ஏறினார். காசு வாங்குகிறவன் ஓடிவந்து அவர் வசதியாக உட்காருவதற்கு இடம்செய்து கொடுத்தான்.

வண்டி போய்க்கொண்டிருக்கையில் திருவேங்கடம் கேட்டான்.

"யாருப்பா இவரு? வண்டியோட மொதலாளியா? இவருக்காகத்தான் வண்டி அவ்ளோ நேரம் நின்னுச்சா?"

"இல்லப்பா, இவருதில்ல. இந்த வண்டியெ வாங்கி ஓட்டுற நாயுடு எங்கியோக்கீறாரு. இவங்க அவரு சாதிக்காருன்றதால இப்படி ஒரு வளம. பொது சேவைன்னு வரும்போது எல்லாருக்கும் ஒரே ஞாயந்தான் இருக்கணும். ஆனா அப்படி இவங்க நடந்துக்கிலயே. இவரு ஒருத்தரு வீட்டுலேர்ந்து பயணங்கட்டினு வர்ற வரைக்கும் அரைமணி நேரமா வண்டி காத்துனு நிக்குது. வண்டியில பிரயாணஞ் செய்றவங்களுக்கு எத்தனையோ அலுவல் இருக்கும். எல்லாருமே நேரத்துக்குப் போனுமில்ல?"

இராவணேசனின் பேச்சை எதிரிலிருந்த சிலர் ஆமோதித்தனர். ஆனால், யாரும் வாய்ச்சொல் சொல்லவில்லை. வெள்ளுடுப்புக்காரர் செருமியபடி கம்பீரம் குலையாமல் உட்கார்ந்திருந்தார். தன்னைப் பற்றித்தான் அங்கே பேச்சு நிலவுகிறது என்பது தெரிந்திருந்தும் அதை அவர் பொருட்படுத்திக்கொள்ளவில்லை. இராவணேசனைக் கவனமாகப் பார்த்துக்கொண்டே வந்தார். அப்பா இவ்வளவு துணிச்சலாகப் பேசுகிறாரே என்று நினைத்தான் திருவேங்கடம். வெள்ளுடுப்புப் பெரியவர் அப்பாவை ஏதேனும் செய்துவிடுவாரோ என்றும் பயந்தான். திருவேங்கடம் தன் அப்பாவையே பார்த்துக்கொண்டு வந்தான். அவர் துளியும் அஞ்சியதாகத் தெரியவில்லை. தோள் துண்டையெடுத்து முகத்தைத் துடைத்துக்கொண்ட பின்பு, மீசையை நீவியபடி குரலைக் கனைத்துக்கொண்டார்.

திருவேங்கடத்தின் மனம் விம்மியது. அப்பாவை நினைக்க வியப்பு மேலிட்டது. ஊரில் பலரும் கந்தையோடு திரியும்போது அப்பா நேர்த்தியாக உடை உடுத்துகிறார். பத்திரிகை படிக்கிறார். ஊர்க் காரியங்கள் அவர் இல்லாமல் நடப்பதில்லை. புத்திக்கு எட்டிய நியாயத்தை துணிச்சலாகப் பேசுகிறார். வேலைதேடி வருகிறவர்கள் வணங்கி நிற்கிறார்கள். இவர் தன்னுடைய அப்பா என்று நினைத்ததும் அவன் மனம் பொங்கியது. இலேசாக நெருங்கி

உட்கார்ந்தான். அவர்மீது வீசும் வியர்வையின் மணத்தை ஆழ்ந்து நுகர்ந்தான். அப்போது அவன் மனம் இரைந்தது. இன்னதென்று உணரமுடியாதபடி ஒரு கிளர்ச்சி உண்டானது.

அவன் படிப்பது கனவினைப்போல நடந்ததொரு நிகழ்வு. ஊரில் இருக்கிற கிறிஸ்தவ மிஷன் பள்ளியில் ஐந்தாம் வகுப்பு வரையிலும் படித்தான். ஒன்றாவது பாரம் போய்ப் படிப்பதற்கு ஊரில் பெரிய பள்ளி எதுவுமில்லை. ஊரிலிருந்த இன்னொரு பள்ளியான இஸ்லாமியா பள்ளியும் தொடக்கப்பள்ளிதான். மேல் வகுப்புக்குப் போக வேண்டுமென்றால் புதுக்குடிக்குப் போக வேண்டும். அது பத்துப் பதினைந்து மைல் தொலைவிலிருக்கிறது. ஆறாவது வகுப்பிலே படிக்கவேண்டுமென்றால் நாலுரூபாய் கட்டணம் தரவேண்டும். தோல் பதனிடும் தொழிற்சாலையில் வேலைபார்க்கும் தன் தகப்பனால் அவ்வளவு பணத்தைக் கட்டி பள்ளிக்கூடத்தில் சேர்த்து விட எப்படி முடியும்? சினேகிதக்காரர் களான சிவலிங்கத்தைப் போலவும், சுபுருவைப்போலவும் மாடு மேய்த்துக்கொண்டும் மேளம் அடித்துக்கொண்டும் இருக்க வேண்டியதுதான்.

“நீ வேலைக்கிப் போகும்போதே புள்ளையையும் கூப்புட்டு னுப்போயி வேலைக்குப் பளகி உடு. நாளைக்கி அவனும் சொய கால்ல நிக்கவேணாமா?”

தவமணி, இராவணேசனிடம் சொல்லிக்கொண்டேயிருந்தாள்.

“இந்த ஔப்பு என்னோட போவுட்டும். எம்புள்ளயும் அவஸ்தப்பட வேணா. அவனுக்குன்னு ஒரு வழி அமையும். சும்மாயிரு.”

“அவன எங்கப்பாக்கிட்டயாவது கொண்டுபோயி உடேன். அவரு கூடமாட இருந்து தொழில் கத்துக்கிடட்டும்.”

“யாரையும் நாம ஏன் கஸ்டப்படுத்தணும்? அவனுக்குன்னு என்னா இருக்குதோ அது நடக்கும். நம்மால முடியலன்னா போவோம். உடு.”

தவமணியின் தகப்பன் பெரியசாமி புதுக்குடி இரயில் நிலையத்தில் கேங்மேனாக இருந்தார். தாத்தாவுடன் போய் தொழில் கற்றுக்கொள்ளச் சொல்லி விரும்புகிறாரோ அம்மா?

பெற்றவர்கள் பேசுவதைக் கேட்டபடி இரண்டு வருடங் களைக் கழித்தான்.

3

காலையில் இருட்டுமேலேயே எழும்பி வேலைக்குப் போகும் இராவணேசன் இரவு நெடுநேரமான பிறகுதான் வருவார். அவர் எப்போது வருவார், எப்போது போவார் என்பதே திருவேங்கடத் துக்கு மனதில் இருப்பதில்லை.

பல மாதங்களுக்குப்பின் ஒருநாள் காலையில் திருவேங்கடம் எழுந்து வந்து வாசலில் பார்த்தபோது மிதிவண்டி ஒன்று அவனுக் காக நின்றிருந்தது. கறுப்புநிறத்தில் புதிய அம்பர் மிதிவண்டி.

திண்ணையிலிருந்த இராவணேசன் சொன்னார்:

“உனுக்குத்தான்டா சாமி. எப்பிடி நல்லாயிருக்குதா? எஜிமான் வாங்கித் தந்தாரு.”

திருவேங்கடத்தின் மனம் துள்ளியது. கண்களைக் கசக்கிக் கொண்டு அதைப் பார்த்தான். அருகில் போய்த் தொட்டுப் பார்த் தான். மகனின் பூரிப்பில் தவமணியும் வந்து பங்குகொண்டாள். அவள் பெருமிதத்தில் மாய்ந்தாள். காலையிலிருந்தே அந்த மிதி வண்டியைப் பார்க்கக் கூடிக்கொண்டிருந்த ஆட்களின் கூட்டத்தை விரட்டி விரட்டி அவளுக்குக் குரல் கம்மிவிட்டிருந்தது.

“நீ புதுக்குடி போயி படிக்கிறதுக்காக எஜிமான் வாங்கித் தந்தது. எப்படியும் பத்து ரூபாய்க்கு மேல இருக்கும்னு நெனைக் கிறேன். நவாப்பாயிடம்தான் விசாரிச்சி தெரிஞ்சிக்கணும். பள்ளிக் கூடத்துக்குக் கட்டவேண்டிய துட்டையும் இனிமேல்ட்டுக்கு மாசாமாசம் எஜிமானே கட்டிர்றேன்னுட்டாரு.”

இராவணேசன், வாய்க்குவாய் ‘எஜிமான்’ என்று விளிக்கும் காதர்பாய் பற்றி அவனுக்குத் தெரியும். அப்பாவும் அம்மாவும் சொல்லிக் கேட்டவைதான். அவருக்கு ஆமூர், வாணியம்பாடி, ராணிப்பேட்டை என்று பல இடங்களில் தோல் பதனிடும் தொழிற் சாலைகள். பெரியபேட்டையில் கால்நடைகளுக்கென்றும், மனிதர் கள் குடிப்பதற்காகவும் அவர் தண்ணீர்த் தொட்டிகளைக் கட்டி யிருக்கிறார். இஸ்லாமியா பள்ளிக்கூடத்தையும், சுற்றுப்பக்கங்களில் இருக்கிற பஞ்சாயத்து பாடசாலைகளையும் கட்டித்தந்ததுகூட அவர் தான். ஊரிலேயே மோட்டார்கார் வைத்திருப்பதும் அவர் ஒருவர் தான். அதற்குப் பனிரெண்டு பேர் ஓட்டுநர்கள். அவர் திடீரென்று மெட்ராஸ் போகவேண்டும் என்பார். வாணியம்பாடிக்கோ, வேலூ ருக்கோ தொழில் நிமித்தமாகப் போவார். அவர் கூப்பிடும் நேரத் துக்கு யாராவது ஒருவர் மோட்டாரை ஓட்டுவதற்கு வந்து நிற்க

வேண்டும். பெரியபேட்டையில் யாருக்காவது வேலூர் கிறிஸ்தவ வைத்திய சாலைக்குப் போகவேண்டுமென்றால், தன் மோட்டார் வண்டியையே இலவசமாக அனுப்பி வைப்பார். தயாள குணம்.

தோல் பதனிடும் கொட்டடிகளில் ஏழைமக்களை வேலை வாங்கிப் பிழிந்தெடுக்கும் முதலாளிகளைத் திட்டுகிற இராவணேசன், இவரை மட்டும் எதற்கு இப்படி வாழ்த்துகிறார் என்பது அவர் சொல்லும் கதைகளிலிருந்தே அவனுக்குப் புரிந்து விடும்.

மிதிவண்டி கிடைத்ததற்கும் அப்படி ஒரு கதையைச் சொன்னார் இராவணேசன்.

இராவணேசன் செய்வது தொட்டியேற்றும் வேலை. மாட்டுத் தோல்களை ஆவாரம்பட்டையிலும் கொன்னம்பட்டையிலும் கடுக்காயிலுமாக நாட்கணக்கில் ஊறவைத்து, மாற்றவேண்டும். கடினமான வேலை. உடலில் வலுவில்லையென்றால் தொட்டியில் நொதித்து ஊறி உப்பிக்கிடக்கும் தோல்களை எடுத்து, கரையில் போடமுடியாது. இராவணேசனை காதர்பாய்க்கு நன்றாகத் தெரியும். தோல் வேலையைச் செய்ய நல்ல ஆட்களைக் கூட்டிக் கொண்டு வரக்கூடியவர் அவர். தோல் வேலையைச் செய்ய ஆட்கள் கிடைப்பது கடினம். மாடு, எருமை போன்ற விலங்குகளின் தோலைத் தொடுவதற்கு யாரும் வருவதில்லை. தீட்டு, அருவருப்பு என்று ஒதுங்கிவிடுவார்கள். பெரியபேட்டையிலும் அதன் சுற்றுப் பக்கக் கிராமங்களிலும் இருக்கிற தாழ்த்தப்பட்ட மக்களே இந்தத் தொழிலைச் செய்வதற்கு முன்வருபவர்கள். அவர்களிலும்கூட நிலத்துவேலை, காட்டுவேலை எனப் போவோரைத் தவிர்த்து எஞ்சுவோர் சொற்பந்தான். போதாக்குறைக்குப் பீடிசுற்றும் வேலையும் ஊரில் அறிமுகமாகி தொழில்போட்டியாகப் பரவி வருகிறது. அதோடு தேங்காய் உரிப்பு மண்டிகளும், நெல் ஆலைகள் சிலவும் ஊரைச் சுற்றி வந்துவிட்டன. இராவணேசனின் வேலை சிரமம் என்பது அவருக்குத் தெரியும்.

தொழிற்சாலைக்குள் அவர் வரும்போது இராவணேசன் வணக்கம் வைப்பார். காதர்பாய் ஒன்றிரண்டு வார்த்தைகளை அவரோடு பேசுவார். ஒன்றுக்கிருப்பதற்காக ஒருநாள் இராவணேசன் தோல் கொட்டடியின் பின்னால் ஒதுங்கியபோது முள் காட்டுக்கிடையில் தார்ப்பாய் போர்த்தப்பட்ட தோல் குவியலொன்றைப் பார்த்தார். அடர்த்தியாக வளர்ந்திருந்த முள்மரங்களுக் கிடையில் மறைவாயிருந்தது அக்குவியல். பார்த்ததுமே அவருக்குத் திடுக்கென்றது. முதலாளிக்கு எல்லாவற்றையும் நின்று நிதானித்து

கவனிக்குமளவுக்கு நேரமில்லாத அலைச்சல். அவரின் மிகையைப் பயன்படுத்தி ஒரு திருட்டு. மனம் ஏற்கவில்லை. இராவணேசன் முதலாளியின் வரவுக்காகக் காத்திருந்தார். மறுநாள் முதலாளி வந்தபோது வழமையைப்போல அவருடன் பேசுவதற்கு நின்றார். காதர்பாய் நலம் விசாரித்ததும், "எஜிமான்..." என்று இழுத்தார் இராவணேசன்.

"உட்டுட்டுப்போய் வேலையெப் பாரு ராணேசா" என்றார் ஒரு கமாமிஸ்காரர்.*

"உடு மூசா. அவரு ஏதோ சொல்ல வர்றாரு" தலையை ஆட்டினார் காதர்பாய்.

"ஒரு நிமிசம் எங்கூட வர்ணும் எஜிமான்."

இராவணேசனுடன் பொறுமையாகப் போனார் முதலாளி. முள்காட்டுக்கு ஏன் அழைத்துப்போகிறான் என்ற குழப்பம் அவரின் முகத்திலிருந்தது.

"அங்க பாரு எஜிமான்."

இராவணேசன் காட்டிய இடத்தில் தெரிந்த தார்ப்பாய்க் குவியலை நுணுகிப்பார்த்தார் காதர்பாய். அவரின் முகம் சட்டென்று கண்டிப்பானதாக மாறியது.

"மூசா... இங்க வா. அது என்னாது பாரு. நம்ம வேலக் காருங்க பத்துப்பேர அழைச்சுட்டு வந்து இந்த முள்ளுங்கள வெட்டுங்க."

கொஞ்சநேரத்துக்கெல்லாம் தார்ப்பாய்க் குவியல் தனித்து நின்றது. நான்கைந்து தொழிலாளர்கள் தார்ப்பாயைத் திறந்து காட்டினர். உள்ளே பதப்படுத்தப்பட்ட தோல்கள் கட்டுக்கட்டாக இருந்தன. அதிர்ந்துபோனார் காதர்பாய்.

"நான் மோசம் போயிட்டேன். அல்லாஹ்! எத்தினி நாளா இது நடக்குது?"

அன்று முழுவதும் தொழிற்சாலையே கதியாகக் கிடந்தார் காதர். அங்கு வேலை செய்த பெட்டிக்காரரையும்,* கமாமிஸ்காரர் களையும் கூண்டோடு மாற்றிவிட்டார். வீட்டுக்குப் போகும்போது இராவணேசனை அழைத்தார் காதர்பாய்.

*கமாமிஸ்காரர் : மேற்பார்வையிட்டு வேலையை ஒழுங்காய் செய்ய வைப்பவர்.

*பெட்டிக்காரர் : மேலாளர்.

“எவ்ளோ சரக்கைக் கண்டுபுடுச்சிக் குடுத்துக்கீற தெரியுமா இராவணேசா? உனுக்கு அது தெரியாது. ரெண்டு மூணு லோடு வரும். நாம துன்ற சோத்தைத்தர்றது இந்தத் தொயிலுதான். அது மேல ஒரு பக்தி ஒணும். அதுக்கு துரோகம் பண்ணா எப்பத்திக்கும் சாப்பாடு கெடைக்காது. நாம என்னா செய்றோம்னு அல்லா பாத்துனுக்கீறான்...”

கொஞ்சம் நிறுத்தினார் அவர்.

“உனக்கு என்னா ஒணும் கேளு.”

“எதுவும் மாணா எஜிமான்.”

“இல்ல, சொல்லு... ஒம்மவன் படிக்கிறதா சொன்னல்ல? அவனப்படிக்க வெக்கிற பூரா செலவும் இனிமேல்ட்டுக்கு நம்பள்து. அவன் போயி வர்றதுக்கும் ஏற்பாடு செஞ்சிட்றேன்.”

காதர்பாய் அங்கிருந்த புதுப் பெட்டிக்காரரைக் கூப்பிட்டார்.

“நாளைலேர்ந்து இராவணேசன் கமாமிஸ் பாக்கணும். அவருக்கு எல்லாத்தியும் சொல்லிக்குடு. இனிமேல்ட்டுக்கு நா எங்க போனாலும் அவரும் கூட வரட்டும்.”

4

இருவரும் புதுக்குடியில் இறங்கி நகராட்சிப்பள்ளியை நோக்கி நடந்தார்கள். வண்டியில் வந்தது அலுப்புத்தட்டிவிட்டது. இதைவிடவும் மிதிவண்டியிலேயே வந்திருக்கலாம் என்று நினைத் தான் திருவேங்கடம். பெரியபேட்டையிலிருந்து புதுக்குடிக்கு மிதி வண்டியில் வருவது அவனைப் பொறுத்தமட்டில் பெரிய விசயம் அல்ல. ஆறு ஆண்டுகளாக அவன் அப்படித்தான் வந்துகொண்டி ருந்தான். பகலில் சாப்பிடுவதற்கென தவமணி எதையாவது செய்து பித்தளைத் தூக்கில் போட்டுக் கொடுத்து விடுவாள். எதையும் செய்ய முடியவில்லையெனில், பழைய கஞ்சியையோ, களிக்கூழையோ எடுத்துக்கொள்வான். வெயில் கடுப்பதற்கு முன்பாகவே கிளம்பினால் இதமாக இருக்கும். காலையின் குளுமையோடு சிலுசிலுவெனக் காற்று வீசும்.

ஒருமணி நேரத்துக்கெல்லாம் புதுக்குடியில் இருப்பான். வழியில் அவன் எங்கும் இறங்கித்தள்ளும்படி இருக்காது. மோட்டூர் மேடு மட்டும் மூச்சு முட்டும். கொஞ்சம் தம் கட்டினால் அதைக் கூட உட்கார்ந்தவாக்கிலேயே மிதித்துவிடலாம்.

மிதிவண்டியில் அவன் தினந்தோறும் போய் வருவதை அதிசயமாய்ப் பார்ப்பார்கள் சாலையோரத்து ஊர்மக்கள். திருவேங் கடத்துக்கு எல்லோரையும் தெரிந்தது போலவும், எப்போதும் சனக்கூட்டத்தின் நடுவிலிருப்பது போலவும் இருக்கும்.

மிஷன் பள்ளியில் அவனை இராவணேசன் கொண்டுபோய் விட்டுவிட்டு வரும்போதெல்லாம், அவர் பின்னாலேயே ஓடி வந்து விடுவான். அப்போதெல்லாம் அவனை அடித்துத் துவைக்க வேண்டுமென்ற ஆத்திரம் வரும். தவமணி தடுத்துவிடுவாள். ஒரே பிள்ளை. அவனுக்கு முன்னும் பின்னுமாகப் பிறந்த மூன்றுபிள்ளை களும் நோயில் போயின. தங்கியது இவன் மட்டுமே. செல்லத்துக்குச் சொல்லவா வேண்டும்? பள்ளியில் முறையாய்ப்போய் உட்கார்ந்து படிப்பதற்கு இப்படியே இரண்டு ஆண்டுகள் ஓடின. பிறகு ஐந்தாம் வகுப்பு முடித்ததும் இரண்டு வருடங்கள். முறையாகப் படித்திருந்தால் இன்னேரம் இன்டர்மீடியட் முடித்துவிட்டு, ஏதாவது கல்லூரியில் சேர்ந்து பட்டப்படிப்பையே கடந்திருக்கவேண்டும். பொசுபொசுவென்று மீசை வந்திருக்கும் தன் முகத்தைத் தடவிப் பார்த்துக்கொண்டான் திருவேங்கடம். தான்தான் வகுப்பிலேயே பெரியவன் என்கிற எண்ணம் சில சமயங்களில் பெருமிதத்தையும், சில சமயங்களில் வருத்தத்தையும் அவனுக்கு ஒருசேரக் கொடுப்ப துண்டு.

பள்ளிக்குள் நுழைந்தவுடன் வந்த விஸ்தாரமான மைதானத்தைப் பார்த்துக்கொண்டே பழங்காலக் கட்டடத்துக்குள் நுழைந்தார் இராவணேசன். அப்பள்ளியின் பிரமாண்டம் அவருக் குள்ளே வியப்பையும் அச்சத்தையும் உருவாக்கியது. தலைமை யாசிரியர் தலைப்பாகை கட்டிக்கொண்டு, நெற்றியில் நீண்ட நாமத் துடன் அமர்ந்திருந்தார்.

“இராவணேசன், உம்பேரைச் சொன்னாலே உள்ள என்னமோ பண்ணுது. நீங்கெல்லாம் படிக்கவர்றது போன ஜென் மத்துல செஞ்ச புண்ணியந்தான். உம்புள்ள நன்னா படிக்கிறான். முடிஞ்ச வரைக்கும் படிக்க வை. உட்டுடாதே.”

மெல்லிய புன்னகையோடு தலைமையாசிரியரையே பார்த்துக் கொண்டிருந்த இராவணேசன், சொன்னார்.

“நாங்க படிக்க வைக்க தயாராத்தான் இருக்கிறோம்.”

மகனின் சான்றுகளை வாங்கியபோது புளகாங்கிதமாக இருந்தது. இந்தக் கல்விச்சான்றைப் பெறுவதற்குத் தாழ்த்தப்பட்ட மக்கள் படவேண்டிய பாடுகளைத் தன் மகன் வழியே

இராவணேசன் நன்றாக உணர்ந்திருந்தார். குக்கிராமங்களில் திண்ணைப் பள்ளிகளில்கூடச் சேர்ப்பதில்லை. சிற்றூர்கள் சூழ்ந்த சற்றே பெரிய ஊர்களிலோ, தொடக்கப்பள்ளிகளோடு சரி. உயர் வகுப்புகளுக்கு நகரங்களுக்கு வரவேண்டும். எத்தனை காததூரம் தான் நடக்க முடியும் ஒரு சிறுவனால்? மோட்டார் பஸ்ஸோ, மிதிவண்டியோ கிடையாது. எல்லாம் இருந்தாலும் பள்ளியில் கட்ட காலணா இல்லையெனில் பயன் ஏது? வருடத்துக்கு நான்கைந்து ரூபாயைக் கட்ட எங்கே போவது?

திருவேங்கடம் எல்லாவற்றையும் கடந்துவிட்டான். ஆனால், இன்டர்மீடியட்டுக்குத் தகுதிப்படுத்தும் தேர்வை எழுதத் தயாராகும் நிலையில் ஜாதி குறுக்கே வந்து நின்றுகொண்டது. நன்றாகப்பேசும் தலைமையாசிரியர் ஏதேதோ காரணம் சொல்லி பட்டியலில் சேர்க்காமல் விட்டுவிட்டார். இராவணேசன் பட்டியலினக் கூட்ட மைப்பின் ஜில்லா தலைவர் சிவமலையைப் பள்ளிக்குக் கூட்டி வரவேண்டியதாய்ப் போனது. பிறகு மூன்றாவது பட்டியலில் பெயரைச்சேர்த்து தேர்வை எழுதவைத்தார்கள். அந்தத் தேர்வை எழுத கட்டவேண்டிய சிறப்புக் கட்டணமான பத்து ரூபாயை காதர்பாய்தான் கொடுத்துதவினார்.

கூட்டமைப்புத் தலைவர்களின் கோரிக்கையை ஏற்று வெள்ளை அரசாங்கம் இந்தத் தேர்வுக்கான கட்டணத்தை உபகாரச் சம்பளமாக தாழ்த்தப்பட்ட மாணவர்களுக்கு வழங்கச் சொல்லியிருந்தது. ஆனால், அச்சம்பளத்தைப் பெற்றுத்தருவதில் வாத்தியார்கள் அக்கறை காட்டவில்லை. திருவேங்கடத்தைப் பெரு மிதத்தோடு ஏறெடுத்தார் இராவணேசன். கண்களில் நீர்துளித்திருந்தது. அங்கிருந்து கிளம்பும்போது நாராயணசாமி வாத்தியாரையும் பார்த்தார்கள். அவரும் படிப்பை இத்துடன் நிறுத்திவிட வேண்டாம் என்றார்.

பள்ளி மைதானத்தில் கிளைபரப்பி மௌனமாய் வியாபித் திருந்த அரசின் நிழலில் சிறிது நேரம் நின்றார்கள். காற்றின் உசாவ லுக்கு எழும் இலைப்பேச்சுகளைப்போன்றே இராவணேசனின் மனதில் எண்ணங்கள் எழுந்து சிதறின. இந்த ஆறு ஆண்டுகளில் மகனின் படிப்புக்கு உதவிய காதர்பாய் நினைவில் வந்தார். அன்று அவர் சொன்ன ஒரே வார்த்தைதான். பிறகு எந்தத் திருத்தமும் மேற்கொள்ளப்படவில்லை. மாதாமாதம் தோல்தொழிற்சாலை பெட்டிக்காரர் அவரைக் கூப்பிட்டு பாடசாலைக் கட்டணம் என்று சொல்லி, தந்துவிடுவார். எப்போதாவது பேச வாய்த்தால், மகனின் படிப்பைப்பற்றி காதர்பாய் விசாரிப்பதுண்டு. இப்போது மகனின் இந்த வெற்றியைப் போய்ச் சொன்னால் சந்தோஷப்படுவார்.

ஆனால், மறுபடியும் உதவியென்று போய் எப்படி நிற்பது? முடிந்த மட்டும் தனியாகவே சமாளிக்கலாம் என்று தீர்மானித்துக் கொண்டார்.

திருவேங்கடத்தால் அப்பாவின் மனத்தை படிக்கக் கூட வில்லை. அவன் அமைதியாக இருந்தான்.

“எப்பா, சாமீ. இவ்ளோ தூரம் வந்துட்டோம். இப்படியே ஓரெட்டுப் போயி கிருட்டிணாபுரத்தில நம்ம தலைவரைப் பார்த்துட்டுப் போயிடுவோம்.”

சிறிதுநேர மௌனத்துக்குப் பிறகு சொன்னார் இராவணேசன்.

கிருட்டிணாபுரத்திலிருக்கிற தலைவர் சிவமலையை திருவேங்கடம் நன்றாகத் தெரிந்து வைத்திருந்தான். எப்போதாவது ஊரிலே நடக்கிற கூட்டமைப்புக் கூட்டங்களுக்கு அவர் வருவார்.

இருவரும் சாலையில் நடந்தபோது நிழல் காலைச் சுற்றியது. வெயில் எரித்தது. காலையில் புறப்படும்போது பழையது குடித்தது. பசியில் வயிறு முனகியது.

“எதானா கொஞ்சம் சாப்புட்டு, வண்டி புடிப்பம்.”

வயிற்றின் கத்தல் அதற்குள் எப்படிக் கேட்டது என்று அவரை ஏறிட்டான் திருவேங்கடம். அவர் கனிந்து இருந்தார். அது அகல மான சாலை. அந்தச் சாலையிலே தாலுக்கா அலுவலகமும், கீழ்க் கோர்ட்டும், சிறைச்சாலையும் இருந்தன. உச்சிநேரமென்பதால் சாலையில் ஆட்கள் இல்லை.

சாலையின் முடிவில் இருந்த ஒரு சாப்பாட்டுக் கடைக்குள் அவர்கள் நுழைந்தார்கள். மஞ்சுப்புல் கூரையுடன் நீண்ட கொட்ட டியைப் போல இருந்தது அது. நெடுங்காலமாய்ச் சமைத்துச் சமைத்துக் கரியேறியிருந்த தென்கிழக்கு மூலையில் சிவந்த நெருப்பு எரிந்தபடியிருந்தது. சிலர் சாப்பிட்டுக்கொண்டிருந்தார்கள். இரு வரும் இடம்பார்த்து உட்கார்ந்தார்கள். பலகைமீது வாழை இலை பரப்பி பதார்த்தங்கள் வைக்கப்பட்டன. சோற்றில் கைவைத்து சாப்பிடத் தொடங்கியபோது கல்லாவில் அமர்ந்திருந்த முதலாளி எழுந்து வந்து அவர்கள் முன்பு நின்றான். திருவேங்கடத்தைக் குறிப்பாகப் பார்த்தான்.

“டேய் தம்பி, நீ எம்மவங்கூடப் படிக்கிறவந்தானே? சைக் கிளோட இங்க நின்னு அவனோட பேசறத பாத்திருக்கனே?”

அழகிய பெரியவன் ● 21

“ஆமா.”

“பறப்பயலே, உனக்கு இங்க எலையில சாப்பாடோ?”

வேலைக்காரனை அழைத்து இருவரின் இலையையும் பிடுங்கச் சொன்னான் கடைக்காரன். அவர்கள் இரண்டுவாய் கூடச் சாப்பிட்டிருக்கவில்லை. இராவணேசன் உக்கிரமானவராய் சடாரென எழுந்து எதிரில் நின்ற கடைக்காரனை உந்தித் தள்ளி னார். அவன் தவிட்டு மூட்டையைப்போல எதிர்ச் சுவரில் மோதி விழுந்தான். வேலையாட்கள் ஓடிவந்தார்கள். சத்தமிட்டார் இராவணேசன்.

“இங்கியே எல்லாரையும் கொன்னுட்டு ஜெயிலுக்குப் போயிடுவேன்.”

தடுமாறி எழுந்த கடைக்காரனின் அருகில் வந்தார். அவரின் உடல் தகிப்பேறியிருந்தது.

“என்ன மயிருக்குத் துட்டுவாங்கற? கட நடத்துற? பேதம் பாக்கக் கூடாதுன்னு வெள்ளக்காரன் சட்டம் போட்டுருக்கான். காலம்மாறினு வருது, நீங்க மாறமாட்டேன்றிங்களேடா. எங்கள பாத்தா உனுக்கு எப்பிடிடா தெரியுது? எம்புள்ள என்னா படிச் சிருக்கான்னு தெரியுமா? நானு யாரு, எத்தினி ஊரு சுத்தியிருக் கேன்னு தெரியுமா?”

கடைக்காரன் வெலவெலத்து நின்றான். சாப்பிட்டுக் கொண்டிருந்த சிலரும், வேலைக்காரர்களும் செய்வதறியாது பார்த்த னர். இராவணேசனின் வாயிலிருந்து சொற்கள் தெறித்து விழுந்தன. அப்பாவின் கோபத்தை நேரிலே பார்த்து உறைந்தான் திரு வேங்கடம். அவன் உள்ளூர பயந்தவனாக அவரைச் சாந்தப்படுத்தி அழைத்துச் செல்ல முயன்றான்.

“நீ கம்முனு இரு எப்பா. இவனுங்களுக்கு நல்லதனமா சொன்னாப் புரியாது. படிக்கிறது வேதம். இடிக்கிறது பெருமாள் கோயில். அவன் நெத்தியில போட்டுனுக்கீற நாமத்தப்பாரேன். சாப்பிடற சோத்தப் பறிக்கிறானே, இவனெல்லாம் மனுசனா?”

மகனிடம் பேசிய கையோடு கடைக்காரனிடம் சத்தம் போட்டார்.

“நீ கும்புடற எந்த சாமிடா உன்ன ஜாதி பாக்கச் சொல்லி யிருக்குது. சொல்றா?”

கடைக்காரனை மீண்டும் தாக்கப் போனார் இராவணேசன்.

காதர்பாயோடு வரும்போது வழக்கமாகச் சாப்பிடுகிற ஒரு இடத்துக்கு மகனை இராவணேசன் அழைத்துப் போனார். முன்ன மேயே இங்கு வந்திருக்கலாமோ என்று தோன்றியது. பள்ளிக்கூடத்தின் பக்கத்திலேயே இருக்கிறதே என்று போனது தவறாகப்பட்டது. திருவேங்கடம் சிலநேரங்களில் சொல்லிக் கேட்டிருந்தது அந்த நேரத்தில் நினைவுக்கு வரவில்லை.

பள்ளியில் மத்தியான சாப்பாடு கிடையாது. வசதியுள்ள பிள்ளைகள் வீட்டிலிருந்து சோறு கட்டிவந்து கூட்டங்கூட்டமாக உட்கார்ந்து சாப்பிடுவார்கள். பல நேரங்களில் குழாய்த்தண்ணீரைக் குடித்துவிட்டு திருவேங்கடம் அமைதியாய் இருந்திருக்கிறான்.

பசிபீடித்த ஒரு மதியத்தில் வகுப்புத்தோழனின் கடையென நம்பி சாப்பிடப் போயிருந்தான் திருவேங்கடம். அவன் சட்டைப் பையில் இரண்டணா இருந்தது. சாப்பாட்டின் விலை காலணா தான். அவன் சாப்பிட உட்கார்ந்தபோது ஓடிவந்த கடைக்காரன், திருவேங்கடத்தைக் கொட்டடியின் பின்புறத்துக்குத் துரத்தினான். பசி அவனைப் பணிய வைத்தது. பின்கட்டில் ஏற்கெனவே சிலபேர் தரையில் குந்தியிருந்து சாப்பிட்டுக்கொண்டிருந்தார்கள். தையல் இலையில் கொடுத்த சாப்பாட்டை அவன் தின்று முடித்ததும் ஓரத்தில் கட்டியிருந்த வாழை மட்டையில் குடிக்க நீர் ஊற்றினார்கள். கடை வேலையாள் ஒருவன் மட்டையின் மேலிருந்து ஊற்ற, கீழ் புறத்தில் இரு கைகளையும் ஏந்திக் குடித்தான் திருவேங்கடம். பள்ளி இடைவேளையின்போது தண்ணீர் கேட்டுவரும் மாணவர்கள் குடிப்பதற்காகத் தனித்தனி நீர்ப்பானைகள் அச்சாப்பாட்டுக் கடைக்கு வெளியே வைக்கப்பட்டிருக்கும். தண்ணீர் குடிக்கப்போனால், "டேய், பறப்பசங்களெல்லாம் அந்தப் பானையில குடிங்க" என்று கடைக்காரனிடமிருந்து குரல் வரும்.

பள்ளியின் பக்கத்திலேயே பானையில் கேழ்வரகுக் கூழையோ, கம்பங்கூழையோ, சோளக்கூழையோ விற்பாள் ஒரு கிழவி. ஒரு மொந்தைக்கூழ் ஓரணா. தாழ்த்தப்பட்ட மாணவர்களுக்கு மட்டும் அவள் படியில் கூழ் தருவாள். அவளிடமும் படிக் கூழ் வாங்கிக் குடித்திருக்கிறான் திருவேங்கடம்.

எல்லாமே அவனுக்குப் பசியால் மறந்துபோயிருந்தது. அப்பாவுடன் சாப்பிட்டுக்கொண்டிருந்தபோது குற்றவுணர்வில் மறுகியது மனம். தன்செயலையும், அப்பாவின் செயலையும் ஒப்பிட்டுப் பார்த்துக்கொண்டது. உயிர்போனாலும் அவமரியாதையைப் பொறுக்கக்கூடாது என்று கற்பித்த தந்தையை அத்தருணத்தில் பேராசானாகப் பார்த்தான் திருவேங்கடம்.

அழகிய பெரியவன் ● 23

சலனமின்றி சாப்பிடுவதில் ஆழ்ந்திருந்தார் இராவணேசன். சாப்பிட்டு முடித்தபிறகு கிருட்டிணாபுரத்துக்கு வண்டியேறினார்கள். மோட்டாரில் போகும்போது இராவணேசன் அமைதியாகவே வந்தார். உச்சிவேளையில் நடந்த சம்பவங்கள் அவர் மனதை அரித்தபடியே இருந்தன. நினைவுகளால் நெஞ்சு எதுக்களித்தது.

மக்களின் மேலும், சமூகத்தின் மேலும் கோபமாக வந்தது. கீழ்மக்கள், மேல்மக்களென்றெல்லாம் பிரிப்பதற்கும், தீர்மானிப்பதற்கும் பிறப்பால் என்ன அளவுகோல்கள் உள்ளன என்று கேட்டது அவர் மனம். 'காதர்பாயுடன் பல ஊர்களுக்கும் சுற்றியிருக்கிறோம். இதுவரைக்கும் எவருக்கும் தீங்கிழைத்ததில்லை. ஊரில் தன்னால் வேலை பெற்று வாழ்வோர் பலர். சாலையில் நடந்தால் மக்கள் எழுந்து நின்று மரியாதை செலுத்துகின்றனர். ஆனால், சக மனிதரோடு சரிசமமாக அமர்ந்து பசிக்குச் சாப்பிட முடியவில்லை.' தலையை உலுப்பிக்கொண்டார் இராவணேசன். அவமானத்தின் கசப்பை விழுங்க முடியவில்லை. அது நெஞ்சையடைத்தது. சன்னலின் வழியே வேகமாகக் கடந்துபோகும் தென்னஞ்சோலைகளை வேடிக்கை பார்த்தபடி வரும் மகனை வாஞ்சையுடன் பார்த்தார். 'ஊரில் ஆறாவது பாரம் முடித்துவிட்டு, இன்டர்மீடியட் படிப்பதற்குப் போகக் காத்திருக்கும் இரண்டு மூன்று பேரில் திருவேங்கடமும் ஒருவன். பூங்குளத்திலோ அவன் ஒருவன் மட்டுந்தான். ஊரில் விரல்விட்டு எண்ணிவிடும்படி சொற்பமாகப் படித்திருப்போர் கூட்டத்தில் இணைந்திருப்பவன். ஆனால், படிக்காத ஒருவனின் முன்னால் கூனிக்குறுகி நிற்கிறான். பிறசாதியினர் மட்டும் என்ன பிறக்கும்போதே மூளையை நிரப்பிக்கொண்டா பிறக்கிறார்கள்? அறிவு பிறவியில் வருவதா? அது தேடிக்கண்டடையும் செல்வமல்லவா? அதைத்தேடி அடைந்திருக்கும் என் மகனின் உழைப்புக்கு இச்சமூகம் தரும் மரியாதை என்ன? ஒதுக்குதலா? ஒதுக்குதலை கூச்சமின்றிச் செய்யும் இச்சமூகத்தை, என் மகனுக்கு மரியாதை தரும்படி நெருக்கடிக்குள்ளாக்கும் ஆற்றல் கல்வியைத் தவிர வேறு எதற்கிருக்கும்? தலைவர் சிவமலை அம்பேத்கர் என்றும், சீனிவாசனென்றும், ராஜாவென்றும், பண்டிதரென்றும் பேச்சுக்குப்பேச்சு சொல்வாரே? இந்த நாட்டின் தலைவர்களெல்லாம், வெள்ளையதிகாரிகளெல்லாம் இவர்களின் குரலுக்குச் செவி சாய்க்கும்படி செய்தது எது? அவர்கள் பெற்ற கல்விதானே...?'

அலைமோதும் எண்ணத்தில் வண்டி, புதுக்குடி ரயில் நிலையத்தையும் தோப்பூரையும் பாலாற்றையும் கடந்ததுகூட அவருக்கு நினைவில் பதியவில்லை. அதற்குள் கிருட்டிணாபுரம் வந்துவிட்டிருந்தது. அவர்கள் இறங்கிக்கொண்டனர். தலைவர்

சிவமலையின் வீட்டை நோக்கி நடந்துகொண்டிருந்தபோது அவர் மனம் பலவிதமாய்த் திரண்ட எண்ணங்களால் இறுகிவிட்டிருந்தது. எப்படியாவது திருவேங்கடத்தை சென்னைப் பட்டணத்துக்கு இன்டர்மீடியட் படிக்க அனுப்பிவைத்துவிடுவது என்ற முடிவு அதனுள் உறைந்திருந்தது.

5

சென்னைப்பட்டண மார்க்கமாய்ப் போகும் பெரிய சாலைக்கு அருகில் கிருட்டிணாபுரத்தின் தொடக்கத்தில் இருந்தது சிவமலையின் வீடு. அது தாழ்த்தப்பட்ட மக்கள் வசித்திடும் பெரும் பகுதி. கிருட்டிணாபுரமே பெரிய ஊர்தான். அதில் தாழ்த்தப்பட்டோரும், இஸ்லாமியரும், பிறசாதியினருமாகக் கலந்து இருந்தனர். பாலாற்றங்கரையிலிருந்த அவ்வூரின் வடமேற்கு மூலையில் சோழர் கால பெருமாள் கோவிலொன்று மக்களின் குடியிருப்புகளின்மீது ஏறி நின்று வானத்தைத் தொட்டுக்கொண்டிருந்தது. வண்டியிலிருந்து இறங்கிய இடத்தில் சடைபரப்பி விரிந்திருந்த ஆலமரத்தை அண்ணாந்து பார்த்தான் திருவேங்கடம்.

"தலைவருக்கு ஒண்ணுங்கூட வாங்கிக்கலையே?" என்று அங்கலாய்த்துக்கொண்டார் இராவணேசன்.

தன் அப்பாவின் வழியாக சிவமலையைப் பற்றிய கதைகள் பலவற்றை திருவேங்கடம் கேட்டிருக்கிறான். போதாததற்கு அவன் தோப்பூர் தாத்தா பெரியசாமியும் சிவமலையைப்பற்றிச் சொல்லியிருக்கிறார். கிருட்டிணாபுரம் அரங்கநாதர் கோயிலுக்கு வந்த காந்தியோடு சிவமலை தர்க்கம் புரிந்தது வெகு பிரசித்தம்.

இராவணேசன் ஒவ்வொரு முறையும் அந்தக் கதையைச் சொல்லும்போது தத்ரூபமாகப் பேசி நடித்துக்காட்டிச் சொல்வார். ஒருமுறை திருவேங்கடம் கேட்டான்.

"காந்தியின் புன்சிரிப்புக்கு என்னப்பா அர்த்தம்?"

"அதுக்குப் பல அர்த்தமிருக்கும்னு நெனைக்கிறேன். நீயேதான் யோசன பண்ணிப்பாரேன்" என்றார். அவனிடம் இன்னொரு கேள்வியும் இருந்தது.

"காந்தியைப் போராடக் கூப்பிட்ட சிவமலை, அவராகவே ஏன் கோயில் நுழைவுப் போராட்டம் நடத்தல?"

"தலைவர் சிவமலை அம்பேத்கர் வழியில போறவரு. கோயில் நுழைவுப் போராட்டம், சமபந்தி போஜனம் எல்லாம் நல்லதுதான்.

ஆனால், அதைவிட முக்கியமானது அரசியல் அதிகாரத்தைப் பெறுவது, உயர்கல்வி பெறுவது, வேலை வாய்ப்பைப் பெறுவது, பொருளாதாரத்தைப் பெருக்குவதுன்னு அம்பேத்கர் சொல்லிட் டாரு. சாதிய ஒழிச்சா கோயில்ல நொழையறதெல்லாம் சகஜ மாயிடும்னும் சொல்லியிருக்கிறாராம் அவரு. அதை நம்ம தலைவர் நம்புறாரு. சாதியொழிப்பு போராட்டம்தான் முக்கியமானது. அதுல ஒரு சிறுபகுதிதான் கோயில் நுழைவு."

சிவமலையைப் பற்றி நேரம் கிடைக்கும்போதெல்லாம் மகனிடமும் மனைவியிடமும் சொல்லிக்கொண்டேயிருப்பார் அவர்.

நெருக்கமான குடிசை வீடுகளுடன் நீண்டிருந்த புழுதி படிந்திருக்கும் வீதியில் இருவரும் நடந்தார்கள். தெருநாய்கள் அவர் களைப் பார்த்துக் குரைத்தன. சாணம் தெளித்து துப்புரவாகியிருந்த அகன்ற வாசலைக்கொண்ட ஒரு வீட்டினுள் நுழைந்தார்கள். முன் வாசலிலும் பின்வாசலிலும் தென்னைகள் சலசலத்தன. திண்ணை யில் அமர்ந்து எதையோ படித்துக்கொண்டிருந்தார் சிவமலை. காலடிச் சப்தம் கேட்டு நிமிர்ந்தவர் இராவணேசனைப் பார்த்ததும் சிரித்தார்.

"வா, இராவணேசா. என்ன ஒரு மாசமா தாதிபெராதி இல்லாம போச்சி?"

இராவணேசன் வணக்கம் சொன்னார். சிவமலைக்கு வணக்கம் கூறச்சொல்லி திருவேங்கடத்துக்குக் கண்களால் சாடை காட்டினார்.

எதையோ முனகுவதைப்போல் தெளிவின்றி உச்சரித்து வணக்கம் சொன்னான் திருவேங்கடம்.

"யாரு உம்பையனா? அப்பிடி ஒக்காருங்க."

எதிர்த் திண்ணையில் இருவரும் அமர்ந்துகொண்டனர். திருவேங்கடம் அவ்வீட்டை கண்களால் அளந்தான். மண்சுவர். ஓலைக்கூரை. சுவர்களுக்குச் சுண்ணாம்பு அடித்திருந்தார்கள். எதிரெதிர் கதவுகளைக்கொண்ட இரண்டு அறைகள். நடுவிலிருந்த நடைவழியில் வீட்டுக்கூரையைத் தாங்கியபடி நெடுங்காலொன்று நின்றது. மஞ்சள் பாரித்துக்கொண்டிருந்த மாலைச்சூரியன் நடை வழிக் கூரையின் பொத்தல்கள் வழியே வீட்டுக்குள்ளே தங்கக் காசுகளை அள்ளி இறைத்திருந்தான். மழைத்தாரைகள் கோட்டுச் சித்திரம் வரைந்த சுவரில் சில படங்கள் தொங்கின. இரண்டு படங்கள் அவற்றுள் பெரியவை. ஒன்றில் விழிகளில் அன்பைத்

தேக்கிய புத்தர். மற்றோர் படத்தில் மூக்குக் கண்ணாடியும் உருண்டை முகமும்கொண்ட ஒருவர். அவர்தான் அம்பேத்கரோ என மனதில் வினவினான் திருவேங்கடம். தொழிற்சங்கத் தலைவர் தாஸ் வீட்டுக்கு வரும்போது எடுத்துக்கொண்டு வரும் உதயசூரியன் பத்திரிகையில் அச்சுப்பிசிறுகளோடு மங்கலாக இப்படி ஒரு படத்தை முன்னமே அவன் பார்த்திருக்கிறான்.

சிவமலை வீட்டுக்குள்ளே சென்று பஞ்சபாத்திரத்தில் தண்ணீர் மொண்டுவந்து கொடுத்தார். இருவரும் குடித்தார்கள்.

"சாப்டிங்களா?"

"ஆச்சி. கொஞ்சம் கஞ்சியிருந்திச்சி, ராத்திரிக்கு எதானா பாத்துக்க வேண்டியதுதான். கனகு நடவுக்கூலிக்குப் போயிருக்குது. பொளுதமர வந்துடும்."

"பையங்கூடப் பேசிட்டிருங்க. இதோ வந்துட்றேன்."

சிவமலை கூப்பிடக் கூப்பிட எழுந்துபோனார் இராவ ணேசன். திடீரென்று தனித்துவிடப்பட்டதாய் உணர்ந்தான் திருவேங்கடம். சிவமலையோடு பேசுவதற்குச் சொற்களைத் தேடினான். அவர் அவனைப் பார்த்து மீண்டும் சிரித்தார். உரை யாடலை அவரேதான் தொடங்க வேண்டியிருந்தது. சிவமலையின் கூரிய நாசியையும் படிய வாரிய முடியையும் பார்த்தபடி அவர் பேசுவதைக் கேட்டுக்கொண்டிருந்தான் திருவேங்கடம்.

"என்னா படிச்சிருக்க?"

"ஆறாவது பாரம் முடிச்சிட்டேன். புதுக்குடி முனிசிபல் ஸ்கூல்ல."

"நல்லது. உங்கூட நம்ம புதுக்குடி பக்கத்திலேர்ந்து வர்ற தோப்பூர் ரங்கசாமின்னு ஒரு தம்பி படிச்சிருப்பானே?"

தோப்பூரிலிருந்து தினமும் நடந்து வரும் ரங்கசாமியை திரு வேங்கடத்துக்கு நன்றாகவே தெரியும். ரங்கசாமியைப்பற்றி விசாரித்த தன் மூலம் சிவமலை அவனின் அகவட்டத்துக்குள் நுழைந்தது போலிருந்தது. அவன் உற்சாகமாகிப் பேசத் தொடங்கினான்.

"நம்ம வடார்க்காடு ஜில்லாவுலயே இன்டர்மீடியட் வரைக்கும் வந்திருக்கிற கொஞ்சம்பேருல நீயும் அந்தத் தம்பியும் வர்றீங்க. தெரியுமா?"

தன்னைக் குறித்த வியப்பு மேலிட நிமிர்ந்தான் திருவேங் கடம். ஊரில் அவன் வயதொத்த தாழ்த்தப்பட்ட வாலிபரில்

யாருமே படித்ததில்லை என்பது மீண்டும் நினைவுக்கு வந்து போனது. பெண்மக்களைப் பற்றிச் சொல்லவே தேவையில்லை. அவன் வயதுப் பெண்களுக்கு இரண்டு பிள்ளைகளாவது பிறந் திருக்கும்.

"நல்ல புத்திபூர்வமான மக்கள்தான் நம்ம மக்கள். வள்ளுவர் ஒருத்தரு உதாரணத்துக்குப் போதாதா? எவ்வளவு ஞானமா யோசித் திருக்காப்பில? ஆனா தொடர்ந்து நம்மை ஆதிக்க ஜாதி ஆட்கள் படிக்க உடல. மாடு மேய்க்கவும், பயிர்செய்யவும், எடுபிடியாயிருக்க வும் வெச்சிக்கிட்டாங்க. அவங்க அடக்குறாங்கன்றதுக்காக நாம அப்படியே இருந்துட ஆகுமா? மெறிச்சி ஏறி வரணுமில்ல? அப்பிடி வந்தவுங்கதான் நம்ம தலைவருங்க. இன்னும் நெறையபேரைச் சொல்லலாம். நம்ம ஜில்லா திருப்பத்தூர் பெரியசாமி புலவரை எடுத்துக்கேன். எத்தினி மாநாடு? எத்தினி பொதுக்கூட்டம்? 1891லேர்ந்தே பௌத்தம், சாதியொழிப்புன்னு நடத்தினு வந்திருக் காப்பில. உங்க ஊர் பெரியபேட்டையில 1931லேயும், உங்க பக்கத்து ஊர் மயில்பட்டியில 1926லேயும் ஆதிதிராவிடர் மாநாடுங்க நடந் திருக்குது. நம்ம ஜனங்க அன்னாடம் ஒளைக்கிற ஜனங்க. மாநாட்டுக்கும் கூட்டத்துக்கும் எப்பிடி வருவாங்க? மாநாடு நடத் துனவங்க ஜனங்களை வரவழைக்க ஆயிரக்கணக்கான பேத்துக்குச் சோறாக்கிப் போட்டிருக்காங்க! இங்க எங்கூருலகூடப் பல கூட்டங்க."

பேச்சை நிறுத்திய சிவமலை திருவேங்கடத்திடம் கேட்டார்.

"ஆமா. உங்கூர்லர்ந்து புதுக்குடிக்குத் தெனந்தோறும் எப்பிடி வந்து போன?"

"மிதிவண்டில."

திருவேங்கடம் காதர்பாயின் உபகாரங்களைப் பற்றி அவரிடம் சொன்னான். கேட்டுக்கொண்டு சில கணங்களுக்கு அமைதியாய் இருந்தார்.

"மெய்தான். ஏதோ ஒரு உதவியில்லாம நாம படிக்க முடியாது. உதவிகளை ஏத்துக்கிறதுல தப்பில்ல. நம்ம மக்கள் எலும்பு தேய ஒழைக்கிறதுல கிடைக்கிற பெருஞ்செல்வத்தின் உபரியிலிருந்து தானே அந்த உதவி? ஆனா அந்த உதவியைச் செய்யறதுக்கும் மனசு வேணுமே? நம்ம ஜனங்க இன்னைக்கி படிக்கிற பெரும் பாலான பள்ளிங்க கிறிஸ்தவர்களால், மிஷினரிகளால் கட்டப் பட்டது. நான் படிச்சதே கத்தோலிக்கப் பள்ளியிலதானே?

அவர்கள் பேச்சு நீளத்தின் இடையிலே இராவணேசன் வந்து சேர்ந்தார். தோளில் சிறு மூட்டையொன்று இருந்தது. கடைச் சாமான்கள் அதில் தெரிந்தன.

“இராவணேசா, என்னாயிது?”

“அதெல்லாம் ஒண்ணுமில்ல. நீங்க பேசுங்க.”

இராவணேசன் வீட்டுக்குள் சென்று திரும்பினார். தோள் துண்டால் முகத்தை அழுத்தித் துடைத்தபடி அவர்களோடு உட்கார்ந்துகொண்டார்.

“பையன் ஆறாவது பாரம் முடிச்சிட்டாப்ல. அவர இன்டர் மீடியட்ல சேக்கணும்.”

“எல்லாம் பேசினுதான் இருந்தோம். ஒரு குட்டி உரையே நிகழ்த்திட்டேன், போயேன்.”

“சந்தோசம்ண்ணா. உங்களாட்டம் அவரு வரணும்.”

“அதெல்லாம் வருவான். நான் நம்ம சிவராஜ் தலைவருக்கு ஒரு தபால் தர்றேன். அவரு எங்கியாவது சேத்து உடுவாரு.”

சிவமலை அன்போடு திருவேங்கடத்தின் தோளில் தட்டினார்.

“இந்த ஜில்லாபோர்டு ஸ்கூலுங்களை விடு. நம்ம ஆளுங்களே தனியா பல பள்ளிங்கள தொடங்கி நடத்திட்டு வர்றாங்க. இது என்ன வருசம்? 1945தானே? 1886லேயே ஜான் ரத்னம் என்பவரு மெட்ராஸ் ஆயிரம் விளக்குப் பகுதியில வெஸ்லி மிஷன் பள்ளியை நடத்தினாரு. நான் இன்டர்மீடியட் படிச்சது அங்கதான். நீகூட அங்க படிக்கலாம். இவ்வளவு ஏன், நம்ம புதுக்குடியிலர்ந்து கோலார் தங்கவயலுக்குச் சுரங்க மேஸ்திரியா போன செல்லப்பா கோலாரில் ஒரு பள்ளிக்கூடத்தை 1909லேயே தொடங்கியிருக் கிறாரு. நீ உன்னைத் தனியாள்னு நினைக்காத. இந்தச் சமூகத்தை, சாதி அமைப்பை, அதன் மர்மங்களைப் புரிந்துகொள்ள படிச்சி வரும் தாழ்த்தப்பட்ட கல்விமான்களின் சங்கிலியில் இணையப் போகும் ஒரு கண்ணி நீ. சாதிக் கொடுமை எனும் பாழும் கிணத்தி லிருந்து நம்ம மக்கள் அந்தச் சங்கிலியைப் பிடிச்சிட்டுதான் மேல ஏறி வரணும். நீ இந்த வாய்ப்பைச் சரியா உபயோகப்படுத்திக் கிலன்னா சங்கிலி அறுபடும்.”

திருவேங்கடம் நிமிர்ந்து உட்கார்ந்தான். தன்னிலையை உணர்ந்த மாதிரியிருந்தது. அக்கணம் அவன் மனதை சடாரென்று எதுவோ ஊடுறுவிச் சென்றது.

“என்னா இராவணேசா, எதுவும் பேசாம இருக்க? ஊருல நம்ம தோழர்களெல்லாம் எப்பிடியிருக்காங்க?”

இராவணேசன் மெல்லிய புன்னகையொன்றை உதிர்த்தார். திடுமென அவர் நெஞ்சில் அன்றைய உச்சிப்பொழுதின் கசப்பு மேலிட்டது. அது ஆதரவைத் தேடிக் கசிந்தது. இராவணேசன் நடந்ததை விவரித்தார். ஊன்றிக் கவனித்தபடியிருந்த சிவமலை எதிர்வீட்டைப் பார்த்துச் சத்தமிட்டார்.

"கந்தசாமி!"

நடுவயதொத்த ஒருவர் அங்கு வந்து நின்றார்.

"நம்ம தோழர்களுக்குச் சொல்லி ஒரு பத்துப்பேரைத் தெரட்டு. புதுக்குடியில ஒரு சாப்பாட்டுக் கடைக்குப் போயி வரணும்."

அழுத்தமாய்ச் சொல்லிய சிவமலை திருவேங்கடத்தைப் பார்த்துச் சிரித்தார்.

"சொற்கள் சாரம் இழந்துபோனால் செயலால் அவற்றை நிரப்பணும்."

திருவேங்கடம் அதைப் பலமாய் ஆமோதித்தான்.

6

வீட்டுக்குத் திரும்பிக்கொண்டிருந்தபோது நன்றாக இருட்டிவிட்டது. தவமணி சொல்லியனுப்பியதைப் போலவே அவர்கள் தோப்பூரில் தங்கிப்போக முடிவுசெய்துகொண்டார்கள். கிருட்டிணாபுரத்துக்கும் புதுக்குடிக்கும் நடுவிலிருந்தது அந்த ஊர். பாட்டி ஊருக்குப் போவதென்றால் திருவேங்கடத்துக்குக் கொள்ளைப் பிரியம். அவன் உற்சாகமாகிவிட்டான்.

இராவணேசனுக்கும் தன் அத்தை மாமனைப் பார்த்துவிட்டுப் போக விருப்பமிருந்தது. இராவணேசனின் அத்தை சின்னாத்தாளுக்கு இராவணேசன் மீது கொள்ளைப் பிரியம். தன் அண்ணன் மகன் என்பதால், தாய்வீட்டு உறவாக நினைத்துப் புளகாங்கிதம் கொள்வாள். ஊர்களிலே அங்கொன்றும் இங்கொன்றுமாக விளக்கு வெளிச்சம் மஞ்சள் புள்ளிகளாகத் தெரிந்தன. எங்கும் இருட்டு. சில்வண்டுகளின் இரைச்சல்.

இராவணேசனும் திருவேங்கடமும் பயணம் செய்யும் மோட்டார்வண்டியின் சப்தம் இருள்காட்டில் கொடும் விலங் கொன்றின் உறுமலாகக் கேட்டது. சிவமலை, சென்னையிலிருக்கும் கூட்டமைப்புத் தலைவர் சிவராஜுக்குக் கொடுத்த கடிதம், பள்ளிச்

சான்றிதழ்களுடன் திருவேங்கடத்தின் துணிப்பையில் இருந்தது. அவற்றை அவன் உதயசூரியன் பத்திரிகை ஒன்றின் உள்ளே கசங்காமலிருக்கும்படிக்கு வைத்திருந்தான்.

சிபாரிசுக் கடிதம் தருகையில் சிவமலை சொன்னார்.

"இராவணேசன், பையனை பட்டணத்துக்கு அனுப்புறோமேன்னு தயங்கிறியா? நாம கிணத்துத்தவளையா இருந்ததுபோதும். வெளியே வரணும். கடல் கடந்து அவங்க போகக்கூடாது. கடல் கடந்து போனா புரோகிதத்துக்கு வேலையில்ல. அவங்க சாதி கௌரவத்துக்கும் அங்க மதிப்பில்ல. நாம கடல்கடந்து போகலாம். அதுக்கு எந்தத் தடையுமில்ல. சுதந்திரத்தை அனுபவிக்கலாம். சாதிச்சிறையிலிருந்து விடுதலை கிடைக்கும். கடல்கடந்து போகலைன்னா நமக்கு அம்பேத்கர் கிடைச்சிருப்பாரா? யோசிச்சிப் பாரு. உம்பையனை நீ கடல்கடந்துகூட அனுப்பப்போறதில்லையே. இங்கிருக்கிற பட்டணத்துக்குத்தானே அனுப்பப்போற? சந்தோஷமா அனுப்பு."

சிவமலை அதைச் சொன்னபோது இராவணேசன் சிரமப் பட்டு சிரித்ததையெண்ணி நகைத்துக்கொண்டான் திருவேங்கடம். பட்டணம் போகப்போகிறோம் என்பதை நினைத்தவுடன் உள்ளே மெல்லிய பயம் படரத் தொடங்கியது. அதை அவன் மறைக்க முயன்றான். அப்பாவுடன் பேசி, அவ்வுணர்வைப் போக்கிக் கொள்ள விரும்பினான். இராவணேசனோ மௌனியாய் வந்தார்.

அவர்களிருவரையும் மோட்டாரில் ஏற்ற வந்த கந்தசாமி பேசிக்கொண்டு வந்தது திடுமென்று நினைவிலாடியது.

"நம்மகூடப் பேசினு வந்தாரே, அவரு யாருப்பா?"

உறக்கத்திலிருந்து விழித்தவரைப்போலத் தெளிவானார் இராவணேசன்.

"அவரா? அவருதான் சைக்கிள் கந்தசாமி. நம்ம தலைவரை எங்கபோனாலும் சைக்கிள்ல கூட்டினு போறவர். காத்துமாதிரி பறப்பாரு. அவருபோல சைக்கிள் மெதிக்க ஒர்த்தன் பொறந்து வரணும்."

இராவணேசன் உற்சாகமாகிவிட்டார். திருவேங்கடத்துக்கு இப்போது அவருடன் பேசலாம் போலிருந்தது.

"இன்னார்த்திக்கி அங்க என்னா நடந்திருக்கும்?"

இராவணேசன் பதில் சொல்லாமல் சிரித்துக்கொண்டார்.

"மாநாடுன்னாரே தலைவர். என்ன மாநாடு?"

“தாழ்த்தப்பட்டோர் பாதுகாப்பு மாநாடு, தாழ்த்தப்பட்டோர் ஒற்றுமை மாநாடு, பௌத்த மாநாடு...”

“ஆயிரக்கணக்கான பேரைச் சேர்த்ததா சொன்னாரே, எப்பிடிப் பேசியிருப்பாங்க அத்தனை பேர்க்கிட்டையும்?”

“ஊர் பக்கத்துலக்கீற கரம்புல எடம்புடிச்சி, செதுக்கி களம் பண்ணுவாங்க. ஒருத்தன் ஓலை கொண்டாருவான். ஒருத்தன் கொம்புக்கொடி. மைதானத்துல நடுநாயகமா மேடை. சுத்தியும் ஜனங்க ஒக்காருவாங்க. கூட்டம் அதிகமாயிருந்தா ஒருத்தர் பேசறதை வாங்கி ஒருத்தர் சொல்வாரு. எல்லாருடைய எண்ணமும் ஒரேமாதிரியிருந்தா பேசறது சுலபம்!”

“நம்ம ஊருல எங்க நடந்துச்சாம் அந்த மாநாடு?”

“நம்ம ஊருக்குக் கீழாண்ட கரம்பு கீதுல்ல. அங்கதான்.”

“இப்ப ஏம்பா மாநாடு எதுவும் நடத்தறதில்ல?”

“எல்லாரும் அன்னாடங்காச்சிங்க. என்னமாதிரி ஒண்ணு ரெண்டுபேருதான் வெளியே வர்றான். மத்தவங்க வர்றதில்ல. ஜாதிக் காரங்க மேல பயம். எதிர்த்தா வேல கெடைக்காது. கொன்னே போட்டுடுவாங்க. வெள்ளக்காரன எதுத்துகூடப் போராடிடலாம். ஜாதியொழிப்புப் போராட்டம் நடத்துறது மகா சிரமம்.”

அவர்கள் பேசிக்கொண்டிருக்கையிலேயே தோப்பூர் வந்துவிட்டது.

இருவரும் ஏரிக்கரை நிறுத்தத்தில் இறங்கி எதிர்ச்சாரியில் பாலாற்றுக்குப்போகும் தெருவைப்பார்த்து நடந்தார்கள். தெரு நாய்கள் குரைத்தன. ஊர் முகப்பிலேயே இருக்கும் மாரியம்மன் கோவிலில் எரிந்த தீபம் காற்றுடன் போராடிக்கொண்டிருந்தது. ஏரியிலிருந்தும், ஊரைச்சுற்றிய நிலங்களிலிருந்தும் தவளைகளின் கதறல் இடைவிடாமல் கேட்டது.

இராவணேசனைப் பார்த்ததும், சின்னாத்தாளுக்கு ஒரு கணம் எதுவும் ஓடவில்லை. “சாமீ” என்றாள் அவளையும் அறியாமல். மகிழ்ச்சியும் பதற்றமும் அவளைப் பீடித்துக்கொண்டன. திருவேங் கடத்தை உச்சிமுகர்ந்து முத்தம் வைத்தாள். அக்கம் பக்கத்து வீடுகளிலிருந்த உறவுக்காரப்பெண்கள் இராவணேசனிடம் வந்து தவமணியின் நலம் குறித்து விசாரித்தறிந்தனர். திருவேங்கடத்தின் படிப்பைக் குறித்துப் பெருமிதம் கொண்டனர்.

இருவரும் சாப்பிட்டுக்கொண்டிருந்தபோது பெரியசாமி வந்து சேர்ந்தார். இராவணேசனைப் பார்த்ததும், “வாங்க மாப்பிள்ள” என்றார்.

“டேய் சாமீ, பள்ளிக்கூடத்துக்கு வர்றயே, அப்பிடியே இங்க வந்து மூஞ்சக்காட்டிட்டுப் போறதில்லயா?”

தன் பேரனிடம் கேட்டார். தூங்கப்போவதற்கு முன்னால் மாமனிடம் மகனின் படிப்பு விசயங்களைச் சொல்லிக்கொண்டிருந்தார் இராவணேசன். அவருக்கு வாசலில் கயிற்றுக்கட்டில் போடப்பட்டிருந்தது. அப்பா போனதும் தாத்தாவை வந்து பிடித்துக் கொண்டான் திருவேங்கடம். திண்ணையில் இருவரும் படுத்துக் கொண்டனர். அவன் வரும்போதெல்லாம் பெரியசாமி அவனுக்கு இரயில் பற்றிய கதைகளைச் சொல்வதுண்டு. இப்போதும் அவரிடம் பேரனுக்குச் சொல்ல ஒரு கதையிருந்தது.

பெரியசாமியும் சக கேங்மேன்களும் தண்டவாள பராமரிப்புப் பணியில் இருந்தபோது, பெரிய பாம்பொன்றை ஒரு வளையில் பார்த்தார்கள். வேலையைப் பார்வையிட வந்த வெள்ளையதிகாரி அப்பாம்பைப் பிடித்துத் தரச்சொல்லி உத்தரவிட்டுவிட்டார். போராடிப் பிடித்த பாம்பை வெள்ளையதிகாரி விருப்பத்தோடு வாங்கி வீட்டுக்குக் கொண்டுபோய்விட்டார். கேங்மேன்களுக்கு அன்று நல்லநாள். பரிசுகள் கிடைத்தன. பாம்பு பிடித்த போராட்டத்தைச் சொன்னபோது வியப்பும் சிரிப்புமாய்க் கேட்டுக் கொண்டிருந்தான் திருவேங்கடம்.

அவர்கள் திரும்பி வந்ததும் வராததுமாய் திருவேங்கடம் பட்டணம் போகும் செய்தி ஊரில் கோடைத்தீயாய்ப் பரவியது. பார்க்கிறவர்களெல்லாம் இராவணேசனை விசாரித்தார்கள்.

சென்னை புறப்படுவதற்கு முன்னால் ஒருநாள் காதர்பாயிடம் திருவேங்கடத்தை அழைத்துக்கொண்டு போனார் இராவணேசன். அவர் அக்கறையோடு விசாரித்தார்.

“நம்ம புள்ள ஒண்ணு பட்டணத்துக்குப்போறது லேசானதா, சொல்லு இராவணேசன்?”

“எல்லாம் உங்களப்போன்றவங்க தயவுதான்.”

“அது கீட்டும் உடு. மொதுல்ல படிக்கவெக்கிணும்ன்ற மனசு ஓணும். படிக்கிற புத்தி ஓணுமில்லியா?”

கூச்சத்தில் நெளிந்தார் இராவணேசன்.

“செரி, எப்பிடிப் போற?”

“இரயில்ல எஜிமான்.”

“என்னாத்துக்கு? நம்ம வண்டியெ எடுத்துனு போய்வா.”

இராவணேசன் அவசரமாக மறுத்தார்.

“அதெல்லாம் வாணாம் எஜிமான். நாம வாழற நெலைய நம்ம புள்ளைங்க புரிஞ்சுக்கணும். சொகுசுக்குப் பழக்கப்படுத்தக் கூடாது. இதுவரிக்கும் நீங்க செஞ்ச உபகாரத்துக்கு எவ்ளோவோ நன்றி சொல்லுவேன்.”

இராவணேசன் புறப்பட்டபோது, அவரை அருகழைத்துக் கொஞ்சம் பணத்தாள்களைச் சட்டைப்பையில் திணித்தார் காதர்பாய்.

“பயணச் செலவுக்காகுட்டும், வெய்யி.”

திருவேங்கடம் பட்டணம் போகிற செய்தியைக் கேட்டதி லிருந்து தவமணிக்குப் பால்கட்டிக்கொண்டது போல நெஞ்சு வலித்துக்கொண்டிருந்தது. ஒரே மகனை விட்டுவிட்டு இனி எப்படி இருப்பது?

“நமக்குன்னுக்கீறது உப்புக்கல்லு மாதிரி ஒரே ஒரு புள்ள. அதெ கண்காணாத எடத்துக்கு அனுப்சிட்டு இங்க நா என்னா பண்ண? அதெல்லாம் முடியாது. அவம் படிச்சதே போதும். அதுக்கே வேலைதர்றதுக்கு மேலுளுந்துனு வருவாங்க. வேலையே இல்லன்னாலும் பரவால்ல. காலம்முளுக்க எம்புள்ளைக்கு நானு ஔச்சிப்போடுவேன்.”

“கண்ணெக் கசக்கி அவம்மனசக் கரைச்சியானா சாகடிச் சிடுவேன் உன்ன. ஒரு அரசாங்க வேலையிலிருக்கும் மனுசனுக்கு மகளா பொறந்துட்டு இப்பிடியா பண்ணுவ?”

இராவணேசனின் சத்தத்துக்குக் கொஞ்சம் அடங்கினாள் தவமணி.

“காதத்துக்குப்போனாலும் கனிக்கிறமான ஜனம் ஒணும். ஒங்கொப்பனுக்குப் பட்டணத்துல யாருக்கீறாங்கன்னு உன்னிய அனுப்புறான்?”

திருவேங்கடத்தின் மனதைப் பலரும் அசைக்க விரும்பி தினம் வந்தனர். இராவணேசன் அவர்களை விரட்டினார். திருவேங்கடம் சென்னை போவதற்கு முன் ஆசை தீர சிவலிங்கத்தோடு ஊர் சுற்றித் திரிந்தான்.

“நாந்தான் படிக்கப்போகாம மோளமடிக்க வந்துட்டேன். நீ மாணாடா மாப்ள. எங்கவோணுன்னாலும் போயி படிச்சிட்டு

வா. இங்கியே இருந்தியானா என்னாக்கீது சொல்லு? பயிர்வேல, தோல் வேல, ஆண்ட வேல, பீடி வேல. உன்னும் என்னா சொல்லு?"

சிவலிங்கத்தின் சொற்கள் மனதிலிருந்த தயக்கத்தை முற்றிலுமாக வடியச் செய்துவிட்டன.

திருவேங்கடம் சென்னைக்குப் போகும் நாள் வந்தேவிட்டது. அவன் புறப்படத் தயாராகிவிட்டான்.

டிரங்பெட்டியில் துணிமணிகளும், தவமணி செய்துதந்த பலகாரங்களும் வைத்துப் பூட்டப்பட்டன. பொறிவிளங்காய் உருண்டைகள், வறுத்த அரிசி, அதிரசம், வேர்க்கடலை ஆகியவற்றோடு கொஞ்சம் தவமணியின் உலர்ந்த கண்ணீர்.

திருவேங்கடம் விடைபெறும்போது தவமணி அழுதாள். இராவணேசனுக்கு பயந்து கொஞ்சம் கண்ணீரைச் சேமித்து வைத்துக்கொண்டாள்.

திருவேங்கடமும் இராவணேசனும் சென்னைக்குப் பயணப்பட்டார்கள். அவர்களை வழியனுப்ப தோல் தொழிற்சங்கத் தோழர்கள் சிலரும், கூட்டமைப்புத் தோழர்கள் சிலரும், புதுக்குடி இரயிலடி வரைக்கும் போனார்கள். இரயிலடியில் காத்திருந்த பெரியசாமியும் அவர்களுடன் சேர்ந்துகொண்டார். இரயிலில் ஏறி உட்கார்ந்ததும் வேறு உலகத்துக்குப் போவதற்கு இருப்பதைப் போலத் தோன்றியது. இரயிலின் நீண்ட ஊதல் எதையோ பேச முற்பட்டது. திருவேங்கடத்துக்கு இயந்திரத்தின் மொழி புரியவில்லை.

இராவணேசன் எதையெதையோ பேசிக்கொண்டு போனார். திருவேங்கடம் சில நேரம் பேசுவதும், சில நேரம் அமைதிகாப்பதுமாய் இருந்தான். வழிநெடுக தொடர்ந்து வரும் மலைகளையும் காட்டுப்பகுதிகளையும் வேடிக்கை பார்த்தபடி வந்தான். தன் தாத்தாவிடமே அதிகம் பேசினான். அவர் அவனிடம் இரயில்களைப் பற்றிய தகவல்களாய் சொல்லிக்கொண்டு இருந்தார். பெரியசாமியிடம் பேசும்போது அவனுக்குச் சுவாரஸ்யமான கதைகள் கிடைக்கும். இம்முறையும் அவரின் சாகசக் கதையைச் சொல்லிக்கொண்டு வந்தார்.

ஒருமுறை பெரியசாமி திருப்பதி போக வேண்டியிருந்தது. புதுக்குடியிலிருந்து காட்டுப்பாடி சென்று, அங்கிருந்து இரயில் மாறினார் அவர். இரயில் ஆந்திர எல்லைக்குள் நுழைந்து ஓடிக்கொண்டிருந்தபோது, எஞ்சின் மட்டும் பெருஞ்சத்தத்துடன் திடீரென்று தடம்புரண்டு நின்றுவிட்டது. நல்ல வேளையாக

பெட்டிகள் எதுவும் தடம்புரளவில்லை. இரயில் ஓட்டுநருக்கு என்ன செய்வதெனப் புரியவில்லை. அவன் அலங்கமலங்க விழித்தான்.

தன் பெட்டியிலிருந்து இறங்கிய பெரியசாமி எஞ்சினைப் போய்ப் பார்த்தார். எஞ்சின் பெட்டியின் முன்சக்கரங்கள் மட்டும் தண்டவாளத்தை விட்டுக் கீழே இறங்கிவிட்டிருந்தன. பெரியசாமி நான்கைந்து சாக்குப்பைகளையும், ஒரு கடப்பாரையையும் கொண்டுவரச் சொன்னார்.

தண்டவாளத்துக்கு நடுவில் கொட்டியிருந்த கரியை அப்புறப் படுத்திவிட்டு, கோணிப்பைகளை மேலும் கீழுமாய்ப்போட்டு எஞ்சினுக்கு அடியில் படுத்துக்கொண்டார். கடப்பாரையைத் தண்ட வாளத்துக்கு முட்டுக்கொடுத்து ஒரு நெம்பு நெம்பினார். சடாரென அச்சக்கரங்கள் தண்டவாளத்தில் போய் உட்கார்ந்துகொண்டன. இரயில் ஓட்டி பெரியசாமியைக் கட்டிப்பிடித்துக்கொண்டான். அவரின் எல்லா விவரங்களையும் எழுதி வாங்கிக்கொண்டான். ஒருமாதம் கழித்து பெரியசாமிக்கு இரயில்வே நிர்வாகத்தால் அனுப்பப்பட்ட பணப்பரிசு புதுக்குடி இரயில் நிலையத்துக்கே தேடி வந்துவிட்டது!

அரக்கோணத்தைத் தாண்டியதும் நிலப்பரப்பே மாறிவிடும் சூட்சுமத்தைப் பார்க்க முடிந்தது. அதுவரை பின்னாலேயே ஓடி வந்துகொண்டிருந்த மலைகள் களைத்துப்போய் பின்தங்கின. சமவெளி தோன்றியது. அவர்கள் சென்னையைச் சேர்ந்தபோது பொழுது உச்சிவேளையை நெருங்கிக்கொண்டிருந்தது. டிராமில் ஏறி தலைவர் சிவராஜின் அலுவலகத்துக்குப் போனார்கள். அவர் திருவேங்கடத்திடம் சில கேள்விகளைக் கேட்டார்.

"பேரு என்ன?"

"திருவேங்கடம்."

"நல்லது. பச்சையப்பன்ல இந்து தவிர்த்து வேற யாருக்கும் எடந்தர்றதில்ல. இப்ப நெலம பரவாயில்ல. 1927 வரைக்கும்கூட அங்க தாழ்த்தப்பட்ட பையன்களுக்குப் படிக்க எடங்கெடையாது. தலைவர் எம்.சி. ராஜாவோட முயற்சியாலதான் தாழ்த்தப்பட்ட மாணவர்களையும் சேத்துக்கிட்டாங்க."

ஊர்த்தோழர்களைப் பற்றியும், கூட்டமைப்பின் செயல் பாடுகள் பற்றியும் சிவராஜ் இராவணேசனிடம் கேட்டறிந்தார். அவர்களை சாப்பிடச் செய்தார். பின்பு தனது உதவியாளர் ஒருவரை அழைத்து இரண்டு கடிதங்களைக் கொடுத்து அனுப்பி னார்.

அவர்கள் புறப்படுகையில் திருவேங்கடத்திடம் சிவராஜ் சொன்னார்:

"கல்வி ஒரு வலிமையான ஆயுதம். அதைத் துல்லியமாய்ப் பயன்படுத்தி உன்னையும், உன் மக்களையும் கட்டியிருக்கிற கட்டுகளை அறுக்கக் கத்துக்கணும். கவனமாப் படி."

திருவேங்கடம் பணிவுடன் தலையசைத்தான்.

உதவியாளர் அவர்களை அழைத்துக்கொண்டு, பச்சையப்பன் கல்லூரிக்குப் போனார்.

பட்டணத்தின் பிரமாண்டத்தில் மலைத்திருந்த அவர்களின் பிரம்மை நீங்குவதற்குள் திருவேங்கடத்துக்கு பச்சையப்பன் கல்லூரியில் இன்டர்மீடியட்டுக்கு ஓர் இடமும், சைதாப்பேட்டை பேடிஸன் விடுதியில் தங்குவதற்கு ஓரிடமும் கிடைத்துவிட்டன. அவர்கள் சென்னையில் அந்த நாள்முழுதும் சுற்றினார்கள்.

7

தனிமையின் சுழலில் சிக்கிக்கொண்டான் திருவேங்கடம். அச்சுழலின் கரம் பலம்பொருந்தியது. சிறிது நேரத்துக்கு முன்பிருந்த தகப்பனுடைய, தாத்தாவினுடைய சுவடுகளைத் தனிமை துப்புர வாய்த் துடைத்து எடுத்துவிட்டது. அவர்கள் ஒவ்வொருவரும் கையளித்துப்போன எந்தச் சொற்களும் இப்போது அவனிட மில்லை. அச்சொற்களை வாங்கிக்கொண்டு வெறுமையைப் பரிசளித்துவிட்டது இத்தனிமை. விடுதி அறையில் அமர்ந்திருந்தான் திருவேங்கடம். அவனை வினோதமாகப் பார்த்துவிட்டுப்போகும் யாருக்குமே முகமில்லை. அந்த அறை அவனுக்கு இன்னும் துலக்க மடையவில்லை.

அங்கு அமர்ந்திருப்பது அவசியமற்றது என்று தோன்றியது. யாரோ அவனைக் கட்டாயமாக அங்கு இருத்தி வைத்திருப்பதைப் போலவே உணர்ந்தான். வீட்டுக்கு ஓடிவிடவேண்டுமென்று ஆவல் எழுந்தது. காரணமின்றி உள்ளே அழுகை சுரந்து நிறைந்து விழிக் கதவுகளை முட்டியது. திடீரென காக்கை கூட்டங்களைப்போல மாரடித்துக்கொண்டு ஊர் நினைவுகளும், பிரியத்துக்குரியவர்களின் முகங்களும் அவனை மொய்த்தன. ஊர்மீது பெரும் அன்பு கசிந்தது.

எருக்குவியல் மக்கும் வாடையைப்போல் அங்கு ஒரு புழுங்கல் வாடை வீசியது. திருவேங்கடத்தின் நாசி அதை உணர்ந்ததும், அவனின் பிற புலன்கள் துலங்கத் தொடங்கின. அந்த அறையை அவன் கண்கள் முழுதாய் உள்வாங்கின.

நான்கு பேர் தங்குவதற்கு ஏற்ற அறை அது. ஒட்டடையும் புழுதியும் படிந்து சுவர்கள் பழுப்பேறிப்போயிருந்தன. வெளியே நடைவழியைப் பார்த்ததுபோல ஒரு சன்னலிருந்தது. சன்னலுக்கும் கதவுக்குமுள்ள இடைவெளிச் சுவரில் யாரோ ஒருவன் கரித் துண்டால் முருகனின் படத்தை வரைந்திருந்தான். வேலுடன் நின்ற முருகனுக்கு சிவலிங்கத்தின் முகச்சாடை இருப்பதாக நினைத்தான் திருவேங்கடம். வரைந்தவன் நல்ல ஓவியனாக இருக்கவேண்டும். மயிலும் பாம்பும் அத்தனை தத்ரூபம். படத்தின் கீழே மஞ்சள் குங்குமம் தீற்றியிருந்தனர். திருவேங்கடம் இப்போது அறையை வேறு விதமாக உணர்ந்தான். சுவர்களிலிருந்த ஆணிகளில் சட்டைகளும் வேட்டிச் சுருணைகளும் தொங்கின. அங்கங்கே மூட்டைப்பூச்சி நசுக்கிய இரத்தக்கறை. மூலைகளில் பாய்ச்சுருட்டு. கிழக்கு மூலைச் சுவரினோரம் வரிசையாய் டிரங்குப்பெட்டிகள்.

ஒன்றிரண்டு நாட்களிலேயே கல்லூரிக்குப் போக வேண்டி யிருந்ததால் இராவணேசன், திருவேங்கடத்தை மாணவர் விடுதியில் விட்டுவிட்டுப் போய்விட்டார்.

“எதானா ஓணும்னா தலைவர் சிவராஜைப் போய்ப் பாரு. ஊட்டுக்கு ஒரு காயிதம் போடு. இல்லே, தந்திஅடி. உடனே ஓடியாந் திர்றேன். ஊரை நல்லாப் பழகிக்க. நல்லா கெவனங்குடுத்துப் படி எப்பா. நம்மகூட எத்தினியோ பேரு இருக்கலாம். இருந்தாலும் நாம தனியாளுதான். நல்லபடியா படிச்சி முன்னேறி வந்தாதான் நீயும் நல்லாருப்ப. நாலுபேத்துக்கும் வழிகாட்டலாம். இந்த நாட்டுல, நாம இருக்கிற நெலைமைக்கு, படிப்பு ஒண்ணுதான் கைகுடுக்கும். முயற்சி செஞ்சியானா நீ எந்த நெலைமைக்கும் வரலாம்.”

விடைபெறும்போது மகனின் தோளை அழுத்திக்கொண்டு சொன்னார் இராவணேசன். திருவேங்கடத்தின் கண்கள் கலங்கின. பெரியசாமி எதையும் பேசவில்லை. பேரனை மேலும் கலங்கடிக்கக் கூடாது என்று நினைத்தார் அவர்.

“எப்பா சாமீ, நான் விசாரிச்சேன். சைதாப்பேட்டைக்கும் சேத்துப்பட்டுக்கும் கொஞ்சந் தொலைவுதான். இன்னும் ஒரு வாரத்துல உஞ்சைக்கிளெ ரயில்ல கொணர்ந்துர்றேன். அப்பார்த் திக்கா நீ காலேஜிக்கு அதுல போலாம்.”

மழைநாளுக்குப் பிந்தைய ஈசல்களைப்போல உடன்வந்தவர் களின் சொற்கள் இப்போது வந்து காதில் மோதின.

ஒருநாள் முழுதும் யாருடனும் பேசாமல் மௌனமாயிருந் தான் திருவேங்கடம். கல்லூரிக்கு எப்படிப் போவது என்ற கவலை

அரித்தது. வழி தெரியவேண்டும். பெரிய கட்டடங்களுடனும், குடிசைகளுடனும், வெட்டவெளிகளுடனும் வினோதமாக இருக்கிறது நகரம். பார்ப்பதற்குப் பூங்குளத்து மக்களின் சாயலில், வெகுளியான தோற்றத்துடன்தான் தெரிகிறார்கள் இந்த ஊர்மக்கள். விடுதியின் பக்கத்திலிருக்கும் ஆற்றை, தன் ஊரிலிருக்கும் ஆற்றுடன் ஒப்பிட நினைத்துத் தோற்றான். மின்விளக்குக் கம்பங்களும், சாலை நடுவிலிருக்கும் டிராம் கம்பங்களும் அவனை அதிசயிக்கச் செய்தன. சாலைகளில் அவ்வளவாய் மனிதர்களில்லை. யாரை விசாரித்து எங்கு போவது? விடுதியில் இருப்பவர்களிடம் பேசியே ஆக வேண்டுமெனும் கட்டாயத்தை அவனின் அச்சம் ஏற்படுத்தியது. தன் அறையிலிருந்த யாரையாவது விசாரித்துத்தான் போகவேண்டுமென்று முடிவு செய்துகொண்டான் திருவேங்கடம்.

இரவு சாப்பாட்டின்போது எதிர்பாராத வகையில் சினேகிதன் ஒருவன் அமைந்துவிட்டான். அவனுடைய அறைக்காரனே. சாப்பிடுவதற்குத் தட்டை எடுத்துக்கொண்டு கூடத்துக்குப் போனபோது, அவனுடன் பின்னாலேயே வந்தான் அச்சினேகிதன். சாப்பிடத் தொடங்கும்போது அருகில் வந்து அமர்ந்தவன் இயல்பாகப் பேசத் தொடங்கிவிட்டான்.

“எந்த ஊரு?”

“பெரியபேட்டை, பூங்குளம். வேலூர்ப்பக்கம்.”

“சொல்லு தம்பி, நான் நம்ம ஆரணிதான். எங்க சேந்திருக்கிற?”

“பச்சையப்பன்ல. இன்டர்மீடியட்.”

“நானும் பச்சையப்பன்தான். பி.எஸ்.சி.”

திருவேங்கடத்துக்கு சாப்பாடு இயல்பாய் இறங்கியது. அவர்கள் பேசிக்கொண்டேயிருந்தார்கள்.

மறுநாள் கல்லூரிக்குப் பேரானந்தத்துடன் போனான் திருவேங்கடம். மாம்பலம், கோடம்பாக்கம் வழியாக மரங்களடர்ந்த சாலையில் அவனை அழைத்துப்போனான் பேரானந்தம். திருவேங்கடத்துக்குப் பேரானந்தத்தின் பெயர் ஆச்சரியம் தந்தது. காலையில் நினைவு வந்தவனாய் கேட்டுத் தெரிந்துகொண்டான் அவன் பெயரை.

“உங்கப் பேரையே தெரிஞ்சிக்கிலையேண்ணா.”

“எம்பேரா? பேரானந்தம்.”

அவன் விளையாட்டு காட்டுகிறானென்று நினைத்தான். திருவேங்கடத்தின் முகக்கலக்கத்தைப் பார்த்த பேரானந்தம் சொன்னான்.

"டேய், அதான் என்பேரு. எங்கப்பாவுக்கு வேதகாருங்கன்னா ரொம்ப இஸ்டம். ஞானஸ்நானம் எடுத்து தம்பேரை பரமானந்தம்னு மாத்திக்கிட்டார். எனக்குப் பேரானந்தம்னு வெச்சிட்டாரு. எங் கம்மாவுக்கு மரியாள். அக்காவுக்கு இறைநேசமணி. தங்கச்சிக்குத் தேவகிருபை. எல்லாமே ரெண்டு ரெண்டு பேருங்க. எம்மொதப் பேரு என்னா தெரியுமா, மாரிமுத்து. உனக்கு இந்தப்பேரைக் கூப்புட சிரமமிருந்தா மாரிமுத்துன்னே கூப்டுக்கோ."

"இல்லேண்ணா. இப்பிடிக் கூப்பிடறதுக்கே பேரானந்தமா இருக்கு!"

இருவரும் சிரித்துக்கொண்டதை சிலர் திரும்பிப் பார்த்தனர். அவனின் அறையிலே இருந்த மற்ற இருவரின் பெயர்கள் எதுவும் அவனுக்குத் தெரியவில்லை. கேட்க பயமாக இருந்தது. பேரானந்தம், அவர்களிலொருவன் செல்வம் என்றும், மற்றொருவன் பொன்னரசு என்றும் சொன்னான்.

சாலையின் இருமருங்கிலும் அடர்ந்திருந்த மரங்களையெல் லாம் வியந்து பார்த்தபடி நடந்தான் திருவேங்கடம். அவற்றில் பல மரங்களை அவன் ஊர்ப்பக்கங்களில் பார்த்ததேயில்லை. குறிப்பாக யானைப்புடுக்கு. அவன் விடுதியின் அருகிலேயே இப்படியொரு மரம் இருந்தது. பேரானந்தம் அப்பெயரைச் சொன்னதும் சிரிப்பு வந்தது.

"வெள்ளக்காரன் வெளிநாட்லர்ந்து கொண்டாந்து நட்ட மரங்களாம். எங்க புரபசர் சொன்னாரு."

அம்மரங்கள், கரும்பச்சையில் முட்டைவடிவ இலைகளுட னும், சடைபோலத் தொங்கும் காம்புகளில் காய்களுடனும் அவனை ஈர்த்தன. வாதமடக்கியும் மயில்கொன்றையும் சிரித்தன. பல இடங் களில் பெருங்கொன்றையைப் பார்க்க முடிந்தது. ஊர்ப்பக்கங்களில் இருக்கும் பொன்னாவரைக்கும், இதற்கும் குழப்பம் வந்தது. கொன் றையின் மஞ்சட்பூக்கள் பொன்கம்மல்களாய் மின்னின. காலைச் சூரியனின் இளமஞ்சள் ஒளி மரங்களுள் ஊடுறுவி கோட்டுச் சித்திரங்களைச் சாலையில் வரைந்தது. கடல்போல் விரிந்திருந்த நுங்கம்பாக்கம் ஏரியில் கூடைபோட்டும், கட்டுமரங்களில் நின்றும் மீன்பிடித்துக்கொண்டிருந்தார்கள். பேரானந்தத்துடன் பேசிக் கொண்டே நடந்த அவனுக்கு வேடிக்கையில் அங்கே பேச்சு தடை பட்டது.

மிதிவண்டிகளிலும் ரிக்‌ஷாக்களிலும் அவ்வப்போது போகும் மனிதர்களை ஆர்வத்துடன் நோட்டம் பார்த்தான் திருவேங்கடம்.

“மௌண்ட் ரோட்டுல போனன்னு வெச்சிக்கோ, விதவித மான மோட்டார் காருங்களெ பாக்கலாம்” என்றான் அவனின் ஆர்வத்தையறிந்த பேரானந்தம். வெள்ளைக்காரர்களைப்போல் கால்சராய் போட்ட மனிதர்களை அதிகமாகப் பார்க்க முடிந்தது.

ஏரிக்கரைச் சாலையில் நடந்துகொண்டிருந்தபோது பேரானந்தம் லயோலா கல்லூரியைக் காட்டினான்.

“நானு இதுலதான் படிச்சிருக்கணும். தவறிடுச்சி.”

பிரமாண்டமான கட்டடத்துடனும், மரங்களுடனும் நின்றது லயோலா. அங்கிருந்து சிறிதுதூரம் போனதும் ரயில் பாதை ஒன்று குறுக்கிட்டது. அதைத்தாண்டியதும் வந்த சாலையில் இருவரும் வடக்கு நோக்கிப் போனார்கள்.

அச்சாலையில் பழங்கால சத்திரம் போன்றதொரு கட்டட மும், மரங்களடர்ந்த சோலையைப்போல் ஓரிடமும் தொலைவி லிருந்து தென்பட்டன.

“காலேஜ் வந்துடுச்சி” என்றான் பேரானந்தம்.

முதல்நாள் வகுப்பு மிரட்சியைத் தருவதாயிருந்தது. வகுப்பறை அமைப்பு அவனின் மிரட்சியை மேலும் அதிகமாக்கியது. மாணவர் களின் இருக்கைகள் ஏணியைப்போல படிப்படியாய் உயர்ந்து கொண்டே போயின.

ஆசிரியரின் தளமும், கரும்பலகையும் பள்ளத்திலிருந்தன. இடைவேளைகளின்போதும் பகலுணவுக்குப் பிறகும் இருக்கைப் படிகளில் பல தடவை ஏறி இறங்கி, களைப்பு மேலிட்டது.

8

வார இறுதி நாளொன்றின் காலையில் திருவேங்கடம், பேரானந்தத்தோடு விடுதியின் வெளித்தாழ்வாரத்தில் அமர்ந்திருந் தான். இடுப்பிலொரு வேட்டியை மட்டும் சுற்றிக்கொண்டு வெற் றுடம்புடன் இருந்த பேரானந்தத்தின் கையில் ஒரு புத்தகமிருந்தது. திருவேங்கடம் மெயில் ஆங்கிலப் பத்திரிகையைப் புரட்டியபடி யிருந்தான். அது தினமும் மாலையில் அவனின் விடுதிக்குப் போடப் படும் நாளேடு. விடுதியையொட்டி மேற்கு பார்த்து அடையாறு ஆற்றிலிறங்கும் வழியில் மண்டியிருந்த புதர்க்காட்டிலிருந்து

குளுங்காற்று இருந்திருந்து வீசியது. ஒரு வாரமாய்ப் பெய்து ஓய்ந்திருந்த மழைக்கு அந்த நகரமே நீர்கோத்த முகம்போல மொத மொதவென்று தோற்றம் தந்தது.

போன வருடம் பெய்த மழையில் பாதி நகரமே அடித்துக் கொண்டு போய்விட்டதாக பேரானந்தம் சொல்லியிருந்தது நினைவில் வந்து அவனை மிரட்சி கொள்ளச்செய்தது.

விடுமுறை நாளை விடுதியில் கழிப்பது போன்றதொரு கொடுமை ஏதுமில்லை எனும் முடிவுக்கு இப்போது திருவேங்கடம் வந்துவிட்டிருந்தான். அந்த நாள் அனுபவம் கொஞ்சமாய் சிறை வாழ்க்கையோடு ஒத்தது. கையில் காசிருந்தால் அந்த நாட்களின் பெறுமதியே வேறு.

போனவாரம்தான் இராவணேசன் அய்ந்து ரூபாயை பண விடையாக அனுப்பியிருந்தார். கூடவே சற்றே பெரிய எழுத்து களில், பெரிய கவலையோடும், விசாரிப்புகளோடும் ஒரு தபாலட் டையும் வந்திருந்தது.

தவமணி, மகனின் நினைப்பில் இளைத்து கலங்கியிருப்ப தாகவும், விடுமுறை கிடைக்கும் சமயத்தில் வந்து அவளைப் பார்த்து விட்டுப் போகும்படியும், பெரியசாமி தாத்தா மிதிவண்டியைக் கொண்டுவந்து தந்துவிட்டுப் போனபோது சொல்லிச் சென்றி ருந்தார்.

அப்பாவை விசாரித்தும், அம்மாவுக்கு ஆறுதல் சொல்லியும் திருவேங்கடம் உடனே ஒரு பதிலை எழுதிப் போட்டுவிட்டான். சனிக்கிழமையான அன்று ஏதேனும் தபாலோ, பணமோ வருமா வென அவனின் மனம் எதிர்பார்த்தது.

“பொன்னரசு வர்றேன்னான். இன்னிக்கி கடற்கரைக்குப் போகலாம்னு நேத்து சொல்லிட்டிருந்தான். அவன் இங்க ஜார்ஜ் டவுன்தானே? மெட்ராசே அவுனுக்கு அத்துப்படி.”

பொன்னரசின் பெயர் அவனை உற்சாகம் கொள்ளச் செய்து விட்டது. மெயிலை மடித்து வைத்துவிட்டு சாலையை வேடிக்கை பார்க்கத்தொடங்கிவிட்டான் திருவேங்கடம். சாலையில் ஊர்ந்துபோய்க்கொண்டிருந்த டிராமை ஆச்சரியத்துடன் கவனித் தான். இந்த வண்டியிலிருந்து பொன்னரசு வருவானோ என்று தோன்றியது.

திருவேங்கடத்தின் மனம் விடுதிக்கும் கல்லூரிக்கும் பழகி விட்டிருந்தது. விடுதியிலிருந்த முகங்கள் மெல்லமெல்ல துலக்க மடைந்து அறிமுகம் கொண்டன. அவன் அறையில் இருந்த நான்கு

பேருடைய பெயர்களும், முகமும் மனதில் அழுத்தமாய்ப் பதிந்து விட்டன. பேரானந்தத்தைப் பற்றித் தெரிந்த அளவுக்கு செல்வம் பற்றியோ, பொன்னரசைப் பற்றியோ அவனுக்குத் தெரியவில்லை. ஆனால், அவர்களோடிருக்கும் தருணங்களில், ஏதோ ஒரு கணத்தில் அவர்கள் அவனுக்கு அறிமுகமானார்கள். ஓர் உடல் அசைவின் மூலமோ, ஒரு பாவனையின் வழியோ, ஒரு சொல்லின் ஊடாகவோ அப்படி மனிதர்கள் அறிமுகமாகிவிடுகிறார்கள். அபூர்வமாய் அது நடந்தும்விடுகிறது. அவர்கள் நான்குபேரும் சேர்ந்தாற்போல அறையிலிருக்கும்போது ஓர் உரையாடல் வழியாகத்தான் பொன்னரசும் செல்வமும் அவனுக்கு அறிமுகம் ஆயினர்.

அறை சுவரிலிருந்த முருகனை வரைந்தது செல்வம்தான் என்று பேரானந்தம் அவனிடம் சொல்லியிருக்கிறான். காலையில் குளித்துவிட்டு வந்ததும், வெற்று மார்புடன் திருநீறு பூசியபடி முருகன் முன் கைகூப்பிட நின்று சில பாடல்களைப் பாடுவான் செல்வம்.

ஒவ்வொரு முறைக்கும் ஒருபாடல் என்றிருக்கும். செல்வம் தன் பெட்டியைத் திறந்தால் மேற்கூரையின் உட்புறத்தில் முருகனின் உருவம்பொறித்த வில்லையொன்று ஒட்டியிருக்கும். அவன் எதையோ சொல்லி முனகுவான். பேரானந்தம்கூட மூச்சுக்கு ஒரு முறை 'யேசுவே' என்கிறான். எந்தச்சாமியின் பெயரையும் சொல் லாமல் இருப்பது அவனும், பொன்னரசும்தான். ஏன் நாம் மட்டும் இப்படி இருக்கிறோம் என்ற எண்ணம் அப்போது குடைந்தது. இராவணேசன் கோவிலுக்குப் போவதைப் பார்த்ததில்லை. தவமணியும், 'ஆண்டவா', என்பாளே தவிர எந்தச் சாமியின் பெயரையும் குறிப்பாகச் சொன்னதில்லை. வருடத்துக்கொருமுறை ஊரில் நடக்கும் மாரியம்மன் திருவிழாவின்போதுதான் கடவுளின் இருப்பு குறித்த நினைவு வரும். செல்வம் மனமுருகிப் பாடிக் கொண்டிருந்த ஒருநாள் பொன்னரசு கேலியாய்ச் சிரித்துவிட்டுச் சொன்னான்.

"நீ பாடறதக் கேட்டு செவுத்துலர்ந்து உருவினு வந்துரப் போறாருயா முருகன். நாலுபேருக்கே இந்த ரூமுல எடம்பத்தல. அப்புறம் அஞ்சு பேரையெல்லாம் சமாளிக்க முடியாது!"

பாடி முடித்த பிறகு சத்தம்போட்டுச் சிரித்தான் செல்வம்.

"உனுக்கு நம்பிக்கையில்லன்னா உடுவியா. சும்மா கேலி பண்ணிட்டு."

"உன்னால இந்த எடம் ஹாஸ்டல் ரூம் மாதிரியே தெரியி லடா. ஏதோ கோயிலுக்குப் பக்கத்துலக்கீற பூஜப் பொருள் விக்கிற கடை மாதிரியே கீது!"

செல்வம் பதிலுக்கு எதையும் பேசவில்லை. தலையை ஆட்டிக் கொண்டே கிளம்பிப்போனான். நடப்பதைப் பார்த்து விழியுருட்டிக் கொண்டிருந்த திருவேங்கடத்தைப் பார்த்துச் சொன்னான் பொன்னரசு.

"அடுத்த வேளை சோத்துக்குக் கவலையில்லாதவனுக்குத் தான் சாமி, பக்தி, ஆட்டம் எல்லாம். நமக்கு ஒழைப்புதான் கடவுள்."

பூசினாற் போன்ற உடலும், அடர்ந்த முறுக்கு மீசையும், கருநிறமும்கொண்ட பொன்னரசின் உருவம் அச்சொற்களோடு குழைந்து அக்கணம் மனதில் பதிந்தது.

அவன் இயல்பாய் சொல்லிச் சிரிக்கையில் முகம் பிரகாசம் கொண்டது. பொன்னரசு பேசுகிற ஒவ்வோர் முறையும் ஆசை யுடன் பார்த்தான் திருவேங்கடம். அவன்மீது ஏற்பட்ட பிரியத் துடன், சில நேரங்களில் பிரமிப்பும் இணைந்துகொண்டது.

இரண்டு நாட்களுக்கு முன்பு திருவேங்கடத்துக்காக, விடுதியில் இருந்த ஒருவனுடன் சண்டை போட்டான் பொன்னரசு.

விடுதியில் தங்கிப் படிப்பவர்களில் முக்கால் பாகத்தினர் தாழ்த்தப்பட்டவர்கள். கால்பாகத்தினர் பிறர். இந்த எண்ணிக்கை விகிதமெல்லாம் ஒன்றுக்கும் உதவுவதில்லை. ஆதிக்கச்சாதி மாணவர்கள் வைப்பதே அங்கு சட்டம். அவர்களே முதலில் சோறு வாங்குவார்கள். குளிப்பதற்கும், கழிவறை உபயோகத்திற்கும் அவர் களே முதலில் போவார்கள். திருவேங்கடத்துக்கு அரூபமாய் நிலவும் அச்சட்டங்களில் அனுபவம் இல்லை. இரவு உணவுக்கென வரிசையில் நின்றுகொண்டிருந்தபோது, ஒருவனால் பின்னால் அனுப்பப்பட்டான். வரிசை நூறுபேருக்கும் மேல் நீண்டிருந்தது. திருவேங்கடத்தின் முகம் வாடிப்போனது. அவன் வரிசையிலிருந்த வர்களை இரங்கும்படிக்குப் பார்த்தான். யாரும் அதைக் கவனித்த தாகத் தெரியவில்லை. காலையிலிருந்து நிறைய சுற்றிவிட்டதால் பசி அதிகமாக இருந்தது.

சீக்கிரம் சாப்பிட வேண்டும் என்பதற்காகவே வேகமாக வந்து முன்னால் நின்றிருந்தான். ஏமாற்றமாய்ப் போனது. நிராதரவின் துக்கம் அவனுள்ளே பரவி நிறைந்தது. உடைந்துவிடுபவனைப் போல நின்றான்.

திருவேங்கடம் வரிசையின் பின்னால் போய் நின்றதும், வரிசையின் நடுவில் நின்றுகொண்டிருந்த பொன்னரசு அவனை நோக்கி வந்தான்.

"டேய், தொட நடுங்கி, எங்கூட வாடா. எவனாச்சும் பின்னாடி போடான்னா, நீ போயிட்றதா? உந்தேவைக்கு மொதுல்ல

நீதான்டா போராடணும். பயிந்துனு இருந்தா ஒண்ணும் வேலைக்கு ஆவாது."

திருவேங்கடத்தை அழைத்துக்கொண்டு வரிசையின் முன் முனைக்குப் போனான் பொன்னரசு. சாப்பாடு போடுபவரைப் பார்த்துக் கத்தினான்.

"சாப்பாடு போட்றத நிறுத்துய்யா. வரிசையிலே வர்றவ னுக்குத்தான் போடணும்னு உனுக்குத் தெரியாதா? மொதுல்ல இவுனுக்குப் போடு. இப்பிடியே நடந்துச்சின்னு வெச்சிக்கோ, ஆபீசரை வரவெச்சுடுவேன்."

"நாங்க பாட்டுக்குக் கீழகுனிஞ்சினு வேல செய்யிறோம். யாரு மொதுல்ல வர்றாங்க, யாரு பின்னாடி வர்றாங்கன்னு பாக்க முடியுமா?"

முனகிக்கொண்டே திருவேங்கடத்தின் தட்டில் சோற்றைப் போட்டான் சமையல்காரன். திருவேங்கடத்தை லேசாய் உந்தித் தள்ளிக்கொண்டு, அவனைப் பின்னால் துரத்தியவனிடம் போனான் பொன்னரசு.

"இத்த இதோட நிறுத்திக்கோ. உன்னொரு தடவ பாத்தேன், மூஞ்சிய ஒட்சிடுவேன். ஜார்ஜ்டவுன் கலவரம்னு கேள்விப்பட்டுக் கீறியா? தினியும் அதுபோல ஒண்ணு இந்த ஹாஸ்டல்ல நடக்கும்."

அன்று சாப்பிடும்போது திருவேங்கடத்தின் மனது பொங் கியது. உடலெல்லாம் எதுவோ ஒன்று பரவி நிறைந்து இறுகியது. தலையைத் தூக்கி சாப்பிட்டுக்கொண்டிருப்பவர்களைப் பார்த்தான். தன் அப்பாவுடன் போகும் சந்தர்ப்பங்களில்கூட இப்படி நடந் திருக்கிறது! ஆனால், அப்போது அப்பாவைப் பற்றிய வியப்பு மேலிட்டிருக்கிறதே ஒழிய உள்ளே இப்போது பெருக்கெடுக்கும் பேராற்றலைப்போல் உணர்ந்ததில்லை.

"எங்க இவரக்காணும் ஆனந்தம்?"

காத்திருப்பின் தவிப்பில் கேட்டான் திருவேங்கடம். பேரானந்தம் வாயைப் பிதுக்கினான்.

"வந்துடுவான். செரி ஒன்று செய்வோம். நாம தயாரா நிப்போம். அவன் வந்ததுமே பெறப்பட்றுவோம். என்னான்ற?"

இருவரும் தயாராகி விடுதியின் வாசலில் வந்து நின்றார்கள். திருவேங்கடம் மிதிவண்டியைத் துடைத்தான். அவர்களிருவரும் பார்த்துக்கொண்டிருந்தபோதே திருவல்லிக்கேணியைப் பார்த்துப் போன டிராம் ஒன்றிலிருந்து இறங்கி வந்தான் பொன்னரசு.

"வூட்டுல ஒரு பிரச்சின. நெனச்சமாரி பெறப்புட்டு வர முடியில. செரி கெளம்புங்க. இந்த வண்டி என்னாத்துக்கு? மூனு பேரும் ஒண்ணா டிராம்லயே போலாம்."

விடுதியின் உள்நடையில் மிதிவண்டியை நிறுத்திப் பூட்டினான் திருவேங்கடம். மூன்றுபேரும் விடுதிக்கு எதிரில் போகும் அகலமான நெடுஞ்சாலையைக் கடந்து, அதன் நடுவில் நின்றிருந்த ட்ராமில் ஏறிக்கொண்டார்கள். மோட்டார் கார்களுக்கும் மிதிவண்டிகளுக்கும் ரிக்ஷாக்காரர்களுக்கும் வழிவிட்டு அவர்களின் நடுவாக மெள்ள ஊர்ந்து சென்றது ட்ராம். மோட்டார் பஸ்ஸில் பயணம் செய்வதைப் போன்ற அனுபவத்தை அது தந்தது.

சில சாலை சந்திப்புகளில் காவலர்கள் நின்று போக்குவரத்தை நிறுத்தி டிராம் போவதற்கு வழியேற்படுத்தினார்கள். சில இடங்களில் மோட்டார் கார்களுக்கும், டிராமுக்கும் போட்டி போட்டுக்கொண்டு கை ரிக்ஷாக்கள் இழுக்கப்படுவது அவனுக்கு வியப்பைக் கொடுத்தது.

மவுண்ட் சாலையின் இரண்டு பக்கங்களிலும் எழும்பி நிற்கும் பெரும் மாளிகைகளையும் கட்டடங்களையும் வேடிக்கை பார்த்தபடி வந்தான் திருவேங்கடம்.

தூரத்தில் ஸ்பென்சரின் அருகிலே மோட்டார் வண்டிகளின் அணிவகுப்பினைப் போல பல வண்டிகள் நின்றன. அக் கட்டடத்தைக் காட்டி பொன்னரசு சொன்னான்.

"இது பிரமாண்டமான பெட்டிக்கடை. இல்ல, அப்பிடிச் சொல்லக்கூடாது. மாளிகைக்குள்ளிருக்கும் சந்தை!"

அவர்களிருவரையும் இந்து பத்திரிகை அலுவலக முனையில் இறக்கி திருவல்லிக்கேணி சாலை வழியாகக் கடற்கரைக்குக் கூட்டிக் கொண்டுப் போனான் பொன்னரசு.

9

கடலோடு அறிமுகம் செய்துவைத்தான் பொன்னரசு. அது புரண்டுபுரண்டுவந்து திருவேங்கடத்தின் காலடியில் குழைந்தது. மூர்க்கம்கொண்டு நொடிக்கொருதரம் சீறியது. கடல் கொடுத்த வியப்பு அடங்கிட சிறிது நேரமானது. அத்தனைபெரிய நீர்ப் பரப்பை அவனால் முதலில் ஏற்றுக்கொள்ள முடியவில்லை. அவன் மலைகளின் பூமியிலிருந்து வந்திருப்பவன். சிவலிங்கத்துடன் ஊர் ஏரியின் கரையில் அமர்ந்து நேரம்போவது தெரியாமல் வேடிக்கை

பார்த்திருக்கிறான். மழைக்குப் பிறகு ஏரியில் சேரும் புதுநீரில் எழும்புகிற அலைகளைக் கடலுடன் ஒப்பிடும்போது அவை குழந்தையின் தவழ்ச்சியும் குதிப்புமாகச் சிறுத்துவிட்டன.

பரந்த மணல் வெளியில் மல்லாந்தான். மேலும்கீழும் நீலம் மிரட்டியது. மிரட்சியுடன் பார்த்தான். கண்பறந்து ஓயும் தொலைவு வரை நீர்தான். அந்தப் பெரும் ஆகிருதியைப் பார்த்தவுடன் உலகின் உண்மையொன்று அவனுக்குள் பிடிபட்டுவிட்டது போலத் தோன்றியது.

"என்னாடா? மெரண்டு போயிட்ட மாதிரி தெரியுது."

"பேச்சே வர்றலண்ணா."

பொன்னரசின் கேள்விக்கு அப்படித்தான் பதில் சொல்ல முடிந்தது அவனால். அவர்கள் மூவரும் கடற்கரையிலிருக்கும் கட்டு மரங்களையும் மனிதர்களையும் வேடிக்கை பார்த்தபடி இருந்தனர்.

திருவல்லிக்கேணி சாலையில் வரும்போதே வானத்தை முட்டும்படி எழுந்திருக்கும் பல்கலைக்கழகக் கோபுரங்களையும், மாநிலக் கல்லூரியையும், விளையாட்டு மைதானத்தையும் காட்டித் தந்தபடி வந்தான் பொன்னரசு.

திருவேங்கடம் மணலை அளைந்தான். நுண்ணிய மணல் துகள்கள் சினேகத்துடன் கைகளில் ஒட்டிக்கொண்டன.

"இப்பிடியே தெக்கே பாத்தா கலங்கரை விளக்கம். அப்பிடியே போனா சாந்தோம் கோயிலு. அது என்னா அழகுன்ற? அடேயப்பா! இப்பிடியே வடக்கபாத்து, கூவம்பாலத்தத் தாண்டிப்போனா ஜார்ஜி கோட்டை, அப்பிடியே துறைமுகம்... இந்த ஏரியாவுலயே ஐஸ் அவுசு, மயிலாப்பூர் கோவிலுன்னு என்னான்னமோ கீது. வா ஒருநாளைக்கு உஞ்சைக்கிள எடுத்துனு ஒரு ரவுண்டு வருவோம்."

திருவேங்கடத்துக்குள் துண்டுதுண்டாகப் பதிந்திருந்த அந்நகரின் பிம்பம் உருப்பெருக்கம் அடையத்தொடங்கியது.

"ஆமா... உங்கப்பா கூட்டமைப்புல பெரிய ஆளுன்னு சொன்னல்ல? உன்னப்பாத்தா அந்த நெருப்பு தெரியிலயே. ஆஸ்டல்ல சாப்பாடு வாங்கறதுக்கு அப்பிடி பயிப்புடுற?"

அவன் அப்படிக் கேட்பான் என்று எதிர்பார்க்கவில்லை. நெளிந்தான் திருவேங்கடம்.

"புதுசுல்லியாண்ணே... அதான்."

“போவப்போவப்பாரு. இவனே நம்பள மேய்ப்பான்” என்றான் பேரானந்தம்.

பொன்னரசு சிரித்தான்.

“நீரு பூத்துக்கீதுன்ற. அப்ப நெருப்பை ஊதிப் பெருக்கிட வேண்டியதுதான்.”

மீண்டும் அவனே அமைதியைக் கிழித்துக்கொண்டு சொன்னான்.

“நான் அம்பேத்கரையே நேர்ல பார்த்தவன்டா திருவேங்கடம். தெரியுமா உனுக்கு?”

திருவேங்கடமும் பேரானந்தமும் ஒரு சேர அவனை வியப்புடன் பார்த்தனர்.

“போன வருசம் செப்டம்பர் மாசம். இருவத்தி மூனாந்தேதி அம்பேத்கர் மெட்ராசுக்கு வந்தாரு. மொத நாளு கன்னிமரா ஓட்டல்ல பேசியிருக்கிறாரு. ஒரு பத்திரிகை ஆசிரியரு அவருக்கு விருந்து தந்திருக்கிறாரு. மறுநாளு மூணு எடத்துல மீட்டிங். காலையில ரிப்பன் பில்டிங். அதுக்கப்புறமா பார்க்டவுன் மெமோரியல் ஹால்ல, பிராட்வே பிரபாத் டாக்கீஸ்சில. பார்க்டவுன் மெமோரியல் ஹால்ல நடந்த கூட்டத்துல நான் வரைஞ்சு வெச்சிருந்த புத்தரோட ஓவியத்தை அவருக்குப் பரிசா குடுத்தேன்.”

திருவேங்கடம் வியப்பின் உச்சத்துக்கே போய்விட்டான். பொன்னரசு அவன் முன்னால் பெரும் ஆகிருதியுடன் ஆர்ப்பரித்துக்கொண்டிருந்தான்.

“என்னா மாதிரியான கூட்டம்ன்ற? ஏகப்பட்ட ஜனம். அம்பேத்கரா, சும்மா இங்கிலீஷ்ல பொளந்துகட்றாரு. ஒற்றுமையா இருக்கணும், பகுத்தறிவைப் பயன்படுத்தணும், எந்தத் தலைவராயிருந்தாலும் ஆராய்ந்து ஏத்துக்கணும்... இப்பிடி என்னென்னவோ, பேசினே போனாரு. நானு புத்தர் படம் குடுத்த செய்தி மெட்ராஸ் மெயில்லயே வந்திருந்திச்சி.”

“ஆமா... நாங்கெல்லாம் பாத்தோம். அப்பத்திலிருந்து ஹாஸ்டல்ல, லாகாலேஜிலகூட இவருக்கு ரொம்பவும் மதிப்பு.” பேரானந்தம் சொன்னான்.

“எங்கப்பா உன்னப் பாத்தா ரொம்பவும் சந்தோஷப்படுவார்ணா. எங்கப்பகுதியில ஒரு தொழிற்சங்கத் தலைவர். தாஸ்னு

பேரு. உதயசூரியன்னு ஒரு பத்திரிகை கொண்டுவர்றாரு. அது தவறாம வூட்டுக்கு வந்துடும். அதுலதான் அம்பேத்கர் படத்தையே நானு மொதமொதல்ல பாத்தேன். நல்ல உருண்டைமுகம். தாட்டிமமா தெரிஞ்சாரு. எங்கப்பா அந்தப்படத்தை பெரிசா வரைஞ்சி தர்றதுக்கு ஆளு தேடிட்டிருக்கிறாரு. இன்னும் ஆளு கெடைக்கில."

"அதுக்கு ஏன் கவலப்படறே? நானே வரஞ்சு தர்றேன் உடு. சும்மா செக்கச்செவேல்னு அப்பிடி ஒருசெவப்பு. பொசுபொசுன்னு உயரமா, ராஜா கணக்கா இருந்தாரு. மூணு கூட்டத்துக்கும் சூட்டு கோட்டுதான். செப்டம்பர்னதும் ஞாபகம் வருது. நம்ம ரெட்டை மலை சீனிவாசன் இந்த செப்டம்பர்லதான் காலமாயிட்டாரு. அப்பவே எனுக்கு நீ பளக்கமாயிருந்தா, அவரு சாவுக்கு உன்னையும் கூப்டுனு போயிருப்பேன்."

பொன்னரசு, அலைகளின் ஆர்ப்பரிப்பினூடே பேசிக் கொண்டேயிருந்தான். திருவேங்கடமும் பேரானந்தமும் நேரம் மறந்திருந்தனர்.

நீண்ட நேரம் பேசிக்கொண்டிருந்துவிட்டு, பொன்னரசு அவர் களை அழைத்துக்கொண்டுபோய் மீன்குழம்பும், சோறும் வாங்கிக் கொடுத்தான். அவர்கள் சாப்பிட்ட பிறகு கலங்கரை விளக்குக்கும், சாந்தோம் தேவாலயத்துக்கும் போனார்கள். விடுதிக்குத் திரும்பு வதற்குள் நகரின் பிரதான சாலைகளிலிருந்த மின்விளக்குகள் எரியத்தொடங்கிவிட்டன.

அந்த நாளின் நினைவுகளை மனதுக்குள் பரப்பியபடி வந்தான் திருவேங்கடம். பொன்னரசுடன் பேசத்தொடங்கியதி லிருந்தே அவனுள் உருவாகி நின்றிருந்த வினா இப்போது தீவிரம் கொண்டிருந்தது.

எது பொன்னரசை இப்படி இருக்கச் செய்கிறது? அவனின் அப்பா இராணுவத்திலிருந்து வந்துவிட்டவர் என்பதையும், அம்மா வீட்டு வேலை செய்கிறவர் என்பதையும் ஏதோ ஒரு தருணத்தில் சொல்லியிருக்கிறான். ஆனால், அதுதான் பொன்னரசை இப்படி உருவாக்கியதா? தன்னையும் இப்படி மாற்றிக்கொள்ள ஏதுவான சூழல் ஏதேனும் இருக்குமா? அல்லது அது கடந்துவிட்டதா?

இராவணேசன் பல சந்தர்ப்பங்களில், மகனுடன் பேசும் போது சொல்லியிருக்கிறார். அவர் எப்படி, பொதுவாழ்க்கைக்கு வந்தார் என்பதை.

காதர்பாயுடன் அவர் சுற்றத்தொடங்கிய காலத்திலேதான் உலக இயக்கம் அவருக்குப் புரிந்தது. பெரிய மனிதர்களின் உள் முகங்கள், பணமதிப்பு, அதிகாரம், அடக்குமுறை போன்றவற்றின் பெறுமதிகள் என எல்லாமே. குறிப்பாக அவர் கிளைத்த மக்கள் கூட்டம் எவ்வளவு கீழாக இருக்கிறது என்பதை அறிய நேர்ந்தபோது அரண்டுபோனார் இராவணேசன். ஓரணாவை கூலியாகக் கையில் வாங்குவதற்காக அம்மக்கள் கொடுக்கிற உழைப்பை அதன் அசலான வடிவில் அவரால் உணர்ந்துகொள்ள முடிந்த தருணம் அவரை உலுக்கியது. சொற்பக் கூலியைப் பெறுவதற்கான உழைப்பு, பெரும் உழைப்பு. ஒரு வாழ்வையே வாங்கிச் செறித்துக்கொண்டு பாறையாய் இறுகிநிற்கும் உழைப்பு. வயதையும் சிந்தனையையும் களிப்பையும் ஆரோக்கியத்தையும் காலத்தையும் பிடுங்கிக் கொள்ளும் உழைப்பு. பேருழைப்பு, சிறுகூலி என்பது இங்கு தந்திர மாய் செய்யப்பட்டிருக்கும் சமூகச் சதி. அதிலும் குறிப்பிட்ட மக்களுக்கு மட்டுமே அதைப் பொருந்திடும்படி செய்திருப்பது கயமை.

இராவணேசனின் பிரசங்கங்களைப் பல நேரங்களில் திரு வேங்கடத்தால் புரிந்துகொள்ள முடிந்ததில்லை. ஆனால், அப்பா சொல்லும் சில சம்பவங்கள் சுவாரஸ்யமாய் இருக்கும். வெங்கட்ட கிரிகோட்டாவுக்குப் போகிற வழியிலே தாயலூர்ப் பக்கமிருந்த காதர்பாயின் இருபது ஏக்கர் நிலத்தை பெரியபேட்டைக்குப் பக்கத்திலிருக்கிற ஆத்துக்குடி சேர்வைக்கார ரங்கனாத முதலியார் நீண்டகாலமாக பண்ணையம் பார்த்து வந்தார். காதர்பாய்க்கும் ரங்கநாதனுக்கும் ஏற்பட்ட விரோதம் காரணமாக, கோர்ட்டுக்குப் போய்விட்டார் ரங்கநாதன். திருப்பத்தூரிலுள்ள மாவட்ட முன்சீப் கோர்ட்டில் வழக்கு நடந்தது.

1935 பிப்ரவரி 7ஆம் நாள் முதல், 1935 ஜூலை 14ஆம் நாள் முடிய செய்த வேலைக்கு மாதம் ஒன்றுக்கு ரூபாய் 13.8 வீதம் 71 ரூபாய் தரவேண்டும். அதில் இன்னமும் ரூபாய் 27.8 வந்து சேர வில்லை. கோர்ட்டுதான் அதை வசூல் செய்து கொடுக்கவேண்டும் என்று திருப்பத்தூரிலுள்ள பிளீடர் ராமசாமி அய்யர் மூலமாக லாயர்நோட்டீஸ் கொடுத்துவிட்டார் ரங்கநாதன். வழக்கு மூன்றாண்டுகளுக்கும் மேலாக நடந்தது. கடைசியில் முன்சீப் வழக்கைத் தள்ளுபடி செய்துவிட்டார்.

இந்த வழக்குக்காக காதர்பாய் திருப்பத்தூர் போகிறபோது சிலநேரம் இராவணேசனும் உடன்போவதுண்டு. அப்படிப் போயி ருந்த ஒரு சமயம்தான் இராவணேசனுக்கு எதிர்பாராத விதமாகப் புது உலகமொன்றின் அறிமுகம் கிடைத்தது!

அன்று கோர்ட்டில் கூட்டம் அதிகம். காதர்பாயின் வழக்குக் கட்டு இன்னும் பிரிக்கப்படவில்லை. அவரை எப்போது கூப்பிடு வார்களெனத் தெரியாததால் அவர் ஜெபமாலையை உருட்டிக் கொண்டு, மெல்லிய குரலில் குரான் ஓதியபடி வெளியே காத்திருந்தார்.

அவரை விட்டுவிட்டு இராவணேசன், மோட்டார்பஸ்கள் நிற்கும் இடத்துக்கு வேடிக்கை பார்க்க வந்தார்.

அப்போது காற்றடி காலம். இருந்திருந்து புழுதியை வாரி யிறைத்தது காற்று. சேலம் மார்க்கமாகப் போகின்ற சாலையின் கடைவரிசை பக்கமாக இராவணேசன் நின்றிருந்தபோது, அவ் வழியாய்ப்போன கூண்டு வண்டியிலிருந்து சில பத்திரிகைகள் பறந்து வந்து சாலையில் விழுந்தன. இராவணேசன் ஓடிச்சென்று அப்பத்திரிகைகளைத் திரட்டி எடுத்தார். 'தமிழன்' என்ற பெயர் கொண்டிருந்த அப்பத்திரிகைகளைக் குறிப்பாய்ப் பார்த்தார். அவர் ஆர்வத்துடன் பார்த்துக்கொண்டிருக்கையிலேயே வண்டியிலிருந்து ஒரு பெரியவர் குதித்திறங்கி அவரருகில் வந்தார்.

"ரொம்பவும் நன்றி தம்பி! காத்து எங்கையிலிருக்கிற பத்திரிகைகளைப் பறிச்சிருச்சி!"

இராவணேசனின் கையிலிருந்த பத்திரிகைகளை வாங்கிக் கொண்டார் அப்பெரியவர். அவரிடம் தவழும் தீட்சண்ய பார்வை யும், கனிவும் அவரைப் புரட்டியது.

இராவணேசனால் உந்திவரும் ஆர்வத்தைக் கட்டுப்படுத்த முடியவில்லை.

"என்ன பத்திரிகைய்யா இது?"

"இதுவா... ஆதிக்குடிகளைப் பற்றியது. தமிழ்ச்சனம் கடைத்தேறும் வழியைச் சொல்வது."

"எனக்கும் ஒண்ணு கெடைக்குமாய்யா?"

"அச்சிடுவதே மக்களுக்காகத்தான். உன் பேரென்ன?"

"இராவணேசன், இந்தப் பக்கம் பெரியபேட்டை. எம் மொதலாளி காதர்சாயபுகூட முனிசீப் கோர்ட்டுக்கு வந்தேன்."

"உம்பேரே உன்னைப்பத்தி சொல்லுது. இந்தப் பத்திரிகை களைப் படி. உன்னோடு இருப்பவர்களை அடிமைத்தளைகளி லிருந்து மீட்டெடு!"

இராவணேசன் மரியாதையுடன் பெற்றுக்கொண்டார்.

"அய்யா... உங்க பேரு?"

"பெரியசாமி. இங்கே கௌதமப்பேட்டையில இருக்கிற என் வீட்டுக்குப் போய்க்கிட்டிருக்கிறேன்."

இச்சந்திப்பு குறித்து திருவேங்கடத்திடம் விவரித்திடும் ஒவ்வொரு முறையும் சிலிர்ப்பார் இராவணேசன். அம்மனிதரின் பார்வையும், தமிழன் இதழ்களும்தான் தன் மாற்றத்துக்குக் காரணம் என்று சொல்லிக்கொண்டேயிருந்தார்.

புழுதிக் காற்றினூடே கையில் இதழ்களுடன் கூண்டு வண்டிக்குத் திரும்பிப்போகும் பெரியவரின் சித்திரமொன்று இராவ ணேசனின் விவரிப்பிலிருந்து அவனுக்குக் கிடைத்தது. அப்பாவின் விவரிப்புகளின்போது வந்துபோகும் அச்சித்திரம் இப்போதும் மனக்கண்ணில் தோன்றியது. அப்படி நினைத்துக்கொண்டிருக்கும் போதே விடுதி வந்துவிட்டது.

10

உறைபனியைப்போல் அந்த அறையை மூடிக்கொண்டி ருந்தது தனிமை. அறையில் தனித்திருக்கையில் அது நீர்மையாகக் குழைந்தது. தனிமையின் கூட்டுள் புழுவினைப்போலக் கிடந்தான் திருவேங்கடம். நேற்று பார்த்துவிட்டு வந்த கடலின் அலைகள் நினைவுகளாக இப்போது அவனுள் இடம்பெயர்ந்துவிட்டன. நினைவு அலைகளில் மிதக்கும் கட்டுமரமென குப்பி அவனின் கனவுச் சாகரத்துள் நுழைந்துவிட்டிருந்தாள்.

அவனைக் குப்பி அசைக்கத் தொடங்கியிருந்தாள். அவனுக்கே வியப்பாகத்தானிருந்தது. திடீரென எங்கிருந்து வந்தாள் இவள்? நினைவின் உபரியை அவனால் கட்டுப்படுத்தவோ, நிறுத்தவோ முடியவில்லை. கூரையை வெறித்தபடி படுத்திருந்தவ னுக்கு, குப்பி திடீரென்று உள்ளே எப்படி வந்தாள் என்ற வினாவே அரித்தது. ஒரு கணத்தில் மின்னலைப் போல ஒரு விடை அவனுள் வெட்டியது. எப்போதோ வெள்ளையடிக்கப்பட்டு வெளுத்திருந்த அறையின் சுவர்களில் தூசும் ஒட்டடையும் கரியும், எண்ணெய்ப் பிசுக்கும் ஆங்காங்கே ஒட்டியிருந்தன. பொன்னரசின் ஓவியத் திறனைப்பற்றி யோசித்தபடி இருந்தபோது சுவரில் ஒளியும் நிழலும் பட்டு அவன் கண்களுக்கு வினோத உருவங்கள் தென்படத் தொடங்கின. பார்வையை மாற்றி அங்கும் இங்குமாக அவன் உருவங்களைத் தேடிக்கொண்டிருந்தபோது ஒரு சுவரின் மூலையில்

குப்பி இருந்தாள். அந்த அசந்தர்ப்பத்தை எண்ணி சிரித்துக்கொண் டான் திருவேங்கடம். ஏன் இவளை இத்தனை நாள் நினைக்க வில்லை? தன்னையே சினந்துகொண்டான். ஒளியும் நிழலும் சேர்ந்து சுவரில் இருந்த எண்ணெய்ப் பிசுக்கின் கறை அவனுக்குக் குப்பியின் முகம் போலவே தோற்றம் தந்தது. இது வெறும் சுவரல்லவா என்று தெளிந்ததும் உருவம் மறைகிறது. இல்லை ஏதோ தெரிகிறது என நினைவை ஒருமுகப்படுத்துகிறபோது உருவம் தெரிகிறது. தவம் போலத்தான். எண்ணத்தைக் குவிக்கிறபோது குப்பி வருகிறாள். அந்த விளையாட்டையே சில நொடிகளுக்குத் திரும்பத்திரும்ப ஆடிப்பார்த்தான் திருவேங்கடம்.

உருண்டையானதும் பரவசமூட்டுவதுமான முகம். அவளின் பெரிய விழிகள்தான் அம்முகத்துக்குப் பேரெழில் ஊட்டுகின்றன. ஆமாம், இத்தனை நாளாய் எங்கே போய் ஒளிந்திருந்தாள் இவள்? அலைகளின் அடுக்குகளிலிருந்து மெள்ளமெள்ள மேலெழும்பி வருகின்ற நிலவைப்போல நினைவுக் கடலிலிருந்து மேலெழு கிறாளே?

குப்பி அவன் மாமனின் மகள். அவனுக்கு மூன்று மாமன் மார்கள். பெரியசாமி மூன்று மகன்களையும் எப்படியெப்படியோ உழைத்துக் கரை சேர்த்திருந்தார். மூத்த மகளை இராவணேசனுக் கும், கடைசி மகளை ஒடுக்கத்தூர்ப் பக்கமாகவும் கட்டித் தந்து விட்டார். திருவேங்கடத்துக்கு, குப்பியைக் கட்டிவிடவேண்டு மென்று தவமணி அடிக்கடி இராவணேசனிடம் நினைவூட்டு வதைப் போலச் சொல்லிக்கொண்டிருப்பாள்.

"அதுக்கெல்லாம் காலம் வருணுமில்ல." என்பார் இராவ ணேசன். சில நேரங்களில் தவமணி அதோடு நிறுத்திக்கொள்ள மாட்டாள்.

"எந்தம்பி மக எலுமிச்சை நெறம்" என்பாள்.

"ஆமா, இந்த ஜில்லா முழுக்கப் பேசிக்கிறாங்க" என்பார் இராவணேசன்.

அப்போது சின்னதாய் ஒரு சண்டை மூளும். அந்தச் சண்டை யின்போது அங்கிருந்தால் வெட்கமும், குப்பியின் நினைவும் திருவேங்கடத்துள்ளே பெருகும். பாட்டி வீட்டையும், மாமன் மாமிகளையும் நினைப்பது அவனுக்கு உவப்பான ஒன்று. அவ் வுறவுகள் விசேடமானவை. குப்பி இப்போது வளர்ந்திருப்பாளோ என நினைத்தான். பள்ளியிறுதி வகுப்பில் படித்ததனால் கடந்த ஓராண்டாய் அவன் உறவுக்காரர் வீடுகளுக்கென்று போனதில்லை. தலைவர் சிவமலையைப் பார்க்கப்போய் சிபாரிசுக் கடிதம் வாங்கிக்கொண்டு அப்படியே இரவு தங்கிவரப் போனதுதான்

தோப்பூருக்குக் கடைசியாய்ப் போனது! அன்று அவன் பெரிய மாமன் குடும்பமோ வீட்டில் இல்லை. ஏதோ விசேஷம் என்று எங்கோ போனதாய் சின்னாத்தாள் பாட்டி அவனிடம் சொன்னாள்.

இந்தமுறை ஊருக்குப்போனால் தோப்பூருக்குப் போய் குப்பியைப் பார்க்கவேண்டுமென மனம் விரும்பியது. அவளை நினைத்ததும் கிளர்ந்தெழும் புலன்களைக் கட்டுக்குள் கொணரத் திணறினான். குப்பியைத் தன் கனவுகளுக்குள் இடம்மாற்றி சிறைப் படுத்திக்கொண்டான் திருவேங்கடம்.

திருவேங்கடம் பாட்டி ஊருக்குப்போனால் பாலாற்றில்தான் ஆட்டம். ஆற்றுக்காய் இறங்குகிற கடைசித் தெருவில் பெரிய சாமியின் வீடு என்பதால் ஆறு வெகு அருகிலேயே இருக்கும். ஊரைச்சுற்றியும் நிலம். பாலாற்றின் கொடையால் வற்றாத ஊற்றுக் கிணறுகள். போதாததற்கு ஊருக்கெதிரில் பெரிய பேட்டையை ஒட்டிய மாதிரி ஏரிவேறு. ஊருக்கு வடக்கில் எல்லைக்கோடுபோல தண்டவாளங்களுடன் ரயில் நிலையம். சில நேரங்களில் பெரியசாமி அங்கு இருப்பார். எங்கு பார்த்தாலும் தென்னையும் வாழையும் நெல்லும் வெற்றிலையுமாக இருக்கும். புரட்டாசி, ஐப்பசி மாதக் காலங்களில் ஆற்றில்வரும் வெள்ள நீர் பெரியசாமியின் தெருவை வந்து தொடாமல் போவதில்லை.

வெள்ளம் வடிந்த பிறகு ஓடும் வெள்ளிநீரில் திருவேங்கடம் தன் வயதொத்த பிள்ளைகளோடு மீன் பிடிப்பான். கெண்டை களைக் கொறுக்கைத்தட்டில் ஈர்க்குகளைப் போல எதிரும் புதிரு மாகச் செருகி குப்பியிடம்தான் கொடுப்பான். அது வெயில்பட்டு மின்னும்போது அணிகலனைப்போன்று தோற்றம் கொள்ளும். நிலைக்குத்திய மீனின் விழிகளை உற்றுப்பார்ப்பது அவளுக்குப் பிடித்தமானது. அவ்விழிகளில் அவளுக்கு என்னவோ இருக்கும். அம்மீன்களின் உடலை மெல்ல வருடி குதூகலிப்பாள்.

நொண்டிப்பட்டம், பல்லாங்குழியென்று அவளுடன் ஆடி யிருக்கிறான் திருவேங்கடம். பல்லாங்குழியில், நிறைய புளியமுத்து களை அவளுக்கு விட்டுக்கொடுப்பது போலத்தான் எப்போதும் ஆட்டம் அமைந்துவிடும். புளியங்கொட்டைகளை இழந்த துக்கத்தில் அவனின் குழிகள் வாய்த்திறக்கும்போது "பீக்குழி" என்று ஆர்ப்பாட்டமாய்ச் சிரிப்பாள் குப்பி. பாலாற்றங்கரையிலிருக்கும் அவர்களின் நிலத்துக்கும் சென்று விளையாடுவதுண்டு.

பெரியபேட்டையைச் சுற்றியிருக்கும் மலைகளில் சீத்தா மரங்கள் நிறைந்திருந்தன. சீத்தாப்பழங்களுக்கு அவ்வூர் வெகு பிரசித்தம். பழக்காலங்களில் உறவுக்காரர்களின் வீடுகளுக்குப்

பழங்களைக் கொண்டுபோவது திருவேங்கடத்தின் வேலை. சீத்தாப் பழங்கள் நளினமானவை. அவை பழுத்துவிட்டால் எளிதாகக் கசங்கிவிடும். அதனால் காயாக, தேறியபதத்தில் இருக்கிறபோதே அவற்றை வீடுகளில் கொண்டுபோய்ச் சேர்த்துவிடவேண்டும். இராவணேசன் சீத்தாப்பழக் காலத்தின்போது கூடைக்கூடையாய் காய்களை வாங்குவார். யார்யார்க்கு எவ்வளவென்று பார்த்துப் பார்த்து தவமணி மூட்டைகட்டுவாள். திருவேங்கடம் மிதிவண்டி யில் அவற்றை எடுத்துக்கொண்டு போவான். தோப்பூருக்கு சீத்தாப் பழங்களைக் கொண்டுபோவதென்றால் அவனுக்குக் கொள்ளைப் பிரியம்.

சீத்தாப்பழத்தை லாகவமாகச் சாப்பிடுவதற்கு குப்பிக்கு அவன்தான் சொல்லித்தந்தான். ஒருமுறை அவள் அப்பழத்தை முகமெல்லாம் பூசிக்கொண்டு சாப்பிட்டபோது, "மூக்கொழுகி" என்று சொல்லிச் சிரித்தான்.

செதில்களைப்போன்ற பசியத்தோல்களைப் போதிய அளவுக்கு நீக்கிவிட்டுச் சாப்பிடும் வகையை அப்போது அவளுக்குச் சொன்னான்.

ரம்ஜான் நோன்பின் இருபத்தேழாம் நாள் விசேடத்தை ஒட்டியும் தோப்பூருக்குக் கட்டாயமாக ஒரு பயணம் உண்டு. அந்த நாளில் இனிப்புப் பலகாரங்களைப் பரிமாறிக்கொள்வது சாயபு மார்களின் வழக்கம். அந்த நாளுக்காக காதர்பாய் ஆள்வைத்து வீட்டில் விதவிதமான இனிப்புப் பலகாரங்களைச் செய்வார். இராவணேசன் வீட்டிற்கு அவற்றிலிருந்து இரண்டு மூன்று பெரும் பாத்திரங்கள் நிறைய இனிப்புகள் தவறாமல் வந்துவிடும். கோலத் துண்டுகளைப் போலிருக்கும் ஜாங்கிரிகளையும், தேங்காய்த்துரு வலையும் ஜீராவையும் உள்ளடக்கிய பூரிகளையும் திருவேங்கடம் ஆசையாய்த் தின்பான். அந்தச் சமயம் பார்த்துதான் தவமணியும் தன் பங்குக்கு வீட்டிலே பணியாரமோ, முறுக்கோ செய்வாள். இவை அனைத்திலும் ஒரு பகுதியை எடுத்துக்கொண்டு மாட்டு வண்டியில் தவமணி தோப்பூருக்குப் போய் வருவாள். அப்பயணத் தின்போது திருவேங்கடமும் வண்டியில் ஏறிக்கொள்வான்.

குப்பி அவனை 'போடா வாடா' என்றே அழைத்தபடி யிருந்தாள். பெண்ணரசி அவளை அதட்டியதட்டி "மாமா என்று கூப்புடுனுமா" என்ற பிறகு 'நீ, வா, போ' என்றானது. எப்போதாவது தான் 'மாமா' என்று அவள் வாயில் வரும். பெண்ணரசி மாமியை அவனுக்கு மிகவும் பிடிக்கும். அந்த மாமி அவனிடம் எப்போதும் சிரித்துப் பேசினாள்.

அளவுக்கதிகமாகக் கனிவுகாட்டுபவளாய் இருந்தாள். அவள் குப்பியைப் போலவே அழகு. தோப்பூரில் கோலாகலமாக நடப்பது மாரியம்மன் பண்டிகை. அவ்வூர் தெருக்கூத்து சுற்றுவட்டாரத்திற்கே பேர்போனது. அந்த ஊர் வழக்கத்தை திருவேங்கடம் தன் ஊரில் பார்த்ததில்லை. திருவிழா சமயத்தில் அவற்றை ஆர்வம் பொங்கப் பார்த்தபடி வீட்டுக்குக்கூடப் போகாமல், மேளக்காரர்களுடனே சுற்றிக்கொண்டு இருப்பது அவன் வழக்கம்.

மாரியம்மனுக்குத் திருவிழா சாற்று வைத்ததும், தோப்பூருக்கு ஒருவிதமான மினுக்கு வந்துவிடும். தெருக்களில் மாவிலைகளும் குருத்தோலைகளும் தோரணங்களாகத் தொங்கும். மேளக்காரர்கள் ஊர்ப்பெரியவர்கள் பின்தொடர வீட்டுவீட்டுக்குப்போய் திருவிழா வீதம் வசூலிப்பார்கள். சேரியில் இரண்டு மூன்று தெருக்கள்தான். அது முடிந்ததும் ஊர்வலம் மேளதாளத்துடன் மேல்தெருவுக்குப் போகும். மேல்தெருக்களில் பெரும்பான்மையும் முதலியார்கள்தான். கூட்டம் ஊர்ப்பெரியதனக்காரர் வாசலின் முன்னால் போய் நிற்கும். பெரியதனக்காரர் வெளியே வந்ததும் சேரிப்பெரியவர்களும் வாலிபர்களும் தரையில் படுத்து எழுவார்கள். அவர் கை உயர்ந்ததும் மேளவாசிப்பு நிற்கும்.

"என்னாடா?"

"ஊர்ல பண்டிகை. அய்யா வரணும்."

"வர்றேன், போங்கடா."

நன்றியோடு கையெடுக்கும் கூட்டம் அப்படியே மேல்தெரு பெருமாள்கோயில் மூலைக்கு இடம் பெயரும். அங்குதான் ஊர் மணியக்காரரான சீனுவாச அய்யரின் வீடு. மேளச்சத்தம் கேட்டதும் பதறியடித்து ஓடிவரும் அய்யர், "தூரப்படுங்கடா" என்பார்.

"பாதுகாப்பு வேணும்."

"பாத்துக்கிறேன், போங்கடா."

கூட்டம் சேரிக்குத் திரும்பிவிடும். தான் பார்த்தவற்றை ஒருமுறை இராவணேசனிடம் சொல்லிக் கேட்டான் திருவேங்கடம்.

"அந்த ஊரு ஜாதி வழக்கம்பா அது" என்றார் இராவ ணேசன்.

மாரியம்மன் திருவிழாவுக்கு ஒருமுறை போயிருந்தபோது அவன் ஆழ்மனதில் பதிந்திருக்கும் சித்திரமொன்றின் அனுபவம் கிட்டியது. இப்போது கனவில் வரும் குப்பியின் சித்திரமும் அதுதான். குப்பி அப்போது விடலைப் பருவத்திலிருந்தாள்.

பண்டிகை நாள் காலையில் ஆற்றுப்பக்கமாய் சுற்றிக்கொண்டிருந்துவிட்டு பாட்டி வீட்டுக்குள் நுழைந்தான் திருவேங்கடம். முன்வாசல் மூலையில், தென்னை மரத்தடியில் இருக்கின்ற துவை கல்மேல் குப்பியை அமர்த்தி குளிக்க வைத்துக்கொண்டிருந்தாள் பெண்ணரசி. இவன் வாசலில் காலடி வைப்பதற்கும், குப்பியை அவள் எழுப்பி ஆடையால் போர்த்துவதற்கும் சரியாய் இருந்தது. ஒரு கணத்தின் பிசிறு குப்பியின் உருவத்தை மின்னி மறைத்தது. வெட்கமும், அசூயையுமாய் தவித்துத் திரும்பினான் திருவேங்கடம்.

"என்னா மருமகனே, இப்பவே எம்பொண்ணு குளிக்கிறதை நோட்டம் உடறியா?"

சிரித்துச் சொல்லிக்கொண்டே குப்பியை வீட்டுக்குள் அழைத்துச் சென்றுவிட்டாள் பெண்ணரசி.

குப்பி, பெரியபேட்டைக்கு வந்திருக்கிறாளா எனத் தோண்டித் துழாவி நினைத்துப்பார்த்தான். அவன் வீடு அவளுக்கு அத்தைவீடுதான் என்றாலும் அவ்வளவாய் வந்ததில்லை.

தன் தம்பி சுந்தரேசன் கொஞ்சம் கறார் பேர்வழி என்பாள் தவமணி. அதற்கு ஏற்றாற்போலவே ஏதோ ஒன்றிரண்டு முறை, தன் அக்காள் வீட்டுக்குக் குடும்பத்தோடு வந்திருக்கிறார். அப்படியே வந்தாலும் நீண்டநாள் தங்குவதில்லை. சுடுநீரைக் காலில் ஊற்றிய கதையாக வந்த காலோடு திரும்பிவிடுவார்.

குப்பியின் நினைவுகளோடு கழிந்தபடியிருந்தன திருவேங்கடத்தின் நாட்கள். தனிமையில் அவனை வதம் செய்தன. தனிமை ஒரு உளவாளியைப்போல் அறையில் மௌனமாய் அமர்ந்து அவனை வேவு பார்த்தது.

திடீரென வீட்டு நினைவுகளும் அவனை வாதிக்கத் தொடங்கின. எல்லாம் சேர்ந்திருந்த நாளொன்றில், ஊரில் மாரியம்மன் பண்டிகையென தபால் வந்து சேர்ந்தது. தபாலட்டையைப் படித்ததும் உற்சாகம் கொண்டுவிட்டான் திருவேங்கடம். விரல் விட்டு நாட்களை எண்ணத்தொடங்கினான் அவன்.

திருவிழாவுக்கு இரண்டு நாட்களுக்கு முன்பாகவே ரயில் பிடித்து புதுக்குடியில் போய் இறங்கினான் திருவேங்கடம். அவன் ரயிலை விட்டு இறங்கியதும், தூறிக்கொண்டிருந்த மழை வலுத்துப் பெய்யத்தொடங்கியது. நிலையத்தில் ஒதுங்கிக்கொண்டு மழையை வெறித்தான். அங்கிருந்து தெற்குமுகமாய் ஒரு கல்தொலைவிலிருக்கும் தோப்பூர்ப் பக்கமாய் மின்னல் வெட்டுவதும், இடி இடிப்பதுமாகத் தெரிந்தது. இந்தப் பயணத்தின்போது எப்படியாவது

ஒருமுறை குப்பியைப் போய்ப் பார்த்துவிட்டு வந்துவிடுவது என்று எண்ணியிருந்தவனுக்கு மழை கவலையைக் கூட்டியது. ரயில் நிலையத்தில் பெரியசாமி தாத்தா எங்காவது இருக்கிறாரா என்று பார்த்தான். அவருடன் சேர்ந்து இப்படியே தோப்பூருக்கு மாமன் வீட்டுக்குப் போய்விடலாமா என்று மனம் விரும்பியது.

பெரியசாமி அங்கு இல்லை. மழை விட்டதும் பேருந்தைத் தேடி நடக்கத் தொடங்கினான் திருவேங்கடம். எப்படி ஊர்போய்ச் சேர்ந்தான் எனத் தெரியவில்லை. மாலையாகிவிட்டது. கச்சேரி யருகில் இறங்கி நின்றதும் மனம் முற்றிலுமாக உலர்ந்து இலேசாகி விட்டது. பல ஆண்டுகள் கழித்து ஊருக்குத் திரும்புபவனைப்போல வீடுகளையும் ஆட்களையும் ஆசை பொங்கப் பார்த்துக்கொண்டு நடந்தான் திருவேங்கடம். அவன் பூங்குளத்துள் நுழைந்ததும்,

"டேய், நம்ம திரு வந்துட்டாண்டா" என்ற சத்தம் எழுந்தது. எங்கிருந்தோ ஓடிவந்த சிவலிங்கம் அவனை ஆரத்தழுவிக் கொண்டான். அவன் கண்கள் கலங்கிவிட்டன.

"என்னாடாயிது, திடுதிப்புன்னு? பண்டிகைக்கு நீ வருவியோ, மாட்டியோன்னு இருந்தேன். மாமாவக் கேட்டதுக்கு எழுதிப் போட்டுக்கீறன்னாரு. சரியா நீ வந்துட்ட. ஏண்டா மாப்ள, எனுக்கு ஒரு காயிதம் போட்டிருந்தா மாட்டுவண்டி கட்டினு ரயில்வே டேசனுக்கே வந்துட்டிருக்க மாட்டனா நானு?"

திருவேங்கடத்தைப் பார்த்ததும் தவமணி உயிர்வெறி கொண்டவளாய் ஓடிவந்து அவனை நெஞ்சில் சார்த்திக் கொண் டாள். அவன் கைகளைப் பிடித்து வருடினாள். முகத்தை வருடி நெட்டி முறித்தாள். அவளின் அழுகையைக் கேட்டுப் பக்கத்து வீட்டுப்பெண்கள் சிலர் என்னவோ ஏதோவென்று ஓடிவந்து விட்டனர். திருவேங்கடத்தின் அத்தையும், இரண்டு சித்தப்பன் மார்களும்கூடத் தகவலறிந்து வந்துவிட்டனர். பாதி ஊரே அங்கு கூடிவிட்டதைப் போலிருந்தது. வீடு திரும்பிய இராவணேசன் கூட்டத்தைப் பார்த்ததும் பதற்றம் கொண்டவராய், உள்ளே போனார். நடுவில் நிற்கும் மகனைப் பார்த்ததும் கனிந்துபோய், அவனின் கைகளைப் பற்றிக்கொண்டார்.

"என்னா, ஆளு இப்பிடிக் குச்சிமாதிரி ஆயிட்டுக்கிற? ஒழுங்கா சாப்பிடறதில்லியா?" என்றார். அந்தத் தருணத்தில் நெஞ்சடைத்துக்கொண்டதையும் மீறி எதையாவது பேசவேண்டும் போல இருந்தது அவருக்கு.

மாரியம்மன் பண்டிகை விமரிசையாக நடந்தது. எருமைக் கிடாய் ஒன்றை பலியிட்டு ஊருக்கே பங்கு வைத்தார்கள். வானவேடிக்கையும் நடந்தது.

சிரசு ஊர்வலத்தில் சிவலிங்கத்துக்குக் கடும்வேலை இருந்தது. கை ஓய்ந்துபோகும் அளவுக்குச் சலிக்கச்சலிக்க மேளமடித்தான் அவன். தவமணி மாவிளக்குச் செய்திருந்தாள்.

அன்று இரவு கோயிலுக்கு முன்னாலிருந்த திடலில் பந்தலிட்டு நாடகம் நடத்தினார்கள்.

முன்னிரவில் நாடகம் தொடங்கியது. பந்தக்காலில் இரண்டு பெட்ரோமாக்ஸ் விளக்குகள் தொங்கின. "திரும்பிப்பார்!" நாடகத்தின் பெயரை உரக்கச் சொன்னதும், உடன் நடிப்பவர்கள் அசரீரியைப்போல அதைத் திருப்பிச் சொன்னார்கள். எளிமையான ஒப்பனைகளோடு அவர்கள் நடித்தார்கள். தாழ்த்தப்பட்ட இளைஞன் ஒருவனும், பிற சாதிப் பெண்ணொருத்தியும் காதலிக் கின்றனர். அவர்களின் காதலைப் பிரிக்க திட்டம் தீட்டப்படுகிறது. இளைஞனை ஆள்வைத்துக் கொன்றுவிடவேண்டும் என்பது திட்டம். இதை அறிந்துகொள்ளும் பெண் தன் காதலனைத் தப்பு விக்கிறாள். பிறகு கூட்டமைப்பின் ஆதரவோடு இணைந்து வாழ் கிறார்கள். சமூக சீர்திருத்தப் பணியிலும் ஈடுபடுகிறார்கள்.

திருவேங்கடத்தை அந்நாடகத்தின் கதை வெகுவாய்க் கவர்ந்துவிட்டது. நாடகத்தின் இடையிடையே பாடப்பட்ட புரட்சி கரப் பாடல்களை ரசித்தான். கிருட்டிணாபுரத்திலிருந்து இராவ ணேசன் அந்தக் கலைக் குழுவை அழைத்து வந்திருந்தார். நாட கத்தின் ஓரிடத்தில் காதலி, "நாம் இருவரும் திருப்பதி சென்று மணம்செய்து கொள்வோமா?" என்கிறாள். அவளுக்குப் பதில் சொல்லி காதலன் பாடுகிறான்.

"அரிநாராயண கோவிந்தனை நம்பி நாமம் போட்டுக்கணும்
நெத்திக்கி நாமம் போட்டுக்கணும்
மொட்டைக்கு நாமம் போட்டுக்கணும்
தொப்பைக்கு நாமம் போட்டுக்கணும்...!"

திருவேங்கடம் அப்போது தன் பெயரையும் எண்ணிச் சிரித்தான். நாடகம் முடிந்த மறுநாளும் அவன் மனதில் காட்சிகள் உயிரோட்டமாக வந்துகொண்டேயிருந்தன.

சீர்திருத்தக் கருத்துகளை அவனுள்ளே தூண்டிய 'திரும்பிப் பார்' நாடகம், காதல் உணர்வையும் சேர்த்தே தூண்டிவிட்டு விட்டது. நாடகத்தில் வரும் காதலியின் பாத்திரத்தை குப்பியாகக் கருதிக்கொண்டான். அவனுள்ளே சாகச உணர்வு கிளர்ந்தது. சென்னைக்குப் போக இன்னும் இரண்டு நாட்களே இருந்தன.

அதற்குள் தோப்பூர் போய்வரவேண்டுமென்று அவன் திட்டம் போட்டுக்கொண்டான்.

பகல் உணவின்போது தவமணியிடம் சிணுங்கினான் திருவேங்கடம்.

"அம்மா, இன்னிக்கிப் போயி தாத்தாவப் பாத்துட்டு வருட்டுமா?"

"ஏன்டா சாமீ. எங்கிட்ட இதக்கேக்கணுமா?"

"குப்பி, இப்ப நல்லா வளந்துட்டிருக்குமில்ல?"

தவமணி பூடகச் சிரிப்புடன் அவனைப் பார்த்தாள்.

திருவேங்கடம் நிமிரவில்லை. அவளுக்குப் பலமாகச் சிரிப்பு வந்தது.

"போன மாசம் ஊர்ல ஒரு கல்யாணத்துக்குப் போனப்போ பாத்தேன். பெரிய பொம்பளையாட்டம் நிக்கிறா?"

மகன் சாப்பிட்டு எழுந்தது தெரியவில்லை. தவமணி மனதுக்குள் திட்டங்களைப் போடத் தொடங்கியிருந்த பகல்பொழுதில் சிவலிங்கத்தோடு கிளம்பினான் திருவேங்கடம். இருவரும் நவாப் பாயிடம் ஆளுக்கொரு மிதிவண்டியை வாடகைக்கு எடுத்துக் கொண்டார்கள். பூங்குளத்தில் வீதிகளும் சுவர்களும் முறைப் பையன்களாலும் முறைப்பெண்களாலும் ஊற்றப்படும் மஞ்சள் நீரில் குளித்துக்கொண்டிருக்கையில், திருவேங்கடத்தின் மனம் தோப்பூரை நோக்கி ஓடிக்கொண்டிருந்தது.

11

சென்னை வந்தும் திருவேங்கடத்துக்கு ஊர் நினைவுகள் மறக்காமல் இருந்தன. குப்பியின் நினைவுகளை எவ்வளவு முயன்றும் அவனால் கட்டுப்படுத்த முடியவில்லை. பண்டிகைக்கு மறுநாள் சிவலிங்கத்துடன் மிதிவண்டியில் தோப்பூருக்குப் போன போது, அவனைப் பார்த்து திகைத்துப்போனாள் குப்பி. அவனை அவள் எதிர்பார்த்திருக்கவில்லை. ஒரு கணம்தான். வெட்கமும் மகிழ்ச்சியுமாய்ச் சிரித்தாள். பிறகு வாசலில் நின்றிருந்தவள் உள்ளே ஓடினாள்.

"அம்மா... மாமா வந்திருக்குது."

கொஞ்சநேரத்துக்கெல்லாம் பெண்ணரசி வாயெல்லாம் பல்லாக வரவேற்க வந்தாள். அவளின் பின்னால் நின்றபடி குப்பி அவனைக் கண்களாலேயே விழுங்கிக்கொண்டிருந்தாள்.

"வாங்க தம்பி..."

ஏரிக்கரைக்கு மாட்டுக்குப் புல்பிடுங்கப் போயிருந்த சின்னாத்தாள், பேரன் வந்திருப்பதை அறிந்ததும் ஓடிவந்து தழுவிக் கொண்டாள். அவளிடமிருந்து கனிந்த முத்தங்கள் கிடைத்தன.

பட்டணத்தைப் பற்றியும், படிப்பைப் பற்றியும் பேசிக்கொண்டிருக்கையிலேயே பெண்ணரசி உக்காரம் செய்துவிட்டாள். குப்பியே தண்ணீர் வைப்பதும், பரிமாறுவதுமாக இருந்தாள்.

மாலை மங்குவதற்குள் பெரியசாமியும், சுந்தரேசனும் வந்துவிட்டனர். திருவேங்கடம் பட்டணத்தில் படிப்பதைச் சொல்லிப் பெருமையாகப் பேசினார் சுந்தரேசன். பெரியசாமியோ, பட்டண நிலவரத்தைப் பற்றியே விசாரித்துக்கொண்டிருந்தார்.

"எப்பா சாமீ, உலகப்போர் தீவிரமாயிடுச்சாமே? பட்டணத்துல நெலவரம் எப்பிடிக்கீது? போன வாரந்தான் அமெரிக்காக்காரன் ஜப்பான்ல எதோ குண்டுபோட்டுட்டானாமே? மொதுல் உலகப்போர் நடக்கசொல்லோ மதராஸ் மேல எம்டன்குண்டெ போட்டவனுங்களாச்சே. கில்லாடிங்க. அங்க எதானா குண்டு கிண்டுன்னு பேசிக்கினா, நீ ரயிலேறி வந்துடு."

"ஆமா. அவரு படிக்கிற ஹாஸ்டல் மேலதான் தேடிவந்து போடப்போறாங்க! எப்பா, நீ செத்த சும்மாக்கீறயா?"

"இல்லடா எப்பா, எங்க டேசன் மாஸ்டர் தொர பேசிக்கிறத நான் கேட்டேன். இந்தச் சண்டைக்கு இந்தியாவுலர்ந்து இது வரிக்கும் பல லட்சம்பேரு போயிக்கிறாங்களாம். நமுக்குப் பல கோடி செலவாமே. உன்னும் இவ்ளோ செலவு செஞ்சா ஜப்பான் காரனோ, ஜெர்மனிகாரனோ ஏன் நம்ம மேல குண்டுபோட மாட்டான் சொல்லு?"

"அதெல்லாம் ஒண்ணும் நடக்காது."

இருட்டத் தொடங்கியபோது அவர்கள் தங்கச்சொல்லிக் கேட்க, கேட்க இருவரும் கிளம்பிவிட்டார்கள்.

"நெலாக்காலம்தானே? ராத்திரிக்கெல்லாம் ஊருபோயி சேந்துடுவோம்."

ஆற்றுத்தெருவின் முடக்கு திரும்பும்வரை திருவேங்கடம் திரும்பிப் பார்த்துக்கொண்டே வந்தான். அவனை வழியனுப்ப நின்றிருந்தவர்களில் எவருடைய முகமும் தெரியவில்லை. குப்பியின் முகமும் கண்களும் மட்டுமே அவனுக்குத் தெரிந்தன. வெகு தொலைவுக்கு அவன் பின்னாலேயே அவளின் கண்கள் ஓடிவந்து கொண்டேயிருந்தன.

“டேய் மாப்ள, போதும் மூஞ்ச திருப்புடா. தலையே திரும்பிடப்போவுது!”

சிவலிங்கம் சொல்லிச் சிரித்தான்!

விடுதியில் குளியலறைகளுக்குப் போகும் வழியில் பின் தோட்டத்துக்கு வழியிருந்தது. அது ஒரு மரக்கதவு. அதைத் திறந்தால் அடையாற்றின் கரை தெரியும். புற்களும் சிறுசெடிகளும் மண்டிய பாதையில் போனால் மணல்பரப்பு வரும். காற்றாட அங்கே உட்கார்ந்திருக்கலாம். கல்லூரியும்கூட மரங்களுக்கும் சோலைகளுக்கும் நடுவிலிருப்பதுதான். திருவேங்கடம் தனிமையிலிருக்கும் இடங்களை விடுவதில்லை. நேரம்போவது தெரியாமல் அமர்ந்து ஏகாந்தம் அனுபவித்தான். அப்போதெல்லாம் குப்பியை உடன் அழைத்துக் கொண்டான். திருவேங்கடத்தின் மாற்றத்தைக் கவனித்த பேரானந்தம் கிண்டல் செய்தான்.

“என்னாடா திரு, பேயறஞ்சமாதிரி திரியிற? சரியா பேசமாட்டேன்ற. தனியா தனியா போய் ஒக்காந்துக்கிற? எவக்கிட்டயாவது உளுந்திட்டியா?”

“அதல்லாம் ஒண்ணுமில்ல.”

அவனைத் துணுக்குறச்செய்வது போல ஒருநாள் பொன்னரசின் அம்மா வந்துபோனாள்.

வார விடுமுறை நாளொன்றில் விடுதியின்முன் நடை திண்ணையில் அவனும் பேரானந்தமும் உட்கார்ந்திருந்தபோது பேயறைந்தவளைப்போல ஒரு வயதான பெண் வந்தாள்.

அப்போது பொன்னரசு அவர்களுடன் இருந்தான்.

“டேய் எப்பா, நாம மோசம் போயிட்டோம். ஒங்கொப்பன போலீசு புட்சினு போயிட்சிடா. வயிறுமுட்டும் சாராயங்குட்சிட்டு நடந்து வந்துனுர்ந்துக்கீறாருடா. நா இப்ப என்னா பண்ணுவேன்? காவுலுக்குக்கீற எட்திலயே குட்சிட்டு உளுந்துகெடக்க வேண்டியது தான? என்னாத்துக்கு ஊட்டுக்கு வர்ணும்? இந்த மனுசனுக்கு யாந்தான் இப்பிடிப் புத்திபோதோ தெரிலியே?”

அவள் தலையிலடித்துக்கொண்டு அழுதாள். பொன்னரசு அவளைச் சமாதானம் செய்தான்.

“ரெண்டு நாளு வெச்சிந்து உட்ருவாங்க. போம்மா.”

குழப்பத்துடன் பார்த்த திருவேங்கடத்திடம் சொன்னான் பேரானந்தம்.

“அவங்கம்மா.”

அம்மாவைத் தேற்றி அனுப்புவதற்குள் பொன்னரசு மிகவும் தவித்துவிட்டான். அவள் அழுதுகொண்டே போவதைத் துக்கம் தோய்ந்த முகத்துடன் பார்த்துக்கொண்டு உறைந்திருந்தான் பொன்னரசு.

திருவேங்கடமும் பேரானந்தமும் அவனை இரக்கத்துடன் பார்த்தனர். பொன்னரசே பேசினான்.

“போலீஸ் புடிச்சிட்டுப்போனா போட்டும். அதுக்கு நான் என்னா செய்யமுடியும்? தலகால் புரியாம குட்சிட்டிருந்தா என்னா பண்றது? எத்தினி முறதான் புத்தி சொல்றது?”

பொங்கிவரும் உணர்வுகளை ஆசுவாசப்படுத்திக்கொண்டு இருவரையும் பார்த்தான்.

“நல்லாயிருந்தவருதான். இப்ப நடந்துட்டிருக்கிற ரெண்டா முலகப்போர் முடியப்போகுதில்ல? அதுக்கு நம்ம ஜனங்கள லட்சணக்காய் கூட்டினுபோனான் வெள்ளக்காரன். போர்மொனை யில முன்வரிசையில நிக்கவைக்க, சாப்பாடு, தண்ணி, பொருளுன்னு தூக்கினு போக. இவங்க செத்துனேர்ந்தா அவனும் என்னா செய் வான்? ஒடம்பு, ஓயரம் எத்தையும் பாக்கல. வந்தவங்களையெல்லாம் அள்ளிட்டுப்போனான். எங்கப்பாவும் அப்படிப் போனவருதான். ஒரு வருசத்துக்கு மின்னாடி திரும்பி வந்துட்டாரு. போம்போது நல்லா போனவரு வந்தபிறகு பெருங்குடியரா மாறிட்டாரு. வெள்ளக்காரன் அவுரு பாத்த வேலைக்கி எதுவும் தரல. என்னா பண்ணுவாரு? ஊட்லக்கிறத எடுத்துனுப்போயி வித்துக் குடிக்கிறாரு. எதுவும் கிடைக்கலேன்னா திருடுறாரு, அதுக்கு ஏத்தாமாதிரி ஜார்ஜ்டவுனு, ராயபுரம், முத்தியால்பேட்டை, பேரீசுன்னு சாராயம் ஆறா ஓடுது.”

பொன்னரசின் பக்கம் இவ்வளவு துக்கம் இருக்கிறதா எனப் பார்த்தான் திருவேங்கடம். பொன்னரசின் இளகிய முக மாற்றம் அவனைக் கரைத்தது.

“அம்மாவும் பாவம் என்னா செய்யும்? அண்ணன் கல்யாண மானதும் வழியபார்த்துனு போயிட்டான். அக்காவ கட்டிக்குடுத் துட்சி. நா ஒருத்தன் நிற்கிறேன். ‘உன்ன எப்படிக் கரசேக்கப் போறன்னு’ தெனந்தெனம் என்ன புட்ச்சினு அளுது... பாத்தேன். உள்ளூர் கூட்டமைப்பு தலைவரு ஓர்த்தர புட்சினுபோயி லா காலேஜில சேந்துட்டேன். நா ஏரியாவுல எல்லாரையும் தைரியமா எதிர்ச்சி பேசுவேன். எனுக்கு வக்கீல் தொயில்தான் செரிபட்டு

வரும்னுட்டாங்க. அதான்போயி லாவுல சேந்துக்கினேன். ஊட்ல இர்ந்தா படிக்க முடியாது. ஆஸ்டலுக்குப் போயிடுவோம்னு முடிவு பண்ணி தலைவர் சிவராஜப் போயி பாத்தேன். அவரு இந்த ஆஸ்டலுங்களையெல்லாம் பாக்கிற அதிகாரிக்கு ஒரு லெட்டர் தந்தாரு. அந்த லெட்டர எடுத்துக்கினு ஒருநாள் சாந்திரமா அதிகாரியோட ஆபீசுக்குப்போறேன், அவரு அங்க இல்ல. மறுநாளுதான் பாக்க முடியும்னுட்டாங்க. ஊட்லபோயிமட்டும் எண்ணாத்த கிழிக்கப் போறோம்னுட்டு, அந்த ஆபீசுக்கு வெளியே ரோட்டு ஓரமாவே மறுநாள் வரிக்கும் படுத்துனு இருந்துட்டேன். மறுநாள் அதிகாரி வந்ததும் லெட்டரப்பாத்துட்டு, ஆஸ்டலுக்குப் போய் சேரச்சொல்லி ஆர்டர் குடுத்துட்டாரு. ஒருபக்கம் பாத்தா சமுதாயத்துல நம்பள மனுசனாவே மதிக்கமாட்டேன்றான். இன்னொரு பக்கம் ஊட்டு நெலமையோ கொடும. இது எல்லாத்தியும் மெறிச்சி ஏறி வந்தா தாண்டா திரு, நாம ஒரு ஆளு..."

பொன்னரசின் குரல் அடைத்துக்கொண்டது. அவன் அவர்கள் எதிர்பாராத வகையில் உடைந்து அழுதான். திருவேங்கடமும் பேரானந்தமும் ஆடிப்போயினர். பொன்னரசு அழுவான் என்பதை திருவேங்கடத்தால் ஏற்க முடியவில்லை.

"ணோவ்... ணோவ்... அளாதணா. கண்ணெ தொடைண்ணா."

பதறினான் திருவேங்கடம்.

திருவேங்கடம் அன்றிரவு நெடுநேரத்துக்குத் தூக்கம் பிடிக்காமல் புரண்டுகொண்டிருந்தான். பொன்னரசின் அழுகையும் வாழ்க்கைச் சித்திரமும் அவனைத் தொந்தரவு செய்தன. மனதை விட்டு அகலாத உருவமாய் பொன்னரசின் அழுகை முகம் நிலை கொண்டிருந்தது. அவன் மனதில் குப்பி போன இடம் தெரியவில்லை. திடீரென்று குற்றவுணர்வு கவிழ்ந்தது. படிக்க வந்த இடத்தில் காதலியை நினைப்பது துரோகமல்லவா என்றும் தோன்றியது. நமது நிலையும் இது போன்றதுதானே? வீட்டுச் சூழலும், பெற்றவரின் முகங்களும் அடுக்கடுக்காய் வந்து போயின.

இராவணேசனின் குடும்பம் அப்படி ஒன்றும் பெரிதில்லை. இராவணேசனின் பெற்றோர்கள் காலராவில் போனவர்கள். அவருடன் பிறந்த இரண்டு தம்பிகளுக்கும் ஒரு தங்கைக்கும் பூங்குளத்திலேயே தனித்தனி வாழ்க்கை. காதர்பாய் இல்லையென்றால் இன்று அவர் சேரியில் சொல்லும்படியானதொரு ஆள் இல்லை. தோல் பதனிடும் தொழிற்சங்கத் தலைவர் தாஸ் மூலம் பட்டியலின கூட்டமைப்பின் அறிமுகம். அதன் வழியே சிவமலையின் தொடர்பு.

திருவேங்கடம் சிறுவனாக இருந்தபோது அவர்களின் குடும்பநிலை வேறு.

தோல் பதனிடும் தொழிலில் வரும் கூலி பற்றாது. வீட்டில் உணவுக்கு எதுவும் இல்லாத நேரங்களில் ஓரணாவுக்குப் பொரியையும் வெல்லத்தையும் வாங்கிக்கொண்டு வரச்சொல்லி, வீட்டுக்காரனுக்கும் பிள்ளைக்கும் அதைப் பானகம் போலக் கரைத்துத் தருவாள் தவமணி.

மிஷன் பள்ளியில் திருவேங்கடம் படித்துக்கொண்டிருந்த போது நடந்த சம்பவத்தை ஒருநாளும் அவனால் மறக்கமுடிவ தில்லை. அது கடும் பஞ்சகாலம். எதைச் சாப்பிடுவது என்று அலைபாய்ந்தது சனம். கீரை, கிழங்கு என்று எதையெதையோ சாப்பிட்டார்கள். பசியடங்காமல் வயிற்றில் தீயுடன் திரிந்தார்கள். சில நேரங்களில் தோல் தொழிற்சாலையிலிருந்து தானா கறியை எடுத்துக்கொண்டு வருவார் இராவணேசன். விலங்குத் தோல் களுக்குப் பின்புறம் ஒட்டிக்கொண்டிருக்கும் சதைத்துண்டுகள் அவை. உப்பில் ஊறி உலர்ந்திருக்கும்.

இராவணேசன் கொண்டுவரும் அக்கறித்துண்டுகளை எண்ணெய் தெளித்து வறுத்துத் தருவாள் தவமணி. சில நாட்களில் சாப்பாடே அதுதான். ஒருநாள் தானா கறியைச் சாப்பிட்டுவிட்டுப் பள்ளிக்குப் போயிருந்தான் திருவேங்கடம். அது செமிக்காமல் நெஞ்சு மேலேயே இருந்தது. கணக்கு வாத்தியார் பாடம் நடத்திக் கொண்டிருந்தபோது, வகுப்பில் தடாலென வாந்தியெடுத்தான். கறித்துண்டுகள் வெளியில் வந்து விழுந்தன. வகுப்பே நாறியது. பிள்ளைகள் அனைவரும் நாற்றத்தை சகிக்காமல் வெளியே ஓடி னார்கள். பயமும் அவமானமும் பீடித்திருந்த திருவேங்கடம், வகுப்பின் நடுவில் உட்கார்ந்து அழத் தொடங்கிவிட்டான்.

மூக்கைப் பிடித்துக்கொண்டு அங்கே நின்றிருந்த வாத்தியார் மாணவர்களில் சிலரை அதட்டி மண்ணள்ளிக் கொண்டுவந்து வாந்தியின்மேல் போடச் செய்தார். இன்னும் சிலரை அழைத்து திருவேங்கடத்தைக் கூட்டிச்சென்று முகம் கழுவி படுக்கவைத்தார். விவரமான ஒருவனை அழைத்து இரண்டணாக்களைச் சட்டைப் பையிலிருந்து எடுத்துக்கொடுத்து விரட்டினார்.

"டேய், ஓடிப்போயி லெட்சுமி விலாஸ்ல ஒரு மசால்தோச வாங்கினுவாடா. வாத்தியாருக்குன்னு கேளு. சீக்கிரமா ஓடியாடா."

மயக்கமாயிருந்த திருவேங்கடத்துக்கு அந்த மசால் தோசையைச் சாப்பிட்ட பிறகுதான் தெளிவு வந்தது. பஞ்சகாலங் களில் பாட்டி ஊரான தோப்பூருக்குப் போனால் ஓரளவு வயிறு

அழகிய பெரியவன் ● 65

நிறையும். பெரியசாமி 'ரயில் சோளம்' கொண்டு வருவார். அது மஞ்சள் நிறத்திலிருக்கும். மக்காச்சோளத்துக்கும் மஞ்சள் சோளத்துக்கும் மக்கள் அலைமோதுவார்கள்.

தோப்பூரில் நடந்த தெருக்கூத்தில் கட்டியக்காரன் இதை வைத்தே ஒரு பாட்டைக்கூடப் பாடினான்.

"காலம்பூராக் கஷ்டப்பட்டும்
கஞ்சித்தண்ணி இல்லாம
காலங் கழிக்கிறன்டா! கடவுளே! – எங்களிடம்
காசுபணம் இல்லையேடா கடவுளே!

மக்காச்சோளம்
மஞ்சாச்சோளம்
மக்கள் தினம் தின்னதாலே
சொறிசிரங்கு வருகுதடா கடவுளே! – சொறிஞ்சி
கையெல்லாம் நோகுதடா கடவுளே!"

தங்கள் துன்பத்தைப் பகடியாக்கும் பாட்டுக்குச் சிரித்தனர் மக்கள்.

பெரியசாமி அவ்வப்போது பெரியபேட்டைக்கு ரயில் சோளத்தைக் கொண்டுவந்து தந்துவிட்டுப் போவார். தவமணி சும்மா இருக்கமாட்டாள். தன் பங்குக்கு ஏதாவது செய்வாள்.

மக்காச்சோள மாவையோ, மஞ்சள்சோள மாவையோ வைத்து போண்டா, வடை, முறுக்கு போன்ற பலகாரங்களைச் சுடுவாள். மொச்சையையோ, வள்ளிக்கிழங்குகளையோ அவிப்பாள். அவற்றை கூடையில் வைத்துக்கொண்டு சாயபுமார் தெருக்களுக்குப் போய் விற்பாள். பணத்துக்குப் பதிலாக அரிசியையோ, புளியையோ, பருப்பையோ வாங்கிக்கொண்டு வந்துவிடுவாள். சிலநேரங்களில் அம்மாவுடன் திருவேங்கடமும் போய் வருவான்.

சில சமயங்களில் மணியக்கார அலுவலகத்தில் அரசாங்கம் சார்பாக காய்ச்சி ஊற்றப்படும் கஞ்சியை திருவேங்கடம் போய் வாங்கிக்கொண்டு வந்திருக்கிறான். சிவலிங்கத்தின் அப்பன் சாமனுக்குத்தான் அந்த வேலை. அவன் அதிகாலமே எழுந்துபோய் கஞ்சி காய்ச்சத் தொடங்குவான். அப்போது அங்கு காத்திருப்பவர்களுக்கு டோக்கனும் தருவான். சோளமோ, கம்போ, மக்காச்சோளமோ கூழாகக் கிடைக்கும்.

அவையெல்லாம் நினைவுகள் என்பதை எண்ணுகையில் நிம்மதி படர்ந்தது. குளிப்பதற்கு சோப்பும் சீயக்காய்த் தூளும் தந்து,

துணி தோய்க்கக்கூட ஆள் வைத்திருக்கும் விடுதி வசதி பெரிதாகத் தோன்றியது. படிக்கவேண்டும் என்ற வைராக்கியம் அவனுள்ளே கூடியது.

12

சென்னையின் மூலை முடுக்குகளுக்கெல்லாம் திருவேங் கடத்தை அழைத்துப்போய்க்கொண்டிருந்தான் பொன்னரசு. சில மாதங்களிலேயே அவனுக்கு சென்னை நன்கு பழகிவிட்டது. கடற் கரைக்குப்போவது தவிர நகரத்துக்குள்ளிருக்கும் ஏரிகளுக்குப் போவதும் அவனுக்குப் பிடிக்கும். ஆகாயத்தாமரையும், ஆம்பல் களும் மண்டிய அவற்றின் கரைகளிலமர்ந்து வானம் முகம் பார்க்கும் நீர்ப்பரப்பை மௌனமாய்ப் பார்த்திருப்பான் திருவேங்கடம். நுங்கம்பாக்கம் ஏரிக்கு அவன் அடிக்கடி போவதுண்டு. அங்கு கரையில் அமர்ந்திருக்கும்போது ஊர் ஏரியின் கரையில் ஏதாவது ஒரு மரத்தடியில் அவனும் சிவலிங்கமும் அமர்ந்து பேசிக் கொண்டிருந்த தருணங்களில் ஒன்று நினைவுக்கு வரும். அவன் மனம் அதோடு நிறுத்திக்கொள்வதில்லை. தோப்பூர் ஏரியும் நினைவில் எழும். அதனோடு குப்பியும் வருவாள். ஏரியின் நீரில் அலையும் ஒளியுருவம் அவளாகவே தோன்றும்.

ஒரு விடுமுறை நாளில் பொன்னரசு, திருவேங்கடத்தை சினிமாவுக்குக் கூட்டிக்கொண்டு போனான். புரசைவாக்கம் ராக்சிக்கு இருவரும் மிதிவண்டியில் போனார்கள்.

திருவேங்கடம் அதற்கு முன்பே ஒன்றிரண்டுமுறை சினிமாவுக்குப் போயிருக்கிறான். ஊரில் சினிமாக் கொட்டகைகள் கிடையாது. ஆனால், புதுக்குடியில் சினிமாக் கொட்டகை எப்போதோ வந்துவிட்டது. தோப்பூர் போயிருந்த சமயத்தில் தாத்தா வுடன் சினிமாவுக்குப் போனதுண்டு. முதன்முதலில் சினிமாவைப் பார்த்தது மனதை விட்டு அகலாத சம்பவம். கொட்டகைக்கு வெளியே பெரும் சப்தத்தோடு ஏதோ எந்திரம் ஒன்று ஓடுகிறது. உள்ளே திரையில் மனித உருவங்கள் தோன்றுகின்றன. எதையோ இடித்துத் தகர்த்துக்கொண்டு வெளியே வருகிறார்கள் அம் மனிதர்கள். பெரியசாமி அவனிடம் எதையோ சொல்லிக்கொண்டி ருந்தார். திருவேங்கடத்துக்கு ஒன்றும் விளங்கவில்லை.

பட்டணத்தில் சினிமா பார்ப்பதைப் பெருமைக்குரியதாக திருவேங்கடம் நினைத்தான். உற்சாகம் ஏற்பட்டது. மிதிவண்டியை அவன் மிதிக்கவில்லை. பின்கட்டையில் உட்கார்ந்திருந்தான். பொன்னரசு மூச்சுவாங்க மிதித்தான். சில இடங்களில் அவனை

அழகிய பெரியவன் ● 67

இறக்காமல் எம்பி எம்பி மிதித்தான். திருவேங்கடத்துக்கு சிவலிங்கம் நினைவில் வந்துபோனான். அவனும் அப்படித்தான்!

"இங்க மொதுல்ல தியேட்டர் கட்னது பதினால்ல. கெயிட்டின்னு பேரு. அப்புறம் கிரௌன், குளோப்னு ரெண்டு மூனு வந்துடுச்சி. இப்ப நாம போற தியேட்டரோட பழைய பேருதான் குளோப்."

பொன்னரசிடம் பேசத்தொடங்கினால் விவரங்கள் கொட்டும். பட்டணத்துக்கு மின்விளக்கு வந்தது பதினாலில், டிராம் ஓடத்தொடங்கியது எண்ணூற்றுத் தொண்ணூத்தஞ்சில், தொலைபேசி வந்தது எண்ணூற்று எண்பத்தொன்றில், சினிமா தொள்ளாயிரத்தில் என ஒப்புவிப்பான்.

ராக்சி கொட்டகை பார்வைக்கு ஒரு தொழிற்சாலையைப் போலவே தோற்றம் தந்தது. பாகவதரின் 'சிவகவியை' அன்று பார்த்தார்கள். உச்ச ஸ்தாயியில் பாகவதர் பாடும் 'சொப்பன வாழ்வில் மகிழ்ந்தே' பாடல் கம்பீரமாக வந்து மனதில் அமர்ந்து கொண்டது. சற்று வேகமாகவும், அழுத்தத்தோடும் அவர் உச்சரிக்கும் 'வாழ்வில்' எனும் சொல்லில் மயங்கினான் திருவேங்கடம்.

படம் முடிந்து வெளியே வரும்போது பொழுது மங்கியிருந்தது. லேசான வெயில். துளையிலிருந்து முண்டியடித்துக்கொண்டு வெளியேறும் ஈசல் கூட்டத்தைப் போலத் தெரிந்தது ராக்சியிலிருந்து வெளியேறும் மனிதக்கூட்டம். இத்தனை பேர் தமது வேலைகளை விட்டுவிட்டு இங்கு வந்து அரைநாள் வரையிலும் உட்கார்ந்திருக்க தயாராய் இருக்கிறார்களா என்று அவன் எண்ணினான். கலைந்து போகும் மக்கள் பாகவதரின் குரலைப்பற்றித்தான் பேசிக்கொண்டு போனார்கள். அப்பேச்சொலிகள் உருவாக்கிய புலப்பாடற்றதொரு உலகில் சஞ்சரித்துக்கொண்டிருந்த திருவேங்கடம் அந்திம வெயிலைக் கண்டதும் விழிப்புக்கு வந்தான். ஏழுமணிக்கெல்லாம் விடுதியில் இருக்கவேண்டும் என்ற கட்டுப்பாடு நினைவுக்கு வந்தது. அவனைப் பரபரப்பு தொற்றிக்கொண்டது.

"வேகமாப் போணுண்ணா. அப்புறம் அந்த வார்டன் வெளியே நிக்கவச்சிடப்போறான்."

பொன்னரசு அவனை முதுகில் தட்டிச் சிரித்தான்.

"சிங்கிளாதானே போற? அதெல்லாம் போயிடலாம்!"

"ஏண்ணா?"

"அப்பா உன்னும் ஜெயில்லர்ந்து வர்ல. தெனத்திக்கும் அம்மா ஒரே அள. ஊட்டுக்குப் போயிட்டு நாளைக்கி வந்துட்றேன். வார்டன் கிட்ட லீவ் சொல்லிட்டேன்."

திருவேங்கடத்துக்கு உற்சாகம் குறைந்துவிட்டது. ஆனால் வெளிக்காட்டிக்கொள்ளவில்லை. பொன்னரசிடம் சொல்லிக் கொண்டு மிதிவண்டியில் ஏறி மிதித்தான். வேப்பேரி வழியாகப் போனால் சென்ட்ரல் வந்துவிடும். அங்கிருந்து மௌண்ட் ரோடு வழியாகவே சைதாப்பேட்டைக்குப் போய்ச் சேர்ந்துவிடலாம். அவன் மனம் கணக்கு போட்டது. ஆனாலும் இருட்டிவிட்டால் என்ன செய்வது என்றதொரு பதற்றம் தொற்றியது. சாலையின் முக்கியமான இடங்களில் நிற்கும் காவலர்கள், மிதிவண்டியில் விளக்கு இல்லை என்பதற்காகப் பிடித்துக்கொள்வார்களே என்று பயந்தான். பொன்னரசு இருந்தால் துணிச்சலாகப் பேசுவான்.

மௌண்ட் ரோடின் இரவு நேரத்து அழகு அவனைக் கிளர்ச்சியடைய வைத்தது. அகலமான சாலையின் நடுவிலே வரிசையாக நின்றிருக்கும் டிராம் மின்கம்பங்கள் அலங்காரத் தோரணங்களைப் போலத் தோன்றின. கம்பங்களின் முனைகளிலும், அவற்றின் குறுக்குத்தண்டின் முனைகளிலும் வேலைப்பாடுகளுடன் கூடிய குமிழ்களைப் பொருத்தியிருந்தார்கள். சாலையின் ஓரத்தில் ஆங்காங்கே இருந்த விளக்குக் கம்பங்கள் கீழ்நோக்கி வளைந்து ஒளிப்பூவை ஏந்தி நின்றன. கை ரிக்ஷாக்களும் தள்ளுவண்டிகளும் போய்க்கொண்டும் வந்துகொண்டுமிருந்தன. கார்களையும் பேருந்து களையும் அடிக்கடி பார்க்க முடிந்தது. பெருங் கட்டடங்களின் உள்ளே விளக்கேற்றியிருந்தார்கள். மாயஉலகில் போய்க்கொண்டி ருப்பதைப் போல தன்னை உணர்ந்தான் திருவேங்கடம்.

சீக்கிரமாகவே வந்துவிட்டதாகத்தான் தோன்றியது. விடுதி யின் முன்வாசல் நடையில் மிதிவண்டிகள் நிறுத்துமிடத்தில் வண்டியை நிறுத்திப் பூட்டினான் திருவேங்கடம். உள்ளே போன போது வழக்கத்துக்கு மாறான அமைதி நிலவுவதாகத் தோன்றியது. நடுக்கூடத்தில் சிலர் படித்துக்கொண்டிருந்தார்கள். அவனைப் பார்த்ததும் ஓடிவந்தான் பேரானந்தம்.

"டேய் தம்பி, எங்கடா போயிருந்த நேரத்துக்கு வராம? அதிகாரி வந்து பார்வையிட்டுட்டுப் போனாருடா. நேரத்துக்கு வராதவங்கமேல ஆக்ஷன் எடுக்கச் சொல்லியிருக்கிறார். நீ போயி வார்டனைப் பாரு."

கலவரமடைந்தான் திருவேங்கடம். விடுதிக் காப்பாளரின் அறைக்கு வேகமாக ஓடினான். மங்கலான விளக்கு வெளிச்சத்தில் மூக்குக் கண்ணாடியொன்றை அணிந்தபடி கணக்கு எழுதிக் கொண்டிருந்தார் காப்பாளர். தலையைத் தூக்காமலேயே திருவேங்கடத்திடம் பேசினார் அவர்.

அழகிய பெரியவன் ● 69

“எங்க போயி சுத்திட்டு வர்ற?”

“சார்... பீச்சு பக்கமா போயிருந்தேன்... திரும்பறதுக்குக் கொஞ்சம் நேரமாயிருச்சி.”

“காத்து வாங்கப்போனியோ? நீங்களெல்லாம் மாடுமேய்க்கவும், பண்ணையம் பாக்கவும்தான் லாயக்குன்றத அடிக்கடி புரூவ் பண்றீங்க. இந்தா தபால். உன்ன ஹாஸ்டல்லேர்ந்து சஸ்பெண்ட் பண்ணியாச்சி. நீ உம் பெட்டி படுக்கையை எடுத்துனு ஊருக்குக் கௌம்பலாம்.”

திருவேங்கடத்தைப் பேரதிர்ச்சி தாக்கியது. உடல் நடுங்கியது. கண்களில் நீர்சுரந்து பார்வை மங்கியது. எதையாவது பேசி இந்தத் தருணத்திலிருந்து வெளியேறிவிட வேண்டுமென நினைத்தான். ஆனால், அவன் முன்னால் காப்பாளரின் கை, டிஸ்மிஸ் ஆர்டரை நீட்டிக்கொண்டிருந்தது.

“சீக்கிரம் புடி. எனக்கு வேலயிருக்கு. வந்தவன் கணக்கு வழக்குகள வேற கேட்டுட்டுப்போயிட்டான்.”

கடிதத்தை வாங்கிக்கொண்டு கூடத்தில் வந்து உட்கார்ந்தான் திருவேங்கடம். அவனால் அழுகையைக் கட்டுப்படுத்த முடியவில்லை. ஆர்வத்தோடு அவன் அருகில் வந்து அமர்ந்த பேரானந்தம் திருவேங்கடத்தின் கையிலிருந்த கடிதத்தை வாங்கிப் படித்தான். ‘விடுதிகளை நடத்தும் அரசாங்கத்துறையின் இயக்குநர் பார்வையிட வந்தபோது, விடுதியில் இல்லாததால், குறிப்பிட்ட இந்த மாணவரை விடுதியிலிருந்து சஸ்பெண்ட் செய்கிறேன்’ என்று அதில் எழுதப்பட்டிருந்தது.

“டேய் தம்பி. இதுக்கெல்லாமாடா அழுதுனு? கண்ணைத் தொடைச்சுக்க. ஒரு வாரத்துக்கு இங்க யாராவது சொந்தக்காருங்க இருந்தா போயி தங்கிட்டு வந்து நில்லு. பரிதாபப்பட்டு திருப்பியும் சேத்துக்குவாங்க.”

“சொந்தக்காருங்க யாரும் கெடையாதுணா...”

“ஆமா, உனுக்கு மேயரே ரெக்கமண்ட் செஞ்சதாதானே சொன்ன? அவரப்போயி பாரு.”

திருவேங்கடம் வேகமாகத் தலையாட்டினான்.

“அப்பாவுக்குத் தெரிஞ்சா அவ்ளோதான். அவருபேரு கெட்டுடும்.”

இருவரும் கொஞ்ச நேரத்துக்குப் பேசாமல் இருந்தார்கள். பிறகு யோசனை வந்தவனாய் பேரானந்தம் சொன்னான்.

"சரி. இது செரிபடுமான்னு பாரு. அந்த அதிகாரியோட வீடு கிண்டியில இருக்குது. நீ நேரா போயி அவரப்பாத்துக் கெஞ்சிக் கேளு. எதாவது நல்லது நடக்கும்."

திருவேங்கடத்துக்கு ஓரளவு தெளிவு வந்தது. அதிகாரியின் வீடு இருக்கும் இடத்தைப்பற்றி மேலும் விசாரித்துக்கொண்டு கிளம்பினான். ஓட்டமும் நடையுமாகவே நடந்ததில் அவனுக்கு மூச்சிறைத்தது. வழியில் தென்படும் காவலர்களை விசாரித்துக் கொண்டே விடுதி அதிகாரியின் வீட்டுக்குப் போய்ச் சேர்ந்து விட்டான் திருவேங்கடம்.

அது பெரிய அரசாங்க வீடு. சுற்றிலும் தோட்டம், சுற்றுச் சுவர், அலங்கார விளக்குகள். விடுதியிலிருந்து வந்திருப்பதாகவும், காப்பாளர் அனுப்பியதாகவும் காவலாளியிடம் சொல்லிவிட்டு உள்ளே போனான் திருவேங்கடம். அவனுக்குப் படபடப்பாக இருந் தது. வியர்த்துக் கொட்டியது. தைரியத்தை வரவழைத்துக்கொண்டு கதவின் முன்னால் நின்று கூப்பிட்டான்.

"அய்யா...."

இரண்டு மூன்று முறை அவன் கூப்பிட்ட பிறகு கதவு திறந்தது. நடுவயதைக் கடந்த ஒரு பெண்மணி வந்து நின்றார்.

"யாரு தம்பி?"

அவன் மனப்பாடம் செய்ததைப் போல ஒப்புவித்தான். அவன் கண்கள் கலங்கின. கையில் இருந்த சஸ்பெண்ட் கடிதம் காற்றில் துடித்தது. அவர் அவன் முகத்தை சில கணம் உற்றுப் பார்த்தார்.

"கொஞ்சம் கவனமாயிருக்கக் கூடாதா? அய்யா வர்றதுக்கு நேரமாகும். நீ இங்கியே சாப்புட்டு படுத்துக்க. காலையிலே நானே பேசி உனக்கு ஜாய்னிங் ஆர்டர் வாங்கித் தர்றேன்."

திருவேங்கடத்தால் அந்தச் சொற்களை நம்பமுடியவில்லை. நெகிழ்வடைந்தான். வேலைக்காரர் ஒருவரை அழைத்து திருவேங் கடத்துக்கு உணவு தரச் சொன்னார் அதிகாரியின் மனைவி. போர்ட்டிகோவின் திண்ணையில் அமர்ந்து அவன் சாப்பிட்டான். பிறகு பார்வையாளர் அறையின் ஒரு மூலையில் போய்ப் படுத்துக் கொண்டான்.

தனிமையில், அப்பெரிய அறையில் படுத்திருப்பது அச்சமூட்டியது. நெடுநேரத்துக்குப் புரண்டுகொண்டிருந்த பிறகு எப்போது தூக்கம் வந்ததெனத் தெரியவில்லை.

காலையில் விழிப்பு தட்டியபோது நன்றாக விடிந்திருந்தது. எழுந்து நேராகப் பின்கட்டுப் பக்கமாகக் கழிவறையைத் தேடிப் போனான் திருவேங்கடம்.

முகம் கழுவிக்கொண்டு வந்தவன் அங்கிருக்கும் மண் வெட்டியைப் பார்த்ததும் எடுத்து கொத்தத் தொடங்கினான். அழகுச் செடிகளையும் பூச்செடிகளையும் நேர்த்தியாக வைத்திருந் தார்கள். அங்கங்கே பழமரங்களும், நிழல்தரும் மரங்களுமிருந்தன. செடிகளைச் சுற்றிலுமிருக்கும் புற்களைச் செதுக்கியெடுத்துவிட்டு அணைகட்டினான். நீர்பாயும் வழிகளைச் சமமாக மண்கழித்தான். இளம் வெயில் ஏறத்தொடங்கியிருந்தது. திருவேங்கடத்துக்கு எந்தச் சிந்தனையும் இல்லை. எதாவது நடக்கட்டும் என்ற முடிவை அவன் எடுத்திருப்பதை உறுதியாகச் செயல்படும் அவன் உடல் சொன்னது. ஊரில் நிலத்து வேலைகளைச் செய்வதில் தேர்ந்தவன் அவன்.

வீட்டின் முன்புறத்துக்கு வந்தபோது தோட்டத்துக்கு நடுவே நாற்காலியைப் போட்டு ஒருவர் உட்கார்ந்திருப்பதைப் பார்த்தான் திருவேங்கடம். அவரின் முன்னால் இருந்த சிறிய மூங்கில் மேசையின்மேலே சில கோப்புகளும் செய்தித்தாள்களும் இருந்தன. பக்கத்தில் காப்பிக் குவளை. அவரின் கவனத்தைக் கலைக்கும் வகையை யோசித்தது மனம். அவன் குனிந்து சத்தம் வரும்வகையில் வேகவேகமாய்ச் செதுக்கினான். ஓரக்கண்ணால் பார்த்தபோது அவர் இவனைப் பார்ப்பது தெரிந்தது. நிமிர்ந்து நின்றான். அவர் அவனை அருகில் வரும்படி சைகை செய்தார். மண்வெட்டியைப் போட்டுவிட்டு பவ்வியமாக அவரின் முன்னால் போய் நின்றான்.

“யாரு நீ. புதுசாருக்க. தோட்டக்காரனா?”

“ஸ்டூடன்ட் சார். சைதாப்பேட்டை பேடிஸன் ஆஸ்டல்ல தங்கிப் படிக்கிறேன் சார்.”

அதிகாரிக்குக் குழப்பமாக இருந்தது. அவர் உள்ளே பார்த்து யாரையோ கூப்பிட்டார்.

“இங்க நீ என்ன செய்யற? உன்ன யாரு இந்த வேலையைச் செய்யச் சொன்னது?”

“நாந்தான் இங்க தங்கச் சொன்னேன். நேத்து ஏதோ ஒரு வேலையா போயிட்டிருந்தாராம். அந்த நேரத்துல நீங்க ஆஸ்டலுக்கு விசிட் போயிருக்கிங்க. நீங்க போன நேரத்துக்கு இவரு இல்லேன்னு, சஸ்பெண்ட் பண்ணிட்டிருக்கிறாரு வார்டன். வெளியூர் போல. பாக்க பாவமாயிருந்தது.”

அதிகாரி மனைவியைக் கண்டிப்புடன் ஒரு பார்வை பார்த்தார்.

"படிக்க வந்தா ஆஸ்டல்ல நேரத்துக்கு ஒழுங்காயிருக்கணு மில்ல, அதவிட வேற என்ன ஊர் சுத்துற வேல?"

திருவேங்கடத்தைப் பார்த்துக் கேட்டார்.

"எந்த ஊரு?"

"பெரியபேட்டை சார். வேலூர் ஜில்லா"

"யாரு இங்க கொண்டாந்து சேத்தது?"

"கூட்டமைப்பு தலைவர் சிவமலை! தலைவர் சிவராஜ் சிபாரிசு செஞ்சார்."

அதிகாரி அதிர்ச்சியடைந்தவராய் எழுந்து நின்று கொண்டார்.

"அவ்ளோ பெரிய ஆளுங்க மூலமா படிக்க வந்திருக்கிற? பொறுப்பு வேணாமா உனக்கு? போ, போய்க் குளிச்சிட்டு வந்து சாப்புடு. அதுக்குள்ள நான் ஒரு தபால் எழுதி வெக்கிறேன். வார்டன்கிட்ட கொண்டுபோய் குடுத்துட்டுத் திரும்பவும் ஹாஸ் டல்ல சேந்துக்க."

திருவேங்கடம் தலையாட்டினான். அவனது உடல் களைப்பை மறந்து லேசாகியிருந்தது. பெரும் பாரம் நீங்கிவிட்டது. சிவமலையின் பெயரும், சிவராஜின் பெயரும் அதிகாரியை ஏன் எழச் செய்துவிட்டது என, குளிப்பதற்குப் போகும்போது யோசித்துக் கொண்டே போனான்.

13

அறையில் உடன் தங்கியிருப்பவர்களில் பொன்னரசைத் தவிர யாரும் நினைவிலில்லை. அவன் திருவேங்கடத்தை ஆக்கிர மித்துவிட்டான். விடுதியிலிருந்து சஸ்பெண்ட் ஆன அன்று திருவேங் கடத்துக்கு பொன்னரசின் மேல் கோபம் வந்தது. ஆனால், அதிகாரியைப் பார்த்த சம்பவம் எல்லாவற்றையுமே மறக்கச் செய்து விட்டது. சொல்லப்போனால் அவன் மீதே கோபம் வந்தது. அவனிடம் இருந்த தயக்கத்தின் மீதும், படபடப்புணர்வின்மீதும், அதீத கற்பனையின்மீதும் விடுதிக் காப்பாளர் சஸ்பெண்ட் கடிதத்தை நீட்டியபோது வாங்க மறுத்துவிட்டு, "நான் போக மாட்டேன்" என்று சொல்லியிருந்தால் என்ன நடந்திருக்கும்? தான் நினைத்ததை அப்படியே பொன்னரசு சொன்னதும் வியப்பு உருவானது.

சஸ்பெண்ட் விசயத்தை மறுநாள் பொன்னரசு விடுதிக்கு வந்ததுமே பேரானந்தம் சொல்லிவிட்டான். பொன்னரசுக்குச் சங்கடமாய்ப்போனது. திருவேங்கடம் கல்லூரியிலிருந்து வந்து சேர்ந்ததும் விசாரித்தான். திருவேங்கடம் சொல்லச்சொல்ல பொன்னரசுக்கு முகம் இறுகிக்கொண்டு வந்தது.

"ஏன்டா, என்னாடா பையன் நீ? வர்ற கோவத்துல அடிச்சே கொன்னுடுவேன்."

ஆதங்கத்தில் பொன்னரசு கத்தியபோது துக்கமேற்பட வில்லை. அடிமனதில் சொல்ல முடியாத அன்பு சுரந்தது. அதன் இதம் அவனை நெகிழ்த்திவிட்டது. கண்கள் துளித்துக் கொண்டன.

"அதிகாரி வர்ற நேரத்துல ஸ்டூடண்ட் எல்லாம் இருக் கணும்றது விதியா? இவ்ளோ பெரிய சிட்டியில எங்கெங்கோ போயி படிச்சிட்டு, அல்லாடிக்கினு வருவான். ஏழுமணிக்கெல்லாம் வந்துறணும்றது என்ன சட்டம்? மயிரு சட்டம்? நீ எங்கூட வா."

பொன்னரசு திருவேங்கடத்தை காப்பாளர் அறையை நோக்கி கோபத்துடன் கூட்டிக்கொண்டு போனான். கூடவே பேரானந்தமும் போனான். பொன்னரசு போட்ட சத்தத்தில் காப் பாளர் எழுந்து நின்றுவிட்டார்.

"இங்க தங்கற ஸ்டூடண்ஸ்செல்லாம் ஏழுமணிக்குள்ள வருணும்னு சட்டம் எதானா இருக்குதா? இருந்தா அதக்காட்டு சார். இவன் பரவால்ல பச்சையப்பாஸ்ல படிக்கிறான். உன்னொருத்தன் எம்.சி.சி.யில படிக்கிறான். தாம்பரத்துலர்ந்து அவனால ஏழுமணிக்குள்ள எப்பிடி வர முடியும்? சட்டத்துக்கு ஏத்த மாதிரி நாங்க நடந்துக்குணுமா? இல்ல எங்குளுக்கு ஒதவி செய்றதுக்கு சட்டமா? நாளைக்கி தாழ்த்தப்பட்ட மாணவர்கள் மட்டும் தர்ணா செய்யப்போறோம்."

காப்பாளர் பதறினார்.

"நீ இப்பிடிச் செஞ்சா ஹாஸ்டல் கட்டுப்பாடே போயிடும் பொன்னரசு. விசயம் முடிஞ்சிபோச்சி. உட்டுடு."

"இப்ப மட்டும் என்னா கட்டுப்பாட்டுல ஹாஸ்டல் இருக்கு துன்ற சார்? சாப்பாட்டுக்கு நிக்கிற வரிசையில மொதல்ல தாழ்த்தப் பட்ட மாணவங்க நிக்க முடியில. ஹாஸ்டல் துணி தோய்க்கிற டோபி எங்க துணிய தோய்க்க மாட்டேன்னு மொறண்டு புடிக் கிறான். சாப்பாடு ஒழுங்கா போட்றதில்ல. இதான் கட்டுப்பாடா? ஜாதிக் கட்டுப்பாடு? அதானே நீ சொல்ற கட்டுப்பாடு?"

தலைகுனிந்திருந்தார் காப்பாளர்.

"பாத்து கவனமா இருந்துக்க. ஸ்டூடண்ஸ் யாராவது இல்லேன்னா நீதான் எத்தையாவது சொல்லிச் சமாளிக்கணும். காப்பாளர்னா தகப்பன் மாதிரி."

பொன்னரசு திரும்புகையில் காப்பாளர் அவனைத் தலையைத் தூக்கிப் பார்த்தார். அவர் நெஞ்சில் குத்தப்பட்டிருந்தார் போலிருந்தது.

அறைக்கு வந்து அமர்ந்தபிறகு திருவேங்கடத்திடம் சொன்னான் பொன்னரசு.

"எதுக்கும் பயிப்படாதடா திரு. பயம் ஒரு நோய் மாதிரி. அத இந்த வயசிலயே கிள்ளிப்போடலன்னா பொறையோடிடும். தயங்காத. மனசுல பட்டத பேசு. வார்த்தை மூலமாதானடா நெனைக்கிறத சொல்லமுடியும்? அமைதியா இருந்தா உன் மனசுல இருக்கிறது எதிராளிக்கு எப்டித் தெரியும்? மனச படிக்கிறவன் இந்த உலகத்திலயே கெடையாது. அப்பிடி இருந்தா மொழியே தேவைப்படாது."

இன்டர்மீடியட் தேர்வுகள் நெருங்கிக்கொண்டு வந்தன. நடுவில் ஒருமுறை மட்டும் ஊருக்குப் போய்வர வாய்ப்புக் கிடைத்தது. பிறகு வந்த நீண்ட விடுமுறைகளில்கூட திருவேங்கடம் ஊருக்குப் போகவில்லை. அவ்வப்போது கடிதங்களை எழுதுவதோடு நிறுத்திக்கொண்டான். கடைசியாய் ஊருக்குப்போன பயணத்தில், "என்னாடா மச்சான், எந்தங்கச்சிய மறந்துட்டியா? தோப்பூருக்கு ஒரு மெதி மெதிக்கலாமா?" என்று சிவலிங்கம் கேட்டான். சிரித்து மழுப்பிக்கொண்டு மறுத்துவிட்டான் திருவேங்கடம். உள்ளுக்குள்ளே குப்பி முகம் திருப்பிக்கொள்வது போலிருந்தது. பார்த்துக்கொள்ளலாம் என்று சொல்லிக்கொண்டான். பொன்னரசுடன் சுற்றுவதே இப்போது அதிகமாயிருந்தது. பொன்னரசு நூல்களை அறிமுகம் செய்துவைத்தான். கன்னிமரா நூலகத்துக்கு அடிக்கடி அவனை அழைத்துக்கொண்டு போனான். நூற்றுக் கணக்கான நூல்களை அங்கே பார்த்ததும் திருவேங்கடத்துள் ஒரு சிறுமையுணர்வு எழுந்தது. வீட்டில் இருந்த சொற்ப இதழ்கள் நினைவுக்கு வந்துபோயின.

"கதை, கவிதைங்கள படிக்கிணும். மொழியையும் மனிதர்களையும் அதுங்கள்ளேர்ந்து தெரிஞ்சிக்கலாம். மனசு பண்படும். அரசியல் படிக்கணும். அது உன் சமூகத்தை உனுக்குத் தோலுரிச்சி காட்டும். நீ தெளிவடையலாம்."

திருவேங்கடம் ஓய்வுநேரங்களில் நூலகங்களுக்குப் போகத் தொடங்கினான். அங்கே இந்து, மெயில் போன்ற ஆங்கில ஏடு களையும், ஆனந்தவிகடன், சுதேசமித்ரன், நவசக்தி, கலைமகள் போன்ற தமிழ் ஏடுகளையும் வாசிக்க முடிந்தது.

பொன்னரசின் வீட்டுக்குப் போனபோது வேறு பத்திரிகை களைப் பற்றி திருவேங்கடம் அறிந்துகொண்டான். குடியரசு, திராவிடநாடு, பகுத்தறிவு, சமதர்மம், ரிவோல்ட், விடுதலை, தொண்டன், சுயமரியாதை தொண்டன், திராவிடன், தமிழன், பறையன், உதயசூரியன் போன்ற ஏடுகளை அவன் தேதிவாரியாக நூலாகத் தொகுத்து வைத்திருந்தான். அவற்றை ஆர்வத்துடன் புரட்டிப்பார்த்தான் திருவேங்கடம்.

" 'சமதர்மம்' உங்க ஊர்ப்பக்கம், ஜோலார்பேட்டையிலர்ந்து வர்றதுதான்! 'உதயசூரியன்' உங்க ஊருக்கு ரொம்பவும் பக்கமா புதுக்குடியிலிருந்து வர்றது. நான் படிக்கிற பத்திரிகைகள்ள இப்பிடி ஏதானா ஒரு பத்திரிகையோட விளம்பரத்தைப் பார்த்ததும் அதுக்கு எப்பிடியாவது பணம்பொறட்டி சந்தா அனுப்பிச்சிடுவேன். அதுங்க ஊட்டுக்கே வந்துடும். 'பறையன்' பத்திரிகையை ராயப் பேட்டையில வயசான ஒரு பெரியவர்க்கிட்டர்ந்து வாங்கினேன். அது நின்னுபோயே இதோ அம்பது வருசம் ஆவப்போது."

பொன்னரசிடம் தமிழன் இதழ்களையும், உதயசூரியன் இதழ்களையும் பார்த்தபோது திருவேங்கடத்துக்குத் தாளமுடியாத மகிழ்ச்சி உண்டானது. இரு பத்திரிகைகளும் அவன் வீட்டில் இருந்ததால் அவற்றின்மீது அவனுக்கு மிகுந்த பிரியம் உண்டு.

ஏடுகளின் தொகுப்புகளை திருவேங்கடம் புரட்டிக்கொண்டி ருந்தபோதே சில புத்தகங்களை எடுத்து அவன் முன்னால் வைத்தான் பொன்னரசு.

கம்யூனிஸ்ட் அறிக்கை, லெனினும் மதமும், சாதியை ஒழிக்க வழி, ஞானசூரியன், தீண்டாதவர்கள் யார்? அவர்கள் ஏன் தீண்டாதவர்கள் ஆனார்கள்? ஜீவிய சரித்திர சுருக்கம். எல்லா நூல்களுமே குடியரசுப் பத்திரிகையின் வெளியீடுகள்.

திவான் பகதூர் இரட்டை மலை சீனிவாசனின் ஜீவிய சரித்திர சுருக்கம் மட்டும் வேறு ஓர் ஆங்கிலப் பதிப்பகத்தால் வெளியிடப்பட்டிருந்தது.

திருவேங்கடம் அவற்றை ஒவ்வொன்றாக எடுத்துப் புரட்டி னான். சென்னைப் பட்டணத்தின் ஒதுக்குப்புறத்தில், ஒடுக்கப்பட்ட மக்கள் வாழும் பகுதியில், ஒரு குடிசைக்குள் இருக்கின்ற சிறிய மர அலமாரிக்குள், குட்டி உலகம்.

அவ்வீட்டைப் பார்வையாலேயே அளந்தான். அது பேதலித்துக்கிடந்தது. பொன்னரசு ஒரு செம்பில் நீரெடுத்துவந்து அவனெதிரில் வைத்துவிட்டு உட்கார்ந்துகொண்டான்.

“ஆச்சரியம் தந்துனே இருக்கிறேண்ணா...”

“இதுங்கள பாத்துட்டு சொல்றயா? நம்ம சுத்தியிருக்கிற ஒலகத்தையும், நம்ம சமுதாயத்தையும் பத்தி தெரிஞ்சிக்கிலன்னா அது என்னா வாழ்க்க?”

திருவேங்கடம் மௌனமாயிருந்தான்.

“இன்னும் கொஞ்ச வருசத்துல நம்ம நாடு சொதந்தரம் வாங்கிடுமுன்னு சொல்றாங்கடா திரு. ஆனா இங்க வறும ஒழியில. சாதி ஒழியில. மடத்தனங்கள் போகல. சுதந்திரம்வந்து என்னா ஆகப்போது? அம்பேத்கர், ஈ.வெ.ரான்னு பல தலைவர்ங்க பேசினும் எழுதினும் கீறாங்க. அதுலேர்ந்து எதானா தீர்வு கெடைக்குமான்னு தெரிஞ்சுக்கத்தான் நான் இப்பிடி புத்தகங்களப் படிக்கிறேன்.”

பொன்னரசின் பேச்சோடு தன்னை முடிச்சிட்டுக்கொள்ள விரும்பினான் திருவேங்கடம். ஆனால், அவனிடமோ மெல்லிய இழைபோன்ற செய்திகளே இருந்தன. ஆனாலும் அவனால் வாய்மூடி இருக்க முடியவில்லை.

“எங்க ஊட்டுக்கு பெரியசாமிப் புலவரும், உதயசூரியன் நடத்தும் தாஸ்தலைவரும் வந்திருக்காங்கண்ணா. தாஸ் தலைவர் அடிக்கடி வருவாரு.”

“நீ குடுத்து வெச்சவண்டா” என்றான் பொன்னரசு.

“இப்பதான் தாழ்த்தப்பட்டோர் விடுதலைய இங்க பேசறதா சொல்றாங்க இல்லியா? அது தப்பு. புத்தர் காலத்துலர்ந்தே அது தொடங்குது. ஒடுக்கப்படறவன் திமிறி எழுவான்றது மானுட நியதி. பண்டிதரும், இரட்டைமலை சீனிவாசனும், தந்தை எம்.சி. ராஜாவும் பேசிக்கிறாங்க. ஜஸ்டிஸ் கட்சியாட்களையும் இதுல சொல்லணும். சுயமரியாதை இயக்கத்தலைவர் ஈ.வெ.ரா இப்ப தீவிரமா சாதியொழிப்பைப் பத்தி பேசிட்டு வர்றதோட, அங்கங்க போராட்டமும் நடத்துறாரு. அம்பேத்கர் வந்தப்புறமா இந்தப் பிரச்சினைக்கு ஒரு சர்வதேச அடையாளம் கிடைச்சிருக்குது. நவநாகரிகமடைஞ்சிட்டு வர்றாப்ல தெரியிற இந்தப் பட்டணத்துலயே இன்னும் தீண்டாமையும் ஜாதியும் ஒழியிலடா. உன்னும் உங்கூரைப்போல கிராமத்தப் பத்தி சொல்லவே தேவையில்லை. இங்க தாழ்த்தப்பட்டவங்க முக்கியமான எடங்கள்ள வீடு வாங்க முடியாது. படிக்க முடியாது.

தாழ்த்தப்பட்ட மாணவர்கள் ஹாஸ்டல்ல தங்கிப் படிக்க முடியாது. இப்ப நாம தங்கினுக்கீற ஹாஸ்டலோட பழைய எடம் எது தெரியுமா?

ராயப்பேட்டை. 1921லே எம்.சி. ராஜாவும், பழனிச்சாமின்ற வரும் தொடங்கினது.

அப்புறமா அது இங்க வந்துடுச்சி.

அவ்ளோ ஏன், ஒரு இருவது வருசத்துக்கு மின்னாடி மயிலாப்பூர்லயெல்லாம் தெருவுல நடந்துபோவ முடியாது. நம்ம சீனிவாசன் தலைவருதான் அத்த எதிர்ச்சி சட்டசபையில பேசி சட்டம் கொண்டாந்தாரு.

இப்பகூடக் காத்தால எந்திரிச்சி ரோட்டுல பாத்தியானா, ஒரு கையில ஆசிட்டையும், உன்னொரு கையில சுண்ணாம்புத் தூளையும் எடுத்துக்குனோ, பீ வண்டியத் தள்ளிக்கினோ தாழ்த்தப் பட்டவங்க போறத மெட்ராஸ் தெருங்கள்ள பாக்கலாம். இங்க கக்கூஸ் எடுக்கிறது தாழ்த்தப்பட்டவன்தான். ஊட்டுவேல செய் யிறது தாழ்த்தப்பட்ட பொம்பளைங்கதான். எங்கம்மாகூட ஒரு ஊட்டுக்குப் பாத்திரம் தேய்க்கவும், துணிதேய்க்கவும் போது. ஆனா அதை ஊட்டுக்குள்ள நொழைய உடமாட்டாங்க. பின்கட்டுல போயி கழுவணும், தோய்க்கணும், அத ஊட்டுக்காறப்பொம்பள ஒருதரம் தண்ணில அலசி எடுத்துக்குவா. கை ரிக்‌ஷா இழுக்கிறது, ஜட்கா ஓட்றது, மூட்டை தூக்கறது எல்லாரும் யாருன்ற? தெருவுக் குக் கீழயே வாழ்க்க. அங்கயே பிரசவம், காதுகுத்து, சடங்கு, கல்யாணம். எங்கூட வா. நார்த்மெட்ராஸ் பூரா ஒருமுற கூட்டினு போறன். பொன்னகரம்னு ஒரு கத. முப்பத்தி நால்லியே மணிக் கொடி பத்திரிகையில புதுமைப்பித்தன்னு ஓர்த்தர் எழுதியிருக் கிறாரு. சேரி வாழ்க்கைய. அதுல அம்மாளு செஞ்சதா சொல்றது எனுக்குப் புடிக்கல. ஆனா அந்தக் கதையில வருதே வாழ்க்க, அது உண்ம."

"இதுவெல்லாம் எப்பண்ணா ஒழியும்?"

"ஒழியணும். ஒழியும். ஆனா எப்பன்னு தெரியில. இந்த ஒலகத்துல பொறக்குற எல்லா மனுசனும் ஒண்ணுதான். தான் விரும்புற எடத்துல வாழவும், தான் விரும்புற தொழில செய்யவும், தான் விரும்புற பொண்ணை கல்யாணங்கட்டவும் எப்ப ஓர்த்த னுக்கு உரிம கொடைக்குதோ அப்பதான் இது ஒழிஞ்சா மாதிரி! இல்லன்னா அதுவரீக்கும் போராடினேக்கீனும். அதான் ஒரே வழி."

திருவேங்கடம் பொன்னரசைக் கூர்ந்து பார்த்தான். அதைச் சொல்லும்போது கண்கள் பிரகாசித்தன. எவ்வளவு ஆழமாக அதைக் கனவு காண்கிறான்? அவன் கண்களில் தெரிந்த ஒளி அந்தக்கணமே வெளியேறி உலகத்துக்கு வழிகூறும் ஒளிப்பிழம்பாய் வானத்தில் போய் நின்றுவிடாதா என விரும்பியது மனம்.

“போராடணும். போராட்டம் ஒண்ணுதான் ஒரே வழி. அந்தப் போராட்டம் சூழ்நிலைக்குத் தக்கமாதிரி எப்பிடியும் இருக்கலாம். எதிர்ப்புணர்வைக் காட்டறதே முக்கியம். ஒரு அஞ்சாறு வருசத்துக்கு மின்னாடிகூட சென்ட்ரல் டேசன்ல போனீன்னா பிராமணாளுக்கு மட்டும்னு அங்கக்கீற ஓட்டல்ல போர்டு இருக்கும். மெட்ராஸ்லயே சில கடைத்தெருவுல அப்பிடியாப்பட்ட போர்டுங்கள நான் பாத்துருக்கிறேன். நம்ம ஈ.வெ.ராவோட போராட்டத்துல அந்த போர்டையெல்லாம் இப்ப எடுத்துட்டானுங்க.

மனுதர்ம சாஸ்திரத்தையே சுயமரியாதை மாநாட்டில எரிச்சிருக்கிறாங்க. அம்பேத்கரு மனுதர்ம சாஸ்திரத்தைக் கொளுத்தி யிருக்கிறார். இப்படிக் களத்துல எறங்கிப் போராடறது ஒரு பக்கம். ஜாதிக்கட்டுப்பாடுங்களை உடைத்தெறி, பார்ப்பனியமே பாழடைக, கலப்பு மணத்தால் ஜாதிப்பிரிவு ஒழியும், சாதிப்பிரிவினில் தீ மூட்டுவோம், இப்பிடிப் பத்திரிகைகள் மூலமா கருத்துப் பிரச்சாரம் ஒரு பக்கம். ரெண்டுமே இணையா நடக்குது. தமிழன்ல வந்த ஒரு செய்திதான் என்ன போராட்டத்தின் மேலயே விருப்பமுண்டாகப் பண்ணுச்சி. குப்புசாமின்னு ஒருத்தர். ராணுவ வீரர். அயோத்தி தாசரோட தொடர்புல இருந்தவர். பெங்களூர்ல வாழ்ந்தவர். அவரு தன்னுடைய சொந்த ஊரான காஞ்சிபுரம் அங்கம்பாக்கத்துக்கே வந்துட்றாரு. சொந்த ஊர்ல வந்து பாத்தா எங்க பாரு சாதிக் கொடும. அடக்குமுற. இவரு அத எதிர்க்கல. அதுக்குப் பதிலா தாழ்த்தப்பட்டவங்களுக்குப் பள்ளிக்கூடம் கட்றாரு. புறம்போக்கு நெலத்தை அடையாளம் காட்டி விவசாயம் செய்ய வெக்கிறாரு. கூட்டுறவு சங்கம் ஒண்ண ஏற்படுத்தி பணஉதவி செய்றாரு. மது பானத்துக்கு எதிரா பிரச்சாரம் பண்ணி குடிப்பழக்கமுள்ளவங்கள மாத்தறாரு. நெலம மாறினு வருது. இந்த மாற்றங்களை ஆதிக்கஜாதி ஆட்களால ஏத்துக்கமுடியில. நேரம்பாத்துனேயிருக்காங்க.

ஒருநாள் அவர் வெளியூருக்குப் போயிட்டு அங்கம்பாக்கம் வரும்போது பாத்தா பெரிய கலவரம். தாழ்த்தப்பட்டவங்க ஊடுங் களை அங்கக்கீற ஆதிக்க ஜாதிக்காருங்க கொளுத்துறாங்க. குப்பு சாமி ஊட்ட தாக்கறாங்க. அவரு பொண்டாட்டி புள்ளைங்கள வீட்டோட தீவெச்சிக் கொளுத்துறாங்க. பாத்தாரு குப்புசாமி.

தங்கிட்ட இருந்த துப்பாக்கிய பாதுகாப்புக்காக எடுத்து சுட்டாரு. இருவத்தியோரு முற. அஞ்சுபேரு அங்கியே போயிட்டான். ஒம்பது பேருக்குப் படுகாயம், பதினைஞ்சிபேருக்கு லேசான காயம். அதுக்குப்பிறகு ஒருத்தன் கிட்ட வரல. கேசு நடந்துச்சி. மொதுல்ல விசாரிச்ச ஜட்ஜு குப்புசாமிக்கு ஆயுள்தண்டனை குடுத்துட்டாரு. சைதாப்பேட்டை கோர்ட்டுலர்ந்து, ஹைகோர்ட்டுக்கு கேசுவந்துச்சி. அங்க, குப்புசாமி பாதுகாப்புக்காகத்தான் சுட்டாருன்னு வாதாடி னாங்க வக்கீலுங்க. ஜட்ஜு குப்புசாமிய விடுதலை செஞ்சிட்டாரு.

ரொம்ப நாளா இதப்பத்தி யோசிச்சிட்டு கெடந்தன்டா. குப்புசாமி வழிதான் நமக்கு சரின்னு பட்டது. அமைதியான முறையில நீ உன் வேலைய தொடர்ந்து செய். ஆபத்து நேரத்துல துணிஞ்சி செயல்படு."

பொன்னரசு மேலும் மேலும் பேசிக்கொண்டே போனான். திருவேங்கடம் பேராவலோடு கேட்டுக்கொண்டிருந்தான். விடுதிக்குத் திரும்பும்போது ஞானசூரியன் நூலையும், ஜாதியை ஒழிக்க வழி நூலையும் படிப்பதற்கென எடுத்து வந்தான்.

14

ரயில் நடைமேடையில் நின்று திருவேங்கடத்திடமும், பேரானந்தத்திடமும் பேசிக்கொண்டிருந்தான் பொன்னரசு. ரயில் புறப்படுவதற்கு இன்னும் நேரமிருந்தது. திருவேங்கடத்தின் கண்கள் அழுது சிவந்திருந்தன. அவன் விடுதியிலேயே நிறைய அழுது விட்டான். இன்டர்மீடியட் படிப்பு இவ்வளவு சீக்கிரத்தில் முடிந்து விடுமென்று அவன் நினைக்கவில்லை. இருக்கிறது இருக்கிறது என்று அவன் இருந்தபோது இல்லை என்றாகிவிட்டது. கல்லூரியில் உடன் படித்தவர்களையும், கல்லூரியையும்கூட இப்போது அவனுக்கு நினைவில்லை. பேடிசன் விடுதியும், அவன் அறை நண்பர்களுமே மனதில் நிறைந்திருந்தனர்.

பட்டணத்திற்கு முதன்முதலில் வந்தபோது வெறுப்புணர்வு தோன்றியது. உடனே ஓடிவிடலாமா என்றே விரும்பியது அவன் மனம். பேடிசன் விடுதி அறையில் வீசிய புழுங்கல் வாடை அங்குபோடும் உணவிலும் வீசியது. இப்போதோ அவையெல்லாம் பிரியத்துக்குரிய நினைவுகள்.

தேர்வுகள் முடிந்து கல்லூரி வெறிச்சோடிவிட்டது. விடுதி தேனீக்களற்ற கூட்டைப்போல நின்றது. சென்னை வெயிலில் தகித்தது. திடீரென்று ஆள்நடமாட்டம் குறைந்துபோனது. மலைகள்

சூழ்ந்த அவன் கிராமத்தில் கோடை வேறுவிதமாக இருக்கும். இலைகள் உதிர்ந்த மரங்களோடு மலை நிற்கும். செம்மண் புழுதி பரப்பும் அனல்காற்று அடிக்கும். பட்டணத்திலோ கோடை வேறு மாதிரி இருக்கிறது.

நகரத்தின் மீது கவியும் சூரியன், ஆழ்ந்துகிடக்கிறது. எப்போதாவது அது நெகிழும் இடைவெளியில் கடல்காற்று குளிர்ந்து வீசுகிறது.

விடுதியில் ஆண்டுவிழா நடந்தது. செல்வம், பாகவதரின் 'வதனமே சந்திர பிம்பமோ...' பாட்டையும், 'சொப்பன வாழ்வில் மகிழ்ந்தே' பாட்டையும் பாடினான். அவனின் மெல்லிய குரலுக்கு மேல் ஸ்தாயியில் போய்ப்பாடுவது சிரமமாக இருந்தது. ஆனாலும் சமாளித்தான். வதனமே பாட்டிலே, மலர்ந்த சரோஜமோ என்னும் இடத்தில் அவனுக்குக் கமகங்கள் அபாரமாய் வெளிப்பட்டன.

பொன்னரசு சாதியொழிப்பைப்பற்றி உணர்வுபூர்வமாய் ஓர் உரையை நிகழ்த்தினான். பேரானந்தமும் திருவேங்கடமும் பொன் னரசும் சேர்ந்து 'புராணக் குப்பையில் புரளாதிரு' என்ற நாடகத்தை நடத்தினார்கள். விடுதியில் இருந்த இருபது அறைகளிலுமே பத்தாவது அறையின் பெயர் அழுத்தமாய்ப் பதிந்துவிட்டது. விடுதி அதிகாரி விழாவுக்கு வந்திருந்தார். திருவேங்கடத்தைப் பார்த்ததும் புன்னகைத்தவர், அருகில் அழைத்து தட்டிக்கொடுத்துப் பேசினார். அவர் தன்னுடைய உரையில் அம்பேத்கர், ஈ.வெ.ரா, காந்தி என்று பேசியது திருவேங்கடத்துக்கு உவப்பாய் இருந்தது.

"மொத ரெண்டு பேரோட மூணாவது ஆள் சேரமாட்டாரே, அவரப்போயி எதுக்கு இப்பிடிச்சேத்து சொல்லணும்?" என்றான் பொன்னரசு. திருவேங்கடமும், அவனும் அப்போது பூடகமாகச் சிரித்துக்கொண்டனர்.

காலையில் புறப்படுவதற்கு சுத்தமாய் மனசில்லை. பொன் னரசுதான், "மனச இளகவைக்காத, நம்மப்போல ஆளுக்கு அது ஆபத்து! எதையும் பகுத்தறிவோட யோசி. இந்தக்கட்டத்தை நீயும் நானும் கடந்துதானே ஆவுணும்?" என்றான்.

திருவேங்கடத்தின் மிதிவண்டியைப் பொதி சேவையில் பதிந்து ரயிலில் ஏற்றினார்கள். ஊருக்குப் போகும் பெங்களூர் வண்டியில் ஏறிக்கொள்வதற்கென சீக்கிரமாகவே வந்துவிட்டனர். பேரானந்தம் காட்டுப்பாடியில் இறங்கிகொள்வதாகச் சொல்லி திருவேங்கடத்தோடு வந்தான்.

"அடிக்கடி தபால் போட்றா. பரீட்சை முடிவு வந்ததும் எங்கி யாவது பி.ஏ. சேந்துடு. முடிஞ்சா இங்கியேகூட வந்துடு. நான் பாத்துகிறேன்" என்றான் பொன்னரசு. திருவேங்கடம் ஒன்றும் பேசாதவனாய் தலையை ஆட்டிக்கொண்டிருந்தான். அவனுக்கு இருந்திருந்து அழுகை உந்திக்கொண்டு வந்தது. சொற்கள் அடை பட்டிருந்தன. ரயில் புறப்படும் சத்தம் கேட்டதும் பொன்னரசு திருவேங்கடத்தை அவசரப்படுத்தினான்.

"சரிடா திரு. வண்டி பொறப்புடுது. நீ ஏறிக்க" என்றான். பிறகு அவன் தன் தோள் பையிலிருந்து கித்தான் துணிச்சுருள் ஒன்றையும், சில புத்தகங்களையும் தந்தான்.

"ஞாபகமா வச்சிக்க."

சன்னலோர இருக்கையில் ஏறி உட்கார்ந்ததும் பொன்னரசின் உருவம் மறையும்வரை கையசைத்துக் கொண்டேயிருந்தான் திருவேங்கடம். ரயில் பேசின் பிரிட்ஜ்ஜை தாண்டியது. முந்தைய கணத்திலேயே உறைந்துகிடந்த திருவேங்கடத்தை உலுப்பினான் பேரானந்தம்.

"பொன்னரசு என்னா குடுத்துருக்கான்னு பாருடா திரு."

உணர்வு வந்தவனானான் திருவேங்கடம். அவன் முகத்தில் ஆர்வம் படர்ந்தது. கித்தான் சுருளைக் கட்டியிருந்த நூல் சுருக்கை இழுத்துப் பிரித்தான். அம்பேத்கர் ஓவியம். மிக அழகாக, எண்ணெய் வண்ணத்தில் வரையப்பட்டிருந்தது அந்த உருவப்படம். ஏதோ ஒரு பத்திரிகையில் வெளியாகியிருந்த படத்தை மாதிரியாகக் கொண்டு பொன்னரசு அதை உருவாக்கியிருக்கவேண்டும். இயல்பையும், தன் கற்பனையையும் சரிவிகிதத்தில் அவன் கலந்திருந் தான். அடர்ந்த வண்ணங்களால் தீட்டப்பட்ட ஓவியம் அம்பேத் கருக்குக் காவியத்தன்மையை வழங்கியது.

ஓவியத்தைப் பார்த்த தருணத்திலேயே உருகிவிட்டான் திருவேங்கடம். அவன் கண்களில் நீர்திரண்டது. 'மனதை அடிக்கடி இளகவைக்காதே' என்று பொன்னரசு சொன்னது நினைவுக்கு வந்ததும் அவசரமாகக் கீழே குனிந்து நீர்த்துளிகளைத் துடைத்துக் கொண்டான். பேரானந்தத்தைப் பார்த்து வலிந்து சிரித்தான்.

"என்னாமா வரைஞ்சிருக்கான்டா? எப்பிடிடா உனக்கு மட்டும் இப்பிடிச் செய்யிறான்? எனுக்கெல்லாம் அவங்கிட்ட பேசறதுக்கே பயமாயிருக்கும்."

"அதுபேருதான் தோழமை" என்றான் திருவேங்கடம். ஓவியத் தைக் கவனமாகச் சுருட்டி, பையில் வைத்துக்கொண்டான். புத்தகங்களை ஆசையுடன் புரட்டினான். குடியரசு வெளியீடுகளாக வந்த சில நூல்கள். பொன்னரசின் வீட்டில் பார்த்தவை. வீட்டுக்குப் போனதும் படித்து முடித்துவிட வேண்டுமென்ற பேராவல் உருவானது.

ரயிலின் சப்தமும், அவனைக் கடந்து ஓடும் நிலக்காட்சியும் கவரமுடியாமல் தோற்றன. எதையும் எண்ணத்தோன்றாமல் சூன்யமாய் உணர்ந்தது மனது. பின் மெல்ல அது தெளிந்தது.

ஊர் நினைவுகள் மெல்ல அவனுள்ளே வரத்தொடங்கின. ரயிலடிக்கு வரும்படி வீட்டுக்குத் தபால் எழுதியிருந்தான் திருவேங் கடம். யாரெல்லாம் வருவார்களெனத் தெரியவில்லை. ஆனால், தாத்தா நிச்சயமாக ஸ்டேசனில் இருப்பார் என நினைத்தான். வழிநெடுக பேரானந்தமும் திருவேங்கடமும் தன்போக்கில் பேசிக் கொண்டிருந்தார்கள். அவர்களின் பேச்சு அந்த வருடம் முடிவுக்கு வந்த இரண்டாம் உலகப்போர் பற்றியும், சுதந்திரப் போராட்டம் பற்றியும், ஊர் நிலைமைகளைப் பற்றியும் இருந்தன. பேரானந்தம் தன் பேச்சினூடே திருவேங்கடத்திடம் வேலூரிலுள்ள எலிசபெத் ராட்மன் ஊரீசு கல்லூரியில் பி.ஏ. சேரும்படி கேட்டுக்கொண்டான்.

பேரானந்தம் காட்டுப்பாடி வந்ததும் இறங்கிக்கொண்டான்.

புதுக்குடி ரயில்நிலையம் வந்ததுமே அவன் மனம் உற்சாகம் கொண்டுவிட்டது. திருவேங்கடத்தை வரவேற்க ஊரிலிருந்து ஒரு கூட்டமே வந்திருந்தது. இரண்டு ஒற்றைமாட்டு வண்டிகளில் வந்து நின்றிருந்தார்கள். பெரும்பகுதி அவனின் சினேகிதக்காரர்கள்தான். எல்லாருக்கும் முன்னாக இராவணேசனும், பெரியசாமியும் இருந்தார்கள். அவர்களுக்கு இணையாய் சிவலிங்கம் நின்றான். ரயிலை விட்டு இறங்கியதும் பெரியசாமி தாத்தா அவனைக் கட்டிக் கொண்டார்.

"நல்லாயிருக்கியா சாமீ?" அவரின் குரல் தழுதழுத்தது.

"வா எப்பா" என்றார் இராவணேசன்.

அவனின் கூட்டாளிகள் பிலுபிலுவென அவனைச் சுற்றிக் கொண்டார்கள். அவர்கள் எல்லாருக்கும் அவனால் பதில் சொல்லி மாளவில்லை. டிரங்குப்பெட்டியையும் பைகளையும் தூக்கிக் கொண்டுபோய் வைத்ததும் மாட்டு வண்டிப் பயணம் தொடங்கி விட்டது.

அழகிய பெரியவன் ● 83

"தாத்தா, நான் ஊருக்குப் போயிட்டு ரெண்டுநாள் கழிச்சி வர்றேன்." பெரியசாமியிடம் சொல்லிவிட்டு வண்டியில் ஏறிக் கொண்டான் திருவேங்கடம்.

"ஆகட்டும் சாமி" என்றார் அவர்.

வண்டியோட்டிய சிவலிங்கம் மாட்டின் வாலை முறுக்கியதும் ஓட்டமெடுத்தது. பின்னாலேயே இன்னொரு வண்டி வந்தது. அதிலே இராவணேசன் வந்தார். அவனிடம் ஏதேதோ கேள்வி களைக் கேட்டுக்கொண்டு வண்டியை ஓட்டினான் சிவலிங்கம்.

"எல்லாம் ஆற அமர ஊர்லபோயி பேசிக்கிலாம், பேசாம வழியப்பாத்து ஓட்டுடா" என்றார்கள் சிலர். அப்போதும் அவன் அடங்கவில்லை.

ஊருக்குள் வண்டிகள் நுழைந்ததும் திருவேங்கடத்தின் மனத்தில் மகிழ்ச்சி ஊற்றெடுத்தது. பேருந்து நிறுத்தமிருந்த ஊர் முச்சந்தியிலேயே வண்டியை நிறுத்திவிட்டார்கள். சிவலிங்கம் இராவணேசனிடம், "நீ முன்னால போ மாமா, நாங்க திருவக் கூட்டிட்டு வர்றோம்" என்று சொல்லி அனுப்பிவிட்டான்.

திருவேங்கடத்தின் நண்பர்கள் சிலர் அங்கிருந்த கடைத்தெருப் பக்கமாக ஓடி, சாமந்திமாலையொன்றை வாங்கிவந்து அவனுக்குப் போட்டனர். பெருத்த ஆரவாரம் செய்தபடி அவனைச் சிலர் தோள்மீது தூக்கிக்கொண்டார்கள். திருவேங்கடம் சொல்லியும் அவர்கள் கேட்கவில்லை.

மேளவாசிப்புடன் ஊர்வலம் தொடங்கிவிட்டது. சிவலிங்கம் தான் முன்னால் நின்று தப்பை அடித்துக்கொண்டு போனான். டோல் மதாங்கியை ஒருவனும், சட்டியை ஒருவனும் அவனுக்குப் பின்னால் நின்று வாசித்தபடி சென்றனர். மேளக்குழுவுக்கு முன்னால் சில அடிகள் இடைவெளி விட்டு சிலர் கம்பு சுற்றுவதும், ஆட்டமாடுவதுமாக நகர்ந்தனர்.

சாலையில் இரண்டு பக்கங்களிலும் ஆட்கள் வீடுகளிலிருந்து வந்து நின்று வேடிக்கை பார்த்தார்கள். திருவேங்கடத்துக்குக் கூச்சமாக இருந்தது. அவன் நெளிந்தான். ஊர்வலம் பூங்குளத்தை எட்டியதும் எல்லாரும் வீடுகளிலிருந்து வந்துவிட்டார்கள். வீட்டெதிரில் போன பிறகுதான் நண்பர்கள் திருவேங்கடத்தை தோள்மீதிருந்து இறக்கிவிட்டனர். அவன் இறங்கியதும், தவமணி மகனுக்கு ஆலம் சுற்றினாள். திருவேங்கடத்தை அன்பொழுக வருடி நெட்டி முறித்தாள்.

15

சித்திரை மாத வெயிலுக்கு பூங்குளம் ஏரியின் நீரால் தாக்குப்பிடிக்க முடியவில்லை. காற்றும் சூரியனும் அள்ளியது போக கொஞ்சம் நீரே ஏரியில் இருந்தது. நீர் வற்றியதால் தத்தளித்த மீன்களை மீன் மகசூல் ஏலம் எடுத்தவர்கள் மொத்தமாகப் பிடித்துக் கொண்டு போனார்கள். அனேகமாக அந்த வாரத்தில் ஒருநாள் மீன் பரிகிலி விடுவதாகச் சனங்கள் பேசிக்கொண்டார்கள். பரிகிலி விடும் அன்று பூங்குளமே ஏரியில் இருக்கும். ஊர்மக்கள் கூட்டமாக இறங்கி சேற்றைக்கலக்கி மீன் பிடிப்பார்கள். வெயிலுக்குச் சாவகாச மாய் சேற்றில் படுத்திருக்கும் எருமைகள் பயந்து ஓடும். அவரவர்க்கு ஏற்றபடி துணிகளிலும், பாத்திரங்களைக் கொண்டும் மீன்பிடித்து எடுத்துச்செல்வார்கள். கெண்டையும் குரவையும் கெளுத்தியுமாகக் கிடைக்கும். நீர் நிரம்பிய காலங்களில் கழிமுகப் பொந்துகளில் வாழும் செங்கான் நண்டுகளும் பால்நண்டுகளும் அப்போது வெளியே வரமாட்டா.

ஏரிக்கரை பூவரசு நிழலில் நேரம்போவது தெரியாமல் திருவேங்கடமும் சிவலிங்கமும் பேசிக்கொண்டிருந்தார்கள். பேச்சினூடே சிவலிங்கம் கேட்டான்.

“வந்து ஒருவாரமாவப்போகுது, உன்னும் ஏன்டா தோப்பூர் பக்கமா போகல?”

“போகணுன்டா” என்றான் திருவேங்கடம்.

“சொல்லு, இப்பவே பெறப்படுவோம்” என எழுந்தான் சிவலிங்கம்.

“டேய் ஒக்கார்றா. மெட்ராசுலர்ந்து வரும்போது நாலஞ்சி புஸ்தகங்களைக் கொணாந்தன். அதுல உன்னும் ரெண்டு பாக்கியிருக்குது. படிக்கணும். அது முடிஞ்சதும் போயிடலாம்.”

சிவலிங்கம் திருவேங்கடத்தை ஒரு தினுசாகப் பார்த்தான்.

“ரொம்ப படிக்காதடா மச்சான். மரகழண்டுடும்.”

“ஹாஸ்டல் ஞாபகமே போகலடா. அங்க நடந்ததயெல்லாம் சொன்னா ஆச்சரியப்படுவ. பொன்னரசுன்னு ஒருத்தர். அவரப் பத்தி மட்டுமே மணிக்கணக்கா பேசலாம். இந்தச் சமுதாயத்தப் பத்தி என்ன யோசிக்கவெச்சவரே அவுருதான்டா. இப்ப எனக்குக் காதலிக்கிறதும், படிக்கிறதும் ஒண்ணுதாண்டா. சொல்லப்போனா. காதலைவிடப் படிக்கிறது இன்பமானது!”

"டேய், என்னான்னாவோ பேசறியேடா? இப்ப உங்கூட ஒக்கார்ணுமா, போணுமா?"

திருவேங்கடம் சிவலிங்கத்தை முதுகில் தட்டி சிரித்தான்.

"வா. எடத்தை மாத்தலாம்."

இருவரும் மிதிவண்டியில் சத்திரப்பட்டி கணவாய்ப் பக்க மாகப் போனார்கள். அங்கு ஓடும் காட்டாற்றைப் பார்க்க இருவரும் அடிக்கடி போவதுண்டு. ஆற்றின் கரையில் முடிவில்லாத மலைத் தொடர் ஒன்று ஆந்திராவைப் பார்த்துச் சென்றது. கணவாயை ஒட்டி மேலேறும் மலைப்பாதை கோலார் தங்கவயலுக்குப் போனது.

மலைச்சாலையின் முதல் திருப்பத்தில் அடர்ந்திருந்த புளியஞ் சோலையில் இருவரும் அமர்ந்துகொண்டனர். சரம்சரமாய்க் காய்த்திருந்த புளிக்கோப்பான்களைக் குரங்குகளின் கூட்டமொன்று தொக்கலாடிக்கொண்டிருந்தது. அங்கிருந்த மரங்களில் ஒன்றின் காய்கள் மட்டும் இரத்தச் சிவப்பிலிருந்தன.

"இரத்தப்புளி" என்றான் சிவலிங்கம். சில குரங்குகள் தாம் கடிக்கும் புளியங்காய்கள் சிவப்பாக இருப்பதைப் பார்த்ததும் பயத்தில் அவற்றைப் போட்டுவிட்டு ஓடின.

"அந்தப் புளியப் போலத்தான் நம்ம சமுதாயமும் இருக்குதுடா சிவலிங்கம். மேல பச்சையா இருக்குது. உள்ள ரத்தக்களறி."

"எடம் மாறி வந்தா பேச்ச மாத்துவேன்னு பாத்தா, தினியும் அதே புராணத்த படிக்கிறயேடா? மாமா உன்ன மெட்ராசுக்கு அனுப்சது தப்பு."

சிரித்துக்கொண்டே எழுந்தான் திருவேங்கடம். அங்கு நின்றபோது கீழே மழை அறுத்த கணவாயின் மண்தடங்கள் சிவந்து தெரிந்தன. இரண்டு மூன்று ஆள் பள்ளமிருக்கும் போல் தோன்றி யது. அடியில் செம்மணல் பரப்பு விரிந்திருந்தது. சில கற்களை எடுத்து அங்கு வீசினான்.

"காதலிக்கிறதுல தப்பில்லடா. எங்கப் போயிடப்போது குப்பி? எம்மாமன் மகதானே? அதுக்கும் எம்மேல ஆசன்னு எனுக்குத் தெரியும். மெட்ராஸ் போன புதுசுல அது நெனப்பு வந்து ஓடிவந் துடலாம்னுகூட இருந்துச்சி. ஆனா இப்ப நான் தெளிஞ்சிட்டேன். நான் குப்பியதான் கல்யாணங் கட்டிக்குவேன். இதான் உண்மை. ஆனா, படிக்கிறது, வேலைக்குப்போறது, கல்யாணங்கட்டிக்கிறது, இதுமட்டுமே என் நோக்கமில்ல..."

“அப்பறம்?”

“நான் பெடரேஷன்ல சேந்து தீவிரமா வேலசெய்யப் போறேன்.”

“அதான் உங்கப்பா இருக்கிறாரேடா...”

“நானும் இருக்கிறேன்.”

இருவரும் கொஞ்ச நேரத்துக்கு அமைதியாக இருந்தனர்.

“நம்ம ஜனங்களுக்கு நெலம் இல்ல. அடிம வேலதான் காலம் முழுசும். ஜாதிக் கொடுமையோ ஒரு அங்குலம்கூட மாறல. வேற எதுவும்கூட வாணாடா லிங்கம். நாமும் மத்தவங்களப்போல செருப்புப் போட்டுனு நடக்கமுடியுமா? மத்தவங்களோட ஒண்ணா ஒக்காந்து டீ குடிக்க முடியுமா சொல்லு? இந்த வேத்தும எப்பப் போகும்?”

“ஊர் நெலவரம் அப்பிடித்தான் கீது. இப்ப என்னான்ற?”

“நாம எறங்கி சில வேலைங்கள செய்யணும்.”

“சரி, செய்யலாம் நீ வீட்டுக்குக் கெளம்பு.”

திருவேங்கடம் வீட்டுக்கு வந்தபோது தவமணி அங்கலாய்த்தாள்.

“எங்க எப்பா போயிட்டிருந்த? போயி குளிச்சிட்டுத் தயாராகு. தோப்பூருக்குப் போணும்.”

“எதுக்கு?”

“எல்லாம் நல்லதுக்குத்தான்.”

திருவேங்கடம் விழித்தான். அவனைப் பார்த்துச் சிரித்தாள் தவமணி.

“குப்பிய உனக்குக் கேக்கப்போறோம்.”

“என்னாமா திடுதிப்புன்னு” என்றான் திருவேங்கடம். உள்ளுக் குள்ளே அவனுக்கு இதை மறுக்கலாமா, வேண்டாமா என்றிருந்தது.

“புள்ள படிக்கிட்டும். உன்னும் கொஞ்ச நாள் போட்டும் பாக்கலாம்னா, உங்கம்மா கேக்கலப்பா. அந்தப் புள்ளைக்கிவேற எங்கெங்கிருந்தோ வெல வருதாம். அதான் போயி முடிவு பண்ணிட லாம்னு சொல்லிட்டேன். கெட்டிப் பண்ணதுக்குப் பின்னிட்டு நீ படிக்கக்கூடப் போய்வா. பார்த்துக்கலாம்.”

திண்ணையிலிருந்த இராவணேசன் சொன்னார். அவர் தயாராகி உட்கார்ந்திருப்பது தெரிந்தது. வீட்டுக்குள்ளே போன வனுக்குப் பெருங்களிப்பு மலர்ந்தது. வாய்விட்டுச் சிரிக்கலாமெனத் தோன்றியது. சுவரில் புதைந்திருந்த ரசம்போன கண்ணாடி முன்பு நின்று தன் முகத்தைப் பார்த்தான். கூர்நாசியும், மீசையுமாக அவனுக்கே அவன் புதிதாகத் தெரிந்தான். குளித்து முடித்தபின் சிவலிங்கத்தைத் தேடிக்கொண்டு போனான் திருவேங்கடம்.

சிவலிங்கத்தைத் தயார்படுத்தி கூட்டிக்கொண்டு வருவதற்குள் மாட்டுவண்டி ஒன்று வந்து நின்றிருந்தது. வெயிலுக்குக் குளுமை யாக இருக்க, பச்சை ஓலையொன்றை முடைந்து, கூண்டைப்போல வண்டிக் கூட்டங்களில் வளைத்துக் கட்டியிருந்தார்கள். வண்டிக் காரன் பெட்ரோமாக்ஸ் விளக்கு ஒன்றை மாட்டிக்கொண்டிருந் தான். இரவே திரும்புவது எனத் தெரிந்தது. திருவேங்கடமும் சிவலிங்கமும் மிதிவண்டியில் முன்னால் போனார்கள்.

இராவணேசனின் தம்பி, தங்கையென நெருங்கிய சொந்தங் களில் சிலர் வண்டியில் ஏறிக்கொண்டனர். நாட்டாண்மைக்காரரும், ஊர்ப்பெரியவர்கள் சிலரும் வந்தனர். பெண்பார்க்கப் போகையில் ஒற்றைப்படையில் ஆட்களின் எண்ணிக்கை இருக்கவேண்டும் என்பதை தவமணி ஒருமுறை தலைகளை எண்ணி உறுதிபடுத்திக் கொண்டாள்.

நல்ல வெயில் இருக்கும்போதே அவர்கள் தோப்பூருக்குப் போய்ச் சேர்ந்துவிட்டார்கள்.

சுந்தரேசனுக்கும் பெண்ணரசிக்கும் ஆச்சரியமாய்ப் போனது. இப்படித் திடீரென்று அக்காள் வீட்டிலிருந்து பெண் கேட்டு வருவார்களென சுந்தரேசன் நினைக்கவில்லை. “வாங்க வாங்க” என்று எல்லாரையும் வாய்நிறைய கூப்பிட்டு உபசரித்தாள் பெண்ணரசி. விசயம் தெரிந்ததும் வெட்கத்தில் குப்பி வெளியே வரவில்லை. எல்லாரும் உட்கார்ந்த போது சாங்கியத்துக்கென செம்பில் நீரெடுத்து வந்து இராவணேசனிடம் தந்துவிட்டு நின்றாள் குப்பி.

“காலில் உளு எம்மா” என்றார்கள் உள்ளேயிருக்கும் பெண்களில் யாரோ.

“அதெல்லாம் வேணா. அது எங்கபுள்ள” என்றார் இராவணேசன்.

குப்பி தன்னைப் பார்ப்பாளா என்று பதிவிருந்தான் திருவேங்கடம். ஆனால், அவள் அவனைப் பார்க்கவில்லை. அவன்

இருக்கும் திசையில் திரும்பியபோது அம்முகம் கடுகடுப்பது போலிருந்தது.

"உம்பொண்ண எம்பையனுக்குக் கேட்டு வந்துருக்கிறோம்பா சுந்தரேசா" என்றார் இராவணேசன்.

"உங்க பேச்சுக்கு மறுப்பேது மாமா" என்றார் சுந்தரேசன்.

பெண்கேட்டு வந்திருப்பதையும், பெண் தர சம்மதம் என்பதையும் முறைப்படி இரு ஊர் நாட்டாண்மைகளும் எல்லார் மத்தியிலும் சொன்னார்கள்.

தவமணி குப்பியை அருகில் அழைத்து அமரவைத்துக் கொண்டு, தட்டிலிருந்த மல்லிச்சரத்தை பிரியத்துடன் அவளின் தலையில் வைத்தாள்.

"புள்ளைங்க ரெண்டுபேரும் நல்லாயிருக்கணும்" என்றார் பெரியசாமி.

பெண்ணரசியும், சின்னாத்தாளும் சேர்ந்துகொண்டு கொஞ்ச நேரத்துக்கெல்லாம் வந்திருந்தவர்களுக்குப் பால் காய்ச்சிக் கொடுத்து, பயிர் உருண்டைப் பலகாரத்தைச் சுட்டுப்போட்டனர். சின்னாத்தாள் திருவேங்கடத்துக்கு அதிகமான உருண்டைகளை வைத்தாள்.

"என்னாடா சாமீ, புதுசா சங்கோஜப்பட்டுனு? இது எப்பியும் போல உன்வூடு. நல்லா சாப்புடு."

திருவேங்கடமும் சிவலிங்கமும் மௌனமாய் பேசிச் சிரித்துக் கொண்டே அவற்றைத் தின்றார்கள்.

"சரி. வந்த வேல நல்லபடியா முடிஞ்சிச்சி. நா இப்பிடியே திருவேங்கடத்தைக் கூப்புட்னு தலைவர் சிவமலையைப் பாத்துட்டு வரப்போறேன். மத்தவங்கெல்லாம் பயணங்கட்டுங்க."

எழுந்துகொண்டார் இராவணேசன்.

உள்ளுக்குள்ளே தவித்துக்கொண்டிருந்த திருவேங்கடத்துக்கு இராவணேசன் சொன்னது அதிர்ச்சியாக இருந்தது. அவர் சொல் வதைக் கவனிக்காதவன் போல எழுந்து வீட்டின் பின்வாசலுக்குப் போனான். மாட்டுப்பட்டியருகில் அவன் நின்றிருந்தபோது பின் வாசல் கதவருகில் ஆள்வரும் சத்தம் கேட்டது. குப்பி நின்றிருந்தாள். அவள் கண்கள் கலங்கியிருந்தன.

"மறந்துட்டயில்ல? மெட்ராசுலயிருந்து வந்து ரெண்டு வாரத் துக்கு மேல ஆச்சாமே? தாத்தா சொன்னாரு, உனுக்கு என்ன பாக்க வருணும்னு தோணலியா?"

பதில் சொல்லத் தடுமாறினான் திருவேங்கடம். அவளின் கண்களை எதிர்கொள்ள முடியவில்லை.

"அய்யய்யோ... எதையெதையோ நெனச்சினு பேசாத. ரெண்டு நாள் கழிச்சி, ஆத்தோரம் இருக்கிற சிவன் கோயிலாண்ட சாயந்திரமா வருவேன். அங்க பேசலாம்."

முன்வாசலுக்கு வரும்வரை குப்பி அங்கேயே நின்றிருப்பதை அவனின் உள்ளுணர்வு சொன்னது. காத்திருந்த மாட்டுவண்டியில் வந்தவர்கள் எல்லாரும் ஏறிக்கொண்டனர். சிவலிங்கம் அவர்களை மிதிவண்டியில் பின்தொடர்ந்து போனான். இராவணேசனும் திருவேங்கடமும் மோட்டார் வண்டிக்காகச் சாலையில் வந்து நின்றார்கள்.

16

அன்றெல்லாம் திருவேங்கடம் உற்சாகமாய் இருந்தான். குப்பியைப் பார்க்கப் போவதை நினைத்துத் துள்ளியது மனம். திடீரென்று நினைவு முழுவதிலும் அவளே என்றாகிவிட்டது. முன்னெப்போதும் இந்த நிலையை அவன் உணர்ந்ததில்லை. விடுதிக்குப் போன புதிதில் இருந்த நிலைகூட இதற்கு ஈடானதல்ல.

அண்மைக் காலமாகப் படிக்கத் தொடங்கியிருக்கும் பகுத்தறிவு நூல்களில்கூட அதற்கு விடையில்லை. பூங்குளத்துக்கும், அவளின் ஊருக்கும் இடையே பல மைல் தொலைவு இருக்கிறது. ஆனால், அவள் அரூபமாக இப்போது அவனுடன் சஞ்சரிக்கிறாள். இது என்ன விந்தை! பேசுகிறாள், சிரிக்கிறாள், உடலைக் கிளர்த்துகிறாள். அவளை நினைத்ததும் தவித்து எழும் உடலைக் கட்டுப்படுத்த முடியவில்லை.

திடீரென்று அவனுக்கு எல்லாமே மாறிப்போனது. அப்பா, அம்மாவின் முன்னால் போக வெட்கமாயிருந்தது. படிப்பதாகச் சொல்லி அறையிலேயே அடைந்து கிடந்தான். சிவலிங்கத்துடன் மனம்போன போக்கில் சுற்றினான்.

பெண்பார்த்துவிட்டு வந்த அன்று, வீட்டுச்சனங்களை அனுப்பிய பிறகு தலைவர் சிவமலையைப் பார்க்கப் போயிருந்த போது, அவர் வெளியிலே போவதற்காகக் கிளம்பிக்கொண்டி ருந்தார்.

இவர்களைப் பார்த்ததும், "வா இராவணேசா. உம்மகன் படிப்பை முடிச்சிட்டானா?" என்றார்.

“முடிச்சி வந்து ரெண்டு வாரமாச்சிண்ணா. மேக்கொண்டு நீங்களேதான் ஒரு வளி சொல்லணும். அதான் உங்களப் பாத்துட்டுப் போக கூட்டியாந்தேன்” என்றார் இராவணேசன்.

“என்ன தம்பி, மெட்ராஸ் அனுபவம் எப்பிடியிருந்தது?”

திருவேங்கடத்தைப் பார்த்துக் கேட்டார் சிவமலை.

“மறக்க முடியாததுங்கய்யா.”

“நான் போலீஸ் ஸ்டேஷன் வரைக்கும் போறேன். வாங்க பேசிட்டே போலாம்.”

மூன்று பேரும் நடந்தார்கள். அவர்கள் பொதுச்சாலைக்கு வருவதற்குள் மேலும் இரண்டு பேர் சேர்ந்துகொண்டார்கள். காவல் நிலையத்துக்குப் போனபோது அங்கே நான்கைந்து பேர் பதற்றத் தோடு நின்றுகொண்டிருந்தார்கள். அவர்களில் இருவரின் முகங்கள் கன்றிப்போயிருந்தன. உடலில் அங்கங்கே தடிப்புகள். வலியால் அவர்கள் நெளிவதும், அவமானம் கருதி அதை மறைப்பதும் நன்றாகத் தெரிந்தது.

சிவமலை ஆய்வாளரிடம் ஒரு புகார் மனுவை நீட்டினார்.

“இவரு பட்டுவனம் பக்கம் மங்கலம். அங்க இருக்கிற கசக்கால்வாய் கரையில கொஞ்சம் தர்க்காசியெப்புடுச்சி பயிர் செஞ்சிட்டு வர்றாரு. அது அந்த ஊர் சாதிக்காரங்களுக்குப் பொறுக்கல. குறிப்பா பக்கத்து நெலத்துக்காரர் பிச்சாண்டிக்கு. வரப்புத் தகராற வெச்சி இவர சண்டைக்கி இழுத்து அடிச்சது மில்லாம, பறநாயேன்னு ஜாதிய சொல்லித் திட்டியிருக்கிறாரு. ஊர்ல தெருவுல நடக்கவும் விடறதில்லயாம். நீங்கதான் விசாரிச்சி நடவடிக்கையெடுக்கணும். நம்ம ஜாதி ஒழிப்புக்குழு தம்பிங்க அந்த ஊருக்கே போகணுமின்னானுங்க! நாம சட்டப்படி போவோம்னு நாந்தான் உங்கள பாக்க வந்துட்டேன்!”

சிவமலை ஆய்வாளரிடம் சட்டப்பிரிவுகளைச் சொல்லி விளக்கிப்பேசுவதை திருவேங்கடம் ஊன்றி கவனித்துக்கொண்டி ருந்தான். வெளியில் வந்ததும் அவர்கள் ஊரின் பிரதான சாலையையொட்டி இருந்த ‘சித்தார்த்தர் வாசக சாலை’யில் போய் உட்கார்ந்துகொண்டார்கள்.

“நம்ம புகார் மேல சட்டப்படி நடவடிக்கை எடுக்கட்டும். பெடரேஷன் தோழர்களோட நாமும் அங்க போவோம். ஜனங்கள பாத்து பேசுவோம். ரெண்டு பக்கமும் அது உதவும்” பேசிக் கொண்டே இராவணேசனிடம் கேட்டார்.

“தம்பிய என்ன பண்ணலாம்னு நெனைக்கிற சொல்லு?”

“அண்ணன் சொல்றத செய்யலாம்.”

“பேசாம தம்பிய வக்கீலுக்குப் படிக்கவெச்சுட்டா என்ன? தெனமும் ஒரு கேசு, தெனமும் ஒரு பிரச்சினை. இந்த ஜில்லா முழுசு மிருந்து வருது. நம்மகிட்டயே ஒரு வக்கீலு பக்கத்தில இருந்தா எவ்ளோ நல்லது?”

சிவமலை திருவேங்கடத்தைப் பார்த்துக் கேட்டார்.

“என்னா சொல்ற தம்பி? நம்ம தலைவர் படிச்ச படிப்பு...”

“சரிங்கய்யா” என்றான் திருவேங்கடம்.

அன்று வீடு திரும்ப இரவு நெடு நேரமாகிவிட்டது. ஊருக்கு வரும் கடைசி மோட்டார் வண்டியில் வந்து சேர்ந்தார்கள். கிளம்பும் போது சிவமலையிடமிருந்து சில நூல்களைப் படிக்கக்கேட்டு வாங்கிக்கொண்டு வந்தான் திருவேங்கடம். இரண்டுநாட்கள் கழித்து தன்னை வந்து பார்க்கும்படி அவர் சொல்லியனுப்பினார். குப்பியைப் பார்க்க எப்படிப்போவது என்று இருந்த கவலைக்கு ஒரு தீர்வு கிடைத்துவிட்டது.

மிதிவண்டியில் போகலாம். ஆளுக்குக் கொஞ்சதூரம் மாற்றிமாற்றி மிதித்தால் அலுப்புத் தெரியாது என்றான் சிவலிங்கம். ஆனால், அந்த யோசனை சரியாகப்படவில்லை. ஒற்றை மாட்டு வண்டியொன்றைக் கட்டிக்கொள்ளலாம் எனச் சொன்னான் திருவேங்கடம்.

சிவலிங்கத்தின் சினேகிதக்காரன் நடேசனின் வீட்டில் ஒற்றை மாட்டுவண்டியொன்று உண்டு. சிவலிங்கம் அதைக்கேட்டு வண்டி கட்டிக்கொண்டான்.

வழி நெடுக ஊர் விசயத்தையே பேசிக்கொண்டு போனார்கள். இளம் வெயில் பொழுதில் தொடங்கிய பயணம் கடும்வெயிலில் கிருட்டிணாபுரம் போய் முடிந்தது. திருவேங்கடம் வழியிடையே புதுக்குடியில் ஒரு பலகாரக்கடையில் கொஞ்சம் தின்பண்டங்களை வாங்கிக்கொண்டான்.

சிவமலை திருவேங்கடத்திடம் ஒரு தபாலை எழுதிக் கொடுத்தார்.

“இது தலைவர் சிவராஜுக்கு. நீ ரெண்டொரு வாரத்துல மெட்ராஸ் போயி இதக்குடுத்துட்டு நேர்ல பேசிட்டு வந்துடு தம்பி.

அப்பாவையும்கூடக் கூப்டுனு போ. மெட்ராஸ் லா காலேஜில உனுக்கு ஒரு எடத்தை தலைவர் ஏற்பாடு பண்ணிடுவார்."

திருவேங்கடம் ஆர்வத்தோடு அதை வாங்கிக்கொண்டான்.

நடுப்பகலுக்குப் பிறகு சிவலிங்கம் வண்டியை சாலையில் நடத்தினான். மாடு களைத்துப்போனது போலத் தெரிந்தது. அதன் நடை தளர்ந்திருந்தது. பட்டுவனம் வந்ததும் பாலாற்றுப்பக்கமாக வண்டியைத் திருப்பினான். ஊர் நடுவிலிருக்கும் தேர்நிலை மாடத்துக்கருகிலிருந்த தண்ணீர்த் தொட்டியில் மாட்டை தண்ணீர் குடிக்கவைத்தான் சிவலிங்கம். திருவேங்கடம் அந்த நிலைமாடத்தையே விருப்பத்தோடு பார்த்துக்கொண்டிருந்தான். அவன் அது வரையிலும் அப்படியொரு நிலைமாடத்தைப் பார்த்ததில்லை. ஊரில்கூட ஒரு தேர் இருந்தது. ஏணியில் ஏறித்தான் அம்மன் விக்ரகத்தை அதில் வைத்து இழுப்பார்கள். சிலையை பீடம் மாற்றிட இப்படியொரு அருமையான கட்டட அமைப்பு இருப்பது அவனுக்கு வியப்பைத் தந்தது. அந்தத் தெரு முழுவதுமே கோயில்களால் நிறைந்திருந்ததை அவன் கவனித்தான். கல்பாவப்பட்ட தெருவும், பழுப்பேறிய கட்டடங்களும் கொண்டு விளங்கிய அத்தெரு ரம்மியமாகத் தெரிந்தது.

சிவலிங்கம் ஊர் எல்லையைத் தாண்டியதும் வந்த பெரிய தொரு ஆலமரத்தின் நிழலில் வண்டியை அவிழ்த்தான். பூட்டாங் கயிற்றை நெகிழ்த்தி மாட்டை மேய்வதற்காகப் பத்திவிட்டு, வண்டியைக் கொனை நாட்டினான்.

மாடு வெடுக்வெடுக்கெனப் புற்களைப் பறித்து மேய்ந்தது. சூரியன் இன்னும் சாயவில்லை. தலைக்கு மேலாகவே நின்றது. மரநிழலில் சாக்குகளை விரித்து இருவரும் படுத்துக்கொண்டார்கள்.

இருந்தாற்போலிருந்து திருவேங்கடத்தை ஒரு கவலை பீடித்துக்கொண்டது. குப்பி வருவாளா? மேகப்பிசிரற்று மேலே கவிந்திடும் வானம் அவனைச் சமாதானப்படுத்த முயன்றது. இளநீல வானத்தில் அவ்வப்போது சில பறவைகள் பறந்துபோயின.

"இன்னிக்கு நாம வர்றது குப்பிக்குத் தெரியுமாடா மச்சான்?"

"தெரியுன்டா. நிச்சயம் பண்ண வந்த அன்னைக்கி சொல்லிட்டேன்."

"நாம எல்லாரும் உள்ளதானே இருந்தோம்? அதுக்குள்ள நீ மட்டும் எப்படிப்போயி அதப்பாத்துப் பேசிட்ட? சும்மாவே சமுதாய வேல செய்யப்போறேன், அது இதுன்னு பேசின? இப்ப பாத்தா வேற வேலயில்ல பாக்கறே?"

“இப்பக்கூட சமுதாய வேலயப்பத்திதான் அதுக்கிட்ட பேசப்போறேன்” சிரித்துக்கொண்டே சிவலிங்கத்தின் முதுகில் தட்டினான் திருவேங்கடம்.

சிவலிங்கம் எழுந்து உட்கார்ந்துகொண்டான்.

“என்னாடா பேசப்போற?”

“நான் சமுதாய வேலை செய்யப்போறேன், உனுக்குச் சம்மதமா? அப்பிடின்னு கேக்கப்போறேன்.”

“டேய், எல்லாத்தியுமே அந்தப் பொண்ணக் கேட்டுத்தான் செய்வியா?”

“நம்பி வர்றத ஏமாத்தக்கூடாது.”

சிவலிங்கம் அவனைப் புதுசாய்ப் பார்ப்பதுபோலப் பார்த்தான்.

“நீ பேசறது எனுமோ எனுக்குச் செரியாப்படல மச்சான். படிச்சிட்டு, வேலைக்கிப் போகமாட்டேன்ன. நீ வாய்வாய்க்குச் சொல்ற அம்பேத்கரே வெளிநாட்டுல போயி படிச்சிட்டு வந்தாராம். காந்திகூட அப்பிடித்தானாமே? அவங்களெல்லாம் படிச்சிட்டு வந்து பொதுவேல செய்யிலயா? செரி உடு. இப்ப எதோ படிக்கப்போறதா தெரியிது. ஆனா கல்யாணத்துக்கு எதுக்கு பொண்ணுகிட்ட சம்மதம் வாங்கணும்?”

“ஏன்டா அதுக்கும் நம்பளப்போல சில விருப்பமோ, எண்ணமோ இருக்குமில்ல?”

“செரி பேசு. அது உன்ன உட்டுட்டு இப்பவே ஓடாதிருந்தா செரி.”

நீண்டநேரம் பேசிக்கொண்டிருந்தார்கள். திடீரென்று நினைத்துக்கொண்டவனாய் திருவேங்கடம் துரிதப்படுத்தினான்.

“டேய், நேரமாச்சிடா. வண்டியக்கட்டு.”

சிவலிங்கம் மாட்டை இழுத்து வந்து பூட்டினான். பாலாற்றின் மணலில் நெறுநெறுவென சப்தமெழுப்பியபடி தோப்பூரைப் பார்த்தது போல வண்டி போனது. மறுகரையில் சிவன்கோயிலருகில் திருவேங்கடம் குதித்து இறங்கிக்கொண்டான். தனிமையில் இருந்தது அக்கோயில்.

“அப்பிடி மறவா வண்டிய நிறுத்துடா லிங்கம்.”

ஆற்றங்கரை நெடுகிலும் தென்னஞ்சோலைகளும், கரும்புத் தோட்டங்களும், நெல்வயல்களுமாக இருந்தன. கோவிலின் கல் மண்டபத்தில் அமர்ந்தபடி நாலாபுறமும் பார்த்தான் திருவேங்கடம். எதிரே தென்திசையைப் பார்த்த மாதிரி மறுகரையில் வானைத் தொடும் அளவுக்கு மலைத்தொடர்கள் நின்றன. அந்தக் கோயில் பராமரிப்பின்றிக் கிடந்தது.

சிவன் கோயிலருகில் பெரியசாமிக்கு இருந்த கொஞ்சம் நிலத்தை குடும்பமே உழும். அவனின் தாத்தாவும் பாட்டியும், மாமாக்களின் குடும்பங்களும் என்னேரமும் நிலத்தில் வேலை செய்துகொண்டிருப்பார்கள். பெண்ணரசியோடு குப்பியும் நிலத்துப்பக்கமாக அடிக்கடி வருவதுண்டு.

திருவேங்கடம் தவிப்பில் அலைந்தான். கல்மண்டபத்தின் தூண்களைத் தழுவியபடி நிலத்துக்காய் எம்பிப் பார்த்தான். பெண்ணரசியின் குரல் போல ஒரு பேச்சொலி கேட்டது. அவனுக்கு வெகு அருகில் குரல்செறுமும் ஓசைகேட்டதும் அதிர்ச்சியில் திரும்பினான் திருவேங்கடம். மௌனமாய் சிரித்தபடி நின்றிருந்தாள் குப்பி. அவள் கையில் மூங்கில் கூடையொன்றை வைத்திருந்தாள். தலையில் முக்காடு இருந்தது. அதில் சருகுகள் ஒட்டியிருந்தன.

திருவேங்கடம் அப்படியே சரிந்து தூணில் சாய்ந்தபடி உட்கார்ந்துகொண்டான். குப்பி அவனெதிரில் அமர்ந்துகொண்டாள். திருவேங்கடம் அவளையே பார்த்தபடியிருந்தான். அவனுக்குப் பேச்சு வரவில்லை. சிரித்தான். அவள் வெட்கத்தில் குழைந்தாள்.

"நாம இப்பிடிப் பாத்துக்கிறது எனக்குப் புடிக்கல."

"வீட்டுக்கு வர சங்கடமாயிருக்கு. அங்க நம்மள பேச உட மாட்டாங்க."

அவன் குரல் மிகவும் பலவீனமாயிருப்பது போல அவனுக்குத் தோன்றியது.

"நான் கொஞ்சம் பேசணும்னு நெனச்சேன். நான் சொல்றது வீட்டுல இருக்கிறவங்களுக்குப் புரியாது. ஆனா உனக்கு அது தெரியணும்."

குப்பி அவனைக் கலவரத்துடன் பார்த்தாள்.

"நான் படிச்சிட்டு வந்து ஒரு வேலையப் பாத்துனு மட்டுமே இருக்கப் போறதில்ல. சமுதாய வேலையும் செய்யப்போறேன். நாளைக்கி ஏதாவது பிரச்சினைன்னா நீ பயந்துடக்கூடாது. ஏன்னா மொதல்ல அது உன்னதான் பாதிக்கும்."

“அது எதுவானா இருந்தாப்போது. ஆனா உன்னதான் கட்டிக்குவேன்.”

குப்பி சொல்வதைக் கேட்டபோது திருவேங்கடத்தின் மனம் துள்ளியது. அவன் நகர்ந்து வந்து தயக்கத்தோடு அவள் முகத்தைத் தொட்டான். அவள் குனிந்த தலை நிமிராமல் இருந்தாள். அவளின் கையைப்பிடித்து அழுத்தினான். அவள் முகத்தை நெருங்கியபோது, கூச்சத்தில் அவனைப் பிடித்துத் தள்ளினாள். அருகிலிருந்த பையி லிருந்து வாங்கி வந்த நொறுக்குகளைத் தந்தான். அவள் சிரிப்பில் நெளிந்தாள்.

“சும்மாயிருக்கிற நேரத்துல இதுங்களப்படி.”

சில புத்தகங்களை அவள் பக்கமாகத் தள்ளினான் திருவேங் கடம். அவள் ஆர்வத்தோடு அவற்றை எடுத்துப் பார்த்தாள்.

ஆனந்தவிகடன், கலைமகள், பஞ்சதந்திரக் கதைகள், கதாமஞ்சரி, புத்தமார்க்க வினா விடை.

“ஊர்ல வர்ற வேதக்காருங்க குடுக்குற துண்டு காயிதத்தையே எங்கப்பா படிக்க மாணான்னுது. அப்பறம் இதப்பாத்தா திட்டும்.”

“உன்ன பாக்க வந்தன்னைக்கி நான் குடுத்துட்டுப் போனேன்னு சொல்லு.”

வீட்டுக்குத் திரும்பிக்கொண்டிருந்தபோது சிவலிங்கம் ஆர்வத்துடன் கேட்டான்.

“என்னாடா அப்பிடி ரொம்ப நேரமா பேசினு இருந்தீங்க?”

“எல்லாத்தியும் பேசிட்டேன். புக்கு படிக்கச் சொன்னேன்.”

“புஸ்தகம் படிக்கச் சொன்னியா? நீ இப்பிடி ஆனது பத்தா துன்னு, அந்தப் பொண்ண வேற பைத்தியம் புடிக்க வெக்கிறியா?”

திருவேங்கடம் சிரித்தான்.

“ஏதுடா புஸ்தகம்?”

“மெட்ராசுலர்ந்து வாங்கினு வந்தேன். தேவைப்பட்டா நாம வீட்டுக்கே தருவிக்கலாம். ஒரு தபால் போட்டா போதும். புக்கு கம்பெனியிலர்ந்து அனுப்பி வெச்சிடுவாங்க.”

“சும்மாவேவா?”

“துட்டு குடுக்கணும்.”

“துட்டு குடுத்து அத்த என்னாத்துக்கு வூட்டுல வாங்கி வெக்கிணும்?”

“உங்கூட நான் ரொம்ப பேசவேண்டியிருக்கும்டா லிங்கம்.”

திருவேங்கடம் வண்டியில் படுத்துக்கொண்டு நட்சத்திரங் களை எண்ணத்தொடங்கினான்.

17

கத்தரியின் வெம்மை குறைந்து வைகாசி பிறந்துவிட்டது. திருவேங்கடம் மெட்ராஸ் சட்டக்கல்லூரியில் போய்ச்சேர்வது குறித்து இராவணேசன் எந்த முடிவும் எடுத்திருக்கவில்லை. அவர் குழப்பத்திலிருந்தார்.

“ஒரே பையன மறுபடியும் பட்டணத்துக்கு அனுப்சிட்டு தனியா இருக்க முடியாது. வேணும்னா கல்யாணத்த முடிச்சி மருமகள வீட்டுக்குக் கொண்டுவந்துடு. அவகூட இருந்துக்கிறேன். அப்பிடித்தான் புள்ள உங்க விருப்பம் போல பட்டணம் போய் படிச்சிட்டு வரட்டும்.”

தவமணி உறுதியாகச் சொல்லிவிட்டாள். மனைவியின் சொல்லை இராவணேசனால் தட்ட முடியவில்லை. சட்டம்தான் படிக்கவேண்டுமா என்ன? வேலூரில் இருக்கிற கிறிஸ்தவக் கல்லூரியில்கூட ஏதாவது படிக்கட்டுமே என்றும் நினைத்தார். மகனின் படிப்புக்கு உதவும்படி காதர்பாயையும் தனியாகப் பார்க்க வேண்டியிருந்தது. காதர்பாய் வியாபார அபிவிருத்திக்காக பூனா, பம்பாய் எனப் போகப்போவதாகவும் அவர் கேள்விப்பட்டார். எல்லாவற்றையும் இரண்டொரு நாளில் பைசல்பண்ணிவிட வேண்டும் என்று இராவணேசன் நினைத்துக்கொண்டிருந்த ஒரு நாளில் கிருட்டிணாபுரத்திலிருந்து கூட்டமைப்புத் தோழர்கள் இருவர் அவரைப் பார்த்துவிட்டுப் போவதற்கென மிதிவண்டியில் வந்திருந்தனர்.

உடனே புறப்பட்டு புதுக்குடிக்கு வரும்படி சிவமலையிட மிருந்து இராவணேசனுக்குத் தகவல் வந்திருந்தது. வழக்கமாய் அமைப்புக் கூட்டங்களைப் பற்றிய தகவல்கள் எப்போதும் தபாலட்டையிலேதான் வரும். சிவமலையே கைப்பட தபாலட்டை களை வாங்கி எழுதிப்போட்டுவிடுவார். அவருக்கு இதுபோன்ற எழுத்துவேலைகளில் உதவ சில தோழர்கள் கிருட்டிணாபுரத்தில் இருந்தார்கள். இந்தத் தகவல் ஏதோ அவசரம் என்பதை இராவ ணேசனுக்கு உணர்த்தியது.

அவர் பதற்றமடைந்து, “அண்ணனுக்கு ஒன்றுமில்லையே?” என்றார். “அப்பிடியெதுவுமில்ல” என்றார்கள் வந்தவர்கள். ஜாதிக் கொடுமைகளை எதிர்த்தும், கூலிப்பிரச்சினைகளுக்காகவும்

சிவமலை சில நேரங்களில் மூர்க்கமாய்ச் செயல்படுவார். வேலூர் ஜில்லாவிலிருக்கிற சில நிலச்சுவாந்தார்களும், ஜாதிச்சங்கத்தலைவர் களும் சிவமலையைக் கடுமையாக எதிர்த்து வந்தனர்.

எதிர்ப்புகளுக்கெல்லாம் சிவமலை லேசில் பயந்துவிடுவ தில்லை. சட்டப்படி சரிசெய்யவேண்டிய சிக்கல்களை அந்த வழியிலேயே போய்த் தீர்ப்பார். ஜில்லா கலக்டர் முதற்கொண்டு எல்லா அதிகாரிகளையுமே அவருக்குத் தெரியும். அவர் பேசும் ஆங்கிலம் அதிகாரிகளை மிரட்சிகொள்ளச் செய்துவிடும். சிக்கல் வந்துவிட்டால் அது தீரும்வரை ஓயாமல் அரசாங்க அலுவலகங் களுக்குப் போவார். வேறுவகைப்பட்ட சிக்கல் என்றால் ஊர்ப் பஞ்சாயத்திலேயே பேசி முடித்துவிடுவார். அரிதாகச் சில நேரங் களில் ஜாதி ஒழிப்புக்குழு இளைஞர்களிடம் சொல்லிவிடுவார்.

பகல் சாப்பாட்டுக்காக தோல் பதனிடும் கொட்டகையி லிருந்து வீட்டுக்கு வந்திருந்த இராவணேசன் வந்தவர்களோடு அப்படியே கிளம்பிவிட்டார்.

“தலைவரு வரச்சொல்லி ஆளனுப்பியிருக்காரு. என்னா ஏதுன்னு போயி கண்டுனு வந்துட்றேன்.”

திருவேங்கடம் தானும் வருவதாகச் சொன்னான். அவர் வேண்டாமெனச் சொல்லிவிட்டார். மகனின் படிப்பு விசயமாக இருக்குமென நினைத்துக்கொண்டாள் தவமணி.

தோழர்களிருவரில் ஒருவரை மிதிவண்டியில் அனுப்பிவிட்டு, இன்னொருவருடன் மோட்டார் வண்டியில் ஏறிப்போனார் இராவ ணேசன். இராமகுப்பம் பக்கமாக சாதிப்பிரச்சினை என்றார் உடனி ருந்த தோழர். வழிமுடிய அவர்கள் பேசிக்கொண்டே போனார்கள். இராமகுப்பம், ஆந்திர எல்லையோரமாக, சித்தூர் போகும் வழியில் இருந்தது. இராவணேசனுக்கு அந்தப் பக்க ஊர்களைப்பற்றி ஓரளவு விசயங்கள் தெரியும். அவ்வூர்களில் சாதிக்கொடுமைகள் மலிந் திருப்பதாகக் கூட்டமைப்புத் தோழர்கள் சொல்வதுண்டு. கூட்ட மைப்பின் செயற்குழுக் கூட்டங்கள் நடைபெறும்போது மாவட்டத் திலே எந்தெந்த ஊர்களிலெல்லாம் ஜாதிக்கொடுமைகள் நிலவு கின்றன என்பதைத் தோழர்கள் பகிர்ந்துகொள்வார்கள். அதற்குரிய தீர்வுகளும் விவாதிக்கப்படும். அக்கூட்டங்களிலொன்றில் இராம குப்பம் பிரச்சினை குறித்தும் ஒருமுறை பேசப்பட்டது.

“ஆண்டைகளின் நிலத்தில் உழைக்கிறவன் திருமணம் முடித்தால் புதுப்பெண்ணை விட்டுவிட்டுப் போய்விட வேண்டும். காலையில் வந்து நின்றால் சீர்தந்து பெண்ணை அனுப்புவான்.”

“இந்தக் கொடுமைய எப்பிடித்தான் சகிச்சிக்கிட்டு வாழறாங்க அந்த மக்கள்? ஒருத்தர்கூடவா இத எதிர்க்கல?”

“எதிர்க்க முடியாது தோழர்.”

“ஏன்?”

“அந்தக் கிராமத்துல எல்லாருமே அடிமைங்க. சேரியிலிருந்து வெளியே வந்து காலை வெச்சா, சுத்தியும் ஆண்டைங்களோட நெலம்தான். வேலை தரமாட்டான். குடும்பத்தோட கொளுத்து வான். ஊரவிட்டே விலக்கி வெச்சிடுவான். அப்பிடியே ஊர உட்டுப்போகணும்னா பெண்டாட்டி பிள்ளைங்களைக் கூட்டினு எங்க போறது?”

புகார் சொன்ன தோழர் கோபத்துடன் பதில் சொன்னபோது அங்கே கனத்த மௌனம் பாறாங்கல்லைப்போல எல்லார் மனதிலும் அழுத்தியது இராவணேசனுக்கு நினைவிருக்கிறது. சில மௌனங்களை மறக்கமுடிவதில்லை. அவை வாழ்க்கை முழுவதும் துரத்தும் வல்லமை கொண்டவை.

மோட்டாரின் குலுக்கலில் உணர்வுக்கு வந்த இராவணேசன் தோழரிடம் கேட்டார்.

“இப்ப எதானா பிரச்சினையா?”

அந்தத் தோழர் சிறிதுநேரம் மௌனமாயிருந்தார். பிறகு சொன்னார்.

“ஆண்டவேல செய்யிற ஒருத்தன அடிச்சிக் கொன்னுட் டாங்க.”

விம்மி எழும் மனதை அடக்கத் திராணியற்றவராக சன்னல் பக்கமாகத் திரும்பிக்கொண்டார் இராவணேசன். வண்டியால் கிழிபடும் காற்று ஆத்திரம்கொண்டு அவர் முகத்தில் அறைந்தது. தொலைவில் தெரியும் மலைமுகடுகளுக்கு அப்பால் இருக்கும் இராமகுப்பத்திலிருந்து பாய்ந்து வந்த காற்று அடித்து உலுக்குகிறதோ என நினைத்துத் துணுக்குற்றார். முகத்தைத் திருப்பி தலையைக் கைகளால் அணைத்தபடி குனிந்துகொண்டார்.

புதுக்குடி போய்ச்சேர வெயில் தண்மையாகியிருந்தது. ஒரு வீட்டில் நான்கைந்து தோழர்களுடன் இருந்தார் சிவமலை. அவர் பதற்றத்தில் இருப்பது நன்றாகத் தெரிந்தது. முகத்தில் கவலை சல்லாத் துணியைப்போலப் போர்த்தியிருந்தது. இராவணேசன் போனதும் எல்லாரும் வந்துவிட்டதை உறுதிசெய்துகொண்ட வராகப் பேசத் தொடங்கினார்.

“கூட்டமைப்புத் தோழர்களுக்கு வணக்கம். இது ஒரு அவசரக் கூட்டம். அதனால்தான் இந்த ஊருக்குப் பக்கத்திலிருக்கிற செயற்குழு உறுப்பினர்களை மட்டும் வரச்சொல்லியிருக்கிறேன். சித்தூருக்குப்போகும் வழியிலிருக்கிற ராமகுப்பத்தில் தாழ்த்தப்பட்ட ஆதிக்குடி சகோதரன் ஒருவனுக்குப் பெருங்கொடுமை நடந்திருக்கிறது. பொன்னப்பன் என்பது அந்த இளைஞனோட பேர். அந்த ஊர்ப்பக்கமிருக்கிற நம்ம கூட்டமைப்புத் தோழர்கள் கொடுத்த தகவல்படி போனவாரந்தான் அந்த வாலிபன் கல்யாணம் செஞ்சிட்டிருக்கான். அந்த ஊர் நிலச்சுவாந்தார் சொல்ற வழமப்படி அவன் நடந்துக்கல. இன்னும் சொல்லப்போனா எதிர்த்துப் பேசியிருக்கான். ஆண்டையால இத சகிச்சிக்க முடியில. நேத்து அந்த வாலிபன் பட்டப்பகல்ல கொலை செய்யப்பட்டிருக்கிறான். அடிச்சே கொன்னுருக்காங்க. சேரிமக்கள் பயப்படணும்னு அவன் ஒடம்ப தெருத்தெருவா இழுத்துட்டுப் போயிருக்கிறாங்க...”

சிவமலையால் பேசமுடியவில்லை. சொற்களை அழுத்திக் கொண்டு துக்கம் மேலெழும்பியது. அறையில் இறுக்கமான மௌனம் இறங்கியது. சில வினாடிகளுக்குப் பிறகு சிவமலை தொடர்ந்தார்.

“இந்தக் கொடுமைய நம்மால சகிச்சிக்கிட்டு இருக்கமுடியாது. நம்ம மக்களுக்குப் பாதுகாப்பு வேணும். நமக்காகப் பேச ஆட்கள் இருக்கிறாங்கன்னு தாழ்த்தப்பட்ட மக்கள் தெரிஞ்சுக்கணும். இந்தக் கொடுமையை செஞ்சவங்களை சட்டப்படி தண்டிக்கணும். நாம ஒரு குழுவா அந்த ஊருக்குப் போவோம். ஆண்டைங்ககிட்டயும் பேசுவோம். தாழ்த்தப்பட்ட மக்களிடத்திலேயும் பேசுவோம். நாம போறது பலவகையில ஒதவிசெய்யும்னு நெனைக்கிறேன். நிலச்சுவாந்தார் கொஞ்சமாவது பயப்படுவான். நம்ம ஜனங்க துணிஞ்சி பேச முன்வருவாங்க. மேக்கொண்டு இதுமாதிரி கொடுமைங்க நடக்கிறது நிக்கும்... இது சம்பந்தமா தோழர்கள் சுருக்கமாக விவாதிச்ச பிறகு புறப்படலாம். நாம இங்கிருந்து பத்து மைல் போயாகணும், இருட்டறதுக்குள்ள...”

சிவமலை பேச்சை நிறுத்தியதும் விவாதம் நடந்தது.

“நாம நேரா ஜில்லா கலக்டர்கிட்டயே போலாமே. பிராது குடுத்தா அரசாங்கம் பாத்துக்குது. இந்தச் சூழ்நிலையில நாம அங்கபோகணுமா?”

“இல்ல நாம போயாகணும்.”

“நாம போயி தாழ்த்தப்பட்டவங்ககிட்ட பேசலாம். சமுதாய சீர்திருத்தவாதிங்க பல பேரும் தாழ்த்தப்பட்டவங்ககிட்ட போயி

தான் பேசியிருக்கிறாங்க. ஏன்னா அவந்தான் நீங்க பேசறத கேக்கறான். ஆனா நாம பேசவேண்டிய எடம் அது இல்ல. ஆதிக்கச் சாதிகிட்டதான் நாம போயி பேச வேண்டியிருக்குது. சாதிவழமை, ஊர்க்கட்டுப்பாடு, பண்பாடு, சனாதன தருமம்னு பல அடைப்புகள் அவங்க காதுல இருக்குது. அந்த அடைப்புகளை மீறி நாம எப்பிடிப் பேசப்போறோம்?"

விவாதங்கள் நீண்டன. சிவமலை ஓரிடத்தில் அவற்றுக்கு முற்றுப்புள்ளியை வைத்தார்.

"நாம போறது நெலமையை இன்னும் மோசமாக்கிறதுக்காக இல்ல. ஒரு சமாதான நடவடிக்கையாகத்தான் போறோம். குறிப்பா தாழ்த்தப்பட்டவங்களைத் தைரியப்படுத்தப்போறோம். ஆண்டைங்கிட்ட இது சரிதானா என நியாயம் கேட்கப்போறோம். மொதல்ல ஊர்த்தலைவரைப் பார்த்து நாம வந்திருக்கிறத சொல்லிட்டு இரவு அந்த ஊரிலேயே தங்குவோம். மறுநாள் கூட்டம் போடுவோம்."

சிவமலை இறுதியாகச் சொன்னதும் எல்லோரும் எழுந்து கொண்டனர். அவர்களிடம் மிதிவண்டிகளிருந்தன.

இராமகுப்பத்துக்குப் போய்ச் சேர்ந்தபோது நன்றாக இருட்டிவிட்டிருந்தது. இரவுப் பூச்சிகளின் சப்தம் அவர்களை அச்சமூட்டின. விளக்குகளோ, வீடுகளோ தென்படவில்லை. காட்டுப்பகுதியாக இருந்தது.

"ஒரு பர்லாங்கு, இல்ல ரெண்டு பர்லாங்குக்கு ஒரு ஊரு இருக்கும் போலிருக்குது."

"ஆமாமா... இந்தப் பக்கத்து ஊருங்களே தனித்தனித் தீவு மாதிரிதான் இருக்குங்க..."

இராமகுப்பம் இருளில் மறைந்திருந்தது. அருகில் நெருங்க மங்கலாக வெளிச்சம் தெரிந்தது.

"நேரா ஊர்த்தலைவர் வீட்டுக்குப் போங்க."

ஊர்த்தலைவரின் வீட்டை விசாரித்துக்கொண்டு போய் நின்றார்கள். வேலைப்பாடுகளுடன் கூடிய பழைய வீடு. அகலமான கல்பாவிய திண்ணையும், பெரும் மரத்தூண்களுமாக அதன் முகப்பு இருந்தது. அவர்களில் ஒருவர் வீட்டைப்பார்த்து உள்ளே இருப்பவரை அழைத்தார். அழைப்பு ஓசை முடிவதற்கு முன்பாகவே கிராமத்தின் நாலாப்புற தெருக்களிலிருந்தும் தீப்பந்தங்களோடு ஆட்கள் சிலர் அவர்களை நெருங்கிவந்து வளைத்து நின்றனர்.

“யார்றா நீங்க?”

தீவட்டிக்காரர்களில் ஒருவனின் விசாரிப்பு கடுமையாக இருந்தது.

“ஊர்த்தலைவரைப் பார்க்கணும். சிவமலைத் தலைவர்னு போய்ச்சொல்லு.”

சிவமலை தன்னைக் கட்டுப்படுத்திக்கொண்டு பேசியது தோழர்களுக்குப் புரிந்தது. அவரின் குரலைக் கேட்டபடியே உள்ளேயிருந்து முரட்டு மனிதரைப் போன்ற ஒருவர் வந்தார். அவரின் கண்கள் சிவந்திருந்தன. குடித்திருக்கிறார் என்பதை அவர்மீது வீசும் வாடை சொன்னது. சிவமலை சூழல் சரியாக அமையவில்லை என்பதை உணர்ந்துகொண்டார்.

“நீதான் அந்தப் பெடரேஷன் தலைவரா? எம்மேல பிராது குடுத்துப் புடுங்கிடுவியோ? நீங்க புதுக்குடியில கூடிப்பேசனது உங்களுக்கு மின்னாடியே இங்க வந்துடுச்சி.”

ஊர்த்தலைவர் பேசிக்கொண்டிருக்கையிலேயே தீவட்டியைப் பிடித்திருந்த ஆட்கள் அவர்களைத் தாக்கத் தொடங்கினார்கள்.

“அண்ணனக் காப்பாத்துங்க...”

இராவணேசன் சிவமலையைப் போய்த் தழுவினார். அவர் முதுகில் பலமான அடிகள் விழுந்தன. தாக்குகிறவர்களின் கைகளில் மரக்கட்டைகளும், தடிகளும் இருப்பது தெரிந்தது.

“தலைவரைக் கூப்டுனு ஓடிடுங்க...”

ஒரு தோழர் கத்தினார். இருட்டில் எல்லோரும் ஓடத்தொடங்கினர். சாலை வரும்வரை அவர்கள் துரத்திக்கொண்டு வந்தார்கள். காற்றில் போராடிய தீவட்டிகள் அணைந்ததால் ஒருவரின் முகமும் தெரியவில்லை. யாரோ ஒருவன் இராவணேசனின் நெஞ்சில் பலங்கொண்ட மட்டும் குத்தினான். இராவணேசன் கீழே விழுந்ததும் பலரின் கால்கள் அவரை மிதித்துக்கொண்டு ஓடின.

இருட்டில் பாம்பைப்போல ஊர்ந்து சென்ற இராவணேசன் சாலையோரத்திலிருந்த ஒரு புளியமரத்தில் ஏறி நடுமரத்துக்குப்போய் உட்கார்ந்துகொண்டார். மனிதர்களின் மெல்லிய பேச்சொலிகளும், முனகல்களும் கேட்டன. சிறிதுநேரத்தில் அவை அடங்கிப்போயின. அவரின் மூச்சுக்காற்று மட்டுமே பேரொலியாகக் கேட்டது.

எப்படி வீடுவந்து சேர்ந்தார் என்பதை இராவணேசன் அறிந்திருக்கவில்லை. துரிதமாக வந்திருந்தார். இரவெல்லாம் மரத்தின் மேலேயே காத்திருக்க வேண்டியிருந்தது. பொழுது புலரும் நேரத்தில்

மரத்திலிருந்து இறங்கி நடக்கத் தொடங்கினார். உடலில் அங்கங்கே கடும் வலி. தொட்டுணரும் இடங்களில் வீக்கமிருப்பதாகத் தோன்றி யது. நெஞ்சு கடுமையாக உளைந்தது. சில நேரங்களில் வலிபொறுக் காமல் அரற்றினார். வீட்டுக்குப் போய்விடவேண்டும் என்ற வெறி மட்டுமே அவரை ஆட்கொண்டிருந்தது. வெகுதூரம் வந்த பிறகு காய்கறிகளை ஏற்றிக்கொண்டு வரிசையாகப் போய்க்கொண்டி ருக்கும் மாட்டுவண்டிகளைப் பார்த்தார். ஒன்றில் உதவி கேட்டு ஏறிக்கொண்டார். புதுக்குடியிலிருந்து பூங்குளம் வந்து சேர்வதற்கு மோட்டார் வண்டியொன்று கிடைத்தது.

வீட்டுக்கு வந்தபோது அவருக்குத் துக்கம் பீறிட்டது. தவமணி பார்த்தால் ஆடிப்போய்விடுவாளென்ற எச்சரிக்கையுணர்வு தோன்றிக் கட்டுப்படுத்தியது. நேராகப்போய் உள்ளறையில் படுத்துக்கொண்டார் இராவணேசன்.

படுத்த கணத்திலேயே வலியின் உச்சம் ஆட்கொண்டு விட்டது. கண்களை அகலத் திறந்து பார்த்தார். கூரையின் ஓலைக் கீற்றுகள் ஒட்டடை அடைந்து தெரிந்தன. இளம்சூரியனின் கதிர்கள் கூரைத்துளைகளின் வழியே நுழைந்து அவர்மீது விழுந்தன.

‘தலைவர் என்ன ஆகியிருப்பார்?’

‘தோழர்களின் கதி என்ன?’

‘அறைக்குள் விவாதித்த தகவல்கள் அதற்குள் ராமகுப்பத் துக்கு எப்படிப் போயிருக்கும்?’

‘நாயுடு மோட்டார் வண்டியில் புதுக்குடி போனபோது இதுபற்றிப் பேசிக்கொண்டு போனது தவறா?’

நெஞ்சில் வலியினூடே வினாக்கள் அடுத்தடுத்து எழும்பிக் குடைந்தன.

அவர் கண்களில் ஓலைக்கீற்றின் பழுப்பு அடர்ந்துகொண்டு வந்தது.

●

துடி

1

ஏரியில் நீரை அலைக்கழித்துக்கொண்டிருந்தது காற்று. வெகு தொலைவில் தெரிகிற எதிர்க்கரையிலிருந்து தாட்டிமமான ஒரு ஆள்போல நீரில் இறங்கிக் கலக்கிக்கொண்டு வந்தது அது. சிவலிங்கம் நின்று பார்த்துக்கொண்டிருக்கும் பக்கமாகவே எல்லா அலைகளும் புரண்டு புரண்டு வந்தன. அந்த இடத்திலே அழுக்கும் வண்டலுமாகச் சேர்ந்து கறுப்பாக உளைமண் விழுந்திருந்தது. பல நூறு கால்களைக் கொண்டு நடந்து வருகின்ற பூச்சியைப் போலவும், மடிப்பு மடிப்பாய் கொழுத்துத் துடிக்கும் பூமியின் சதையைப் போலவும் தெரிந்தது நீரின் அலைவு.

மார்கழி மாதத்து வெயிலின் இதம். மஞ்சள் குழைந்த வெயில்.

சிவலிங்கத்துக்கு குளிர்காலம் வந்தால் ஒரு கேள்வி வரும். அப்போது மட்டும் ஏன் காட்டுப்பூக்கள் பூத்துச் சொரிகின்றன? சிரித்து மாய்கின்றன? அதுவும் அப்பூக்கள் ஏன் பெரும்பாலும் மஞ்சள் நிறமாகவே இருக்கின்றன? வெயில் உறைக்காத கால மென்பதால் பகலுக்கு ஒளியூட்டுகின்றனவோ?

ஏரிக்கரைப் புதர்நெடுக பூக்களாய்க்கிடந்தன. வகைவகை யான காட்டுப்பூக்கள். அருகிலிருந்த ஊதா நிறப் புனல் பூக்களையே சிவலிங்கம் கூர்ந்துபார்த்தான். சில கணங்களில் எல்லாமே ஊதா வாகத் தெரிந்தன.

ஏரியைச் சுற்றிலும் விதவிதமான மரங்கள். மேற்குக் கரையில் தலைவிரித்துப்போட்டபடி ஆலமரம். பகல்நேரத்தில்கூட அந்தப் பக்கமாக யாரும் போகமாட்டார்கள். இலந்தைக்கும் நாவலுக்கும் அளவே கிடையாது. விளாவும் அத்தியும்கூட உண்டு. பழங்கள் கனிந்திருக்கும் ஏதேனும் ஒரு மரத்தில் ஊரிலிருக்கிற குஞ்சு குளுவானெல்லாம் வந்து இறங்கியிருக்கும். சண்டையிட்டபடியும், கிண்டலும் கேலியுமாய் ஒருவரையொருவர் சீண்டியபடியும் பழங்களைப் பறித்துக்கொண்டிருப்பார்கள். ஏதோ ஒரு திக்கிலிருந்து சிவலிங்கத்துக்கு அவர்களின் கூச்சல் கேட்டது. கூடவே அவர் களுக்குப் போட்டியாக இருக்கும் பறவைகளின் கூச்சல்.

ஏரிக்கரையின் வெளிப்புதர்களை அணைத்துப் பரந்திருக்கும் நிலங்கள் சிலவற்றில் அப்போதுதான் அறுப்பு முடிந்திருந்தது. மாடு களை அதில் மேய்ப்புக்கு விட்டுவிட்டு ஆட்கள் சிலர் அங்கொன் றும் இங்கொன்றுமாக வரப்புகளின்மேலும், மரங்களினடியிலும் உட்கார்ந்துகொண்டிருந்தார்கள். தூரத்தில் வரிசைகட்டிப் போய்க் கொண்டிருந்தது மலைத்தொடர். எருமைகள் சிலவற்றை மேய்த்துக் கொண்டிருக்கும் காசிக்கிழவன் எங்கோ ஒரு திக்கில் பாடுவது சிவலிங்கத்துக்குக் கேட்டது.

தண்ணித்திறப்புக்கு வரும்போதெல்லாம் காசிக்கிழவன் பாடுவதை உன்னிப்பாய்க் கேட்பான் சிவலிங்கம்.

ஏரிக்கரை முழுவதையும் நோட்டம் விட்டுவிட்டு மதகின் அருகில்போய் சட்டியையும் கட்ராவையும் எடுத்துக்கொண்டான். கட்ராவை மதகுக்கல்லின்மேல் வைத்த பிறகு சட்டியைக் கொண்டு போய் கரையில் அவன் வழக்கமாகப் படுத்துக்கொள்கிற பூவரச மரத்தினடியில் பொந்திப்பாக வைத்துவிட்டு வந்தான். கட்ராவில் நீர் கோரிக்கொண்டு கரைக்கு ஏறினான். கட்ராவின் அடியிலே சொட்டும் நீரை விரல்களைக்கொண்டு இறுக்கமாக அடைத்துக் கொண்டிருந்தான் சிவலிங்கம். கட்ராவை சட்டியின் வாயில் அலுங் காமல் வைத்துவிட்டு ஒரு பெரிய வேலையை முடித்தது மாதிரி நிமிர்ந்து உடம்பை இலகுவாக்கிக்கொண்டான்.

கட்ராவின் அடியிலிருக்கும் ஊசித்துளையின் வழியே தயங்கித் தயங்கி நீர் சொட்டும் ஓசை களுக்களுக்கென்று கேட்டது. கட்ராவிலிருக்கும் எல்லா நீரும் துளை வழியாக சட்டிக்குள்ளே ஒழுகி முடித்தால், ஒரு வெள்ளாமைக்காரருக்கு அன்று பாய வேண்டிய நீர்பாகம் முடிந்துவிடும். கட்ராவை சட்டியின் வாயில் வைத்துவிட்டோ, கட்ராவில் நீர்மோந்துகொண்ட பிறகோ மதகின் பலகையை ஏரி நீருள் குதித்து முழுகித் தூக்கிவிடுவான் சிவலிங்கம். பெரும் மூர்க்கத்துடன் கால்வாயில் நொப்பும் நுரையுமாக நீர் பாய்ந்து ஓடும். எந்த நிலத்துக்குப் பாய வேண்டுமோ அவர்கள் முறைக்கு ஏற்றபடி ஏற்கெனவே வந்து மடைபோட்டு வைத்திருப் பார்கள். பெரிய வெள்ளாமைக்காரருக்கு ஒரேநாளில் நாலைந்து கிண்ணி தண்ணீர் சொட்டும் நேரம் வரையிலும்கூடப் பாயும். மத்த எல்லாருக்கும் ஒரே கட்ராதான் அளவு. கட்ராவை இன்னும் அதிகம் நீர்கொள்ளும்படி கொடங்காகவோ, துளை மெல்லி சாகவோ இருக்கும்படி சிக்கல்கள் எழும் காலங்களில் பேசி ஊர்ப் பஞ்சாயத்தார் மாற்றிக்கொள்வதுண்டு. மதகுப்பலகையை நீருக்குள் மூழ்கித் தூக்கிவிடும்போது, மதகுக்கல்லில் இருந்தபடி கொண்டி

போட அவனுக்கு யாராவது தேவைப்படுவார்கள். சில நேரங்களில் திருவேங்கடம்கூட அவனுக்கு உதவுவதுண்டு.

பூவரச மரத்தடியில் துண்டை விரித்துப் படுத்துக்கொண் டான் சிவலிங்கம். காலையில் வரும்போது ஏரிக்கரைப்பக்கமாக யாரும் இல்லை. எதிர்க்கரைப் புளியமரங்களின் கொப்புகளிலே அத்தனை காலையில் சில சிறுவர்கள் ஆடிக்கொண்டிருந்தார்கள்.

உப்பும் மிளகாயும் எடுத்துவந்து பச்சைப்புளியங்காய்களோடு வைத்து நசுக்குவார்கள். குரங்குகளும் அவர்களோடு சேர்ந்து கொள்ளும். அவை உலுப்பி விழும் காய்களிலிருந்து கொஞ்சம் எடுத்துக்கொண்டால்கூட ஆயிற்று. நாக்கில் நீர்ஊற சுற்றிலும் உட்கார்ந்துகொண்டிருக்கும் பயல்களுக்கு ஆளுக்கொரு உருண்டை.

பழையதுக்குப் போய்விட்டுத் திரும்பிவரும்போது வெயில் லேசாய் ஏறியிருந்தது. புளியமரங்களினருகிலே இன்னும் கூச்சல் அதிகரித்துவிட்டிருந்தது. புளியஞ்சாலை ஏலம் எடுத்தவன், காவலுக்குப் போட்டுவைத்திருக்கிற காவல்காரன் கல்லெடுத்துக் கொண்டு திட்டியபடி அலைந்துகொண்டிருந்தான்.

களிமண்ணில் தேலியிருக்கும் வெள்ளைக்கற்கள் முதுகில் குத்தின. கொஞ்சம் புரண்டுபடுத்தான் சிவலிங்கம். பூவரசு மரத்தி லிருந்து காற்று குளுகுளுவென்று வீசியது. அமர்ந்திருந்த அதன் இலைகள் காற்றுக்குத் தன் போக்கில் அசைந்தன. அவற்றின் இடை வெளிகள் வழியே சில்லிச் சில்லியாய் வெண்ணிற வானம் தெரிந்தது. ஒருக்களித்துப் படுத்துக்கொண்டு தன்னைச் சுற்றிலும் விழுந்து கிடக்கிற பம்பரக்காய்களை எடுத்துச் சுற்றினான். சின்னதாய் பச்சை வட்டங்களை உருவாக்கிக்கொண்டு சுழன்றன அவை. காற்று வீசியபோது மேலே உதிர்ந்த இலைகளில் ஒன்றையெடுத்து விரல்களிடையே வைத்து உருட்டினான். மஞ்சள் நிறத்துடன் பழுத் திருந்த அவ்விலையில் நுண்மையாய் பசிய நிறத்தில் புள்ளிகள் தெரிந்தன. சிவலிங்கத்துக்கு மஞ்சள் பூசிக்கொண்டு நிற்கும் மங்கா வின் நினைவு வந்தது.

அவளைப் பார்க்கவென்று போய் ஒருவாரத்துக்கும் மேலாகி விட்டது. தோட்டிப்பொறுப்பு ஒதுக்குவதில் பூங்குளத்தில் சலசலப்பு கள் இருந்தன. அவனால் எந்த வேலையையும் செய்யமுடியவில்லை. உடனே எழுந்துபோய் அவளைப் பார்க்க வேண்டுமென்றிருந்தது. கோபத்தோடு கழுத்தை உடைத்து திருப்பிக்கொள்வாள். இன்று சாயங்காலமே எப்படியாவது மங்காவைப் போய்ப் பார்த்துவிட வேண்டும் எனத் தீர்மானித்துக்கொண்டான்.

“என்னடா சிவலிங்கம், ஏரிக்குக் காவலா?”

“ஆமா. உன்னமாதிரி ஆளுங்க இருந்தா ஏரியுமில்ல காணாமப் போயிரும்?”

“ஆமாண்டா. பாத்து, பத்துரமாப் பாத்துக்கோ.”

தலையாட்டிக் கிழவன் ஆடுகள் இரண்டை கைமேய்ப்புக் கென்று ஓட்டிக்கொண்டு போனான். நினைவுகள் கலைந்தவனாய் எழுந்து உட்கார்ந்துகொண்டான் சிவலிங்கம். சிலுசிலுவென்று அடிக்கும் காற்றை அனுபவித்தபடியே ஏரியின் கரைகள் மட்டும் வெறுமனே நோட்டம் விட்டான்.

ஏரியிலிருந்து நீர்பாயும் கால்வாய்க் கரை செடிகொடிகளால் மூடித் தெரிந்தது. வெளிக்கரை முழுக்க ஆள் நுழைய முடியாதபடி நெருக்கமாகப் புதர்கள் மண்டியிருந்தன.

முதலியார்கள் சிலருடைய வெள்ளாமை நிலங்கள் அங்கே இருந்தன. புதுப்பட்டி நாராயணரெட்டியுடையதும், சாயபுமார் களுடைதும்தான் அந்தப் பக்கத்து நிலங்களிலேயே அதிகம். எல்லா நிலங்களிலும் சேரிக்காரர்கள் அடிமையாக உழைத்தார்கள்.

இந்த வருடம் ஆவணி தொடங்கியே நல்லமழை.

ஏரித் தண்ணீர் இன்னும்கூடத் தெளியவில்லை. காற்றுக்குச் சிறு அலைகள் பரவின. சூரியனின் வெளிச்சம் பட்டு தொலை தூரத்துக் கரைவரைக்கும் வெள்ளியை உருக்கி வார்த்தது போலத் தெரிந்தது நீர். சிவலிங்கம் உற்சாகம் கொண்டவனாய் எழுந்து ஒரு தட்டைக்கல்லாய்த் தேடி எடுத்து நீர்ப்பரப்பின்மீது வீசினான். அந்தக் கல் நீர்ப்பரப்பைத் தொட்டுக்கொண்டே துள்ளித் துள்ளி வெகுதூரத்துக்கு ஓடி மூழ்கியது.

அவனும் அவனின் சினேகிதக்காரர்களும் ஏரியில் வந்து விளையாடும்போது சலிக்கும்வரை செய்வது இதைத்தான். எப் போதுமே கல்லெறிவதில் சூரன் சிவலிங்கம்தான். கல்லை சாய்ப் பாய்ப் பிடித்து வீசுவான். அது தரையில் ஓடுவதுபோல தண்ணீரின் மேனியை உரசிக்கொண்டே துள்ளிக் குதித்தபடி வெகுதூரத்துக்கு ஓடும். அவர்கள் ஏரிக்கு மீன்பிடிக்கவும் வருவதுண்டு. மீன் மகசூலை ஏலம் விட்டுவிட்டால், இரவில் மீன் திருட வருவது கொண்டாட்டமாக இருக்கும். மீன்கள் குமியும் இடமாய்ப் பார்த்து பொரியைத் தூவுவார்கள். அதற்கென்றே மக்காச்சோளத்தை வர வோட்டில் போட்டு பொரி வறுத்து வைத்திருப்பான் சிவலிங்கம். மொலுமொலுவென அவை அங்கே கூடும் நேரம் பார்த்து

தொலைவில் நீரிலிறங்கி மெதுவாய் நீந்தி வந்து மூங்கில் கூடையில் அள்ளுவான். சிலர் தடிகளை எடுத்துக்கொண்டுவந்து மீன்களை அடித்தும் பிடிப்பார்கள். நீரின் மேல்பரப்புக்கு வரும் மீன்களின் செதில்கள் வெளிச்சத்துக்கு மினுமினுத்துத் தெரியும். குறிவிலகாமல் தடியால் வீசினால், மீன் மிதக்கும்.

இப்போது அதே ஏரிக்கு அவனே காவலுக்கு இருப்பதை நினைக்க சிரிப்பு வந்தது. இன்னும் மீன்கள் விழுந்திருக்காது என்று நினைத்துக்கொண்டான். காற்றின் வீசலுக்குத் தக்கபடி நீரலைகள் வந்து கரையில் மோதிக்கொண்டு இருந்தன. கலிங்கில் நுண்மை யான வண்டல் படிந்து குழம்பியிருந்தது. அவ்விடம் பார்த்து சிறுசிறு கற்களை வீசியபடி உட்கார்ந்துகொண்டிருந்தான் சிவலிங்கம். ஏரியின் நீர்ப்பரப்பு முழுக்க மங்காவின் சிரிப்பு எதிரொலிப்பது கேட்டது. அங்கு பெருகி அழுத்திக்கொண்டிருக்கும் மௌனத்தை ஊடறுத்துக்கொண்டு அவள் நினைவில் உறைந்தான்.

2

ஆற்றில் பளிங்கு போல் ஓடியது நீர். மணல் திட்டில் உட்கார்ந்து நீரோட்டத்தையே கவனித்துக்கொண்டிருந்தான் திருவேங்கடம். இப்போதெல்லாம் பார்க்கும் பொருட்களை ஊன்றி கவனித்து நிலைகுத்தி நின்றுவிடுகிறான். எந்த எண்ணமுமின்றி நீண்ட மௌனத்திலும், கட்டுப்படுத்திக்கொள்ள இயலாத தீவிரத் திலும் மாறி மாறி உழல்கிறான்.

ஓடும் நீரை உற்றுநோக்குவது ஒரு தியானம். நீர் சிறுசிறு இழையாய்ப் பிரிந்தும் இணைந்தும் ஓடியது. பார்ப்பதற்கு நீரிழையால் நெய்த நீராடையைப் போன்று அது தோற்றம் கொண் டது. ஆற்றுப்படுகையின் மணற்துகள்களும் கூழாங்கற்களும் சிப்பி களும் பெரிதாகத் தெரிந்தன. சிறுசிறு மீன்குஞ்சுகள் தோன்றி மறைந்தன. மனம் நீரில் முற்றிலுமாய் நனைந்து ஆழ்ந்து விட்டிருந்தது. வேறு எண்ணமில்லை.

ஏதோ ஒரு பறவையின் ஒலிகேட்டு மீண்டான். அருகிலிருந்த கொறுக்கைத் தண்டில் உட்கார்ந்திருந்த கருங்குருவியின் சப்தமது. கொறுக்கையின் மெல்லிய தண்டு குருவியின் கனத்தைத் தாளாமல் வில்லென வளைந்திருந்தது. கரையோரங்களில் ஓடும் நீரின் அலைத் தாக்குதலில் மெல்லிய கொறுக்கைத்தண்டுகள் சில அவ்வப்போது வளைந்து தண்ணீரில் தலையடித்துச் சிலிர்த்தன. அந்த இடமே மோனத்திலாழ்ந்திருந்தது. உறைந்திருக்கும் மௌனத்தை பறவையின் ஒலிகள் கலைக்கவில்லை. அவை மௌனத்துளிகளாய் மாறி

விட்டன. இளம்வெயிலில் நீர் உருகிய பொன்னெனப் பாய்ந்தது. கரையெங்கும் பசுமை, தொலைவில் வான்நீலம்.

புரட்டாசி மழை அடித்து பாலாற்றில் நான்கைந்து வாரங் களுக்குப் பெருவெள்ளம் போனது. வெள்ளம் வடிந்தபின் இப்போது ஆற்றின் கரை ஓரங்களில் மட்டும் தண்ணீர் ஓடுகிறது. நடுவில் வெண்ணிற மணலை நிரவிவிட்டிருக்கிறது வெள்ளம். பார்ப் பதற்குப் பச்சைக்கரை கொண்ட சேலையைப்போலத் தோற்றம் கொள்கிறது பாலாறு.

திருவேங்கடம் எழுந்து நடந்தான். ஆற்றின் கரையேறி தென்னந்தோப்பு ஒன்றுக்குள் நுழைந்தான். தூரத்தில் களத்து மேட்டில் அமர்ந்து தலைவர் சிவமலை எதையோ படித்துக்கொண்டிருப்பது தெரிந்தது. அவன் நெருங்கியதும் தன்னிச்சையாகத் திரும்பிப் பார்த்த சிவமலை கேட்டார்.

“என்ன தம்பி, பாலாத்து அழகுல அப்பிடியே லயிச்சிப் போயிட்டியா?”

“ஆமாங்கைய்யா, இப்ப நீங்க புஸ்தகத்துல லயிச்சிருக்கிற மாதிரி! எதையும் ஆழ்ந்து நோக்கணும். அப்போதான் சிந்தனை பெருகும். காரணகாரிய அறிவு வரும்னு சொன்னது நீங்கதானே?”

சிரித்தார் சிவமலை. அவர் உற்சாகமாகத் தெரிந்தார். நேற்று இரவு நெடுநேரத்துக்குப் பரப்புரைக்கூட்டம் நடந்தது. சிவமலை நீண்டநேரம் பேசினார். கோலார்த் தங்கவயலில் இருந்து வந்திருந்த முத்துசாமி குழுவினரின் கதாகாலட்சேபமும் நடந்தது. எவ்வளவு நேரம் இரவில் விழித்திருந்தாலும் அவருக்குக் களைப்பு தெரிவ தில்லை. காலையில் அத்தனை பூரிப்போடு இருக்கிறார்.

“உங்களுக்குக் களைப்பே வராதா?”

“உடலைப் பழக்கணும்!”

“போராட்டம் மகிழ்ச்சி தரக்கூடியது” என்று அவர் வாய் முணுமுணுத்தது. அவர்கள் பேசத்தொடங்கினர். இளையவன் என்று பாராமல் அவனோடு அவர் சமதையாகப் பேசினார். இப்போது இருக்கும் ஊரிலிருந்து அவர்கள் புறப்பட்டு மயில்பட்டிக்குப் போக வேண்டியிருந்தது. இராத்தங்கலும், பரப்புரைக் கூட்டமும் இரவு அங்குதான். முத்துசாமி குழுவினர் காலையிலேயே கிளம்பி அந்த ஊருக்குப் போய்விட்டனர். அவர்கள் இப்போது இருந்த மான்குப்பத்திலிருந்து ஒரு கல் தொலைவே மயில்பட்டி என்பதால் புறப்படுவதில் அவர்கள் அவசரம் காட்டவில்லை.

“சுதந்திரம் சீக்கிரமா வந்துடும்னு சொல்லிக்கிறாங்களே? எப்ப வரும்னு உங்களுக்கு எதாவது யோசனையிருக்கா?”

“நானென்ன ஜோசியக்காரனா?”

சிவமலை வாய்விட்டே சிரித்தார்.

“நான் கேக்கவந்தது அது இல்லீங்கையா. சுதந்திரம் வந்தா ஜாதிக்கொடுமையெல்லாம் ஒழிஞ்சிடுமில்லியா? ஒரே ஒரு சட்டம் போட்டுட்டாப் போதுமில்ல?”

சிவமலை திருவேங்கடத்தையே உற்றுப்பார்த்தார்.

“ராத்திரிக்குப் பேசுறதுக்கு நல்ல தலைப்பைத் தந்துட்ட! யாருக்குச் சுதந்திரம்? இதுதான் ராத்திரி பேசப்போறது!”

அவரே தொடர்ந்தார்.

“ஒரே சட்டத்துல சாதிய ஒழிச்சிட முடியுமான்னு தெரியில. அது புனிதப்படுத்தப்பட்ட அசிங்கம். ஒரு சுரண்டல்முறை. தனக்குக் கீழ இருக்கிறவனோட உழைப்பை, உடைமையை, சுயமரியாதையைச் சுரண்டுவது. தனக்குக் கீழ ஒரு அடிமை இருக்கிறத யாருமே விரும்பு வாங்கதானே? இந்த ஆண்டை அதிகாரத்தை இழந்திடக் கூடாதுன்னுதான் இத மதத்தோடவும், பிறப்போடவும் இணைச்சி வச்சிருக்கான். இது ஒழிக்கப்படணும். ஆனா இங்க போராடுற தலைவர்களுக்குச் சுதந்திர இந்தியாவைப் பற்றிய உறுதியான எந்தக் கருத்துகளும் இல்ல. சிலர் இதை இந்து நாடாக்கணும்னு நெனைக் கிறாங்க. பாகிஸ்தான் பிரிவினையை எதிர்க்கிறாங்க. காந்தியாரோ பழமையைப் போற்றுறார். அதுல சாதியும் அடக்கம். கல்வியின்மை, வறுமை, சாதி, பெண்நிலை, மருத்துவம் எதைப் பற்றியும் தெளிவான பார்வையில்ல. இவங்க நினைப்புதான் என்ன? சுதந்திரம் வந்துட்டா எல்லாம் சரியாயிடும். இது விபரீதமானதொரு கற்பனை. இந்தத் தருணத்துல அம்பேத்கர் கிட்டயும், ஈ.வெ.ரா கிட்டயும் மட்டுந்தான் இதுங்களைப் பற்றிய சில தெளிவான திட்டங்கள் இருக்கு. சாதிதான் தேசியப்பிரச்சினை. ஆனா அதைப்பற்றி இவங்க ரெண்டுபேரைத் தவிர யாருமே பேசலியே? நாள்தோறும் ஜாதிக் கொடுமை. சேரியே ஒரு திறந்தவெளி கூண்டுதான். நாளைக்கே சுதந்திரம் வந்தாலும் தாழ்த்தப்பட்ட ஒருவன் சாதியிந்துவோட அடிமைதானே? அப்ப யாருக்கு இந்தச் சுதந்திரம்? சாதிய ஒழிச் சுட்டோம்னு சட்டம் போடறது பெருசில்ல. சாதியாளுங்க மனசுல மாற்றம் வரணுமே. அதுக்கான வேலை இங்க என்ன நடந்திருக்கு?”

சிவமலையின் குரல் உச்சத்துக்குப் போனது. சிறிது நேர அமைதிக்குப்பின் திருவேங்கடம் கேட்டான்.

“எனக்கு ஒரு கேள்வியுண்டு. ரொம்ப தொந்தரவு செய்யிற கேள்வி. நீங்களும், பல தாழ்த்தப்பட்ட தலைவர்களும் பௌத்தத்தை வலியுறுத்துறீங்க. பௌத்தம் தீண்டப்படாதவன சாந்தப்படுத்தி விடுது என்று எனக்குப் படுது. அவனே நாள்தோறும் துன்பப் படறான். அவங்கிட்ட சிறிதளவாவது கோபவுணர்வு இருந்தாதானே கொடுமைகள எதிர்த்து நிக்கிறதுக்கு?”

சிவமலை திருவேங்கடத்தை ஆழமாய்ப் பார்த்தார். அவன் கண்களில் இருந்த பொறியின் அனலை அவர் உணர்ந்தது போலத் தோன்றியது.

“உன் வயசுக்குத் தோன்றும் இயல்பான கேள்வி.”

அவர் தன் கையிலிருந்த புத்தரின் அருள் அறம் நூலை அவனிடம் கொடுத்து, விரித்து வைத்திருந்த பக்கத்திலிருந்து சில பத்திகளைப் படிக்கச் சொன்னார். அவன் வாங்கிப் படித்தான்.

‘நம்முடைய எண்ணங்களே நாமாயிருக்கிறோம். நம்முடைய எண்ணங்களே நமக்காதாரம். நம்முடைய எண்ணங்களால் நாம் அமைந்திருக்கிறோம். ஒருவன் தீய எண்ணங்களை எண்ணு வானாயின், தீயசெயல்களைச் செய்வானாயின், வண்டியை யிழுக்கும் எருதின் கால்களைச் சக்கரம் பின்பற்றித் தொடர்வது போல துக்கமானது தொடர்ந்தே நிற்கும். ஒருவன் நல்ல எண்ணங் களை எண்ணுவானாயின், நல்ல செயல்களைச் செய்வானாயின், அவனது நிழலானது அவனையே பின்பற்றித் தொடர்வதுபோல நன்மை தொடர்ந்தே நிற்கும். அழுக்காறு, செருக்கு, பகைமை இவை களினின்று எழும் எண்ணங்களுக்கு ஒருவன் இடங்கொடுப் பானேல் பகையால் ஏற்படும் துன்பம் அவனை விட்டகலாது. அத்துன்பத்தைப் போக்கவுமியலாது. ஏனெனில் நெருப்பை நெருப் பால் அணைக்க முடியாதது போல பகையைப் பகையால் வெல்ல முடியாது. அவ்வித எண்ணங்களுக்கு ஒருவன் இடங்கொடாதிருப் பானேல், பகையால் ஏற்படும் துன்பம் அவனை விட்டகலும். ஏனெனில் நெருப்பை நீராலணைப்பது போல பகையை அன்பால் விலக்கலாம்.’

திருவேங்கடம் குழப்பமாக சிவமலையைப் பார்த்தான்.

“புத்தரின் போதனை. நெருப்பை நெருப்பால் அணைக்க முடியாதுன்னு அவர் தெளிவாகச் சொல்றார். நம்முடைய எண்ணங்களே நாமாயிருக்கிறோம்னு மொதல்ல சொல்றார். இது ரெண்டுக்கும் தொடர்பிருக்கிறதுன்னு தோணுது. ஜாதி நல்லதுன்னு ஒடுக்குகிறவன் நம்புறான். அது தேவைன்னும் நினைக்கிறான். அதுதான் அவனுடைய எண்ணம். அந்த எண்ணம்தான் நெருப்பு.

தீய நெருப்பு. அதை நாம, நம்முடைய கோப நெருப்பால எப்படி அணைக்கமுடியும்? அது சாத்தியமில்லை. முதலில் அவனுடைய எண்ணத்தை நாம மாற்றணும். எண்ணம் மாறினால் அவனும் மாறுவான். அதனால்தான் ஜாதிக்கு எதிரான பரப்புரையை நாம மேற்கொள்றோம். நம்முடைய அணுகுமுறைகள் சாத்வீகமானவை. பல நூற்றாண்டுகளாய் தீண்டப்படாதவர்கள் இந்த நாட்டில் ஜாதிக்கொடுமைகளுக்கு எதிராக அன்பைத்தான் முன்னிறுத்தி வர்றாங்க. தீண்டப்படாதவர்கள் கண்டுபிடித்ததுதான் அகிம்சை யெனும் தத்துவம். அது புத்தரிடமிருந்து அவர்கள் பெற்றது. அவன் ஊரும் சேரியும் என்று பகுக்கிறான். நாம அது வேண்டாம் என் கிறோம். அவன் நீயும், நானும் வேறுவேறு என்கிறான். நாம் நாமெல் லாம் ஒன்று என்கிறோம். அவன் வேற்றுமையை வலியுறுத்துகிற போது நாம் ஒற்றுமையை வலியுறுத்துகிறோம். இதற்கு அன்புதான் தேவைப்படுகிறது. இங்கு மூர்க்கம் தேவையற்றது."

திருவேங்கடம் தலையை உலுப்பினான்.

"ராமகுப்பத்துல ஒரு தாழ்த்தப்பட்டவனைக் கொன்னு நடுத் தெருவுல இழுத்துட்டுப்போனாங்களே, எங்கப்பா சாவுக்குக் காரண மாயிருந்தாங்களே. உங்களையும் கூட்டமைப்புத் தோழர்களையும் அடிச்சி தொறத்துனாங்களே, அவங்ககிட்ட போயி அன்பைப் பேசச் சொல்றீங்களா?"

"கோபப்பட வேண்டாம் இளந்தோழா. இன்னும் நாம விவாதிக்கவேண்டியது நிறைய இருக்கு."

அவரின் தொடுகையால் உந்தப்பட்டவனாய்க் குமைந்து கீழே தலையைக் கவிழ்ந்துகொண்டான் திருவேங்கடம்.

"மன்னிக்கணும்யா. கோபப்பட்டுட்டேன்."

"அன்பைவிடக் கொடிய நஞ்சுமில்லை; அன்பைவிட நல்ல மருந்துமில்லை. நீ இழப்புகளின் கரையிலிருந்து பேசுற. அது நியாய மானது. இதுதான் அறச்சீற்றம். ஆனால், உண்மை வேறு. படிப்பறி வில்லாத, சோற்றுக்கு வழியற்ற, அதிகார பலமேயில்லாத நம் மக்களின் கோபம் அவர்களையே எரிச்சிடும். காரண காரியங் களுடன் சிந்தித்துப்பார். உனக்கே புரியும். சாதியொழிப்புல உணர்ச்சியைவிட அறிவு முக்கியம்ன்றத அம்பேத்கர் வலியுறுத்திச் சொல்றார்."

அவ்வூரிலிருக்கும் கூட்டமைப்பின் தோழர் ஒருவர் காலை உணவுக்காக அவர்களை வந்து அழைக்கும்வரை இருவரும் பேசிக் கொண்டேயிருந்தார்கள்.

இருவரும் ஊருக்குள் சென்று ஒரு வீட்டின் திண்ணையில் அமர்ந்துகொண்டனர். மொந்தையில் கூழ் வந்தது. பச்சை மிளகாயையும், மாங்காய் ஊறுகாயையும் வைத்தார்கள். இருவரும் வயிறு நிறையக் குடித்தனர். உச்சிவேளைக்கு மாடுகட்டினால் போதும், போய்ச் சேர்ந்துவிடலாம் என்றார் சிவமலை. அதற்குள் ஒரு தூக்கம் போடலாம் எனச் சொல்லிக்கொண்டே ஊர் ரச்சை மரத்தடியில் அவர் படுத்துக்கொண்டார்.

திருவேங்கடம் அங்கிருந்து கிளம்பி நடக்கத் தொடங்கினான். ஊர் எல்லைக்கு வந்ததும் அங்கு போகும் மண்சாலையில் ஆற்றைப் பார்த்துப் போனான். ஆற்றில் கட்டப்பட்டிருந்த தரைப்பாலத்தில் நீர் மெல்லியதாகவும், பரவலாகவும் நிறைந்தோடி கீழே வழிந்தது. சில இடங்களில் பாசி பிடித்திருந்தது. திருவேங்கடம் தரைப் பாலத்திலிறங்கி கால்கள் நனைய நடந்தான். எதிர்த்திசையில் வானுயற நிற்கும் மலைத்தொடரைப் பார்த்தபடியே போனானவன். மாட்டுவண்டிகளும் சில மிதிவண்டிகளும் அவனைக் கடந்து போயின. எதிர்க்கரைக்குப் போனதும் வந்த பெரிய சாலையைப் புதிதாய் பார்ப்பதைப்போல பார்த்தான். அந்தச் சாலை சென்னை மார்க்கமாகப் போவது. சாலைக்குப் பக்கத்திலேயே இருப்புப்பாதை யொன்றும் போனது. இரண்டு, மூன்று தடங்கள் இருந்த அங்கே வரிசையில் நின்ற கைகாட்டி மரங்கள் வியப்பை ஊட்டின. அவனுக்கு சென்னை நினைவுகளும், பொன்னரசு, பேரானந்தம் ஆகியோரின் எண்ணங்களும் வந்து போயின. அவர்களுக்குக் கடிதம் எழுதவேண்டுமென்று நினைத்தான். அங்கிருந்த பாறை யொன்றின்மீது அவன் ஏறியமர்ந்துகொண்டான். வெயில் சுள்ளென்றடித்தது. இணைகோடுகளாய்ப் போய்க்கொண்டிருக்கும் தண்டவாளங்கள் அவனுள்ளே அனாதரவான உணர்வையூட்டின. திடீரென்று, அம்மா என்ன செய்துகொண்டிருக்கிறாரோ? என்ற எண்ணம் தோன்றியது. அவன் மனதில் துக்கம் கப்பியது.

இராமகுப்பத்திற்குப் போயிருந்த இராவணேசன், காலை யிலேயே வந்து வீட்டுக்குள் படுத்ததை தவமணி அறிந்திருக்க வில்லை. வெளியில் போயிருந்தவள் உள்ளே வந்து பார்த்து அதிர்ந் தாள். வீட்டையும் வாசலையும் மொழுக சாணம் எடுத்துக்கொண்டு வருவதற்குப் போயிருந்தாள் அவள். அவள் கையில் சாணப் பொருக்குகள் காய்ந்துகிடந்தன. தவமணி எழுப்பிய சப்தம் ஊரையே கூட்டிவிட்டது. திருவேங்கடம் ஓடிவந்து பதறினான். அவன் மிதிவண்டியை எடுத்துக்கொண்டு பெரிய பேட்டையில் இருக்கும் வைத்தியனை அழைத்துவர ஓடினான். சிறிது நேரத்துக் கெல்லாம் பரபரப்போடு வந்த வைத்தியன் நாடிபிடித்துப் பார்த்து விட்டு உதட்டைப் பிதுக்கினான்.

அங்கு எழுந்த பேரோலம் பூங்குளத்தையும், சுத்துப்பக்க ஊர்களையும் சூழ்ந்துகொண்டது. இராவணேசன் செத்துப் போனதை அவர்கள் யாரும் நம்பத்தயாரில்லை. அவர் எப்படிச் செத்தார் என்பதும் புரியவில்லை. சூனியம் கவிந்தது. சிவமலையும், கூட்டமைப்பின் தோழர்களும் வந்தபோது நடந்தவையெல்லாம் ஓரளவு தெரிந்தன.

சிவமலைக்குக் கையிலும் காலிலும் கட்டுகள் இருந்தன. இராம குப்பத்துக்காரர்கள் தாக்கியதில் நியாயம் கேட்கப்போன தோழர்கள் சிதறி ஆளுக்கொரு பக்கமாக ஓடிவிட்டனர். சிலர் மிதிவண்டியில் திரும்பிவிட்டனர். சிவமலையைக் காப்பாற்றுவதிலேயே அவர்களின் கவனம் இருந்துவிட்டது. வெகுதூரம் வந்த பிறகுதான் இராவணேசன் அவர்களோடு இல்லாதது தெரிந்தது. திரும்பிப் போய்ப் பார்க்க வேண்டுமென்று சிவமலை பதறியபோது தோழர்கள் தடுத்துவிட்டனர். மற்ற தோழர்களைப் போல இராவ ணேசன் எப்படியும் தப்பித்து வந்துவிட்டிருப்பார் என்று அவர்கள் நம்பிக்கொண்டிருந்தனர்.

தவமணி, சிவமலையின் சட்டையைப் பிடித்து உலுக்கினாள். எதையெதையோ சொல்லி அரற்றினாள். யார்யாரோ வந்து போனார்கள். யாரும் நினைவிலில்லை. திருவேங்கடம் பித்துப் பிடித்தவனைப் போலிருந்தான். அவன் மனத்தில் கோபம் நிரம்பி யிருந்தது. அவனால், அச்சூழலை ஏற்க முடியவில்லை. எல்லாம் முடியும் வரை கூட்டமைப்பின் தோழர்கள் அங்கேயே இருந்தனர். சிவராஜ் தலைவருக்குத் தந்தி கொடுத்திருப்பதாகவும், ஜில்லா கலக்டரைப் பார்த்துப் புகார் மனு ஒன்றைத் தரப்போவதாகவும் சிவமலை சொன்னார்.

காதர்பாய் திருவேங்கடத்துக்குத் தன் கம்பெனியிலேயே வேலை தருவதாகச் சொன்னார். பூங்குளம் பக்கத்தில் இருக்கிற தன்னுடைய நிலத்தில் ஒரு துண்டை பயிர்செய்யத் தருவதாகவும் ஒப்புதலளித்தார்.

வீட்டோடு வந்துவிடும்படி தம்பி சுந்தரேசன் அழைத்ததை தவமணி ஏற்கவில்லை. தன் கணவன் இருந்த இடத்திலேயே இருந்து விடுவதாகச் சொல்லிவிட்டாள். திருவேங்கடத்தின் படிப்பு நின்று போனது.

"நீ இப்ப படிச்சிட்டு வந்திருக்கிறதுக்கே வேல கெடைக்கும், நீ சொல்லுவியே தலைவருங்க அவங்களே அவ்ளோ படிச்சிட்டு வந்து சமுதாய வேலசெஞ்சாங்கின்ட்டு? அதுபோல நீயும் ஊரோட இருந்து செய்யி. நீ ஒரே புள்ள. நீயும் படிக்கிறதுக்குன்னு பட்டணம்

போயிட்டா உங்கம்மா இங்க தனியா இருந்து என்னா பண்ணு வாங்க?"

சிவமலை திருவேங்கடத்தைத் தன்னோடிருக்கும்படி கேட்டுக் கொண்டார். அவருக்கு அவன்மீது தனிப்பிரியமே உண்டாகி விட்டது. அவனை ஆறுதல்படுத்தும் விதமாகத் தான் போகவிருக்கும் சாதியொழிப்புப் பரப்புரை சுற்றுப்பயணத்துக்கு வரச்சொல்லி அழைத்துக்கொண்டு போனார். ஆமூரில் தொடங்கிய பயணம் மான்குப்பம், மயில்பட்டி, புதுக்குடி, தோப்பூர் எனச் சென்று கிருட்டிணாபுரத்தில் முடிவடையும்படி திட்டமிடப்பட்டிருந்தது.

மகனை அனுப்புவதில் தவமணிக்கு விருப்பமில்லை. அவனையும் இழந்துவிடுவோமோ எனப் பதறினாள். கல் போல் இறுகியிருந்த திருவேங்கடத்தைப் பார்த்த பிறகு சம்மதிப்பதைத் தவிர வேறு வழியில்லாமல் போய்விட்டது.

பயணம் முடிய எப்படியும் பத்துப்பதினைந்து நாட்களாகும் என்று அவர் சொன்னதால் அம்மாவுடன் தங்கும்படி தன் அத்தையிடம் சொல்லிவிட்டுக் கிளம்பிவிட்டான் திருவேங்கடம். திடீரென்று நிர்க்கதியாய் இப்படி நின்றுவிடுவோம் என்று கொஞ்சமும் அவன் நினைத்திருக்கவில்லை. போகிற ஊர்களில் சந்திக்க நேர்கிற கூட்டமைப்புத் தலைவர்கள் அவனுள்ளே அப்பாவின் நினைவைக் கிளறியபடியே இருந்தனர். சிவமலை சாதியொழிப்பைப்பற்றிப் பேசும்போதெல்லாம், அப்பாவை அதற்குப் பலிகொடுத்த நினைவு வந்து உலுக்கி வெறியூட்டியது. சில இடங்களில் சிவமலை திருவேங்கடத்தைப் பேசப் பணித்தார்.

"நம்ம தம்பி அம்பேத்கரைச் சந்தித்தவர்களைப் பார்த்தவர். தலைவர் சிவராஜ் அவர்களைச் சந்தித்தவர். சென்னைப் பட்டணத்தில், புகழ்பெற்ற கல்லூரியான பச்சையப்பனிலே இன்டர்மீடியட் படித்தவர். எல்லாத்துக்கும்மேல சாதியொழிப்புக்காக உயிரையே விட்ட நம்ம கூட்டமைப்பின் செயல்வீரர் இராவணேசனுடைய புதல்வர்." முதலில் தடுமாறி, பின் நிலைப்படுத்திக்கொள்ளும் திருவேங்கடத்துக்கு, பேச்சின் போக்கிலே கோபம் உயர்ந்து கொண்டே போகும். வெடித்துத் தெறிக்க சமயம் பார்த்திருப்பவனாய் மாறிவிட்டிருந்தான் திருவேங்கடம்.

திருவேங்கடத்தைக் கடந்துபோன ரயில் ஒன்று உலுப்பியது. நடுப்பொழுது ஆகியிருக்கலாம் என்றெண்ணி எழுந்துகொண்டான் திருவேங்கடம்.

3

மூச்சிரைக்க நடந்தான் சிவலிங்கம். பொழுது அமர் வதற்குள் மங்காவைப் பார்த்துவிட வேண்டும் என உந்தியது மனம். நடுப்பகலுக்கு அப்பனுக்குச் சாப்பாடு கொண்டுவரும் அவள் பொழுது சாயும் மட்டும் நிலத்திலேயே இருப்பாள். இரண்டு கையளவு வீடுகளைக்கொண்ட அவள் ஊரான பெரியகல்லில் இருந்து ஓடிவரும் துங்கலாறு அல்லிக்குளம் காட்டாற்றில் கலக்கும் இடத்தில், ஆவாரஞ்செடிகளும், துரிஞ்சி மரங்களும் நிறைந்த குன்றுக்குப் பக்கத்தில் இருக்கும் நிலத்தில், அவளின் அப்பன் முருகன் வாரத்துக்குப் பயிர்செய்துவந்தான். தென்னஞ்சோலையும், முப்போகம் விளையும் நெற்கழனிகளும் கொண்ட நிலமது.

கம்பங்களியையோ, சாமைச்சோற்றையோ ஆக்கி மூங்கில் கூடையில் வைத்து தலையேற்றிக்கொண்டு நிமிர்ந்தால் அரைக் காதம் நடக்க வேண்டும். வழிநெடுக அடர்ந்தகாடு. முருகன் கோபக் காரன். நேரம் தப்பினால் வசவுகளைக் கண்டமேனிக்கு விடுவான். பெண்ணென்றும் பார்க்கமாட்டான். அதனால் காட்டுவழி என்பதையும் நினைக்காமல் நடக்கத்தொடங்கிவிடுவாள் மங்கா.

நடுப்பகலுக்குக் கொஞ்சநேரம் பிந்தியிருந்தது பொழுது. கிழட்டு வெயில் சுள்ளென்று அடித்தது. சனிக்கிழமையென்பதால் சீதாலட்சுமி டாக்கீசில் மத்தியான ஆட்டத்துக்கு ஆட்கள் வந்து விட்டிருந்தார்கள்.

மங்காவின் நினைவு வந்தபிறகு ஏரிக்கரையில் அவனுக்கு இருப்பு கொள்ளவில்லை. நினைவுகளை வெயில் தூண்டியது. உடல் கிளர்ந்து தவித்தான் சிவலிங்கம். உடலைக் கொதிக்கச் செய்கிற வெயிலைச் சபித்துக்கொண்டான். தனிமைக்கும் ஏக்கத் துக்கும் அணைப்பு கொடுப்பது போல் பூவரசமரத்தின் கிளை யொன்றிலிருந்து குயிலொன்று பாடியது. போய்விடவேண்டும் என எழுந்துகொண்டபோது சாமனின் கோபம் கண்முன் நின்றது. அப்பன் எரிப்பெடுத்தவன். அதனாலென்ன, காதலுக்குக் கோபம் தானே உரம். அவன் கேட்டால் எதையாவது சொல்லிக் கொள்ள லாம்!

ஊர் நிலவரம் கெட்டிருந்ததில் சாமன் கவலையடைந்திருக் கிறான். சாமன் வகையறாவின் ஊர்த் தோட்டிப் பொறுப்பு இந்தப் பொங்கலோடு முடியப்போகிறது. அடுத்து கோட்டான் வகையறா வுக்கும், மாயன் வகையறாவுக்கும் போட்டி புகைந்திருக்கிறது. வரை முறைகளை மீறி இரு தரப்பும் மோதும்போது நாமும்கூடத்தான் மோதிப்பார்ப்போமே என்ற மூர்க்கத்திலிருக்கிறான் சாமன்.

அழகிய பெரியவன் ● 117

நிலவரம் சரியில்லாத இந்த நேரத்தில் ஏரிக்காவல் பொறுப்பைத் தட்டிக்கழித்துவிட்டு மங்காவைப் பார்க்கப்போனது தெரிந்தால் அப்பன் அடித்தே கொன்றுவிடுவான். ஆனால், மங்கா வின் கோலிக் கண்கள் அவனை நிலைகொள்ள விடவில்லை.

மதகை அடைத்துவிட்டுப் புறப்பட்டுவிட்டான். வழிமுடிய சாலையின் இரு கைகளிலும் இருந்த புளியமரங்கள் நிழல் பந்தல் போட்டிருந்தன. காலை விசிறிப்போட்டான் சிவலிங்கம். நடந்து கொண்டிருந்தபோது ஏதேதோ எண்ணங்கள் முளைத்தன. மங்கா வந்திருப்பாளா? ஏதாவது வேலை நிமித்தமாக வராமல் போயிருந் தால்? குளிர்காலமென்பதால் சீக்கிரமே இருட்டிவிடுகிறது. பொழு தாகிவிட்டது என்று அவள் புறப்பட்டுப் போயிருந்தால்? அவன் மனது தவித்தது. காரணமற்ற துக்கம் மனதை அடைத்து இறுக்கியது.

சிவலிங்கம் புருவமையத்தில் விரலைவைத்து அழுத்தி அவள் வரவேண்டும் என மீண்டும் மீண்டும் நினைத்துக்கொண்டான். அப்படி நாலைந்து முறை நினைத்துக்கொண்டால் நடந்துவிடுகிறது என்று நம்பினான் அவன். இதற்கு முன்பு அப்படிச் செய்தபோது நினைத்தது நடந்திருக்கிறது! புருவத்தை அழுத்துவது இப்போது ஒரு பழக்கமாகவே ஆகிவிட்டது. சினேகிதக்காரர்கள்கூட என்ன இது புதுப்பழக்கம் என்று கேட்கிறார்கள். திருவேங்கடம்தான் ஏகத்துக்குக் கிண்டல் செய்கிறான்.

"என்னாடா சாமியாராயிட்டியோ? பாத்துடா உன் லீலை களை நானே அம்பலப்படுத்த வேண்டியது இருக்கும்."

அவன் எப்போதுமே இப்படித்தான். வாயைத் திறந்தால் பெரியார், அம்பேத்கர், மார்க்ஸ். தடாலடியாகப் பேசிவிடுகிறான். இன்னும்கூட மங்கா விசயத்தை அவனிடம் சொல்லவில்லை. கல்யாணத்துக்கு அவனுடைய உதவியை நாடவேண்டியதிருக்கும். சிவலிங்கத்தின் மனம் பலதையும் நினைத்துக்கொண்டேயிருந்தது. சிவலிங்கம் நடந்துகொண்டிருந்தபோது மூன்று மணி வண்டி யொன்று ஆமூரைப் பார்த்துப் போனது. பேருந்துகள் இப்போது ஒன்றுக்கு நான்காய்ப் பெருகிவிட்டதாக நினைத்தான் சிவலிங்கம்.

ஊரைத்தாண்டிய கொஞ்ச தூரத்திலேயே வந்த ஆலமரத் தடியில் சிறிது நேரம் நின்றுகொண்டிருந்தான் சிவலிங்கம். மங்கா வின் நெருங்கிய உறவுக்காரர்கள் சிலர் அந்த ஊரில் இருப்பதாக அவள் சொல்லி ஒருமுறை கேட்டிருக்கிறான். ஒருசமயம் இப்போது இந்த ஊருக்கு வந்திருப்பாளோ என்று போனது எண்ணம். மையூரைத் தாண்டியதும் சாலை இறக்கம் கண்டது. இனி வருவது அல்லிக்குளம். அந்த ஊரைத் தாண்டினால் காட்டாறுதான்.

அவன் மனம் பதற்றம் கொண்டது. ஒருபுறம் ஏகாந்தமான தொரு உணர்வு அவனை மெள்ள ஆட்படுத்திக்கொண்டே முன்னேறியது. காட்டாறு வந்ததும் துள்ளியது மனம்.

மாலை வெயிலுக்குப் பசிய மணத்தைக் காற்றில் பரவ விட்ட படி கொறுக்கைகள் அடர்ந்திருந்தன. தரைப்பாலத்தையொட்டி ஆற்றில் இறங்கும் வழியில் கால்வைத்து நெறுநெறுவென்று நடந்தான் சிவலிங்கம். மேற்குத்திக்கில் தெரியும் தேன் கல்லின் பக்கத்தில்தான் மங்காவின் தகப்பன் உழும் நிலம்.

தூரத்துப் பார்வைக்குத் தெரிந்த அந்நிலத்தில் உயரமான தென்னைகள் காற்றின் வீசலுக்குக் குதூகலித்து ஆடிக்கொண்டி ருந்தன. ஆற்றின் இருமருங்கிலும் பச்சைகட்டிய நஞ்சைகள். அங்கு அவனின் காலடி ஓசையைத் தவிர்த்து வேறு ஒலியில்லை. மலையிலிருந்து இறங்கும் குரங்குகளை வெள்ளாமை செய்கிறவர் அதட்டும் ஒலியும், கொறுக்கைப் பயிர்களின் தோகைகளில் அலுங் காமல் உட்கார்ந்திருக்கும் நாகனவாய் புட்களின் கீசல்களும் அவ்வப்போது கேட்டன. ஆற்றின் ஓரத்தில் கொஞ்சமாய் நீர் ஓடியபடி இருந்தது.

தேன் கல் நிலத்தை நெருங்கியதும் அவன் மனம் அடித்துக் கொண்டது. வழமையாக நின்று பார்க்கும் மண்மேட்டில் ஏறி நோட்டம் பார்த்தான். அறுப்பறுத்த கழனியொன்றில் மாடுகள் இரண்டைப் பத்திவிட்டுவிட்டு, வரப்பிலமர்ந்தபடி கரும்பை மென்றுகொண்டிருந்தாள் மங்கா. தட்டைக்கல்லொன்றைத் தேடி யெடுத்து அவளை நோக்கி எறிந்தான். அது அவள் மென்று போட்ட சக்கைக் குவியலில் போய் விழுந்தது. விலுக்கென்று திரும்பிப் பார்த்த மங்கா. எழுந்து நின்று குறிப்பாய்ப் பார்த்து விட்டுச் சிரித்தாள்.

“எம்மா, நானு ஆத்துக்காப் போயிட்டு வர்றேன்.”

“ஊட்டுக்குப்போகும்போது என்னாயிது? சுருக்கா வா.”

மங்காவின் குரலைத் தொடர்ந்தொரு பெண்குரல் எங்கிருந்தோ கேட்டது.

சிவலிங்கம் அவள் வரும் வழியருகில் கொறுக்கைப் புதருக்குள் மறைந்தபடி நின்றுகொண்டிருந்தான். நிலத்திலிருந்து ஆற்றுக்கு இறங்கிடும் இடத்தில் சலசலப்பு எழுந்தது. மங்காவின் சின்னப் பாதங்கள் ரகசியம் பேசுவதுபோல் கொஞ்சியபடி மணலில் இறங்கி நின்றன. அவள் பதைபதைப்புடன் சுற்றும் முற்றும் பார்த்தாள். வேட்டை மிருகத்தினைப் போல் கொறுக்கைப் புதரி லிருந்து வெளிப்பட்ட சிவலிங்கம் பின்னாக வந்து அவளை இறுக்கக் கட்டிக்கொண்டான்.

“இதா… வுடு… அய்யா… வுடு.”

திமிறினாள் மங்கா. ஆனாலும் முரண்டு பிடிக்காமல் நின்றாள். அவளுக்கு மிரள் வந்தது போலிருந்தது. சிவலிங்கத்தின் கைகள் உடலில் பட்டதும் உள்ளே தீச்சுவாலை கொழுந்து விட்டெரிந்தது.

மங்காவைத் தன் பக்கமாகத் திருப்பி இறுக்கித் தழுவியபடி அரைக்கண் மயக்கத்திலிருக்கும் அவள் முகத்தில் சன்னதம் கொண்டவனாய் முத்தமிட்டான். நெற்றி தொடங்கி கீழிறங்கியவன் இதழ்களை, அவள் வலியால் முனகி வலிக்கும் வரை மென்றான்.

இருவர் உடலிலும் பற்றியெரியும் தீ அடங்கும்வரை ஒருவரை யொருவர் பார்க்காமல் உட்கார்ந்திருந்தனர். கொஞ்ச நேரத் துக்கெல்லாம் மங்காவின் விசும்பல் சன்னமாகக் கேட்டது. பதறிப் போனவனாய் அவளை நெருங்கி,

“என்ன மங்கா?” என்றான் சிவலிங்கம். ஒற்றைக்கையால் வீம்பாக அவனைத் தள்ளிவிட்டு மௌனம் காத்தவள் மெதுவாகச் சொன்னாள்.

“இப்பிடியே எவ்ளோ நாளைக்கி வந்துபோவ? நீ இப்பிடி வந்துட்டுப்போன பின்டுக்கு, நீ வர்றவரைக்கும் நெருப்புல கெடந்து எரியிறேன். இனிமேல்ட்டுக்கும் என்னால பொறுக்க முடியாது. எங்கூட்டுல வந்து பேசி கூப்டுணுப்போயிடு. இல்லன்னா நா செத்துடுவேன்.”

அவள் கடைசிச்சொல்லை முடிக்கும் முன்பாகவே அழுத்தமாய் அவளின் வாயைப் பொத்தினான் சிவலிங்கம்.

“கூடிய சீக்கிரத்திலேயே உன்னைக் கேட்டு வர்றேன்.”

அவள் அழுகையும் சிரிப்புமாக அவன் மடியில் சாய்ந்து கொண்டாள். இருவரின் கைகளும் மணலை அளையத் தொடங் கின. அங்கே கவிந்திருந்த பேரமைதி குறுகுறுவென அவர்களை உறுத்துப்பார்த்துக்கொண்டிருந்தது.

4

பெரியகல்லுக்கு மேளம் அடிக்கப் போயிருந்தபோதுதான் சிவலிங்கம் மங்காவைப் பார்த்தான். அவன் பெரும் மேளக்காரன். அவனுக்கு இணையாய் மேளமடிக்க இந்தச் சுற்றுப் பக்கத்திலேயே ஆட்களில்லை என்பான் சாமன். அவன் உருவாக்கியது அப்படி.

பெரியகல்லில் சாவுக்கு மேளமடிக்கப் போகிறாயா என்று ஒருநாள் திடுதிப்பென்று வந்து கேட்டார் இராவணேசன். ஆட்களிருவரைக் கூப்பிட்டுக்கொண்டு வீட்டுக்கு வந்திருந்தார் இராவணேசன். ஏரிக் காவலுக்குப் புறப்பட்டுக்கொண்டிருந்த சிவலிங்கம், அவரைப் பார்த்ததும் நின்றுவிட்டான்.

“காத்தாலர்ந்து காக்கா ஒண்ணு கத்தினேயிருந்துச்சி. வா மாமா. நீ வரத்தானா? இரு கோழி அடிக்கச் சொல்றேன்.”

“உம் பசப்புப் பேச்செல்லாம் எங்கிட்ட வேணா மாப்ள. வந்த வேலை ஆகட்டும். இவங்க பெரியகல்லுலேர்ந்து வந்திருக்காங்க. காலங்கார்த்தால ஒரு சாவு. கொஞ்சம் முத்தின ஒடம்பு. சாயங்காலமே எடுத்துடுவாங்களாம். இன்னிக்கின்னு பாத்து அவங்க ஊரு மேளக்காரனுங்க இல்ல. அதான் நம்மளை நாடி வந்திருக்காங்க. என்னா சொல்றே?”

“எங்க தலைவன் சொல்லிட்டா அதுக்கு மறு பேச்சுக்கீதா?”

சிவலிங்கம் மேளக்காரர்களைத் திரட்டிக்கொண்டு பெரியகல்லுக்குப் போய்ச் சேர்ந்தபோது வெயில் கடுக்கத் தொடங்கியிருந்தது. கூடவே மறக்காமல் மையூர் சிங்காரத்தையும் அழைத்துப் போயிருந்தான். அல்லிக்குளம் காட்டாற்றைத் தாண்டியதும் வந்த மேட்டை ஏறியவுடன் பாதை மேற்கைப் பார்த்துக் கிளை பிரிந்தது. மேட்டுக்குப்பத்தைக் கடந்ததும் சாலை காட்டுக்குள் நுழைந்தது. பெரியகல்வரை அடர்ந்த காடு உடன் வந்துகொண்டேயிருந்தது. சில்வண்டுகளின் இடைவிடாத சத்தமும், முகம்காட்டாத பறவைகளின் கூப்பாடுகளும் நிறைந்திருந்தன. வழியோரத்து புளிய மரங்களில் கூட்டங்கூட்டமாயிருந்த குரங்குகளின் வெறிக் கூச்சல் மிரளச்செய்தது.

ஊருக்குள் நுழைந்ததும் வரும் மந்தைக்கு அருகிலிருந்த வீட்டு வாசலில் பிணத்தை வைத்திருந்தார்கள். பெண்கள் சிலர் அங்கே உட்கார்ந்து சாவகாசமாய் அழுதுகொண்டிருந்தார்கள். போன கையோடு மந்தையில் நின்றபடி அடிக்கத் தொடங்கினார்கள். அவர்களின் மேளச் சத்தத்தைக் கேட்டதும் சொடங்கிப் படுத்துக்கொண்டிருந்த ஊர் விழித்துக்கொண்டது. மந்தைக்கு அருகிலேயே நின்றிருந்த சாரைக்கல் குன்று மேளச்சத்தத்தை வாங்கி திருப்பிச் சொன்னது. திடீரென்று சிவலிங்கத்துக்கு நடுக்காட்டில் நின்றுகொண்டு மேளத்தை அடித்து முழக்குவது போலத் தோன்றியது. அவனும் அவனின் ஆட்களும் உற்சாகம் பொங்க ஒரு பாட்டம் அடித்துத் தீர்த்தனர். போதாக்குறைக்குச் சிங்காரத்தின் பாட்டு வேறு அவர்களை வெறிகொள்ள வைத்தது.

"கோலம் குலையவில்லை
கொண்டைப்பூ வாடவில்லை
மாலை மறையவில்லை
மல்லிகைப்பூ வாடவில்லை
அடிக்க வந்த மேளதாளம்
ஆற்றங்கரை தாண்டவில்லை
அடியாளைப் பார்த்து ஒரு
ஆதரவு சொல்லவில்லை..."

"ஆற்றிலே வாழையிட்டு
அடிவாழை நூலெடுத்து
அந்தியில் இட்டமாலை
என் பிறப்பு வாலிபனே
அபராத மாலையோ என்ன?
என் பிறப்பு அக்காமாரே
அபராத மாலையோ என்ன...?"

சிங்காரத்தின் பாட்டுக்கு ஊர்ப்பெண்களெல்லாம் கூடிவிட்டார்கள். தங்களைப் பிரிந்து சென்ற அன்புக்குரியவர்களின் முகங்கள் அவர்களின் நினைவுகளை ஊடறுத்தன. பெண்களின் கண்களில் கண்ணீர் ஊற்றெடுத்தது. சிங்காரம் தனது வளமான குரலில், ஒவ்வொரு கவியாய்ப் பாடிக்கொண்டு வந்தபோது சிவலிங்கத்துக்கே அழுகை முட்டியது. அவன் பலகையை இறுக்கிப் பிடித்துக்கொண்டு சிங்காரம் புலம்பியிழுக்கும் ஒவ்வோர் அடியின் முடிவிலும் "டங்... டங்..." எனக் கொட்டி ஆமோதித்தான். ஒரு கவியைப்பாடி இடைவெளி விட்டதும் அடித்து முழக்கினான்.

ஒவ்வோர் கவிக்கும் ஒருவிதமானத் தாளக்கட்டுடன் அடித்தான் சிவலிங்கம். சட்டியை இடுப்பில் கட்டியடித்தவன் குச்சிக்கு ஓய்வு தரவில்லை... "டனக்கு டனக்கு..." என்று கல்லு மழையைப் போலப் போட்டபடியே இருந்தான். டோல் அடிக்கிறவனின் பார்வையும், சிவலிங்கத்தின் பார்வையும் பிணைந்துகொண்டது போல ஒன்றாகவே இருந்தன. மேளத்தின் சுதி டோலில்தான் இருந்தது. இருவரும் எதிராளியின் முகக்குறிப்பைப் பார்த்துக்கொண்டே அடித்தனர்.

ரெண்டுபாட்டம் முடிந்து மேளம் அசங்கியதும் சுதியில்லாமல் ஒலித்தது. சப்தத்தில் வீரியமில்லை. அடிப்பதை நிறுத்திய சிவலிங்கம், மேளத்தைக் காய்ச்ச நெருப்பு வேண்டி டோல் பையனை ஊருக்குள் துரத்தினான். சாவு வீட்டுக்கருகில் போட்டிருந்த நெருப்பு சாம்பல் பூத்திருந்தது.

சட்டிக்காரனுக்கும், சிங்காரத்துக்கும் பீடி இழுக்க வேண்டும் போலிருந்தது. அவர்கள் யாரிடமும் தீக்குச்சியில்லை. போன வேகத்திலேயே திரும்பி வந்தான் மேளக்காரப்பையன்.

“செவலிங்கண்ணா, திந்த எதுர் ஊட்லேயே நெருப்புக் கேட்டேன். அந்தக்கா இல்லேன்றுச்சி.”

“எந்தக்காடா அது? ஒரு ஆத்தர அவசரத்துக்கு ஒதவாம?”

மேளக்காரப்பையனுடன் சேரிக்குள் போனான் சிவலிங்கம். தெருவில் தொடக்கத்திலிருக்கும் வீட்டின் முன்னால் இருவரும் நின்றார்கள்.

“வூட்டுல யாருமா? கொஞ்சம் நெருப்பிருந்தாக் குடு. மோளங் காச்சணும்.”

“வூட்டுல யாருமில்ல.”

குருவியின் கீசலைப் போன்றதொரு குரல் உள்ளிருந்து கேட்டது.

“அப்ப பேசறது யாரு?”

“ம்... பேசறது யாராயிருந்தா உனுக்கென்னா?”

“என்னாடி மங்கம்மா, பேச்சை வளர்த்துனு? வரவோட்டுல ரவ நெருப்பள்ளிக் குடுத்துட்டு வேலையப்பாரு. உங்கப்பன் வாயில போயி யாரு உளறது? பொளுது உச்சிக்கு வர்றதுக்குள்ள போயி சேரத்தாலியா?”

உடைந்த பானையோட்டில் சில நெருப்புத் துண்டுகளைப் போட்டுக்கொண்டு வெளியே வந்தாள் ஒருத்தி. வியர்வை வழிந்து கசகசத்திருந்த முகத்தில் சாம்பல் பொருக்குகளும், கரித்தீற்றல்களும் இருந்தன. முடி கலைந்திருந்தது. நெகிழ்ந்திருந்த தாவணியை ஒரு கையால் சரிசெய்துகொண்டாள்.

அவளைப் பார்த்ததும் சிவலிங்கத்துக்கு உள்ளிருந்து ஏதோ ஒன்று உடைப்பெடுத்துக்கொண்டது. ஜிவ்வென்றிருந்தது. மனதை அவனால் அடைக்க முடியவில்லை.

அவள் உருண்டை விழிகளால் அவனை அலட்சியமாய்ப் பார்த்து தீயைத் தந்துவிட்டு உள்ளே போய்விட்டாள்.

நெருப்புத் துண்டங்களைப் பெற்றுக்கொண்டதும் தீப் பற்றிக் கொண்டது. சடசடவென எரிந்தான் சிவலிங்கம். கண்ணில் எழுந்த தீச்சுவாலைகளினூடே திரும்பிப் போகிறவளையே பார்த்துக் கொண்டு நின்றான். தசையும் எலும்பும் பொசுங்கின. மொத்தத்

தீயும் கோளமாகச் சுழன்று மனதுள் சென்று நிலைகொண்டு விட்டன.

“போலாண்ணா செவலிங்கண்ணா...”

அதற்குப்பிறகு மேளத்தை அண்டிக்க அண்டிக்க அடித்துக் கொண்டிருந்தான் சிவலிங்கம்.

ஆரம்பத்திலிருந்தது போல் இப்போது மேளம் சோபிக்க வில்லையென்றான் சிங்காரம். அவன் அப்படிச் சொல்லிக்கொண் டிருந்தபோது சிவலிங்கத்துக்குக் காய்ச்சல் கண்டிருந்தது. அவன் மேளத்தில் பிதற்றிக்கொண்டிருந்தான். சில கணத்திலேயே திடீரென்று உற்சாகம் கொண்டவனாய் மாறினான். மந்தையின் ஓரமாய்ப்போன சேரிப்பாதையில், மூங்கில் கூடையைச் சுமந்தபடி அம்மாவுடன் போய்க்கொண்டிருந்தாள் மங்கம்மாள். அவன் மனம் கும்மாளம் போட்டது.

“டன்டனக்கு

டனடனக்கு டனடனக்கு

டனடனக்கு டனடனக்கு டன் டன்...”

அவளின் பின்னுருவம் மறையும்வரை அடிக்கத் தொடங்கினான் அவன்.

‘நெருப்பத்தந்து தீய மூட்டிப்போறவளே நில்லு.
நீரையூற்றி அணைக்கும் வகை அறிஞ்சிருந்தா சொல்லு.
காற்றிலேறி பறந்து வந்து விழுந்த பொறி நீயடி.
காய்ச்சல் கண்டு காய்ச்சல் கண்டு கனிஞ்ச மரம் நானடி.
சடசடத்து சடசடத்து எரியுதடி நெஞ்சு.
டன்டனக்கு. டனடனக்கு. டன டனக்கு டன் டன்....’

சக மேளக்காரர்களும், சிங்காரமும் அவனுக்கு ஈடு கொடுக்கத் திணறினார்கள். மங்காவின் உருவம் மறைய மறைய இன்னும் மூர்க்கம்கொண்டு அடித்தான்.

‘இன்றெனக்கு இன்றெனக்கு இன்றெனக்கு எனக்கு
ஒருவழக்கு ஒருவழக்கு ஒருவழக்கு வழக்கு
நின்றெனக்கு நின்றெனக்கு நின்றெனக்கு எனக்கு
சொல்கணக்கு சொல்கணக்கு சொல்கணக்கு கணக்கு
பெண்ணுனக்குப் பெண்ணுனக்குப் பெண்ணுனக்கு உனக்கு
ஏன்பிணக்கு ஏன்பிணக்கு ஏன்பிணக்கு பிணக்கு
டன்டனக்கு டன்டனக்கு டன்டனக்கு டனக்கு...’

அடித்துக்கொண்டேயிருந்தான் சிவலிங்கம்.

5

மங்கா அழுதுகொண்டே சொன்ன வார்த்தைகளைச் சிவலிங்கத்தால் மறக்கமுடியவில்லை. மிகுந்த உருக்கத்தோடல்லவா சொன்னாள்? அவளைச் சாகவிட்டுவிட்டு நானெதற்கு உயிர்வாழ் வது? அவன் எண்ணங்கள் நீர்க்கொப்புளங்களாய் கொப் பளித்தன.

அவளைப் பார்த்துவிட்டு வீட்டுக்குத் திரும்பிக்கொண்டிருந்த போது மனம் பலவிதமான திட்டங்களைப் போடத்தொடங்கி யிருந்தது. அப்படியே திரும்பி வழியில் இருக்கும் மையூருக்குப்போய் சிங்காரத்திடம் பேசிவிட்டுப் போகலாமா என்று நினைத்தான். சிங்காரத்துடன் பேசினால் மனம் லேசாகிவிடும். அவன் மங்காவின் வீட்டாரிடம் சம்மதம் பெறும் வேலையைப் பார்த்துக்கொள்வதாக எப்போதோ சொல்லிவிட்டான். அப்பனை நினைத்தால்தான் பயமாயிருக்கிறது. இப்போதும் இருட்டிவிடுமானால் என்ன செய்வது என பயந்தான்.

சாவடியிலிருந்து சாமன் வந்துவிட்டானானால் அவனைத் தேடுவான். ஏரிப்பாய்ச்சலைப் பற்றி விசாரிப்பான். அவன் ஊர்த் தோட்டி என்பதால் எப்போதும் ஊர்வேலைகள் காத்துக்கொண்டி ருக்கும். இப்போதுகூட அந்தச் சுத்துப்பட்டிலேயே பெரிய சேரியான பூங்குளத்தின் தெருவிளக்குகளைப் பொறுப்போடு கொளுத்திக் கொண்டிருப்பான் சாமன். இந்தச் சமயத்தில் அவனுக்குக் கூடமாட இல்லையென்றால் ஆத்திரப்படுவான்.

ஆள் உயரமிருக்கும் காணிக் கல்தூண்களின் மேலே சீனா களிமண் கிண்ணிகளில் எண்ணெய் வார்த்து பட்டைத் திரியைப் போட்டுப் பற்றவைப்பான் சாமன். பின்னாலேயே கண்ணாடி மூடிகளை அவற்றின்மீது வைத்துக்கொண்டு போக வேண்டியது சிவலிங்கத்தின் பொறுப்பு. இன்று ஆள் இல்லையென்பதால் யாரை யாவது தேடிக்கொண்டிருக்கலாம். அவசரம் பூண்டவனாய் கால் களை வீசிப்போட்டான் சிவலிங்கம்.

“டேய் லிங்கம், நீ அழுத்தக்காரன்டா. உன்னெ நம்ப முடியாது!” என்று சில நேரங்களில் திருவேங்கடம் தன்னைப்பற்றிச் சொல்வது உண்மைதானோ என்ற எண்ணம் வந்தது. திருவேங்கடத் திடம் விவரத்தைச் சொல்லி, தன் அப்பனிடம் பேசச்செய்துவிட வேண்டும் என்று முடிவு செய்துகொண்டான். அம்முடிவு அவனை மகிழ்ச்சிக்கொள்ள வைத்தது. லேசாய் உணர்ந்தான். அவனின் நடை மேலும் துரிதமானது. எண்ணங்களோடு நடந்ததில் ஊர்

நெருங்கியிருந்தது. ஏரியிலிருந்து நீர்மணம் வீசியது. ஊர் எல்லையி லிருக்கும் சீதாலட்சுமி டாக்கீஸ் அவனைக் குறுகுறுத்துப் பார்த்தது.

வீட்டுக்குள் நுழைந்தும் நுழையாததுமாகச் சாமனின் குரல் கேட்டது.

"தொற எங்கபோயிட்டு வர்றாப்லன்னு கேளூடி, முனியம்மா? அடிபானையில அரமானமிருந்தா ஆயிரம் யோசன வருமாம். அவருக்கு என்னா எசனம் கீது சொல்லு?"

"எங்கியோ அலுவலா போயிட்டு வர்றான். வந்ததும் வராததுமா நீ எடுத்துக்கினியா ஒங்கதையெ?"

"காறிமூஞ்சன்னா பாரு. மூஞ்சி ரொம்பிடும். ஊரே ரெண்டு பட்டு கலகலத்துனுக்கீது. அந்த எண்ணமெசனம் கீதா?"

"அய்ய... இது ஏதுடாது இப்பிடிச் சீறுது."

இருவரும் அடங்கட்டும் என்று திண்ணையில் பதிவிருந்தான் சிவலிங்கம்.

"தை பெறக்கப்போதில்ல? அல்லிக்குளத்துல சாமுண்டீஸ் வரியம்மன் பண்டிகைக்கு மோளம் பேச கூப்டிருந்தாங்க. அதான் போயி வந்தேன்."

அந்தத் தருணத்தில் தோன்றிய பொய்யைச் சொல்லி சமாளித்துவிட்டான் சிவலிங்கம்.

"காமாலக்காரனுக்குக் கண்டதெல்லாம் மஞ்சாவாம். நீ வாடா சாப்புட்றதுக்கு."

முனியம்மாள் மகனை உள்ளே அழைத்துப்போய்விட்டாள். இன்னதென்று புரியாதமாதிரி அப்பன் முனகுவது சிவலிங்கத்துக்குக் கேட்டது. ஆனாலும் மனம் சுளுவாயிருந்தது. தன் அப்பாவுக்கு இப்படி பயப்படுவது ஏனென்று அவனுக்கே விசித்திரமாய் இருப்ப துண்டு. ஆனால், அவன் பயந்தான். சிவலிங்கத்துக்கு மூத்தவனான பொன்னுரங்கம் இப்படி பயப்படுவதில்லை. பொன்னுரங்கத்துக்குத் திருமணமாகி இரண்டு பிள்ளைகளுக்குத் தகப்பனாகவும் ஆகி விட்டான். இன்னும் அவன் அதேகுணத்தோடுதான் இருக்கிறான். சாமன் சொன்னதையும் கேட்காமல் அதே ஊரில் தனிக்குடித் தனமும் போய்விட்டான். அக்காள் பார்வதியைக் கட்டிக்கொடுத் தாயிற்று. அவள் தாங்கல் பக்கமாகத் தன் புருசனோடு சேம்பரமாய் வாழ்ந்து வருகிறாள். இனி அவனும், சின்னவள் பூமாதேவியும்தான். அப்பனுக்குத் தன்மீது பிரியம் என்பதையும், அதைக் காட்டத் தெரியாமல் திணறுகிறான் என்றும் நினைத்தான் சிவலிங்கம்.

அவன் சாப்பிட்டுக்கொண்டிருந்தபோது, அந்த இரவில் ஊர்ப்பஞ்சாயத்து நடக்கப்போகிறதென்றாள் முனியம்மாள். அவன் ஏன் எதற்கென்று கேட்கவில்லை. தெரிந்ததுதான். மார்கழி முடியப் போகிறது. ஊர்த்தோட்டியைத் தேர்ந்தெடுக்கவும், பொங்கல் கொண்டாடுவதைப்பற்றிப் பேசவும் கூட்டியிருப்பார்கள். இந்த மார்கழியோடு ஊர்த்தோட்டிப்பொறுப்பு முடியப்போகிறதை நினைத்து கலங்கிப்போயிருக்கிறான் அப்பன். சாமனின் நடவடிக் கைகளும்கூட அப்படித்தானிருந்தன. பதைபதைக்கிறான். சுருக் கென்று கோபம் வந்துவிடுகிறது. பொறுமையில்லை.

சாமனுக்கு தோட்டிப் பொறுப்பின்மீது பெருமிதம். அந்தச் சேரியையே கட்டிக்காப்பதுபோல எண்ணம். ஊர்த் தோட்டித் தனத்தோடு அரசாங்கத் தோட்டியும் வேறு. கேட்கவா வேண்டும். அவன் கம்பீரத்துக்கு அளவில்லை. தோட்டிப்பொறுப்பென்றால் லேசில்லை. அவன் ஊரிலே நாட்டாண்மை மாதிரி. அவனுக்குத் தான் போலீஸ் தெரியும். மணியக்காரனைத் தெரியும். ஊரில் அவன் இல்லாமல் நல்லது பொல்லது எதுவும் நடப்பதில்லை. ஏரிக்காவல் இருக்கவேண்டும். ஏரிப்பாய்ச்சலை முறைப்படுத்திப் பாயவைப்பதும் தோட்டிதான். ஊரில் எது நடந்தாலும் தோட்டி யின் கவனத்துக்கு முதலில் வந்துவிடும். அவன்தான் ஊர்சாற்ற வேண்டும். தெருத்தெருவாய்ப் போய் நின்று பெருங்குரலெடுத்துக் கத்தவேண்டும்.

“இன்னிக்கு சாங்காலம் ஆறுமணிக்கி ஊர்க்கூட்டம்பா, ஊர்க்கூட்டம்! ஊட்டுக்கு ஒரு ஆளுவீதம் கட்டாயம் வந்துடணும்பா வந்துடணும்! இது நாட்டாமைக்காரர் உத்தரவுப்பா, உத்தரவு!”

இளஞ்சோடிகளைப் பிடித்துக் கட்டியிருந்தாலோ, கள்ளக் காதலர்கள் சிக்கியிருந்தாலோ, வீட்டுச் சண்டை நிமித்தம் பிராது கொடுத்திருந்தாலோ, கணக்கு கழிக்கவோ, அறுத்துக் கட்டவோ, ஊர்த்திருவிழாவுக்கோ, எதுவென்றாலும் தோட்டிதான் ஊர் மக்களிடம் செய்தியைச் சாற்றுவான். சாமன் ஊர் விசயம் மட்டு மின்றி அரசாங்க அறிவிப்புகளையும்கூடச் சாற்றுவான். சாற்றுத லுக்கு முன்னாலும் பின்னாலும் ஒலியெழுப்ப முரசு ஒன்று தனியாக அவன் வீட்டிலிருந்தது. இடுப்பில் அதைக்கட்டிக்கொண்டு குச்சியை நெகிழ்வாக விட்டு அடித்தால் ‘துடும் துடும்’ என்று ஒலி எழும்பும். அவ்வொலியைக் கேட்டதுமே எந்த வேலையில் இருப்பவனும் திரும்பிப் பார்ப்பான்.

ஊர்சாற்றும்போது தோட்டிதான் தெய்வம். அந்த ஒரு தருணத்தில் உலகமே அவனின் ஒருசொல் பிறப்புக்காகக் காத்து

நிற்கிறது. அவன் சொல் மந்திரம்போல் பிறந்ததுமே இவ்வுலகம் அதற்குக் கீழ்ப்படிகிறது. போதையின் உச்சத்தில், தெளிந்ததும் படிகம் போன்றதுமானதொரு மனநிலையில், சாமன் தன் மகனிடம் ஒரு நாள் இப்படிச் சொன்னான்.

“ஆதியில் வார்த்தையிருந்தது. அது தோட்டியாய் இருந்தது. எல்லாக் கடவுள்களும் தோட்டிதான். இந்தச் சாமன் தோட்டியும் கடவுள்தான். நான் சிவன்டா. சிவன்.”

ஊர்த்திருவிழாவை தோட்டியே நடத்த வேண்டும். அம்மனுக்குத் தாலிகட்டி உபசாரங்கள் செய்யவேண்டி ஊர்த்தோட்டி காப்புக்கட்டிக்கொள்வான். ஊரில் பிணம் விழுந்தால் அதைக் கௌரவமாய் எடுத்துப்போய், குழிவெட்டி அடக்கம் செய்வதும் தோட்டிதான். ஒவ்வொரு அறுப்பின்போதும் ஊர்க் குடியானவர்களிடமிருந்து ஒரு சுமை நெல்லோ, பயிரோ மேரையாக ஊர்த் தோட்டிக்குக் கிடைக்கும்.

சாமன் குடித்துவிட்டால் பெரும் உற்சாகம் கொண்டவனாய்த் தன் மகனிடம் பல கதைகளைச் சொல்வான். அவற்றில் பெரும்பாலான கதைகள் தன் தாத்தனைப் பற்றியதாக இருந்தன.

சாமனின் தாத்தன் பங்காருவிற்கு சித்தூர் பக்கம். அப்போது பூங்குளம் பக்கமெல்லாம் சித்தூர் ஜமீனுக்கே சொந்தமாக இருந்தது. பங்காருவிற்குத் தொடுப்பு அதிகம். போகிற இடமெல்லாம் ஒன்று. அவன் ஊர்க்காவலில் கெட்டி. கோல்சுற்றுவதிலோ அசகாய சூரன். வேட்டியைத் தார்ப்பாய்ச்சிக்கொண்டு சிலம்பக்கோலைத் தோள்மீது வைத்தபடி வீடுகட்டி ஜகாவாங்கினானென்றால் கூட்டம் ஆர்ப்பரிக்கும். அந்த அழகுக்கும் வீரத்துக்கும் விழுந்தவர்கள்தான் அத்தனை பெண்களும்!

வருடத்துக்கு ஒருமுறை ராஜா தூரதேசம் போவதற்குப் பங்காருவின் ஊர்ப்பக்கமாகத்தான் வருவார். ராஜா வருகிறார் என்றால் லேசில்லை. நூறுநூறுபேராக, அணியணியாகப் போர்ச் சேவகர்களும், வேலைக்காரர்களும் ஒரு வாரத்துக்கு முன்னதாகவே வந்து வழிபார்த்துக்கொண்டு போவார்கள். முதலில் வரும் அணி வழியில் இருக்கும் முள்ளையெல்லாம் வெட்டிக்கொண்டுபோகும். அடுத்துவரும் அணி கல்லையும் பாறையையும் பெயர்க்கும். இன்னொரு அணி பள்ளம்மேட்டை சீர்செய்யும். அப்புறமாகக் குதிரைப்படை ஓடி ஒத்திகை பார்க்கும். இத்தனைக்கும் பிறகுதான் ராஜா வருவார்.

அப்படி ஒருமுறை ராஜாவின் பயண ஏற்பாட்டின்போது மந்திரி ஒருவர் பங்காருவின் ஊருக்குள் நுழைந்தார். அப்போது

காவலில் இருந்த பங்காரு, மந்திரியை அன்னியன் என நினைத்து ஊருக்குள் விடவில்லை. பங்காருவின் நடவடிக்கை ராஜாவின் காதுகளுக்கு எட்டியது. பங்காருவை தன் அரண்மனைக்கு வரும்படி அழைத்தார் ராஜா. பயந்துகொண்டு போய் நின்ற பங்காருவை ஏகமாய்ப் பாராட்டினார் ராஜா.

"என் ராஜ்ஜியத்தைக் காப்பாற்ற உன்னைப் போன்ற உண்மையான காவல்காரன்தான் தேவை."

பதக்கம் அணிவித்தார் ராஜா. அந்தச் சம்பவத்துக்குப் பிறகு தூரதேசப் பயணங்களின்போது, அந்த வழியாக ராஜா வரும்போதெல்லாம் பங்காருவை அழைத்து சேமலாபங்களை விசாரித்துவிட்டுப்போவார். சாமனின் இந்தப் பிரலாபங்களின் போதெல்லாம் முனியம்மாளின் இடையூடல் இல்லாமலிருக்காது.

"ஆமா... அடுத்தவேளக்கஞ்சிக்கு இன்னொர்த்தங் கையெ எதிர்ப்பார்த்துனுக்கீது பொளப்பு. ராஜா வந்தானாம். ரத்தினம் வந்தானாம்னுட்டு."

சாமனுக்கு ஆத்திரம் தலைக்கு ஏறிவிடும்.

"அடியேய்... எறந்து குடிச்சவளே. ஈனசாதி. வாயெ மூடுடி."

"ஆமாம், பெருசா பேசவந்துட்டாரு ஜாதியைப்பத்தி! அங்க மட்டும் என்னா வாளுதாம்? தெருத்தெருவா டுமுக்கடிச்சினு திரியற பொளப்புதானே? ஜாதியாம் ஜாதி! கையொளச்சா கஞ்சி. இதுல ஜாதியென்னா வாளுது?"

அப்பனும் அம்மாவும் எப்போதுமே அப்படித்தான். அவர்கள் பேசித்தணியட்டும் என்று விட்டுவிடுவான் சிவலிங்கம்.

அவன் ஊர்க்கூட்டத்துக்குப் புறப்படுவதற்குள் சாமன் முன் கொண்டு போய்விட்டிருந்தான். குளிர் உடலை நடுங்கச் செய்தது. தெருவிலே அங்கங்கே சிறுவர்கள் செத்தைச் செனார்களைக் கொளுத்திக்கொண்டிருந்தார்கள். அத்தீச்சுவாலைகளின் ஒளியில் தெருவே சிவந்து தெரிந்தது.

நடந்துகொண்டிருந்தபோது சிவலிங்கத்துக்கு அப்பன் தன் தாத்தனைப் பற்றிச் சொல்வதெல்லாம் நிஜமோ என்று தோன்றியது. பங்காரு பெண்கட்டிக்கொண்டது இங்கே என்பதால் மனைவியின் ஊருக்கே வந்து சேர்ந்துவிட்டதாக அப்பன் சொல்லியிருக்கிறான்.

பங்காருவுக்குப் பழக்கமான ராஜா காலமாகிவிட்டதாலும் பழைய மவுசு இல்லாமல் போனதாலும் வந்துவிட்டானாம். அதை நம்புவதற்கு முடியாமல் இருந்தது.

ஆனால், அப்பன் சொல்வதிலே ஏதோ கொஞ்சம் விவரமிருக் கிறதாகத் தோன்றியதற்குப் பொருத்தமான ஒரு சம்பவம் நினைவி லிருந்தது. சிவலிங்கம் சிறுவனாக இருந்தபோது, சித்தூர் பக்கமிருந்து சிலர் பங்காருவின் வாரிசுகள் என்று சொல்லிக்கொண்டு பூங்குளத் துக்கு வந்திருந்தார்கள். அவர்கள், தோட்டி மானியமாகத் தரப்பட்ட அரசாங்க நிலத்தில் தங்களுக்கும் பாத்தியதை உண்டு என்று சண்டை போட்டார்கள். சாமன்தான் மூச்சாய் நின்று அவர்களை விரட்டியடித்தான். நினைவுகளுடன் நடுத்தெரு ரட்சைக்கல்லை நெருங்க ஊர்ச்சனங்களின் சலசலப்பு துலக்கமாகக் கேட்டது.

6

அந்தப்பக்க ஊர்களிலேயே பெரிய ரட்சை பூங்குளம் ஊர் ரட்சைதான். மேளமடிக்கப் போகையிலே பல ஊர்களிலும் பார்த்து அதை உறுதிசெய்துகொண்டிருக்கிறான் சிவலிங்கம்.

பெரியபேட்டை எல்லாவகையான மக்களும் வாழும் ஊர். அது வடக்கும் தெற்குமாக நீண்டிருந்தது. வடக்குப்பக்கமாக சாயபு மார்களின் வசிப்பிடம். நான்கைந்து தெருக்களுக்குக் குறையாது. அதற்கடுத்து ஜாதிக்காரர்கள் வாழும் பகுதி. அரசாங்க அலுவலகங் களும், கடைத்தெருவும் அங்குதானிருந்தன. அது நடுநாயகமாய் இருந்தது. கிழக்குப் பார்த்த மாதிரி அப்பகுதி ஆசாரித்தெரு, கோமுட்டித்தெரு, செக்குமேட்டுத்தெரு எனக் கிளை பிரிந்தது.

ஊரின் தென்பகுதியில் பூங்குளம். பூங்குளத்தை அணைத்த படி இருந்தது புதுப்பட்டி. அதைத்தாண்டினால் திம்மநாயக்கன் பேட்டை, பட்டரை என்று அடுத்தடுத்து ஊர்கள் வரும். பெரிய பேட்டையிலிருந்து கிளம்பும் இரண்டு சாலைகளில் ஒன்று கிழக்கு முகமாக புதுப்பட்டியை ஊடறுத்துப்போகும். மற்றொன்று புதுக் குடிக்கு.

நடுத்தெருவில் முறுக்கு முறுக்காயும், முண்டும் முடிச்சாயும் வளர்ந்து பரந்திருந்த பூவரசின் கீழே நீளநீளமான கற்பலகைகளைப் பதித்த ரட்சையின் மேடை இருந்தது. ஊர் நாட்டாண்மை முனியப் பன் கிழக்கு முகமாய் உட்கார்ந்திருந்தார். பெட்ரோமாக்ஸ் விளக்கு ஒன்று சப்தம் எழுப்பியபடி எரிந்தது. பெருங்கூட்டமொன்று அங்கிருந்த விஸ்தாரமான களத்தில் உட்கார்ந்துகொண்டிருந்தது. எல்லாரும் ஆண்களே. இருட்டுப்பக்கமாக மறைந்துகொண்டு பெண் களின் கூட்டமிருக்கலாம் என்று நினைத்தான் சிவலிங்கம்.

சாமன் முன்வரிசையிலிருந்தான். அவனின் பக்கத்திலேயே பொன்னுரங்கமும், சாமனின் பங்குப்பங்காளி வகையறாக்களும்

தெரிந்தனர். மாயன் வகையறா ஆட்களும், கோட்டான் வகையறா ஆட்களும் சாமனின் ஆட்களுக்கு இரு கையாய் உட்கார்ந்திருந்தனர். யார்பேசுவதும் தெளிவாகக் கேட்கவில்லை. எல்லார் பேச்சும் கலந்து அரூபமான மிருகமொன்று உருவாகி இருட்டிலே உறுமுவது போலத் தோன்றியது. சிவலிங்கம் கூட்டத்தை விலக்கிக் கொண்டு தன்வயதொத்தவர்கள் நின்ற பக்கமாகப் போனான். அவன் கண்கள் திருவேங்கடத்தைத் தேடின. அவன் இருந்தால் ஏதேனும் புத்தியோடு ஆலோசனைகளைச் சொல்வான். இளவய தானாலும் அவனுக்கு ஊராரிடம் மதிப்பு அதிகம்.

சலசலப்பும், கூச்சலும் கட்டுக்கடங்காமல் போகவே நாட்டாண்மை அதட்டினார். அவருக்குப் பின்பாட்டு போல கோல் காரன் எழுந்து அதட்டினான்.

"டேய், வாயையும் சூ...யும் பொத்தினு கம்முனுருங்கடா. பெரிய மனுசனுங்க செத்த பேசட்டும்."

அவன் பொதுவாகச் சொன்னதும், சிலர் எகிறினார்கள். எல்லாரும் ஒரு மாதிரி அமைதியானதும் நாட்டாண்மை பேசினார்.

"நெறைய சமாச்சாரம் பேசவேண்டியிருக்குதுப்பா. மொதுல்ல பண்டிகை வீதம் முடிவுபண்ணணும். தைப்பொறந்ததும் மொதப் பண்டிக நம்புள்துதான்."

"வூட்டுக்கு ரெண்டுரூபா வீதம்."

செலவுகள் ஒன்றும் பிரமாதமாய்க் கிடையாது. மாரியம் மனுக்கு எருமை பலிகொடுக்க வேண்டும். அதை யாராவது வேண்டுதலுக்கு நேர்ந்துவிட்டிருப்பார்கள். கரகம் ஜோடிக்க வேண்டும். நாலைந்து வெடி போடவேண்டும். தாளிம், புலிவேசம் என்று சிரசு ஊர்வலத்தை வாத்தியார் முருகன் பார்த்துக் கொள் வார். இராவணேசன் இருந்தவரை நடந்துவந்த சமூக நாடகங்களை இப்போது நடத்த ஆளில்லை. அது இந்தமுறை இருக்காது. கூத்து நடப்பதும் வழமைதான். அது கூத்துக்காரர்பாடு. ஏதாவது ஒத்தாசை தேவைப்பட்டால் ஊர்க்காரரிடமிருந்து கிடைக்கும். மேளமடித்துக்கொண்டு வீட்டு வீட்டுக்குப்போய் பணமோ, பொருளோ வசூலித்துக்கொள்வார்கள். தோட்டிப்பொறுப்பு ஒதுக்குவதைப்பற்றிய பேச்சுத் தொடங்கியது. ஊரே அதை எதிர் பார்த்திருந்தது.

நாட்டாண்மை சாமனை அழைத்தார். அவன் எழுந்து நின்றான்.

“என்னா சாமா? களிஞ்ச அஞ்சு வருசமா ஊர்த்தோட்டியா நீ இருந்த. ஊருக்கும் பஞ்சாயத்துக்கும் எதானா பாக்கி உண்டா?”

“அப்படி எதுவுமில்லிங்க.”

“ஏரிப்பாச்சலு, மீன்மாசுலு, ஊர்சாட்டுன்னு எல்லா பொறுப்பையும் நல்லா செஞ்ச. உம்மேல எந்தப் பிராதுமில்ல. இனி மேல்டுக்கு உம்பொறுப்ப அடுத்த அஞ்சி வருசத்துக்குக் கைமாத்த வேண்டியதுதான். உனுக்குச் சம்மதமா?”

“எல்லாரும் என்னா முடிவுபண்றீங்களோ, அப்பிடியே ஆவுட்டும்.”

நாட்டாண்மை நான்கைந்து பெரிய தலைக்கட்டுகளுடன் ஆலோசித்தார். அடுத்து பொறுப்பு கோட்டானுக்குப் போக வேண்டும். அதுதான் முறை. அவர்கள் கலந்துபேசிக்கொண்டிருக் கையிலேயே மாயனும் அவனின் ஆட்களும் எழுந்துகொண் டார்கள்.

“அஞ்சி வருசம் வரைக்கும் காத்துனுக்க முடியாது. வருசத்துக்கு ஒருக்கா பொறுப்ப கை மாத்தணும்.”

“எங்கள்து பெரீவகையறா? எங்களுக்கும், அவுங்களுக்கும் அதே அஞ்சிவருசம்னா எப்பிடி ஞாயமாகும்?”

“சீட்டுக்குலுக்கிப்போடு. எலக்சன் வெய்யி. ஏகமனதா நேமிக்கிறத வுடு.”

கோட்டானின் ஆட்களும் பதிலுக்கு எழுந்து கத்தினார்கள். சாமன் வகையறாவும் எழுந்துகொண்டது. ஊருக்கே கேட்கும் வண்ணம் வெறிக்கூச்சல்கள் கிளம்பின. கோல்காரன் மேலும் கொடூரமான வசவுகளோடு கூட்டத்தில் பாய்ந்தான். அவனை யாரோ தூக்கி ஒரு மூலையில் எறிந்தார்கள். அவன் நாய்க் குட்டியைப்போல முனகிக்கொண்டே போய் விழுந்தான்.

கோட்டானின் ஆட்களும், மாயனின் ஆட்களும் ஒருவரை யொருவர் அடித்துக்கொள்வது போலிருந்தது. கூட்டத்தில் யாரோ ஒருவன் கீழே மிதிபட்டான். அலறல் சப்தம் கேட்டது. விசயம் தீப் போலப் பரவி வீட்டுப்பெண்கள் பிள்ளைகுட்டிகளோடு, வயிற்றி லடித்தபடி நடுத்தெருவுக்கு ஓடிவந்தார்கள். மார்கழியின் அந்த முன்னிரவில் திடுமெனப் பீதியைப்போல் கூச்சல் பரவியது.

நாட்டாண்மை எழுந்து நின்று பெருங்குரலில் கத்தினார். நிலைமையைச் சரிசெய்ய வாலிபர் சங்கத்தலைவர் வாத்தியார்

முருகன் களமிறங்க வேண்டியிருந்தது. தனது வாலிபர்களுடன் கூட்டத்தில் புகுந்து ஆட்களை விலக்கினார். அவரின் ஆக்ரோஷத் திற்கும், கட்டைக்குரலுக்கும் ஒருவழியாய் கூட்டம் பணிந்தது. திடீரென்று ஏற்பட்ட அமைதியை அங்கிருந்தவர்களால் எதிர் கொள்ள முடியவில்லை. கூச்சப்பட்டார்கள். முனியப்பன் ரட்சைக் கல்லை விட்டுக் கீழிறங்கிவந்து கோட்டானையும் மாயனையும் எழுப்பி பளாரெனக் கன்னங்களில் அடித்தார். மேலும் அமைதி இறுக்கமானது. பல ஆண்டுகளாக அச்சேரிக்கு முனியப்பன்தான் நாட்டாண்மை. அவருக்குப் பேச்சு நீளுவதற்கு முன் கை நீண்டு விடும். ஊரில் அவருக்கு மரியாதையும் பயமும் அதிகம்.

"சொய புத்தியில்லாம, அடுத்தவஞ் சொல்றதக் கேட்டுனு வந்து பிரச்சின செய்றீங்களாடா? இந்த ஊர்லயே ஜாதிக்காரங்க கிட்டயும், சாயபுமார்ங்ககிட்டயும் சேரிக்குன்னு ஒரு மதிப்பு மரியாதக்கீதுடா. அந்தப் பேரைக் கெடுத்துப்புடாதீங்க. வழிவழியா வர்ற வழமையெ மாத்த முடியாது. பஞ்சாயத்து முடிவுக்குக் கட்டுப்பட்டு சுமுகமாப் போலன்னா கோட்டான் குடும்பத்தையும், மாயன் குடும்பத்தையும் ஊரை உட்டே தள்ளிவெக்கவேண்டிவரும். உன்னும் அஞ்சி வருசத்துக்கு சாமனே தோட்டிப்பொறுப்ப பாக்குட்டும்."

"ஐயோ... அது நல்லாருக்காது" என்றான் சாமன்.

தன் வீராப்பை இழக்காமல் எழுந்து வந்த கோல்காரன் மாயனையும் கோட்டானையும் அதட்டி சபைமுன்னால் மன்னிப்பு கேட்கச் செய்தான். கோட்டானுக்குத் தோட்டிப் பொறுப்பை வழங்குவதில் தான் அட்டமில்லை என்று வாய்மொழி தந்தான் மாயன். ஊர்க்கூட்டம் சுமுகமாக முடிந்துவிட்டது. எதையோ பறி கொடுத்தவனைப்போல வீட்டுக்குப் போனான் சாமன். அவனுக்குக் குடிக்கவேண்டும் என்று தோன்றியது.

திடீரென்று சூனியமாகிவிட்டது. வீட்டில் கலகலப்பு இல்லை. சாமன் பொழுதோட சாவாடிக்குப் போய்விட்டால் வீட்டுப்பக்க மாக வருவதில்லை. சிவலிங்கத்துக்கும் இந்த மாற்றம் உறுத்தியது. நேற்றுவரை உடனிருந்த மனிதரெல்லாம் விட்டுவிட்டுப் போய் விட்டது போன்ற அனாதையுணர்வு. இனி ஏரிக்காவல் கிடையாது. மாலைகளில் விளக்குக் கம்பங்களில் திரியேற்ற வேண்டியதில்லை. ஊர்சாற்றலோ, காப்புக்கட்டோ கிடையாது. நாம் ஊருக்கு அசலாகப் போய்விட்டோமா? சிவலிங்கம் உள்ளூரக் குமுங்கினான். அவன் மௌனமாக, முகட்டுவளையை வெறித்துக்கொண்டிருந்த போது மேளத்தின் நினைவு வந்தது. பறை அவனை மீட்டுவிட்டது.

7

பறையின் நினைவு வந்ததும் உடன் மங்காவின் நினைவு மெழுந்தது அவனை நகைக்கச் செய்தது. அவளைக் கண்டடைந்தது அவனுக்கோர் சாகசப் பயணம்! பறையே அவளை அளித்தது. பெரியகல்லுக்குப் போய் வந்ததை அடிக்கடி நினைத்துக்கொள்வான் சிவலிங்கம். பெரியகல்லுக்குப் பறையடிக்கப் போய் வந்ததிலிருந்து சிவலிங்கம் ஒரு நிலையிலில்லை. மங்காவின் நினைவு அவனை அலைக்கழித்தது. அவளின் முழு உருவம்கூட மனதில் பதியவில்லை. ஆனாலும் அவள் கனவுகளில் அழகிய ரூபவதியாகி அவனைக் கொன்றாள். தீத்துண்டுகளை வாங்கியபோது ஒரு நொடி சந்தித்த சாம்பல் படிந்த முகமும், தனித்துத் தெரிந்த உருண்டை விழிகளும், மந்தையில் மேளம்கொட்டுகையில் லயத்துடன் கடந்த பின்னுருவும், வெடுக்வெடுக்கெனப் பேசும் குரலும் அவனுக்குப் போதுமானவையாக இருந்தன, அவள் உருவைப் புனைவதற்கு.

நினைவுகளின் பெரும்பகுதியை அடைத்துக்கொண்டாள். அசந்தர்ப்பவாக்கில் வந்துப்போகும் பெண்ணுருக்களில் வந்துவந்து போனாள். அதிகாலைக் கனவுகளில் நுழைந்துகொண்டு துவம்சம் செய்தாள். சிவலிங்கத்தால் முடியவில்லை. பெரியகல்லில் இன்னொரு பிணம் விழாதா? வாராவாரத்துக்குப் பிணம் விழுந்தாலும் நன்றாயிருக்குமே என்று ஏங்கினான்! ஏரிக்கரையில் மறதியில் படுத்துக்கொண்டிருந்துவிட்டு, நீர்தளும்பும்படி பாயவிட்டுத் திட்டுவாங்கினான். பொறுப்பறிந்து வேலை செய்யாத மகனைத் திட்டத் தொடங்கினான் சாமன்.

இரண்டு வார காலத்திற்குப் பின்னால் ஒருநாள் கடைத் தெருப் பக்கமாய்ப் போயிருந்தபோது சிங்காரத்தைப் பார்த்தான் சிவலிங்கம். மனசு முழுக்க நெரிகட்டி வலித்துக்கொண்டிருப்பதை இவனிடம் உடைத்துவிட்டால் என்னவென்று தோன்றியது. இருவரும் ஒருவருக்கொருவர் அனுசரணையாய் இருந்தே பழக்கப் பட்டுவிட்டவர்கள். இவனின் தாளமோ, அவனின் பாட்டோ கொஞ்சம் தப்பினாலும் நசநசத்துவிடும். தொழில்முறையில் உருவாகி கெட்டிப்பட்டிருக்கிற நேசம். சிங்காரத்தைப் பார்த்ததுமே அழுதுவிடலாமென்றே தோன்றிவிட்டது.

ஆட்கள் போய்க்கொண்டும் வந்துகொண்டுமிருந்தனர். அது ஒன்றும் தொல்லையாகத் தெரியவில்லை. கடைவாசல் ஒன்றின் திண்ணையில் உட்கார்ந்துகொண்டார்கள். சிங்காரம் பீடி பற்ற வைத்தான். காதோரம் செருகியிருந்த தீக்குச்சியை எடுத்து, தீப் பெட்டியின் பட்டையில் உரசினான். பீடியைப் பற்றவைத்துக்

கொண்டதும் கவனமாகப் பட்டையை வேட்டியின் இடுப்புச் சுருணையில் பொதிந்துகொண்டான்.

“என்னாடா தம்பி, ஆளே ஐக்கிபுட்டுக்கீற? மூஞ்சில ஒரு கெலிப்பு காணுமே?”

“நோவ்... அத்தெ ஏண்ணா கேக்குற? பெரியகல்லுக்குத் தொழிலுக்கு வந்தம்பாரு. அன்னைக்கி நெருப்பவாங்கினு வந்துட்டேன். வெந்து சாகறேன்.”

“நெருப்ப வாங்கினு வந்துட்டு, வெந்து சாகறியா.... ஓ... நீ அத்தெ சொல்றியா?”

சிரித்துக்கொண்டே சிவலிங்கத்தின் முதுகில் அடித்தான் சிங்காரம்.

“எம்பாட்டுக்கு அடிக்கிறதெ உட்டுட்டு, மந்தையில அவளுக்கு அடிச்சினே ஓடனபாரு? அப்பவே நெனச்சிட்டேன். தம்பி நெருப்புல சுட்டுக்கினாட்டம்னு.”

ஆழமாய் நான்கைந்து இழுப்புகள். பீடியை மேலும் கங்காக்கினான் சிங்காரம்.

“செரி. இப்போ என்னா செய்லாம்?”

சிங்காரம் தனக்குத்தானே கேட்டுக்கொண்டான்.

“பெரியகல்லுக்கு என்னெ கூப்டுனு போண்ணா.”

சிரிப்புப்பொங்கிட சிவலிங்கத்தைப் பார்த்தான்.

“செரி, ஆவுட்டும். அங்க ஒரு காரியங்கீது. பொழுது அமுர்ற துக்கு மின்னாடியே எங்கூட்டாண்ட வந்துடு. போயிட்டு வந்துடு வோம்.”

ஏரிக்கரையில் சிவலிங்கத்துக்கு இருப்புக்கொள்ளவில்லை. வெயில் உச்சிப்பொழுதைத் தாண்டியதும் மிதிவண்டியை எடுத்துக் கொண்டு கிளம்பிவிட்டான். சிங்காரத்தை உட்கார வைத்துக் கொண்டு பெரியகல்லுக்கு மிதிவண்டியை மிதிப்பது ஒன்றும் சிரமமாக இல்லை. அவன் மனம் மங்காவின்பால் இருந்தது. அவளை மீண்டும் பார்த்திடும் தருணத்தை ஒத்திகை பார்த்தது.

பெரியகல்லுக்குள் நுழையும்போது சாயுங்காலம் ஆகிக் கொண்டிருந்தது. வெயில் துலக்கமாகக் காய்ந்தது. ஊரிலிருந்த சிலர் சிவலிங்கத்தின் மிதிவண்டியை ஆச்சரியமாய்ப் பார்த்தார்கள். அவன் பெரியபேட்டையிலிருந்து வந்திருக்கிறவன் என்பதை அந்த மிதிவண்டியே காட்டித் தந்துவிட்டது.

சிங்காரம் ஊருக்குள் ஆர்ப்பாட்டமாய் நுழைந்து பேசினான். அவன் அந்த ஊருக்கு இவ்வளவு பழக்கமானவனாக இருப்பான் என்று சிவலிங்கம் நினைத்திருக்கவில்லை. அவர்கள் நேரே ஒரு வீட்டின் திண்ணைமீது போய் உட்கார்ந்தார்கள். அந்த வீட்டின் உள்ளிலிருந்து வெளியே வந்தவள் சிங்காரத்திடம் சிரிப்புப் பொங்கப் பேசினாள்.

"என்னா, மாமா... காத்து இந்தப் பக்கமாக அடிச்சிருக்குது?"

"ஆமா, ஒடம்புக்கு முடியில! உங்கிட்ட கொஞ்சம் மருந்து வாங்கிச் சாப்புடலாம்னு வந்தேன்."

"மருந்து கேக்குதா? எங்கக்காக்கிட்ட கேட்டிருந்தியானாவே தந்திருப்பாளே!"

அவர்களின் பேச்சினூடே சிவலிங்கம் அலைபாய்ந்தபடி பார்த்துக்கொண்டிருந்தபோது சடாரெனத் தோன்றியது. இது, நாம் நெருப்பு வாங்க வந்திருந்த வீடு. சிவலிங்கத்தைப் படபடப்பு தொற்றிக்கொண்டது. அவன் தவித்தான். அந்தத் தவிப்பை சிங்காரம் வேடிக்கை பார்ப்பது போலத் தெரிந்தது. ஓரக்கண்ணால் அவனைப் பார்த்துக்கொண்டே அந்த வீட்டுப் பெண்ணிடம் கேட்டான்.

"உம்மகள எங்க காணும்? அதுகிட்ட கொஞ்சம் தண்ணி குடுத்தனுப்பு, கொஞ்சம் பாத்துக்கிறேன்."

சிங்காரம் அப்படித் திடீரென்று சொல்லிவிடுவான் என்று நினைக்கவில்லை. உடலைக் குறுக்கி, தலைகவிழ்ந்தபடி மங்காவின் வெளிப்படுதலுக்குக் காத்திருந்தான் சிவலிங்கம்.

"என்னா சிங்காரம் மாமா, நல்லாக்கீறயா?"

"இதோ கீறனே! நீ எப்படியெம்மாக்கீற?"

சில நொடிப்பொழுதுக்கெல்லாம் அக்குரல் கேட்டது. சிவலிங்கம் நிமிர்ந்து பார்த்தபோது, மங்கா பித்தளைச் செம்பில் நீருடன் வீட்டு நிலையைப் பிடித்துக்கொண்டு நின்றிருந்தாள். அவன் அவளைப் பார்த்துச் சிரிக்க முயன்றான். அவள் அவனைக் குறுகுறுவென்று பார்த்தாள். அவளைப் பார்த்த தருணம் மனம் அடங்கி நிறைவுகொண்டுவிட்டது. உடல் லேசாகி தக்கையைப் போல் உணர்ந்தான்.

"தம்பி, உன்வேல முடிஞ்சிச்சி! இனிமேல்ட்டுக்கு நாவந்த வேலையப் பாக்குணும்."

தண்ணீரைக் குடித்துவிட்டு, கேலியாய் சிரித்தான் சிங்காரம். அவன் திண்ணையிலிருந்தபடியே போவோர் வருவோரிடம் பேசிக்

கொண்டிருந்தான். சிவலிங்கத்தின் கண்கள் அவ்வீட்டின் நிலையருகிலேயே ஓட்டிக்கொண்டிருந்தன. உள்ளே, இருட்டில் இரு கண்கள் இவனையே வெறிப்பதாகக் கற்பிதம் கொண்டான்.

கொஞ்ச நேரத்துக்குப்பிறகு சிங்காரம் அவனைக் கிளப்பிக் கொண்டு அந்த ஊரில் கூத்தாடுகின்ற தருமனைப் பார்க்கப் போனான்.

“தை முடிஞ்சி மாசி தொடங்கிடுச்சி. பங்குனி பதினெட்டுல காமங்கூத்தை நடத்திப்புடுணுமே! மளமாரி பெய்யும், மாடுங்களுக்கு நோய்நொடி வராது. ஊர் வளம் பெறும்.”

சிங்காரம் தனக்குத்தானே பேசிக்கொண்டான்.

அவர்கள் திரும்பிக்கொண்டிருந்தபோது இருட்டு பூமியைப் போர்த்திக்கொண்டிருந்தது. இருவரும் பேசிக்கொண்டே போனார்கள். சிங்காரம் ஏகாந்த மனநிலையில் கூத்துப் பாட்டு களைப் பாடினான்.

சிங்காரத்தின் அக்காவை பெரியகல்லில் கட்டிக்கொடுத்திருக் கிறார்கள் என்பதையும், மங்காவின் அப்பன் முருகன் சிங்காரத் துக்குத் தூரத்து உறவு என்பதையும் அப்போது அறிந்துகொண் டான் சிவலிங்கம்.

தேன்கல்லுக்குப் பக்கத்திலிருக்கிற சாயபுவின் நிலத்தில் முருகன் வாரத்துக்குப் பயிர் செய்துவருவதை சிங்காரம்தான் சொன் னான். அந்தப் பயணத்துக்குப் பிறகு சிவலிங்கத்திற்குப் பித்துப் பிடித்துவிட்டது. மங்காவை தினந்தோறும் பார்க்கவேண்டுமென்று இருந்தது. அவன் மனம் அதற்கான வகையைத் தேடியது. மேள மடிக்கப் போயிருந்தபோது மங்காவும், அவளின் அம்மாவும் நிலத் துக்கு சாப்பாடு எடுத்துக்கொண்டு போனது நினைவுக்கு வந்து போனது. சிவலிங்கம் உற்சாகம் கொண்டுவிட்டான். அவன் மனம் ஊகம்போடத் தொடங்கிவிட்டது.

இரண்டொரு நாட்களுக்குப் பின்னர் சிவலிங்கம் மிதிவண்டி யொன்றை எடுத்துக்கொண்டு மங்காவைப் பார்க்கப் புறப்பட்டான். பெரியகல்லுக்குப் போகும் வழியில், துங்கலாற்றில் கரையோர மிருக்கும் முறுக்குப் புளிய மரத்தையொட்டி படித்துறையைப்போல கல்பாவியிருந்தார்கள். மங்காவும், அவளின் அம்மாவும் அங்கு இறங்கித்தான் தேன்கல் கொல்லிக்குப் போகவேண்டும்.

மிதிவண்டியை மறைவிடத்தில் நிறுத்திவிட்டு, பாறை யொன்றின்மீது ஏறி உட்கார்ந்துகொண்டு காத்திருந்தான்

சிவலிங்கம். வெயில் மங்கிக்கொண்டிருந்தது. அவனுக்கு இருப்பு கொள்ளவில்லை. கொஞ்சநேரம் கழிந்ததும் இரு பெண்களின் பேச்சொலிகள் ஆற்றுக்குள்ளிருந்து கேட்டன. அவன் நினைத்தது சரியாய்ப்போனது! மங்கா, தன் அம்மாவுடன் பேசிக்கொண்டே ஆற்றுப்படிகளையேறி பெரியகல்லைப் பார்த்து நடந்தாள். அவள் வெடுக்வெடுக்கென நடந்தாள். அவளின் அம்மாவால் அந்த நடைக்கு ஈடுகொடுக்க முடியவில்லை. மகளுக்குச் சமமாய் நடக்கும் படி ஓடினாள். சிவலிங்கத்தின் மனம் விம்மியது.

மங்காவின் பின்னுருவையே பார்த்துக்கொண்டு உறைந் திருந்தான்.

பங்குனியில் நடந்த காமன் கூத்துக்கு சிவலிங்கத்தை பெரிய கல்லுக்கு அழைத்துப்போனான் சிங்காரம். சிங்காரம் கூத்திலே எப்போதும் பெண்வேடம் கட்டுபவன். காமன் கூத்தில் ரதி அவன் தான். காமன் கூத்துக்கு மேளம்தான் எடுப்பு. விடியவிடிய நடக்கும் கூத்தில் மேளத்தைக் கைமாற்றிக்கொள்ள இரண்டு மூன்று ஆள் வேண்டியிருக்கும். சிவலிங்கத்தை ஒரு கையாய் அழைத்துக்கொண் டான் சிங்காரம். அவனின் வாசிப்பு தன் குரலுக்கு ஏகபொருத்தம் என்பதவன் நம்பிக்கை. நடுத்தெருவில் பச்சையோலைப்பந்தல் போட்டிருந்தார்கள். தீப்பந்தம் கொளுத்தப்பட்டிருந்தது. சிங்காரம் பெட்ரோமாக்ஸ் விளக்கையும் வாடகைக்கு எடுத்துக்கொண்டு வந்திருந்தான்.

அன்று கூத்து அமர்க்களமாயிருந்தது. சிவலிங்கத்தின் மேள வாசிப்பை ஊரார் கொண்டாடினார்கள். தனக்குத் தெரிந்த வகை வகையான வாசிப்பை அங்கே காட்ட எண்ணினான் சிவலிங்கம். மேளத்தின் வழியாக மங்காவோடு பேச விரும்பினான்.

பெண்கள் கூட்டத்திடை அமர்ந்து உருண்டை விழிகளால் அவள் தன்னையே பார்த்துக்கொண்டிருக்கிறாள் என்றெண்ணி உற்சாகம் கொண்டவனாய் மேலும்மேலும் அடித்தான். அவளே ரதியென்று அறிந்தான். சிங்காரத்தின் பாட்டுகளுக்கிடையே மேளக் குச்சிக்கு ஓய்வு தந்துவிட்டு, மங்காவைப் பார்த்தான். அவனின் ஒவ்வோர் பார்வைக்கும் அவளின் விழிகள், தாழ்வதும் தவிப்பதும் சிரிப்பதுமாக இருந்தன.

“அய்யோ நான் என்ன செய்வேன்?
நீச மனிதன் நானுமானேன்
என் அங்கம் பற்றுதம்மா
என் ஆணழகன் போனபின்னே
எனக்குப் பற்றி எரியுதோடி

எனக்குப் பதறுதடி தேகமெல்லாம்
பங்குனி மாதத்திலே
இன்னைக்குப் பதினெட்டாம் தேதியிலே
வெள்ளிக்கிழமையிலே
விடியும் நாழியிலே
அந்த மாயன் மகன் மன்மதனுக்கு
என்னை மகிசுடன் கட்டிவைத்து
மன்மதன் ராசனண்டை நான்
ஒரு நாளும் வாழலியே...”

“இப்படித்தான் என்தலையில்
எழுதிட்டானே பிரம்மதேவன்
பெண்ணாகப் பிறந்தவிதம்
போதுமம்மா எந்தனுக்கு
கட்டுக்கயிறானேன் – ஒரு
கன்று கட்டும் தும்பானேன்
வாழ்ந்து வந்த பெண்களுக்கு
காதோலை நானானேன்...”

மன்மதனை ஈசன் எரித்த பிறகு ரதிபாடும் பாடல் மக்களை நடுங்கச்செய்தது.

“என் தாலி அறுந்தது போல்
உன் தாலி அறாதா?
நீ அணிந்திருக்கும் புலித்தோலை
எலிகடித்துப் போகாதா?
கழுத்திலிருக்கும் நாகசர்ப்பம்
உன்னைக் கொத்தாதா?
என்னைப்போல் அறுப்பாளா
என்தாய் ஈஸ்வரியும்,
அவள் வெள்ளைப்புடவையுடுத்தி
வெளியில் வரக் காண்பேனோ?

காதலின் உக்கிர சக்தியை ரதியின் புலம்பல் சிவலிங்கத்துக்குச் சொன்னது.

ரதியின் புலம்பலுக்குக் கண்ணீர் உகுத்தாள் மங்கா. கண்ணீர் மனங்களைப் பசைபோல ஒட்டியது. உன் மன்மதனுக்குச் சாவில்லை என்று சொல்லிக்கொண்டான் சிவலிங்கம்.

பங்குனி கழிந்த வெயில் காலத்தில், முறுக்குப் புளியமர படித் துறையே கதியெனக் கிடந்தான் சிவலிங்கம். வழியில் பார்த்துப் பேசுவது தெரிந்தால் தன் அப்பன் கொன்றுபோட்டு

விடுவானென்றாள் மங்கா. அதன்பிறகு அவளைத் தேடி தேன்கல் நிலத்துக்கே போகத் தொடங்கிவிட்டான்.

8

பெட்ரோமாக்ஸ் விளக்குகள் இரண்டும் பேரொளியைத் தந்தபடி காற்றில் நளினமாக ஆடின. அவ்விளக்குகளைக் கொளுத்தியவுடனே விட்டில்களை மிரட்டித் துரத்திவிட்டு மக்கள் கூட்டம் அங்கே சூழ்ந்துகொண்டது. மயில்பட்டியில் தெருக்கள் கிழக்கும் மேற்குமாக மலையடிவாரத்தில் இருந்தன. மரங்களோ, செடிகொடிகளோ அற்றுப்போய், பெரும்பாறைகளுடன் அக்குன்று இருந்ததை திருவேங்கடத்தால் அங்கு வந்து சேர்ந்தபோது பார்க்க முடிந்தது. அவன்தான் ஒற்றை மாட்டு வண்டியை ஓட்டிக்கொண்டு வந்தான். சாலை மரங்களடர்ந்து அனாதரவாக நின்றதும் உள்ளே உற்சாகம் பெருக்கெடுத்துவிட்டது. கால்களால் மாட்டின் வயிற்றில் உரசி, சாட்டையைச் சொடுக்கினான். காற்றைக் கிழித்தது மாடு.

அங்கே வந்து சேர்ந்தபோது மாலை மங்கிவிட்டிருந்தது. குன்றின் அடிவாரத்தில் ஊர் இருந்ததால் மேற்கில் சோர்ந்துசரியும் சூரியனை அம்மக்களால் எப்போதும் பார்க்க முடிந்ததில்லை. ஊருக்கு முன்னால் இருட்டுவந்து திண்ணைகளில் உட்கார்ந்து கொள்ளும். இன்று அந்த இருட்டை மந்தையில் அமர்ந்துகொண்டு ஒற்றையாளாய் விரட்டிய வீரனை பெருமிதத்துடன் பார்த்தனர் ஊர்மக்கள்.

ஊரும் சேரியும் இணையும் இடத்திலிருந்த மந்தையில் காணிக்கம்பத்தின் அருகிலே கூட்டமைப்பின் தோழர்கள் இரண்டு மார்பு அளவுக்கு இடைவெளி விட்டு இரண்டு உருட்டுகளை நட்டிருந்தனர். அவற்றின் உச்சியில் கை நீட்டியபடி இரண்டு தடிக் கம்புகள் கட்டப்பட்டிருந்தன. மந்தையின் ஒதுக்கத்தில் இருக்கும் பூவரசு ரட்சைக்கல்லின்மேல் அமர்ந்து பெட்ரோமாக்ஸ்களைக் கொளுத்திய திருவேங்கடம், தடிக்கம்புகளில் அவற்றைத் தொங்க விட்டான். ஊர்மந்தை சட்டென்று பெருந்திடலாக மாறியது. கண்ணைக் கசக்கிச் சிணுங்கியபடி வீடுகளில் இருந்த விளக்குகளைக் கைவிட்டுவிட்டு பாய்களையும் கோணிப்பைகளையும் எடுத்துக் கொண்டு மந்தைக்கு வந்து சேர்ந்துவிட்டனர் மக்கள்.

முத்துசாமி குரலெடுத்துப் பாடினார். அவரின் பாட்டுக்குத் தோதாக ஆர்மோனியமும், தபலாவும், முத்துசாமியின் கையிலிருந்த சிப்லாக்கட்டையும் ஒலித்தன.

"ஜெய்பீம் ஜெய்பீம் ஜெயஜெயகோஷம்
தெருவெங்கும் முழங்கி எழுகுதே ரோஷம்
கைக்கூப்பித் தொழுவதில் எவர்க்கும் சந்தோஷம்
கருணைமிகு அம்பேத்கர் மீதே பாசம்.

வந்தனம் வந்தனம் வணங்கியே கொள்வோம்
வளரத் தனியுரிமை வேண்டியே நிற்போம்
ஜிந்தாபாத் அம்பேத்கரெனச் சொல்வோம்
ஜெய்பீம் மந்திரம் மனதினில் கொள்வோம்.

இலட்சிய நம் கொடி பறக்குது அதோபார்
நமது தனியுரிமை விளங்கிடும் வெகுஜோர்
அச்சம் இல்லையென்று ஆடுது அதோபார்
அண்ணன் சிவராஜின் கொடியது மிக ஜோர்."

முத்துசாமி அம்பேத்கரை வாழ்த்தியும், சாதியொழிப்பை வலியுறுத்தியும் பாடல்களைப் பாடினார்.

இடையிடையே தலைவர் சிவமலையும், பிறதோழர்களும் பேசினார்கள். 'யாருக்கு சுதந்திரம்?' என்ற தலைப்பில் பேசிய சிவமலையின் பேச்சு அன்று அற்புதமாக இருந்தது. தன் உரையில் அவர் புத்தரையும் அம்பேத்கரையும் ஈ.வெ.ராவையும் வெகுவாகப் புகழ்ந்தார். திராவிடர் கழகம் தொடங்கியிருக்கிற ஈ.வெ.ராவையும் அவரின் பகுத்தறிவுக் கருத்துகளையும் சிலாகித்துப் பேசினார் சிவமலை. பேச்சின் முடிவில் தான் கொண்டுவரும் 'சமத்துவ முழக்கம்' பத்திரிகையை வாங்கிப்படிக்கச் சொல்லி வேண்டுகோள் வைத்திடவும் அவர் மறக்கவில்லை.

முத்துசாமியின் குழு அன்று 'நான் கண்ட முருகன்' என்ற சமூக நாடகத்தை நடத்தினார்கள். முருகன் என்கிற விவசாயத் தொழிலாளி ஒரு ஆண்டையின் வீட்டில் வேலை செய்கிறான். அவனுக்கு நிலவும் சமூகக் கட்டமைப்பு முதலில் புரிவதில்லை. தான் அனுபவிக்கும் சாதிக்கொடுமைகளால் அதைப் படிப்படியாகப் புரிந்துகொள்கிறான். இறுதியில் எளிய விவசாயக் கூலியாக இருந்த முருகன் புரட்சிக்காரனாக மாறுகிறான். நகைச்சுவைத் துணுக்குகளும், எண்ணத்தைத் தூண்டிவிடும் வினாக்களும் நாடகம் நெடுகிலும் விரவி இருந்தன. மக்கள்கூட்டம் தம்மை மறந்து நாடகத்தைப் பார்த்துக்கொண்டிருந்தது.

தன் கண்ணெதிரில் உருவாகி நிலைபெற்றிருக்கிற மாய உலகை நுணுக்கமாகக் கவனித்துக்கொண்டிருந்தான் திருவேங்கடம். அம்மாய உலகம் சமத்துவ உலகம். அங்கு எந்தப் பேதங்களுமில்லை.

நீதி ஒன்றே அனைவரின் குறிக்கோள். வெளியிலிருந்து அவ்வுலகை நோக்கிடும் மக்களும் அவ்வுலகின் உறுப்பினர்களாக மாறிவிட்டி ருந்தனர். அவ்வுலகின் பாத்திரங்களில் கூடுபாய்ந்திருந்தனர். பெட்ரோமாக்ஸின் மஞ்சள் ஒளி அனைவரிலும் நிரம்பி கண்களின் வழியே வழிந்தது. நாடகத்தின் சொற்கள் மக்களின் முகங்களில் மோதி எதிரொலித்தன. அன்றாட வாழ்வின் அவலங்களுக்கு மருந் தாக அவர்களுக்கு முருகன் தென்பட்டான். நாடகம் முடிவதற்கு வழக்கம் போலவே நடுநிசியாகிவிட்டது. சிவமலைக்கும், நாடகக் குழுவைச் சேர்ந்தவருக்கும் அவ்வூர் மக்களே உணவளித்தார்கள். அம்மக்களின் அன்பிலே நெகிழ்ந்தான் திருவேங்கடம். அன்றிரவு ரட்சைக்கல்லின் மேல் நாலாபக்கமும் துண்டை விரித்துப் படுத் தார்கள். சிவமலைக்கு மட்டும் எவர் வீட்டிலிருந்தோ ஒரு கயிற்றுக் கட்டிலைத் தூக்கிக் கொண்டுவந்து போட்டார்கள். அவர் வேண் டாம் என்றாலும் விடவில்லை.

திருவேங்கடத்துக்கு உறக்கம் கொள்ளவில்லை. அவன் எதையோ கண்டடைந்துவிட்டதாக இப்போது உணர்ந்தான். பிரச் சாரக் கூட்டங்களுக்கு அவருடன் வரும்படி அழைத்தபோது, அம்மாவுக்கு இருந்ததைப் போல அவனுக்கும் வெறுப்பு இருந்தது. அப்பாவைத் தனியே விட்டுவிட்டு இவர் ஏன் ஓடிவந்துவிட்டார் என்று நினைத்தான். இப்போது அந்த வெறுப்பு துப்புரவாக மறைந்துவிட்டது. மனம் முழுக்க நிறைந்துவிட்டார். சிவமலை அவனைக் கைப்பிடித்துக் கூட்டிக்கொண்டு ஒரு மலையின்மீது மெல்ல மெல்ல ஏறி, உச்சியில் நின்றபடி முழு உலகமே இதுதான் என்று காட்டிவிட்டதாகத் தோன்றியது. மயில்பட்டிக்கு வரும்போது உலகின் இயங்குபுள்ளிகள் எனச் சிலவற்றை அவனிடம் சிவமலை பேசிக்கொண்டு வந்தார்.

"உலகம் சில புள்ளிகளை அச்சாகக்கொண்டு இயங்குகிறது. ஆண் பெண் ஈர்ப்பு, பொருள்சார்பு, மதம், மொழி, அதிகாரம், ஜாதி. இவற்றையே நான் அந்த இயங்குபுள்ளிகளாக நினைக்கிறேன். இந்த அச்சுகளைப் பற்றிச் சுழலும் உலகம் இவற்றிலிருந்து பிரியும் செயல் அடுக்குகள் மூலமாக தன்னை ஸ்தாபித்துக்கொள்கிறது. பால் ஈர்ப்பு, மொழி, பொருள்சார்பு போன்றவை பழைய அச்சுகள். அதிகாரம், மதம், ஜாதி போன்றவை புதிய அச்சுகள். இந்த அச்சுகள்கூடப் பிற்காலத்துல மாறலாம்."

அவர் சொன்னதை நெடுநேரத்துக்கு அவன் அசைபோட்டுக் கொண்டிருந்தான். ஆண் பெண் ஈர்ப்பைப் பற்றி அவன் சிந்தித்துக் கொண்டிருந்தபோது மனக்கட்டுகளை மீறிக்கொண்டு குப்பியின் நினைவு வந்தது. வழக்கமாக அவளை நினைக்கிறபோது கிளரும்

உடல் மரத்திருந்தது. மனத்தில் கசப்பு பெருகியது. மாமன் சுந்தரேசனின் போக்கை திருவேங்கடத்தால் அவ்வளவு எளிதில் செரித்துவிட முடியவில்லை.

இராவணேசன் போனதில் இடிந்துபோய் கிடந்த தவமணி தன் உடன்பிறப்புகளையே அதிகம் நம்பினாள். கெட்டது நடந்த வீட்டில் ஒரு நல்லது நடத்திவிடவேண்டும் என்று அக்கம் பக்கத் தாரும், உறவுகளும் அவளிடம் சொல்லிக்கொண்டிருந்தனர். அழுத கண்ணீர்கூட இன்னும் காயவில்லை. காலம் கொஞ்சம்போகட்டும் என அவள் மனதை இறுக்கிக்கொண்டிருந்தாள். ஆனாலும் சாங்கியத்துக்கு ஆறு மாதம் போனவுடன் திருவேங்கடத்தின் திருமணத்தை முடித்து விடலாமென்று அவளுக்குத் தோன்றியது. தோப்பூருக்கு அவள் போயிருந்தபோது தம்பியிடம் மனம்பொறுக்காமல் நினைத்துக்கொண்டிருந்ததைச் சொல்லியேவிட்டாள். சுந்தரேசன் அதைக் காதில் வாங்கிக்கொள்ளவில்லை, மழுப்பலாகவே அவளுக்குப் பதில் சொன்னார்.

"அதெல்லாம் பொறவு பாக்கலாம் இருக்கா. மொதல்ல மாப்பிள்ளைய ஒரு வேலைக்குப் பிரயாசப்படச் சொல்லு. பொதுவேல பாக்கப்போறன்னு சொல்றவருக்கு எம்பொண்ணக் குடுத்துட்டு என்னா பண்றது? நீ இப்ப வந்து நிக்கிறதப்போலத்தான் நாளைக்கி எம்பொண்ணும் வந்து நிக்கணும்."

தவமணிக்குப் பேச்சு அடைத்துக்கொண்டது. பெரியசாமி சுந்தரேசனைப் பார்த்து சத்தம் போட்டார். அவரின் சத்தம் பயனற்று விழுந்தது. திருவேங்கடத்துக்கு இருப்பு கொள்ளவில்லை. அவன் குப்பியை முறைத்துப் பார்த்தான். துக்கம் தாளாதவளாய் அவள் உள்ளே ஓடினாள். தவமணி அங்கு நிற்காமல் எழுந்து கொண்டாள். சுந்தரேசன் அதற்குப்பிறகு வந்து சமாதானம் பேசியும் அவள் கேட்கவில்லை. தாயும் பிள்ளையுமாகப் பூங்குளம் வந்து சேர்ந்துவிட்டார்கள். வழியெல்லாம் தவமணி அழுதுகொண்டும், பிதற்றிக்கொண்டும் வந்தாள்.

"கூடப்பொறக்க கோடிபெறும்னுவாங்க. இவனுங்க நட்டாத்துல உட்டுட்டானுங்க பாவிங்க. அறுத்திட்டு வந்து நிக்கிறவகிட்ட பேசற பேச்சா இது?"

"அவ என்னா பொண்ணு? எம்புள்ளைக்கி ஆயிரம் பொண்ணுங்க வரிசைகட்டுங்க."

திருவேங்கடத்தால் தவமணியைத் தேற்ற முடியவில்லை. குப்பி தன் பெற்றோரிடம், சிவன் கோயிலில் பேசியதை ஏன் சொல்ல

வேண்டும்? அப்பா இறந்துபோன காரணத்தைக் கேட்டதும் பயந் திருப்பாளோ? உன்முடிவு என்னவாக வேண்டுமானாலும் இருக் கட்டும். ஆனால், நீ இல்லாமல் வாழ்வில்லை என்றாளே? திரு வேங்கடம் கேள்விகளை எழுப்பியெழுப்பிச் சோர்ந்துபோனான். சுந்தரேசன் திருமணத்தை மறுத்துப் பேசிக்கொண்டிருந்தபோது அழுதபடி உள்ளே ஓடினாளே என்று அவன் மனதின் ஒருமுனை தேற்றியபோது, அவள் நாடகமாடுகிறாள் என்று இன்னொரு முனை தூற்றியது. அவனுள் கசப்பு படிந்தது.

மறுநாள் காலையில் சிவமலையின் குழு செட்டியார் குப்பத் துக்குப் புறப்பட்டுப்போனது. புறப்படுவதற்குமுன் மயில்பட்டியில் ரயிலடிக்குப் போகும் வழியிலிருந்த தபால்நிலையத்துக்குப் போய், நான்கைந்து நாட்கள் கழித்து வீட்டுக்கு வருவதாக தவமணிக்கு ஒரு கடிதம் எழுதிப்போட்டு வந்தான் திருவேங்கடம். அப்படியே பொன்னரசுக்கும் நலம் விசாரித்து ஒரு கடிதம் எழுதினான்.

வண்டியை ஓட்டிக்கொண்டிருந்தபோது அவன் மனம் கணக்குப் போட்டது.

இன்றும், நாளையும் செட்டியார்குப்பமும், புதுக்குடியும், பிறகு தோப்பூர்தான். அதையடுத்து கடைசியாக கிருட்டிணாபுரம்.

தோப்பூருக்குப் போனால் மாமன்வீட்டு ஆட்களையோ, குப்பியையோ பார்க்க நேர்ந்துவிடலாம். அதனால் அங்கு மட்டும் போகாமல் தவிர்த்துவிடலாம் என்று எண்ணியது அவன் மனம். ஒருவேளை அவளை எதிர்கொண்டுவிட்டால் எப்படி நடந்து கொள்வது என்றும் மனம் ஒத்திகை பார்த்தது. காலையில் அந்த ஊருக்குப் போய்விட்டாலும், ஊரில் எங்கேயும் அமரக்கூடாது. தலைவரைக் கூட்டிக்கொண்டு தோப்பூர் ரயிலடிக்குப் போய்விட வேண்டும். அங்கு பெரியசாமி தாத்தா இருப்பார். அவரிடமே மாலைவரை பேசிக்கொண்டு இருந்துவிடலாம். பிறகு நேராக நிகழ்ச்சிக்குப் போய்விடவேண்டும். குப்பி நிகழ்ச்சிக்கு வந்தாலும் அவளை நேரிட்டுப்பார்க்கவே கூடாது. கறாரான திட்டங்களை வகுத்துக்கொண்டது உள்ளம்.

செட்டியார் குப்பத்திலும், புதுக்குடியிலும் முத்துசாமியின் நாடகத்திற்கும், பாடல்களுக்கும் பெரிய வரவேற்பு இருந்தது. செட்டியார் குப்பத்தில் கூட்டமைப்பின் ஆதரவாளர்களும், வட்டாரத் தலைவர்களும் அதிகம் இருப்பதாக சிவமலை அவனிடத் தில் சொன்னார். புதுக்குடி ஆற்றங்கரையில் நடந்த நிகழ்ச்சிக்கு பொதுவுடைமை இயக்கத் தோழர்களும், திராவிடர் கழகத்

தோழர்களும் பெருவாரியாக வந்திருந்தனர். அங்கிருந்தபோது பொன்னரசை நினைத்துக்கொண்டான் திருவேங்கடம். நிகழ்ச்சி நடந்துகொண்டிருந்தபோது கூட்டத்துள் நுழைந்து சமத்துவ முழக்கம் பத்திரிகையை திருவேங்கடமும், கூட்டமைப்பின் வேறு சில தோழர்களும் விற்றனர். அதன் விலை நான்கணா என்பதால் எளிதில் விலைபோனது.

எதிர்பார்த்திருந்த நாள் விடிந்ததும் வழக்கத்துக்கு மாறாகவே பரபரப்பானான் திருவேங்கடம். காலை வெயில் முதிர்வதற்கு முன்பாகவே சிவமலையும் நாடகக் குழுவினரும் தோப்பூருக்குப் போய்ச் சேர்ந்துவிட்டனர். அவன் திடீரென்று நினைவில் அமிழ் வதையும், திடீரென்று விழிப்படைவதையும் கவனித்தவரைப்போல சிவமலை கேட்டார்.

“என்ன தம்பி? ஒடம்புக்கு எதுவும் முடியலையா?”

“இல்லிங்கையா... இல்லிங்கையா.”

என்றான் திருவேங்கடம் பதற்றமாக. தோப்பூருக்குப் போன தும், சாலைக்குப் பக்கத்திலேயே இருந்த மாரியம்மன் கோயில் திடலில் வண்டியை நிறுத்தி, மாட்டைக் கட்டினான். சாலைக்கு மறுபுறத்தில் கிழக்கைப் பார்த்திருந்த ஏரியில் முழுக்குப் போட்டு விட்டு வர நாடகக்காரர்கள் கிளம்பினார்கள்.

“நாம ரயிலடிக்கா போவோமாய்யா?” என்றான் திரு வேங்கடம்.

“நா வரல தம்பி. இந்த ஊர்ல என் சினேகிதக்காருங்க செல பேரு இருக்குறாங்க. அவங்களோட பேசிட்டிருக்கிறேன். நீ போ.”

சிரித்துக்கொண்டே சொன்னார் சிவமலை. ரயிலடியைப் பார்த்து விடுவிடுவென நடந்தான் திருவேங்கடம். பொன்னாவரை மரங்களும், ஆலமரமுமாக அவ்வழி சோலைக்குச் செல்வதைப் போலிருந்தது. தாத்தாவைப் பார்க்கப் போகிற ஆர்வத்தில் அவன் மனம் துள்ளியது. கேங்மேன்களுக்கு மேஸ்திரியாக இருந்த அவர் ஒருவேளை புதுக்குடி ரயிலடிக்குப் போயிருப்பாரோ என்றும் ஐயப் பட்டான். பெரியசாமி கேங்மேன்களின் அறையிலேயே இருந்தார். பேரனின் திடீர் வரவை அவரால் நினைக்க முடியவில்லை. அன்பிலே உறைந்துபோன அவர், தோள்துண்டை எடுத்து வாயைப் பொத்திக்கொண்டு அழுதார். அவரின் கண்களிலிருந்து சரம்சர மாய் நீர்வழிந்தது. முதிர்ந்த தேகம் குலுங்கியது. பேரனை அருகழைத்து ஆதூரத்தோடு நெஞ்சில் அணைத்துக்கொண்டார்.

அவர் இயல்புக்கு வர சில கணங்கள் பிடித்தன. அவர்தன் கமறும் குரலை செறுமியபடி கேட்டார்.

"எப்ப சாமீ வந்த? அம்மா எப்பிடிக்கீது?"

திருவேங்கடம் எல்லாவற்றையும் சொன்னான்.

"அதுவுஞ்செரிதான். அவுரு உனுக்கு நல்லவழி காட்டுவாரு." என்றார்.

கொஞ்ச நேரத்துக்குப் பேசிக்கொண்டிருந்த பெரியசாமி, பிறகு எழுந்துகொண்டார்.

"சாமீ, நான் லைன்மேல போணும். நீ இங்கியே படுத்துனு இரு. நா வந்ததும் மத்தியான சாப்பாட்டுக்கு வூட்டுக்குப் போலாம்."

தாத்தா போவதையே பார்த்துக்கொண்டிருந்த திருவேங்கடம் அறைக்குள் திரும்பி அங்கிருந்த கித்தான் பைகளின்மீது படுத்துத் தூங்கத் தொடங்கினான்.

நீண்ட உறக்கத்தின் நடுவிலே உண்டான சலசலப்பு அவனை எழுப்பியது. சடாரென எழுந்து நின்று அவன் கண்களைக் கசக்கிக் கொண்டு பார்த்தான். அவனால் நம்பமுடியவில்லை. தாத்தாவுக்குக் கொண்டுவந்த சாப்பாட்டு மூட்டையை வைத்துவிட்டு அதிர்ச்சி யில் மலங்கமலங்க விழித்தபடி நின்றாள் குப்பி. ஒரு கணம் எதையும் அவளால் நம்பமுடியவில்லை. திருவேங்கடத்தைப் பார்த்ததும் பொங்கிவரும் அழுகையோடு ஓடிவந்து அவனை இறுக்கமாகக் கட்டிக்கொண்டாள்.

"என்ன இப்பிடியே கூப்டுனு போயிடு மாமா."

அவளின் குரலும், தொடுகையும் திருவேங்கடத்தைக் கரைத் தது. அவன் உன்மத்தம் கொண்டவனாய் அவளைக் கைகளால் கோத்து இறுக்கியபடி உதடுகளைக் கவ்வினான்.

9

திருவேங்கடத்தைத் தேடிப்போனான் சிவலிங்கம். அவனை இப்போதெல்லாம் லேசில் பார்க்க முடிவதில்லை. தோல் பதனிடும் தொழிற்சங்க ஆட்களோடும், கூட்டமைப்பு ஆட்களோடும் என் னேரமும் சுற்றுவதாகச் சொன்னார்கள். பூங்குளத்தில் இரண்டாவது தெருவில் திருவேங்கடத்தின் வீடு. விஸ்தாரமான வாசலை விட்டுக் கட்டப்பட்டிருக்கும். வீட்டின் மேற்கு மூலையில் பெரிய கிணறு ஒன்றுண்டு. பூங்குளத்தில் பலபேருடைய வீடுகளில் கிணறுகள்

இருந்தன. திருவேங்கடத்தின் வீட்டுக் கிணற்றைச்சுற்றி எழுப்பப் பட்டிருக்கும் சுற்றுச்சுவர் நன்றாகப் பூசப்பட்டு சுண்ணாம்பு அடிக்கப்பட்டிருக்கும். வலுவான சேந்து மரத்தில் கட்டைராட்டினம் தொங்கும். சில தென்னைகளும் அவன் வீட்டில் இருந்தன. அம்மரங்களின் ருசியான இளநீர்க்காய்களை சிவலிங்கம் குடித்திருக்கிறான். அவ்வீட்டை எப்போதும் பெருக்கி மெழுகி கண்ணாடி போல வைத்திருப்பாள் தவமணி.

திருவேங்கடம் வீட்டில் இல்லை. அவன் மிதிவண்டியில் வித்தைகாட்டுகிற ஒருவனை இறக்குவதற்கு ஊர் பெரிய மனிதர்களுடன் போயிருப்பதாகச் சொன்னாள் தவமணி. இடம் கேட்டுக்கொண்டு நடக்கத் தொடங்கினான் சிவலிங்கம்.

ஊரிலே அங்கங்கே இருக்கும் மைதானங்களில் இப்படிச் சில நிகழ்ச்சிகள் நடப்பதுண்டு. சீதாலட்சுமி டாக்கீசின் முன்பாக, ஏரிக்கரையை ஒட்டிய மாதிரி இருக்கும் மைதானத்திலும், பக்கத்திலிருக்கும் கிறிஸ்தவ மிஷன் பள்ளிக்கூட மைதானத்திலும் சர்க்கசோ, மிதிவண்டி சாகச நிகழ்ச்சியோ நடக்கும். ஏரிக்கரை மைதானத்தில் பம்பாய்ஷோ சிலர் நடத்துவார்கள். அது ஒரு சூதாட்டம் என்றும், அதை ஒழிக்கவேண்டுமென்றும் திருவேங்கடம் சொல்லிக்கொண்டிருந்தான். பெரியபேட்டை பேருந்து நிலையத்தின் எதிரிலிருந்த பாட்டைச்சாரியம்மன் கோயில் திடலிலும், மணி சங்கு ஊதும் மைதானத்திலும்கூட இம்மாதிரியான நிகழ்ச்சிகள் நடந்தன. போன வாரம் ஏரிக்காவலுக்குப் போயிருந்த சமயமாய்ப் பார்த்து ரேக்ளா வண்டியில் மேளமடித்துக்கொண்டு வந்த சிலர் மணி சங்கு ஊதும் மைதானத்தில் மிதிவண்டி சாகச நிகழ்ச்சி நடப்பதாக ஊரில் சொல்லிவிட்டுப் போனார்கள்.

ஒன்றிரண்டு நாட்களுக்கு மிதிவண்டியிலிருந்து இறங்காமலேயே சாகசங்கள் செய்கிற நிகழ்ச்சி நடப்பதுண்டு. இம்முறை யாரோ ஒரு மிதிவண்டி வீரன் ஆறு நாட்களுக்கு, வண்டியைவிட்டுக் கீழே இறங்காமல் வித்தைகாட்டுகிறான் என்று சொன்னார்கள். திருவேங்கடம் போயிருக்கும் நிகழ்ச்சி அதுவாய்த்தானிருக்கும். மிதிவண்டி வீரன் வித்தைகளை முடித்து ஆறுநாட்களுக்குப் பிறகு கீழே இறங்குகிறபோது ஊர்ப்பிரமுகர்கள் மாலை அணிவித்து பாராட்டி மரியாதை செய்வார்கள். அப்படியானால் திருவேங்கடமும் பிரமுகர் ஆகிவிட்டானோ என நினைத்தான் சிவலிங்கம்.

அவர்களிருவரும் பலமுறை அப்படியான நிகழ்ச்சிகளுக்குப் போயிருக்கிறார்கள். மிதிவண்டி வீரன் முன்சக்கரத்தைத் தூக்குவான், பின்சக்கரத்தைத் தூக்குவான். பார்மீது படுத்துக்

அழகிய பெரியவன் ● 147

கொள்வான். நான்கைந்து பேரைத் தன்மீது ஏற்றிக்கொண்டு மிதிப்பான். மிதிவண்டியிலிருந்தபடியே குளிப்பான், சாப்பிடுவான். அதின் மேலேயே படுத்துத்தூங்குவான்.

மணி சங்கு ஊதும் மைதானத்தில் இருந்தான் திருவேங்கடம். சிவலிங்கத்தைப் பார்த்ததும் சிரித்துக்கொண்டே வந்தான். தோல் தொழிற்சங்கத் தலைவர் ஒருவருடனும், தோல் பதனிடும் தொழிற் சாலை முதலாளி ஒருவருடனும் அப்போது அவன் இருந்தான்.

"என்னாடா லிங்கம் ஆளே காணும்?"

"யாரு? நான் காணோமா? நீ காணோமா? பெரியாளா யிட்டியாடா மச்சான் நீ?"

இருவரும் ஊர் விசயங்களைப் பேசிக்கொண்டார்கள். அவர்கள் பேசிக்கொண்டிருந்தபோது ஒருவர் வந்து திருவேங் கடத்தைக் கூப்பிட்டார். மிதிவண்டி வீரன் வித்தைகளை முடிக்கும் நேரமாகிவிட்டிருந்தது. திருவேங்கடம் அவ்வீரனுக்கு மாலையணி வித்தான். முதலாளி பரிசு தந்து கௌரவப்படுத்தினார். எல்லாரும் கலைந்தபிறகு சிவலிங்கமும் திருவேங்கடமும் அங்கேயே உட்கார்ந்து பேசிக்கொண்டிருந்தார்கள். சிவலிங்கம் தயங்கித்தயங்கித் தன் காதல் விவகாரத்தைச் சொன்னான்.

கிண்டலும் கேலியுமாய்த் துள்ளிக் குதித்தான் திருவேங்கடம்.

"டேய், நீ பெரிய ஆளுடா, ஊமையாட்டமிருந்துக்கினு பக்கா வேல செஞ்சிக்கிறடா."

"இந்த விசயத்துல நீதானேடா வழிகாட்டி....!"

சிவலிங்கம் கண்சிமிட்டி சொன்னதும், பெரிதாகச் சிரித்தான் திருவேங்கடம்.

"எசனத்தெ உடுடா. சாமன் மாமங்கிட்ட நான் பேசறேன்."

அன்று மிஞ்சிய நேரம் முழுக்கவும் அடுத்த நாளுக்காகக் காத்திருந்தான் சிவலிங்கம். மறுநாள் சாமன் வீட்டிலிருக்கும் சமய மாய்ப் பார்த்து வந்தான் திருவேங்கடம்.

"என்னா மாமா, அத்த சௌக்கியமா?" பேசிக்கொண்டே வந்து உட்கார்ந்தான் திருவேங்கடம்.

"நீ இருக்கச்சொல்லோ, இந்த அத்தைக்கு என்னா கொறடா அண்ணன் மகனே."

முனியம்மாள் வாயெல்லாம் பல்லாகச் சொன்னாள்.

“நீ போற எடத்துங்களுக்கு இவனையும்கூடக் கூப்டுனுப் போயி ஆளாக்கி உடுடா சாமி” வீட்டுக்குள் இருந்து வெளியே வந்த சிவலிங்கத்தைக் காட்டி சொன்னாள்.

“அதெல்லாம் பாத்துக்கலாம் அத்தெ. அவனுக்கு வயிசாவுதே கல்யாணம் கில்யாணம்னு எதுவும் யோசிக்கலியா?”

“என்னாடா எப்பா இது? திடுதிப்புனு இப்பிடிக் கேட்டுப் புட்ட? உம்மாமனக் கேளுடா.”

அதற்கென்ன அவசரம் என்பது போலப் பார்த்துக் கொண்டிருந்தான் சாமன். அவனை எப்படிப் பேச்சுக்குள் இழுப்பது என்று தெரியவில்லை. திருவேங்கடம் நான்கைந்து பொது விசயங்களை அவனோடு பேசத்தொடங்கினான்.

சாமன் எதிர்பார்த்த தருணத்திலே தன் பேச்சை நிறுத்தி சொன்னான்.

“மாமா, நம்ப லிங்கம் விசயந்தான் பேசணும்னு வந்தேன்.”

“சொல்லு.”

“ஒண்ணுமில்ல. மேளமடிக்கப்போன எடத்துல பொண்ணு எதோ பாத்தானாம். அதெக் கட்டிவெக்கணும்ன்றான்.”

சாமன் அதை எதிர்பார்த்திருக்கவில்லை. முனியம்மாள்கூட வாயடைத்துத்தான் போனாள். கொஞ்ச நேரத்துக்குச் சகிக்க முடியாத அமைதி அங்கே நிலவியது. சாமன்தான் அதைக் குலைத்தான்.

“இவங்கண்ணங்காரன் பொண்டாட்டி பேச்சக் கேட்டுனுப் போயிட்டான். தோட்டிப் பொறுப்பும் போச்சி. உன்னும் என்னாக் கீது? இவனும் போட்டும்.”

“அய்யய்யோ... என்னா போச்சி போச்சின்னு பேசினுக்கீற? புள்ள நல்லததான் சொல்லும். இருந்தமாதிரியே இருந்து இப்படித் தான் கூடிக்கும்...”

முனியம்மாளின் பேச்சையே நூல்பிடித்துக்கொண்டான் திருவேங்கடம்.

“எதுவும் போகல மாமா, ஊர் பொறுப்புதானே போச்சி? கவுருமெண்ட்டு தோட்டிதானே நீ? மணியக்காரனே நீ சொல்றதத் தானே கேக்கணும்? இவங்கல்யாணத்தை நீ முடிச்சி வெய்யி. தங்கச்சி கல்யாணத்தெ இவன் பாத்துக்குவான்.”

நீண்ட யோசனைக்குப் பிறகு, பெண் பார்க்கப் போய் வரலாம் என்றான் சாமன். சிவலிங்கத்தின் காரியம் ஜெயித்துவிட்டது.

திருவேங்கடத்துடன் எழுந்து வெளியிலே போனபோது உற்சாகம்கொண்டு கத்தினான் சிவலிங்கம்.

"ரொம்ப நன்றிடா. இப்பவே எங்கியானா போயி சுத்தலாம் வாடா. நீ என்னா சொல்றயோ செய்யிறேன்."

"ஏன்டா? பொண்டாட்டி வந்துட்டா கூட வரமுடியாது. இப்பவே எவ்ளோ வேணுன்னாலும் சுத்திடலாம்னு கூப்புடறியா?"

சிரித்துக்கொண்டே கேட்டான் திருவேங்கடம்.

அன்று இரவு நெடுநேரம் தூங்காமல் கிடந்தான் சிவலிங்கம். பூங்குளத்தின் கிழக்கு மூலையில் இருந்த அவன் வீட்டில் புகவரும் மங்கா எப்படியெல்லாம் நடமாடுவாள் என்று எண்ணிப்பார்த்துக் கொண்டான். பூமாதேவி பிறந்ததிலிருந்து சாமன் தன் படுக்கையைத் திண்ணைக்கு மாற்றிக்கொண்டான். உள்நடையின் ஒரு மூலையில் மேளச்சாமான்கள் இருந்தன. இடது அறையில் அவனின் அம்மாவும் தங்கையும் படுத்திருந்தனர். இப்போது அவன் தனிமையில் படுத்திருக்கும் வலது அறைக்குத்தான் மங்கா வரப்போகிறாள். நினைத்ததும் அவன் உடல் கிளர்ந்தது. காமக்கடப்பு பிடித்துக் கொண்டது. கூதல் வீசிக்கொண்டிருந்த இரவு கதகதப்பான நினைவு களைத் தூண்டிவிட்டது. தூக்கம் முற்றிலும் கெட்டுப் புரண்டான் சிவலிங்கம்.

10

மிதிவண்டியை அவர்கள் மிதிக்கத்தொடங்கியபோது எதிரில் வரும் ஆள் தெரியவில்லை. இருட்டு துப்பட்டியை இறுக்கப் போர்த் தியது மாதிரி கவிந்திருந்தது. கொஞ்சம் குளிராகவும் இருந்தது.

சிவலிங்கம்தான் மிதித்தான். திருவேங்கடம் பின்னால் உட் கார்ந்துகொண்டிருந்தான். மிதிவண்டியை மிதிப்பதில் சிவலிங்கம் சூரன். மேடுகளில்கூட இறங்கிக்கொள்ள மாட்டான். கைக்கட்டை யைப் பிடித்துக்கொண்டு எழுந்து நின்று இடுப்பை இப்படியும் அப்படியும் ஆட்டியபடி மிதித்து மேடேறுவான். பின்னால் யாரையாவது உட்கார வைத்திருந்தாலும் அப்போதும் இறக்க மாட்டான்.

நேற்றே திருவேங்கடம் பழஞ்சிக்குப்பத்துக்குப் போகப் போவதைச் சொல்லிவிட்டான். அவன் எதற்காக அழைக்கிறான்

என்பது தெரியும். கொஞ்ச நாட்களாய் அவன் கூப்பிடும் இடங் களுக்கெல்லாம் மிதிவண்டியுடன் போய் வருகிறான் சிவலிங்கம். அவனை ஏதும் கேட்காமல் சரியென்று சொல்லிவிட்டான்.

"மயில்பட்டி வந்ததும் நல்லா ஒக்காந்து ஒடம்பாத்திக்கோ. காரியம் முடிஞ்சதும் சிட்டுபோலப் பறக்கணும்டா லிங்கம். கவனம், கவனம்."

"பிக்குரு படாதடா மச்சான்! நம்மள எவன் புடிச்சிடுவான்னு பாக்கறேன்."

"புடிச்சா மட்டும் என்னத்த பண்ணிடுவாங்க?"

பூங்குளத்திலிருந்து கிளம்பி புதுப்பட்டிவழியாக வந்து மயில்பட்டிக்குப் போகும் சாலையில் கலந்தார்கள். நீண்ட தொலை வுக்கு காடு வந்துகொண்டிருந்தது. பெரிய பேட்டையிலிருந்து மயில் பட்டி செல்லும் வழி மிகவும் பழையது. வழிநெடுகிலும் வயல் வெளிகள். இங்கொன்றும், அங்கொன்றுமாகக் கிராமங்கள் சில தட்டுப்படும்.

சில்வண்டுகளின் தொடரொலியும், மிதிவண்டியின் ஓசையும் தவிர வேறில்லை. திருவேங்கடம் இறுக்கமாவே வந்தான். சில இடங்களில் அவன் மாற்றிமிதித்தான். போய்க்கொண்டிருக்கும் காரியம் குறித்து மனதிலே கணக்குப் போட்டுக்கொண்டிருப்பான் என்றெண்ணினான் சிவலிங்கம். அதனால் அவன் வாயைப்பிடுங்கி எதையும் பேசவில்லை. மயில்பட்டியிலே சாலையோரமாக நல்ல இடம்பார்த்து இருவரும் சிறிது நேரம் ஓய்ந்தார்கள். இருட்டு கரையத் தொடங்கியிருந்தது. குறிப்பாய்ப் பார்த்தால் முகம் அறிய லாம். திருவேங்கடம் வேகப்படுத்தினான். அங்கிருந்து பழஞ்சிக் குப்பம் கொஞ்சத் தொலைவுதான். அழுத்தி மிதித்தால் கால்மணி நேரத்தில் போய்விடலாம்.

"லிங்கம், புறப்படு, புறப்படு."

திருவேங்கடத்தின் சொல் கேட்டதும் பறந்தான் சிவலிங்கம்.

பழஞ்சிக்குப்பம் வந்ததும் ஊருக்குள் நுழையும் இடத்திலேயே இருவரும் சிறிது நேரத்துக்கு நின்றுகொண்டார்கள். காட்டாம் பூருக்கு வழி பிரியும் இடத்திலே சந்தியில் இருந்த தேநீர்க்கடைக்கு இருவரும் மிதிவண்டியைத் தள்ளியபடி போனார்கள். கடைக்காரன் அப்போதுதான் அடுப்பைப் பற்ற வைத்திருந்தான். பெரியவர் களிருவர் பீடியைப் புகைத்தபடி பேசிக்கொண்டிருந்தார்கள். ஊருக்குள் எங்கிருந்தோ சேவல்கள் கூவும் ஒலிகேட்டது.

மிதிவண்டியை காட்டாம்பூர் செல்லும் திசையைப் பார்த்துத் தள்ளி நிறுத்திவிட்டு, திருவேங்கடத்திடம் போய் நின்றான் சிவலிங்கம்.

திருவேங்கடம் கடைக்காரனிடம் தேநீர் கேட்டான். கடைக்காரன் அவனை மேலும் கீழுமாய்ப் பார்த்தான்.

“பால் சூடாவுட்டும் இரு. அதுக்குள்ள அதோக்கீற கிளாச எடுத்துக் கழுவி வெச்சிக்க.”

கடைக்காரன் சொன்ன திசையில், ஓலைத்தடுப்பு கம்பியில் அலுமினியக் குவளையொன்று கவிழ்த்து வைக்கப்பட்டிருந்தது.

“இல்ல... நான் அது இல்ல...”

திருவேங்கடம் முடிக்கும் முன்பாகவே கடைக்காரன் சொன்னான்.

“நீ யாரு, என்னான்னு இங்க எவருக்குத் தெரியும்? வெளியூர்க் காரருக்கும் அரிஜனங்களுக்கும் நாங்க அந்த கிளாஸ்ல டீ குடுத்துத் தான் பழக்கம்.”

சில நொடிகளுக்கு திருவேங்கடம் அந்தக் குவளையையே பார்த்துக்கொண்டிருந்தான். மெல்லிய இருளில் வெட்டுண்ட தலையைப்போல கவிழ்ந்திருந்தது அது. வியர்வையும் எச்சிலும் படிந்திருந்த அதன்மீது பாசிமண்டியிருந்தது. திருவேங்கடம் அலு மினியக் குவளையை எடுத்து கடைக்காரனின் முகத்துக்கு நேராகப் பிடித்து நசுக்கினான். அவனுள்ளே கோபம் பற்றியெரிந்தது.

“அரிஜனங்களுடைய எச்சில் கூடாது, அவங்க வியர்வை மட்டும் இனிக்குதோ? நீங்க குடிக்கிறதும் தின்றதும் எங்க ரத்தம்டா...”

கண்ணாடிக் குவளைகளை எடுத்துப்போட்டு உடைத்தான். அதிகாலையின் வெள்வொளிச் சில்லுகளாய் சாலையில் சிதறின கண்ணாடித் துண்டுகள். அடுப்பிலிருந்த பாலைத் தூக்கி சாலையில் சாய்த்தான். கடைக்காரன் சத்தம் போடுவதற்குள் எல்லாம் முடிந்து விட்டது. பெருஞ்சேவலின் கதறலாய் கடைக்காரனின் கூப்பாடு ஊரை எட்டுவதற்குள் அவர்கள் மிதிவண்டியில் கூப்பிடுதூரம் போய்விட்டிருந்தார்கள்.

ஆள் நடமாட்டமில்லாத சாலையில் காற்றென வீசிச் சென்றான் சிவலிங்கம்.

வெகு தூரம் வந்த பிறகு வாராவதியொன்றின் கைப் பிடிச்சுவர் மீது உட்கார்ந்துகொண்டார்கள். அங்கு வரிசையாக

நாவல் மரங்கள் இருந்தன. அதிகாலைப் பறவைகளின் பேச் சொலிகள் மண்டின. சிவலிங்கம் தலைப்பாகைத் துண்டை அவிழ்த்து முகம் துடைத்துக்கொண்டிருந்த திருவேங்கடத்தை ஆழ்ந்து பார்த்தான். இருவருக்கும் மூச்சு இரைப்பெடுத்தது.

“எவ்ளோ நாளுக்குடா மச்சான் இப்படி ஓடறது?”

“ஒரு சூத்திரனுக்கு, பஞ்சமனுக்கு, மிலேச்சனுக்கு ஓடினே யிருக்கணும் என்பது இங்கே உருவாக்கப்பட்டிருக்கும் விதி. சூத்திரர்கள் ஓடுவதை நிறுத்திக்கிட்டாங்க. இப்போ பஞ்சமன்தான் ஓடணும். உன்னப் போல இருக்கிறவங்க பிழைப்புக்காக சாதிக் கொடுமைகளை ஏத்துக்கிட்டு அவங்ககிட்ட ஓடறீங்க. எங்களை மாதிரி ஆளுங்க எதிர்ப்பு காட்டிட்டு விலகி ஓடறோம்.”

“ஒழுங்கக் கொண்டுவர்றதுக்குச் சில நேரங்களில் இந்த மாதிரி நடமொறயும் தேவைப்படுதுன்னு நீயும் சில நேரங்கள்ள சொல்ற. நாமும் எத்தினியோ ஊருல போயி இப்படித் தனிகிளாசை ஓடச் சிருக்கிறோம். செருப்புப் போட்டுணு மேல் தெருவுல ஓடியிருக் கிறோம். வெள்ளாமையில நொழஞ்சி தகறாரு செஞ்சிக்கிறோம். இப்படி அங்கங்க செஞ்சிட்டு வர்றதால காலாகாலமாக்கீறது ஒழிஞ் சிடுமாடா.”

“பலனப்பத்தி நீயேன்டா கவலப்படற? அமைதியா ஒக்காந் துனு இருந்தா இந்தக் கொடுமைகள நீ ஏத்துக்கிறதாதானே அர்த்தம். எதிர்ப்பைக்காட்டு. அங்கங்கபோயி காட்டிட்டு வா. இந்த ஜில்லா முழுதும் பேசட்டும். இவனுங்க இருக்கிறானுங்க. நாம எதையாவது செஞ்சா சும்மாவிடமாட்டானுங்க. நினைக்காத நேரத்துல, நினைக் காத ரூபத்துல வருவானுங்கன்னு நெனைச்சினேயிருக்கட்டும்.”

“நீ பேசறது எதுவும் புரியலடா.”

“உன்னெப் போல ஆளுங்களுக்குப் புரியாம இருக்கிறது தான்டா பிரச்சினையே. நாங்க உயிரைக் குடுத்துப் போராடுவோம். நீங்க சொரணையேயில்லாம கெடப்பீங்க. கோபப்பட்டு சொரணை யோட வர்றவனக்கூட மழுங்கடிச்சிடுவீங்க.”

“டேய், குத்திக்காட்டிப் பேசறியா? போராட்டம் கீராட்டம்னு போனா பொளப்பு கெட்டுடும். சோத்துக்கு இல்லாம நம்ம மனு சருங்க எல்லாரும் செத்துடுவாங்க.”

“சுயமரியாதை இல்லன்னாக்கூடச் செத்தப் பிணம் மாதிரி தான்.”

“உங்கிட்டபேச முடியுமா?”

மீண்டும் மிதிக்கத் தொடங்கியபோது சூரியனும் புறப் பட்டிருந்தான். சூரியனுக்கு எதிர்த்திசையில் முன்னேறினான் சிவலிங்கம். பின்னாலிருந்த திருவேங்கடத்தின் முகத்தில் இளம் வெயில் படிந்து அலைந்தது.

அவனுள்ளே எண்ண அலைகள் மண்டி ஆர்ப்பரித்தன. வீட்டிலிருக்கும்போதும், வெளியிலும் எப்போதும் திருவேங்கடத் தோடு அந்த எண்ணம் உடனிருந்து கொண்டேயிருந்தது. ஒரு நிழலைப்போல சிறுத்தும் வளர்ந்தும் உடன்சுற்றித்திரியும் அதை அவனால் உரித்தெடுக்க முடியவில்லை. தசையின் ஆழத்துக்குப் போய்ப் பதுங்கிக்கொண்ட முள்போல அந்நினைவு அருகிக் கொண்டேயிருந்தது. பூங்குளத்தின் சில குடிசைகளில், மூலை முடுக்குகளில் தொங்கும் மேளங்கள் அந்நினைவை சத்தம்போட்டு உச்சரித்தன. அவ்விசைக் கருவிகளில் இசை உறங்கும் மௌனத் தில்கூட அவனுக்கு மட்டுமே கேட்பதைப்போல அந்நினைவின் அபசுரம் எழுந்தது.

வீட்டுவாசலில் நிற்கும்போதும், சேரியின் தெருக்களில் நடக்கும்போதும், அந்நினைவு வதைத்தெடுத்தது.

பூங்குளத்தின் ஏதோ ஒரு குடிசையிலிருந்து கேட்கும் இருமல் சப்தம், பிள்ளைகளின் சிணுங்கல், பெண்களின் வசவு, காற்று மழைக்கு உதைபட்டுக் கதறும் குடிசைகளின் ஓலம், சத்தம் போட்டு வெறிக்கூச்சலிட்டாலும் யாரும் ஓடிவராதபடி தனித்து விடப்பட்டி ருக்கும் சேரித்தனிமையின் இருப்பு, அனைத்திலும் அந்நினைவு இருந்தது. தான் ஒரு தாழ்த்தப்பட்டவன் எனும் நினைவு.

விலக்கப்பட்டவனின் துக்கம் கொடியது. துரத்தப்பட்டவர் களின் அனாதரவான உணர்வு வன்மமாக, பயமாக, கோபமாக, தான்தோன்றித்தனமாக உருவெடுக்கிறது. கடவுளால் தோட்டத் திலிருந்து துரத்தப்பட்டதாக ஒருவரும், பிரகஸ்பதியின் பாதங்களி லிருந்து தூசைப்போல உதிர்ந்ததாக ஒருவரும் பிதற்றுகின்றனர். ஏன் பிறப்பிக்கவேண்டும்? ஏன் துரத்தவேண்டும்? மூங்கில் குருத்து களைப் போல மண்டையைத் துளைத்துக்கொண்டு திருவேங்கடத் துக்குக் கேள்விகள் எழுந்தன. கடவுளின் பொறுப்புதான் என்ன? அவனை நையப்புடைக்க வேண்டும் எனக் கறுவினான்.

வெளியில் சுற்றும்போதுதான் மனச்சித்ரவதை அதிகம். சாலையில் உலாவும் எல்லாக் கண்களும் அவனை முதலில் திருவேங்கடம் என்று அடையாளம் காண்பதில்லை என்பதை நுட்பமாய் அவன் உணர்ந்தான். வேறு இடங்களை விடவும்

பெரியபேட்டையில் அப்படித்தான் என்பது அவனுக்குத் தெரியும். முதலில் அவனை அக்கண்கள் ஒரு தாழ்த்தப்பட்டவன் என்றுதான் அடையாளம் கண்டுகொண்டன. அவன் பேரழகனாய் இருந்தாலென்ன? அறிவாளியாய் விளங்கினாலென்ன? அவன் நன்றாகப் பாடினாலென்ன? வீரனாய்த் திகழ்ந்தாலென்ன? நோக்கும் கண்களுக்கு முதலில் அவனோர் தாழ்ந்தவன்.

அடையாளம் குழம்பினாலோ அக்கண்கள் விடுவதேயில்லை. அவனின் பேச்சிலும் உடையிலும் செய்கையிலும் உணவிலும் இருப்பிலும் ஒற்றாடும். அவன் யாரென்பதைக் கண்டுபிடித்த அடுத்த கணமே அக்கண்களின் மேல் ஒரு மினுக்கு. அவனைப் பார்த்து போலியாய்ப் புன்னகை. இளக்காரம், எள்ளல், ஏசல், எம்மை, ஆணவம், திமிர், அதிகாரம், முகச்சுழிப்பு, அருவருப்பு, குமட்டல்... எல்லாமே அப்புன்னகைகளின் சிதறல்களாக அவ்வப்போது உதிர்வன.

முதலாளிகளின் சிரிப்பில், பெருந்தனக்காரர்களின் சிரிப்பில் மட்டுமில்லாமல், ஊரில் மேட்டுக்குடியினரின் தெருவில் வெட்டியாய் அமர்ந்து பீடிபுகைக்கும் ஒருவனிடம்கூட இதை ஒவ்வொரு நாளும் உணர்ந்தான்.

வியர்வையின் நசநசப்பில் வெற்றுடம்பில் தூசுத்தும்புகளாய் அப்பார்வைச் சில்லுகள் வந்து ஒட்டுகின்றன. பின்னர் அவை பனிக்கட்டியெனக் கரைந்து அவன் உடலெங்கும் பரவி உறைகின்றன.

11

திருவேங்கடத்தின் மூர்க்கத்தை எண்ணியபடி மிதி வண்டியில் போய்க்கொண்டிருந்தான் சிவலிங்கம். காஞ்சிரைத் தழையைத் தடவிவிட்டால் எரிவதைப்போல இப்போதெல்லாம் கோபம் வந்துவிடுகிறது திருவேங்கடத்துக்கு. கண்கள் இரண்டும் கோவைப்பழங்களைப்போலச் சிவந்துவிடுகின்றன. மீசையை மேலும் மேலும் நீவிக்கொள்கிறான். அவனோடு இருக்கின்ற நேரங்களில் நடுங்குகிறான் சிவலிங்கம். எப்போது அவன் சொல் தடித்து கைகலக்குமோவென்று அஞ்சுகிறான். சில நேரங்களில் உயிருக்கே உத்திரவாதம் இல்லையோ என்று நினைக்கும் அளவுக்குப் போய் விடுகிறது.

இரண்டு நாட்களுக்கு முன்பு பட்டரை பக்கமாக சாவுக்கு மேளமடிக்கப் போயிருந்தபோது அப்படித்தான் நடந்துவிட்டது.

பட்டறையிலிருக்கும் ராஜகோபால் நாயுடு காதர்பாய்க்குத் தொழில் நிமித்தம் கடுக்காய், ஆவாரம்பட்டை போன்றவற்றை ஓட்டுகிறவர். அவர் திடீரென்று செத்துப்போனார்.

சாவுக்கு காதர்பாய் வந்தபோது அவருடன் திருவேங்கடமும் இருந்தான். சாவு வீட்டுக்கு நான்கைந்து வீடுகள் தள்ளியிருந்த ஒரு மாட்டுப்பட்டியில் சிவலிங்கமும், மற்ற மேளக்காரர்களும் கஞ்சியைக் குடித்துக்கொண்டிருந்தார்கள். அவ்விடத்தைக் கடக்கும் போது திருவேங்கடம் தங்களைப் பார்த்துவிட்டதை உணர்ந்தான் சிவலிங்கம். அவனின் முகமாற்றத்தையும் கவனிக்க முடிந்தது.

மாலை போட்டுவிட்டு, அவர்களிருவரும் திரும்பியபோது மேளத்தைக் காய்ச்சிக்கொண்டிருந்தார்கள். திருவேங்கடத்தை நேருக்கு நேர் பார்த்ததும் சங்கடத்தையும் மீறி சிரிப்பு வந்தது.

"மச்சான் இர்றா. என் வாசிப்ப கேட்டுட்டுப் போவ."

அழைத்துக்கொண்டே அவனருகில் போனான் சிவலிங்கம்.

"நாலு பெரியமனுசங்க வர்றப்போ மோளமடிக்காம அங்க என்னாடா ஊ...னுக்கீற பறத்...ளி? வந்து அட்றா. ஓச்சாதான் இவுனுங்களுக்குப் புத்திவரும்."

சிவலிங்கத்தைப் பார்த்து அந்த நேரத்தில் ஊர்க்காரன் யாரோ கத்துவது கேட்டது. மிரள் வந்தவன் போலான திருவேங் கடம் சிவலிங்கத்தை விசைத்து தள்ளிவிட்டு ஊர்க்காரன் அருகிலே போனான்.

"ஓதிடா பாக்கலாம்."

திருவேங்கடம் போட்ட சத்தத்திற்குச் சனங்கள் ஓடி வந் தார்கள். சிவலிங்கம் நடுங்கினான். காதர்பாய் திருவேங்கடத்தைச் சமாதானப்படுத்தி அழைத்துப்போனார்.

"ரொம்ப கோவப்பட்றயே நீ. அதெல்லாம் மாணா உட்டுடு."

திருவேங்கடம் போனபிறகு ஊர்ப்பெருந்தனக்காரரிடம் காலில் விழுந்து கெஞ்சவேண்டியிருந்தது.

அவர்களுக்கு ஆட்டமென்றால் உயிர். திருவேங்கடம் சினிமாவென்று சொல்லமாட்டான்.

"என்னாடா சினிமா, நாம கூத்தாடல? அதான்டா அது. அதெப்படமாயெடுத்து திரையில போடுறான்."

வாரத்துக்கு ஒருநாள் மிதிவண்டிகளை எடுத்துக்கொண்டு புதுக்குடிக்கு ஆட்டம் பார்க்கப்போய்விடுவார்கள். பெரும்பாலும் இரவு ஆட்டம்தான். படம் முடிந்து திரும்பும்போது இருளை உடைக்கிறதுபோல பேசிக்கொண்டு வருவான் திருவேங்கடம். முழுநிலாக்காலமென்றால் வீட்டுக்குத் திரும்பும் பதினைந்து மைல் தொலைவும் நொடியில் கரைந்துவிடும். அவ்வளவு ஏகாந்தம். அதிசயமாய்ச் சில விடுமுறை நாட்களில் பகலிலும் படத்துக்குப் போவதுண்டு. அன்று புதுக்குடிக்குக் கிளம்பிப்போனார்கள். புவனேசுவரி கொட்டகையில் நாம் இருவர் படம் போட்டிருப்பதாக கூண்டு வண்டியில் மேளம் அடித்து வந்து தெருத்தெருவாய் சொல்லிவிட்டுப் போயிருந்தார்கள்.

"டேய் சிவலிங்கம், நாம் இருவரும், டி.ஆர். மகாலிங்கம் நடித்த நாம் இருவர் படத்துக்குப் போவோம் வாடா" நாடக வசனம் பேசுவதுபோல திருவேங்கடம் அழைத்ததும் முதலில் ஒன்றும் புரிய வில்லை.

ஆளுக்கொரு மிதிவண்டியை எடுத்துக்கொண்டு இளம் பொழுதிலேயே புறப்பட்டார்கள்.

"யாரோ சரோஜான்னு ஒண்ணு நடிக்குதாம்."

"டேய் அது பெண்ணாயிருக்காதுடா. பொண்ணா வேசங் கட்டுன ஆம்பிளையாயிருக்கும்."

பேசியபடி மிதித்தார்கள்.

படம் முடிந்து திரும்பும்போது மாலை மங்கியிருந்தது. நல்லூர்ப்பேட்டையைத் தாண்டியதும் ஒரு புளியமரத்தடியில் மிதிவண்டிகளை நிறுத்திவிட்டு சாலையோரத்திலிருந்த ஏரியிலிறங்கி முகம் கழுவினார்கள்.

"நம்ம ஊரு ஏரியெவிடவும் இது பெரிசு" என்றான் சிவலிங்கம். மரத்தடியில் இளைப்பாறியதும் உற்சாகம் பிறந்தது. குதித்து எழுந்த திருவேங்கடம் மிதிவண்டியின்மீது கம்பீரமாய் ஏறி உட்கார்ந்தான்.

"என்னப் புடிடா பாக்கலாம்."

குதிரையைப்போல பாவித்து மிதிவண்டியை மிதித்தான். அவனைத் துரத்திப்போனான் சிவலிங்கம். இருவரையும் சாலையி லிருந்த சிலர் வினோதமாய்ப் பார்த்தனர். மூச்சிரைக்க இரைக்க மிதித்ததில் தாங்கல் வந்திருந்தது.

"இதுக்குமேல நம்மால முடியாதுடா சாமீ."

திருவேங்கடம் நின்றுவிட்டான். அவனுக்கு நாலைந்து தப்படிகள் முன்னால் நின்ற சிவலிங்கம் திரும்பி வெடிச்சிரிப் பொன்றை உதிர்த்தான்.

“ப்பூ... இவ்ளோதானா? முட்டியில மூளையில்லாதவனே!”

சிவலிங்கத்துக்குத் தாகமெடுத்தது. இருவரும் வண்டிகளைத் தள்ளிக்கொண்டே கொஞ்ச தொலைவுக்கு நடந்து ஊர் எல்லையி லிருக்கும் ஒரு வீட்டருகில் போய் நின்றார்கள். சிவலிங்கம் அவ் வீட்டின் திண்ணைமீது அசங்கி உட்கார்ந்துவிட்டான். திருவேங் கடம் வீட்டைப் பார்த்து சத்தமிட்டுத் தண்ணீர் கேட்டான்.

“கொஞ்சம் குடிக்கத் தண்ணி குடுங்கம்மா.”

இரண்டு கூச்சல்களுக்குப்பிறகு வீட்டிலிருந்து ஒரு மனிதர் வெளிப்பட்டார். அவர் இருவரையும் கூர்ந்து பார்த்தார்.

“எந்த ஊரு தம்பிங்களுக்கு?”

“பெரியபேட்டை.”

“என்னா குலம்?”

“அல்லிக்குளம் பக்கத்துலக்கீற ஊருங்க.”

“என்ன பேச்சு வேறமாதிரி போது? ரெண்டு பேரும் என்ன ஜாதின்னு கேட்டன்.”

“தண்ணி குடிக்கிறதுக்குப்போயி ஜாதி எதுக்குங்க? தாகமெடுத்தா எல்லாருந்தான் குடிப்பாங்க.”

சிவலிங்கத்துக்குத் தாகம் மறைந்துவிட்டது. நெஞ்சு வேகமாகத் துடிக்கத் தொடங்கியது. அவன் திருவேங்கடத்தின் அருகில் வந்து தோளைப்பற்றி அழுத்தினான்.

வீட்டுக்காரர் கோபத்தில் கண்களை உருட்டினார். அவர் குரல் சடாரென உயர்ந்தது.

“டேய், செருப்பு போட்டுனு என்வாசல்ல நிக்கிற. நீ என்ன கொலமோ, கோத்திரமோ? இதுக்கே உன்ன அடிச்சுப் பொதைக் கணும். ஜாதியக்கேட்டா சொல்றான்னா திமிரா பேசுற? ரெண்டு பேரும் ஊருபோயி சேரமாட்டீங்க...”

“பெரியவரே, என்னெ செருப்புப் போடக்கூடாதுன்னு சொல்றதுக்கு நீயாரு? விருப்பமிருந்தா தண்ணி குடு. இல்லேன்னா போன்னு. ஜாதியக்கேட்டு எதுக்கு மெரட்டுற? அதுக்கெல்லாம் பயந்தவன் நான் கெடையாது.”

தீயின்மீது விழுந்து உசுப்பும் காற்றென உணர்வுகள் மண்டித் தளும்பின.

வீட்டுக்காரர் மூர்க்கமாய்ப் பார்த்துக்கொண்டு நின்றார். அவரால் அசைய முடியவில்லை.

"எட்றா வண்டியெ. இவந்தண்ணி தரலேன்னா செத்துடு வாங்களா? சுயமரியாதை வேணுண்டா. ஜாதியச் சொல்லி வாங்கிக் குடிக்கிறதவிட உயிரை விடலாம்."

வெகுதூரத்துக்கு வெம்பி திட்டிக்கொண்டு வந்தான் திருவேங்கடம்.

"புது ஆளை, பரதேசியை, விருந்தாளியை அதிதிம்பாங்க. அதிதி தேவோ பவன்றாங்க. நாம தேவர்களில்லையா? வெறும் வாயால இப்படியெல்லாம் செல்லிட்டு, அதுக்கு நேரெதிராயில்ல நடந்துக்கிறாங்க? அதிதி பிரம்மாவின் மனைவிகளிலொருத்தி. அவள் தேவர்களை ஈன்றவள்னு அவங்க படிக்கிற புராணம் சொல்லுது. அப்படிப் பாத்தா நமக்கு எவ்ளோ மரியாதையைத் தந்திருக்கணும்?"

சிவலிங்கத்துக்கு திருவேங்கடம் பேசிக்கொண்டுவருவது ஒன்றும் புரியவில்லை. அமைதியாக வருகின்றவனைப் பார்த்து திடீரென்று கேட்டான் திருவேங்கடம்.

"ஆமா, அங்க நா பேசிட்டிருந்தப்போ ஏன் என் தோளை அழுத்துன? பயமா? இப்படி உயிருக்கு பயந்து உன்ன மாதிரியான அடிமைகள் இருக்கிறதுனாலதான் அடக்குமுறை உயிர்வாழுது. ஒவ்வொருத்தனும் எதிர்த்து நின்று கடைசிவரை போராடுனா...?"

கொஞ்ச தூரத்துக்கு அங்கே மௌனம் கனத்தது. மிதி வண்டியின் சங்கிலியுறையின்மீது சங்கிலிப் பற்கள் உரசியபடி வரும் எந்திர ஓசையைத் தவிர ஏதுமில்லை. திருவேங்கடத்தின் சொற் களுக்கு அது ஆமாம் போடுவதைப் போலத் தெரிந்தது. அந்த மௌனத்தைக் குலைத்து மீண்டும் பேசினான் திருவேங்கடம்.

"தண்ணீர் பூமியின் கருணையில்லையா? அது ரூபவடிவான அன்புடா."

சினேகிதக்காரனின் உருக்கம் சிவலிங்கத்தை நெகிழ்த்தியது. அவன் ஆதுரத்தோடு அவனைப் பார்த்தான். திரும்பித்திரும்பிப் பார்த்துக்கொண்டே மிதித்தான் சிவலிங்கம். பொழுது சாம்பல் கப்பியிருந்தது. சற்றைக்கெல்லாம் இருண்டுவிடுமெனத் தோன்றி யது. இருட்டியதும் தாங்கலிலிருந்து யாராவது பின்தொடர்ந்து வந்து

வழிமறித்துத் தாக்கிவிடுவார்களோ என பயந்தான் சிவலிங்கம். வண்டியின் கைக்கட்டையை இறுக்கிப்பிடித்தான். திருவேங் கடத்தை நினைக்க ஆச்சரியமாய் இருந்தது. இவனுக்கு பயம் இருக் காதா? தலைவர் சிவமலையோடு பயணம் போய் வந்ததிலிருந்து திருவேங்கடம் மாறிவிட்டதாக நினைத்தான் சிவலிங்கம். அவனோடு பேசுவதற்கும், சுற்றுவதற்கும்கூட லேசாய் பயம் தலை தூக்கியது. போனவாரம்கூட இதேமாதிரி நடந்தது. அப்போதும் தாக்குதலின் விளிம்பு வரைக்கும் போய் வந்தது போல இருந்தது.

காதர்பாய்தான் அந்தப் பிரச்சினையில் தலையிட்டுச் சுமூகமாக்கியதாகப் பிறகு சொன்னார்கள்.

ஊரில், சாயபுமார்கள் வசிக்கும் பகுதியில் அமீன் வீதியி லிருந்த தேநீர்க்கடையில் உட்கார்ந்திருந்த போது மூண்டது அந்தச் சண்டை.

"கேவலம் ஒரு டீயக்கூடப் பொதுகிளாசுல தரமாட்டேன் றன்னா என்னடா இது அநியாயம்? புண்ணு புடுச்சவன், ஊத்த வாயன், பல்லுபோனவன்னு எவன் எவனோ குடிக்கிறீங்க. அவ்ளோ ஏன்? பைத்தியக்காரங்கிட்டகூட காசு வாங்கிப் போட்டுணு டீ தர்ற. எங்களுக்கு மட்டும் அலுமினிய டம்ளர் லயா? நாங்க பைத்தியத்திலயும்கூடச் சேத்தியில்லையா? மவனே வர்ற கோவத்துக்குக் கொடல உறுவிடுவேன்."

தேநீர்க்கடைக்காரன் அசரவில்லை.

"நீ என்னாவேன்னா திட்டு. வழமையை மாத்த முடியாது. கச்சேரியிலகூடப் போயி சொல்லு. கான்ஸ்டேபிள் வந்தா நான் பார்த்துக்குறேன்."

"நான் ஏன்டா கச்சேரிக்குப் போறேன்?"

கண்ணாடி கிளாசையெல்லாம் எடுத்து உடைத்தான். பாலை தெருவில் ஊற்றினான். இமைப்பதற்குள் எல்லாம் நடந்துவிட்டது. வாய்விட்டுத் திட்டிக்கொண்டே போன திருவேங்கடம் தெரு முக்கிலே மேய்ந்துகொண்டு இருந்த பசுமாட்டை அடித்தான். அது மிரண்டு ஓடியது.

12

மகனிடம் பேசுவதற்கு தவமணி தயங்கினாள். எதையும் ஆலோசித்துப் பேசுகிறவன் அவன். பல எண்ணங்கள் அவளை அணைபோட்டன. ஆனாலும் அவள் காதை எட்டுகிற செய்திகள் அதிர்ச்சிக்குள்ளாக்கின.

மகனின் கோபத்தால் அவனையும் இழந்துவிடுவோமோ என பயந்தாள். எப்போது பார்த்தாலும் எதையாவது படித்துக்கொண்டிருக்கிறான். அதிகமாகப் படித்து தன் பிள்ளைக்குப் பைத்தியம் பிடித்துவிடுமோ என்றும் அஞ்சினாள் தவமணி. அவன் பேச்சும் மாறிவருவது போலத் தெரிந்தது. திருவேங்கடத்தைத் தேடிவந்த சிவலிங்கத்திடம் ஒருநாள் சொன்னாள்.

“எப்பா, உன் சினேகிதக்காரன் என்னாதாம்பா நெனைக்கிறான். கேட்டுச் சொல்லு. அவம்போக்க நெனச்சா பயமாயிருக்குது.”

“எப்பப்பாரு ஜாதி ஒழியணும், வெட்டுணும், வேய்க்கணும்னா என்னா செய்யறது அத்த? சீக்கிரம் அவனுக்கு ஒரு கல்யாணத்தப் பண்ணிடுங்க.”

அவன் போனதிலிருந்து தவமணிக்குப் புதுக் கவலையொன்றும் சேர்ந்துகொண்டது. தன் பிள்ளைக்கு எப்படித் திருமணம் செய்து பார்ப்பது என நினைத்தாள். சுந்தரேசனை நினைத்து மனது குமைந்தது. அன்றெல்லாம் அவள் மனது பலவாறான எண்ணங்களில் உழன்றபடியே இருந்தது. இராவணேசனை நினைத்தும் ஒரு பாட்டம் அழுது தீர்த்தாள்.

“இப்பிடி எங்கள உட்டுட்டுப்போக உனுக்கு எப்பிடித்தான் மனசு வந்துச்சோ சாமீ?”

எங்கோ சுற்றிவிட்டு மாலையில் வீடு திரும்பிய திருவேங்கடம் தவமணியிடம் சொன்னான்.

“காதர்பாய் தோல்ஷாப்ல வேலைக்கு வரச்சொல்லி ஆள் விட்டனுப்பியிருந்தாரும்மா. நாளைக்கு சித்தூர் வரைக்கும் போகவேண்டியிருக்குன்னாரு.”

தவமணியின் மனம் குளிர்ந்துபோனது. அன்றெல்லாம் போட்டுப் பின்னிக்கொண்டிருந்த எண்ண வலைகளிலிருந்து சட்டென வெளியே வந்துவிட்டாள்.

“சந்தோசமா போய்வா எப்பா. இடி உளுந்த ஊடுமாதிரிகீது. நாம்பளும் மத்தவங்க மாதிரி வாழ்த்தாலியா? அந்த மவராசனுக்குப் பிறகு நீதானே ஊட்டைத் தூக்கி நெல நிறுத்தணும்?”

“அழுது என்ன கஸ்டப்படுத்தாதம்மா. நான் போறன்.”

மேற்கொண்டு தவமணி பேசவில்லை. மகனுக்குச் சாப்பாடு போட்டுவிட்டு, அவன் சாப்பிடுவதை மனம் கரைய பார்த்துக்கொண்டிருந்தாள்.

அவன் அதிகாலமே கிளம்பவேண்டியிருந்தது. தவமணி சமையற்கட்டில் போய் நின்றபடி பேசினாள்.

“சாமி மாடத்துலக்கீற தின்னூற எடுத்து வெச்சிக்கோ எப்பா. நல்லபடி போயி வா.”

“அதெல்லாம் ஒண்ணும் தேவையில்ல” என்றவன் அம்மாவின் திருப்திக்காக நீறை எடுத்து லேசாக இட்டுக்கொண்டான். திருவேங் கடம் வாசலில் நின்றபோது திடீரென்று உறைத்தவனாகத் திரும்பி தவமணியை எதிரில் வரும்படி அழைத்தான்.

“ஏம்மா, நீ எங்க நின்னுட்டுப் பேசிட்டிருக்கிற? இப்பிடி எம் முன்னால வா”

“அப்பிடியெல்லாம் நா வரக்கூடாது! நீ போயிட்டு வா. நேரமாகுது.”

“நீ வரலேன்னா நா போகப்போறதில்ல.”

திருவேங்கடம் முன்வாசல் திண்ணையில் உட்கார்ந்து கொண்டான். பதறிப்போனவளாக முன்னால் வந்து நின்றாள் தவமணி.

“வழம, சாங்கியம், சடங்குன்னு இனிமேல் எங்கிட்ட இப்பிடி நடந்துக்கிட்டியானா கெட்ட கோவம் வரும். நீ வழக்கம் போலவே இருக்கணும்.”

தன்னிடம் சொல்லிக்கொண்டு கிளம்பிப்போகின்ற மகனை நெஞ்சுருகப் பார்த்தாள் தவமணி. அந்த நொடியிலேயே மகனைப் பற்றிய கம்பீரமானதொரு சித்திரம் அவள் மனதில் உருவாகிவிட்டது.

சாயங்காலத்தில் திருவேங்கடம் திரும்பியபோது அவன் முகத்தில் தெளிவும், நம்பிக்கையும் பிறந்திருப்பது தெரிந்தது. மகனின் முகத்தில் பழைய புன்னகையைப் பார்த்தாள் தவமணி. அதன் இரகசியம் என்ன என்பதை அறிய அவள்மனம் தவித்தது. ஆனால், அவள் எதையும் பேசவில்லை. அவனே பேசட்டும் என இருந்தாள். திருவேங்கடம் கையிலிருந்த தின்பண்டப் பொட்ட லத்தை அம்மாவிடம் தந்துவிட்டு உட்கார்ந்துகொண்டான். தவமணி தந்த தண்ணீரை வாங்கிக் குடித்துவிட்டுச் சொன்னான்.

“காதர்பாய் நல்லவருமா. சொன்னபடி செஞ்சிட்டாரு. நம்ம ஊருக்குப்பக்கத்துல இருக்குற ரெண்டு ஏக்கர் நெலத்தை எம் பேருக்கு எழுதிக்குடுத்துட்டாரு. பத்தரம் பதியத்தான் இன்னைக்கி என்னை சித்தூருக்குக் கூட்டினுப் போனாரு. ஊரச்சுத்தியும்

எத்தினியோ நெலம். அதுல கொஞ்சத்த இராவணேசன் குடும்பத் துக்குக் குடுக்கிறதில சந்தோசம். இந்த நெலத்த வச்சி பிழைச்சிக்க. உன்னால முடியும்போது இதுக்கான பணத்தைக் குடுன்னு உருக்க மாகப் பேசனாரு.”

தன் பக்கமிருந்த பத்திரத்தை தவமணியின் பக்கமாக நகர்த்தி வைத்தான் திருவேங்கடம். தவமணி அதை பயபக்தியோடு தொட்டு கன்னத்தில் போட்டுக்கொண்டாள். கட்டுப்படுத்த முடியாதபடி கண்ணீர் பெருகியது.

“அந்தப் புண்ணியவான் நல்லாருக்கணும்.”

“நாளைக்கு வந்து நெலத்தை சுத்திக்காட்டப் போறாராம். நாம எப்பிடியாவது ஒரு ஜோடி மாடுங்களப் புடுச்சிடணும். நானே எறங்கிக் கவல ஓட்டிடுவேன். உனுக்கு ஒரு கறவமாட புடிச்சித் தந்துட்றேன். நீ அத மேச்சிக்க.”

மகனின் திட்டங்களைக் கேட்டு அதிசயித்தாள் தவமணி. திருவேங்கடம் தலையைக் குனிந்தபடியே சொல்வதற்குத் தயங்கி இழுத்தான்.

“ஏம்மா, இப்பதான் எல்லாம் சரியாயினு வருதில்ல. யாரை யாவது தோப்பூருக்கு அனுப்பி மாமாகிட்ட பேசச்சொல்லேன். தலைவர் சிவமலையோட போனப்போ நான் குப்பியைப் பாத் தேன். ‘செத்துப் போயிடுவேன். என்னைக் கூட்டினு போயிடுன்னு’ என்னைப் புடுச்சினு அழுந்துச்சி...”

“நீ அன்னைக்கு தாத்தாவை மட்டும் பாத்ததாதானே சொன்ன?”

திருவேங்கடம் தலையைத் தூக்காமலேயே இருந்தான். அப்போது உண்டான அமைதி அவனை வெட்கப்பட வைத்தது. அதை தவமணியே உடைத்தாள்.

“எந்தம்பி மூஞ்சிலயே முழிக்கக்கூடாதுன்னு இருந்தேன். உனுக் கோசரம் பாக்கறேன். மித்தக்கதய நான் பாத்துக்கிறேன் நீ பொளப்பப்பாரு எப்பா” திருவேங்கடம் தலையை அசைத்து ஆமோதித்தான்.

இரவெல்லாம் யோசனையிலிருந்த தவமணி காலையிலேயே சிவலிங்கத்தை தோப்பூருக்கு அனுப்பினாள். திருவேங்கடம் தோல் பதனிடும் கொட்டகைக்குப் புறப்பட்டுப் போனதும், அவன் பின்னா லேயே சிவலிங்கம் போனான். அவனை ஒரு மிதிவண்டியை எடுத்துக்கொண்டு போய்வரும்படி கொஞ்சம் பணத்தைக் கொடுத்தனுப்பினாள்.

வெயில் தாழ்ந்திருந்தபோது திருவேங்கடம் தவமணியைக் கூட்டிக்கொண்டு நிலத்துப்பக்கமாகப் போனான். காதர்பாய் அங்கு வந்து காத்துக்கொண்டிருந்தார். பூங்குளத்துப் பெரிய மனிதர்கள் சிலரும் அவரோடு இருந்தனர்.

"வாம்மா, நல்லாக்கீறியா?"

தவமணியை விசாரித்தார் காதர்பாய்.

தவமணி தலையை ஆட்டியபடி நெகிழ்ச்சியோடு கும்பிட்டாள்.

"இனிமேல்ட்டு இது ஒன்நெலம். நமுக்கு எத்தினியோ கீது. அல்லா குடுத்தது. அதுல இது ஒரு துரும்பவ்ளோகூடக் கெடையாது. இத்த ஒனுக்கும், ஓம்புள்ளைக்கும் குடுக்கறதில நமுக்குச் சந்தோசம். ராவணேசன் உண்மையா இருந்தவரு. அந்த உண்மைக்குத்தான் இது."

அவர்கள் எல்லோரும் நிலத்தைச் சுற்றினார்கள். மேற்கு மூலையில் பெரிய கமலைக்கிணறு ஒன்று இருந்தது. வேலியோரங்களில் தென்னையும், மாவுமாக நின்றன. அங்கிருந்து பார்த்தபோது கண்ணுக்கெட்டிய வரை விளைநிலங்களாகத் தெரிந்தன. ஊர்ப் பெரியவர்கள் சிலர் திருவேங்கடத்துக்கு வெள்ளாமை யோசனைகளை அப்போதே தந்துகொண்டிருந்தனர்.

"காகாணி மட்டும் ஒதுக்கி நெல்லோ, கேவுரோ போட்டுக்க. மித்ததுல கரும்போ, வாழையோ நட்டுரு. சேம்பரமாப்பூடும் பாத்துக்க."

"உம்புள்ள ரொம்பவும் கோபப்படறாபில. மொதுல்ல அவருக்கு ஒரு கண்ணாலத்த செஞ்சி வய்யி. இனிமே உனுக்குன்னு கீறது அவரு ஒருத்தருதான். எங்கியும் போக உட்டுடாத. புடுச்சி வெய்யி." போகும்போது காதர்பாய் தவமணியிடம் சொன்னார்.

காதர்பாயை அனுப்பிவிட்டு அவர்கள் வீட்டுக்கு வருவதற்கும் சிவலிங்கம் வந்து சேர்வதற்கும் சரியாக இருந்தது. அவன் களைத்துப் போயிருந்தான். தவமணி அவனைச் சாப்பிட வைத்தாள். காதர்பாயின் சொற்கள் மனதில் சுழன்றபடி இருந்தன.

எல்லாம் ஆன பிறகு சிவலிங்கம் சொன்னான்.

"பெரியவரு, உங்க தம்பி, எல்லார்க்கிட்டயும் பேசிட்டேன். ஏதோ மனசுல பட்டத அன்னைக்கிப் பேசிட்டேன். எம்பொண்ண அக்கா மகனுக்குக் குடுக்கக் கூடாதுன்னு எனுக்கு எண்ணமில்ல அப்பிடின்னுட்டாரு உங்கதம்பி. அதச்சொன்னப்போ அந்தப்

பொண்ணு மூஞ்சில வந்த சந்தோசத்தப் பாக்கணுமே! அப்புறம் தலைவர் சிவமலையும்கூட உங்க தம்பிகிட்ட இதப்பத்தி பேசினாராம்!"

கொஞ்சம் இடைவெளிவிட்டு மீண்டும் தொடர்ந்தான் சிவலிங்கம்.

"இவம் மச்சான் அந்தூருக்குப் போயி வந்த வாரத்துல, துக்கம் தாங்காம அந்தப் பொண்ணு கயிறு மாட்டிக்கப் போயிட்டிருக்குது. அவங்கம்மாதான் நல்ல நேரத்துல பாத்து காப்பாத்திட்டுக்கீது."

அதைக் கேட்டதும் அதிர்ந்தான் திருவேங்கடம். தவமணியின் உடம்பு ஆடியது. அவள் வாய்விட்டு, "அய்யோ, என் ராசாத்தி!" என்று கத்தினாள்.

"உன்னும் இவ்ளோ ஆனதுக்கப்புறமும் தள்ளிப்போடறதில ஞாயமில்ல. ஒடனே எம்மருமகள இந்தூட்டுக்குக் கூட்டினு வரப் போற வேலயப் பாக்கறேன்."

சிவலிங்கம் தன் வீட்டுப் பக்கமாகப் போகவில்லை. திருவேங்கடமும் அவனும் நடுவாசலில் பாய்போட்டு குசுகுசு வெனப் பேசிச் சிரித்துக்கொண்டிருந்தார்கள்.

13

திருவேங்கடம் வேலைக்குப் போகவில்லை. அவனுக்கு இலேசாகக் காய்ச்சல் கண்டிருந்தது. காற்றுச்சோடை பட்டிருக்கும். மந்திரம் போடலாம் என்றாள் தவமணி. அவன் அவளைத் திட்டி னான். சாவடிக்கு எதிரில் புதுசாய் தொடங்கப்பட்டிருந்த அரசாங்க வைத்தியசாலைக்கு அவன் போய் வந்தான். உடல் தேறும்வரை வேலைக்கு வரமுடியாது என்று காதர்பாய்க்கு ஆள்மூலம் சொல்லி யனுப்பிவிட்டான்.

பனிவிழத் தொடங்கியிருந்ததால் இரவுகளில் குளிர் அதிகமாக இருந்தது. வெயில் வந்தாலும் காலைப்பனி போகவில்லை. திருவேங்கடம் தெருத்திண்ணையில் உட்கார்ந்திருந்தான். ஊரே அமைதியாக இருந்தது. ஊர் ஓரமிருந்த நிலங்களில் கமலை இறைக்கும் சப்தமும், எங்கெங்கிருந்தோ சில மாடுகள் கத்தும் சப்தமும் அவனுக்குக் கேட்டன. தவமணி காலையிலேயே எழுந்து ஊர்ப்பெண்களோடு அறுப்பறுக்கப்போய்விட்டாள். இனித் தை முடிய மக்களுக்கு ஓய்விருக்காது. பொங்கல் வருவதால் நெல்லையும் தானியங்களையும் முடிந்த மட்டும் சேர்த்துக்கொள்ள வேண்டும்.

அவன் தெருவை வெறித்துக்கொண்டிருந்தபோது சிவலிங்கம் வந்து சேர்ந்தான்.

"என்னடா மச்சான், ஆளே நோவுக் கோழி மாதிரி ஆயிட்ட?" என்றான் சிவலிங்கம். அதைக் காதில் வாங்காதவனாய்க் கேட்டான் திருவேங்கடம்.

"ஊர்ல ஆளுங்களே இல்லியா? இவ்ளோ அமைதியிருக்குது?"

"ஏதோ வேறதேசத்துலர்ந்து வந்தவனாட்டம் கேக்கற? நம்ம ஊர்லயே முக்காவாசி ஊட்டு ஜனங்க மொதலியார்ங்ககிட்டயும், நாயுடுங்ககிட்டயும், கவுண்டருங்ககிட்டயும் ஆண்டவேல செய்யு துங்க. கால்வாசி சாயபுமாரு நடத்துற தோல்சாப்புக்குப் போதுங்க. இருட்டுமேலயே ஏந்திரிச்சி போனா பொளுதமரவும் வேல. இடுப் பொடஞ்சி வந்து படுத்தெழுந்தா தினியும் காத்தால வேல. ஊர்ல உன்னாட்டம், என்னாட்டம் ஒக்காந்து பேச யாருக்கு நேரமிருக்குது?"

அவர்கள் பேசிக்கொண்டிருக்கிறபோதே தெருவழியாக மூன்று ஆட்கள், ஊர்க்காரன் ஒருவனை கழுத்தில் இரும்பு வளை யத்தைப்போட்டு தள்ளிக்கொண்டு போனார்கள். அதைப்பார்த்த வேகத்திலேயே திருவேங்கடம் வெறிகொண்டவனாக அவர்களை அடிக்க ஓடினான். சிவலிங்கம் அவனை ஓடிப்போய் பிடித்தான். அந்த ஆட்களில் ஒருவன் பதறியபடி சொன்னான்.

"பிரச்சின என்னன்னு தெரியாம இப்பிடி நடந்துக்காத தம்பீ. மொதலாளிகிட்ட துட்டுவாங்கிட்டு வேலைக்கே வரலேன்னா உடுவாங்களா சொல்லு?"

"அதுக்கு அவன மரியாதையா பேசிக் கூப்டுனு போங்க. அவன் ஆடா, மாடா? மனுசனில்ல?"

திருவேங்கடத்தின் சத்தம் அவர்களை உலுக்கியது. அவர்களில் ஒருவன் ஊர்க்காரனின் கழுத்திலிருந்த வளையத்தை எடுத்து தன்கையில் வைத்துக்கொண்டான்.

"உங்க மூனு பேரு மேலயும் கொலகேசு குடுத்தா என்னாகும் தெரியுமா?"

திருவேங்கடத்தின் அடுத்த கேள்விக்கு அவர்கள் விடுவிடு வென நடந்தார்கள். ஊர்க்காரன் தயங்கிக்கொண்டும், பின்னால் திரும்பிப் பார்த்துக்கொண்டும் அவர்கள் பின்னாலேயே போனான்.

திருவேங்கடம் இடிவிழுந்தவனைப்போல திண்ணையில் வந்து உட்கார்ந்தான். கொஞ்சநாட்களாய் அமைதியாக இருந்தவனுக்குத்

திரும்பவும் வெறிவந்துவிட்டதோ என நினைத்தான் சிவலிங்கம். இம்மாதிரியான தருணங்களில் அவனுக்கு பேச பயமாயிருக்கும். இப்போதும் அப்படியே இருந்தது. நெஞ்சு படபடவென்று அடித்தது. உள்ளூர நடுங்கினான் சிவலிங்கம்.

"இது மாதிரியாடா நடக்குது?"

"அப்பப்ப நடக்கும்டா. மொதலாளிகிட்ட காசு வாங்கிட்டு, வேலைக்குப்போகாம குடிச்சிட்டு, வீட்டுல படுத்துனு இருந்தா யாருதான் சும்மாயிருப்பாங்க சொல்லு?"

"அதுக்காக நாயப்போல இழுத்துட்டுப் போணுமா?"

இருவரும் சிறிது நேரத்துக்குப் பேசிக்கொள்ளாமல் இருந்தார்கள். பிறகு திருவேங்கடம் சொன்னான்.

"நம்ம ஊர் பெரியவங்க நாலுபேரை நீ தயார் பண்ணு. தொழிற்சங்க ஆளுங்க சிலபேரை நான் கூப்பிட்றேன். இதுக்கு இன்னிக்கே ஒரு முடிவு கட்டியாகணும்."

பெரியபேட்டையின் கடைவீதியில், தோல்பதனிடும் தொழிலை நடத்தி வந்த முதலாளிகளின் சங்க அலுவலகம் ஒன்று இருந்தது. தினமும் மாலை நேரத்தில் முதலாளிகள் அங்கு ஒன்று சேர்ந்து தொழில் நிலவரங்களைப் பேசிக்கொள்வது வழக்கம்.

திருவேங்கடம் அங்கு ஊர்ப்பெரியவர்களையும், தொழிற்சங்க ஆட்களையும் அழைத்துக்கொண்டு போனான். பூங்குளம் நாட்டாண்மைக்காரர் முனியப்பன், சிகாமணி, ஏழுமலை, சாமிநாதன், அமாவாசை என்று ஏழெட்டுப்பேருக்கு இருந்தார்கள்.

காதர்பாய்க்கு திருவேங்கடத்தைப் பார்த்ததும் ஆச்சரியமாய் இருந்தது.

"என்ன விசயம் தம்பீ?" என்றார் அவர். அவர்கள் முதலாளிகளின் எதிரில் உட்கார்ந்தார்கள்.

"தொழிற்சங்கப் பிரதிநிதிகள், ஊர்ப்பெரியவர்கள் சார்புல ஒரு கோரிக்கை மனு குடுக்க வந்திருக்கிறோம். இனிமே தொழிலாளிகள மனுசனா நடத்தணும். மரியாதைக்குறைவா நடத்துனா நாங்க ஏத்துக்க மாட்டோம்."

திருவேங்கடம் தன் கையிலிருந்த மனுவை காதர்பாயிடம் தந்தான். அவர் அதைப் படித்துப் பார்த்துவிட்டு முதலாளிகளிடையே அவர் சுற்றுக்குத் தந்தார். முதலாளிகளில் ஒருவர் சொன்னார்.

“அப்பிடி யாரையும் நாங்க அள்சிட்டு வரச்சொல்லலியே. இது வேற யாரு வேலையாவது இருக்கும்.”

“வேற ஆளுங்களோட வேலைன்னா கைக்கூலிங்க வேலையா இருக்கும்ன்றீங்களா? ஒருசமயம் அப்படியும்கூட இருக்கலாம்! தினக்கூலியைவிடக் கைக்கூலிக்குத்தான் மதிப்பு அதிகம்!”

திருவேங்கடம் சொன்னதில் எதுவோ புரிந்ததைப்போல சிரித்தார் காதர்பாய்.

“இனிமேல்ட்டுக்கு இப்பிடி நடக்காம பாத்துக்கலாம் போ தம்பி” என்றார் காதர்பாய்.

“உங்கக்கிட்ட கூலிவேலை செய்யறவனாயிருந்தாலும் சட்டப் படி நடவடிக்கையெடுங்க. சங்கப் பொறுப்பாளர்ங்ககிட்ட சொல் லுங்க. இல்ல ஊர் நாட்டாண்மைகிட்ட சொல்லுங்க. ஆனா அவனை நாயை இழுத்துட்டுப்போறா மாதிரி இழுத்துட்டுப் போக வேணா.”

தோல் பதனிடும் முதலாளிகள் சங்கம் வைத்திருப்பதால் நாலுபேரையும் ஒன்றாகப் பார்த்துப் பேச முடிந்துவிட்டது. ஆண்டைகளை எப்படிக் கூட்டிப் பேசுவது என்று யோசனை வந்தது, வீட்டுக்குத் திரும்பியபோது.

பூங்குளத்திலிருந்தும், மற்ற சேரிகளிலிருந்தும் யார் பெரிய பேட்டைக்குப் போனாலும் அவர்களுக்கு முடிவெட்டுவதில்லை. ஜாதிக்காரர்களின் தெருக்களில் செருப்புடன் நுழைய முடியாது. தேநீர்க் கடைகளில் இரட்டைக்குவளை. ஊரில் இருக்கிற இரண்டு மூன்று உணவகங்களில்கூட எல்லாரோடும் ஒன்றாக அமர்ந்து சாப்பிடமுடியாது. சேரிக்காரர் எவரும் நல்ல உடை உடுத்திக் கொண்டு வேலைக்குப் போய்விட முடியாது.

“என்ன கலக்டர் உத்தியோகம் பாக்க வந்தியோ?” என்ற கேள்வி எழும். கிறிஸ்தவ மிஷன் பள்ளிக்கூடங்களைத் தவிர மற்ற வற்றில் சேரிப்பிள்ளைகள் தனியாக அமரவைக்கப்படுவதாகச் சொல்கிறார்கள். தன் கவனத்துக்கு வந்து சேரும் செய்திகளைக் கேட்டு திருவேங்கடம் குமைந்தான். குடியானவர்களிடம் வேலை செய்கிறவர்களுடையதோ தனிக்கதை. வருடக்கூலி அல்லது மாதக் கூலி. கமலை இறைத்து, பயிர்நட்டு, களத்தில் கொண்டுவந்து போடு கிறவரை இடுப்பொடியும் வேலை. மாட்டுக்கொட்டகையிலோ, புறக்கடையிலோ வைத்துத்தான் கூழோ, களியோ, பழையதோ. அதுவும் தகரப்படியில் அல்லது பூசணி இலையில். குடியானவன் முதற்கொண்டு அவன் குழந்தைகள் வரை ‘வாடா போடா’, ‘வாடி போடி’ என்றேதான் அழைப்பது வழக்கம். சேரிக்காரர்களோ

அவர்களை 'பெரியாண்ட', 'சின்னாண்ட' என்று மட்டுமே அழைக்க வேண்டும். மீறினால் உயிர் மிஞ்சாது.

எதையாவது செய் என்று உள்ளே துறுதுறுத்தது. திரு வேங்கடம் சிவமலைக்கும், முத்துசாமி குழுவினருக்கும் தபாலட்டை களை எழுதிப்போட்டான். ஊர் நாட்டாண்மையையும், வாலிபர் சங்கத் தலைவரையும் பார்த்துப் பேசினான்.

பொங்கலை முந்திக்கொண்டு களைகட்டியிருந்தது பூங்குளம். சிவமலையையும், முத்துசாமி குழுவினரையும் வர வழைத்து பெரிய நிகழ்ச்சியொன்றை ஏற்பாடு செய்திருந்தான் திருவேங்கடம். புதுக்குடியிலிருந்து குஸ்திவீரர் ஒருவரும் வந்திருந் தார். ஊர் ரட்சையருகே மேடை அமைத்திருந்தார்கள். சிவப்பு வண்ணத்தில் பன்னிரண்டு நட்சத்திரங்கள் பொறிக்கப்பட்ட கூட்டமைப்பின் கொடி பூங்குளமெங்கும் பறந்தது. விவசாய வேலைகள் முடிந்து நிலத்தை ஆறப்போட்டுவிட்டாயிற்று. வந்திருந்த ஊர் மக்களுக்குக் குறைச்சலில்லை.

பொழுதமர்ந்ததும் முத்துசாமி தன் பாட்டைத் தொடங்கி விட்டார்.

"வணக்கம் வணக்கம் அம்பேத்கரே
உந்தன் வாஞ்சை மிகப்பெருக
பூ மலரைச் சூட்டுவோம்!

மணக்கும் சந்தனம் பன்னீர்
பூசி மனம் மகிழ்வோம்
வாசனை வீசும் தமிழ்த்தேசம்
உனைக் கொண்டாட..."

இடையிலே சிவமலை பேசினார்.

"உழைக்கிறவன் உயர்ந்தவனா? உழைப்பைச் சுரண்டுகிறவன் உயர்ந்தவனா? அவனை எதற்கு 'ஆண்டைமாரே' என அழைக் கிறாய்? மனிதர்கள் அனைவரும் சமம்தானே, இந்தச் சாதிப் பிரிவினை எங்கிருந்து முளைத்தது? வெள்ளையாய் உடுத்து. தினமும் சவரம் செய். ஆண், பெண் பாகுபாடின்றி எல்லா பிள்ளைகளையும் படிக்கவை. மூடநம்பிக்கைகளை ஒழித்துக்கட்டு. ஒன்றுபட்டு இரு..."

பேசிமுடித்ததும் இளைஞர்கள் கூட்டம் அவரைச் சூழ்ந்து கொண்டது. எங்கும் பரவசம். எல்லோர் மனதிலும் எழுச்சி.

பேச்சை முடித்த கையோடு சிவமலை திருவள்ளுவர் இரவுப் பள்ளியையும், பீமாராவ் உடற்பயிற்சிக் கூடத்தையும் திறந்து வைத்தார். அவை பூங்குளத்தின் எல்லையில் பெரிய திடலுடன் இருந்தன. இரண்டு கூடத்திற்கும் விஸ்தாரமான இடத்தைத் தேர்வு செய்து, ஓலை வேய்ந்திருந்தார்கள் வாலிபர்கள். மக்கள் கூட்டம் மீண்டும் ரட்சைக்கு இடம்பெயர்ந்தது. முத்துசாமி குழுவினரின் 'வாழத்தெரியாதவன்' சமூகநாடகம் தொடங்கிவிட்டது.

14

வெயில் சுள்ளென்று அடிப்பதைப் போலிருந்தது. கூட்டம் முடிந்து இரவு சிவமலை பூங்குளத்திலேயே தங்கிவிட்டார். அவரை யும், நாடகக்குழுவையும் சுற்றி எப்போதும் ஒரு கூட்டம் இருந்தது. திருவேங்கடத்தோடு அவர் பேசிக்கொள்வதைக் கவனமாய்க் கேட்டுக்கொண்டிருந்தது அந்த இளைஞர் கூட்டம்.

"உங்கப்பா இருந்தப்போ ஒண்ணுரெண்டு முறை இங்க வந்திருக்கிறேன். மீண்டும் அதே உற்சாகத்தைப் பார்க்க முடியுது. ராமகுப்பம் தாக்குதல் வழக்கு, போதிய சாட்சியில்லேன்னு சப் மாஜிஸ்ட்ரேட் கோட்டுல தள்ளுபடியாயிடுச்சி. மேல் முறையீடு தான் செய்யணும்." தயங்கியபடியே சொன்னார்.

சிவமலை சமகால அரசியல் நிலவரங்களை அவனோடு பேசிக்கொண்டிருந்தார். "கடந்த வருசம் ஆகஸ்டிலேயே அமைக்கப் பட்ட இடைக்கால அரசாங்கத்தில அம்பேத்கருக்கு இடம் அளிக்கப்படல. மாறா காங்கிரசிலிருந்தே ஜெகஜீவன்ராமெ நம்ம பிரதிநிதியாக்கி அமைச்சரவையில் சேர்த்திருக்கிறாங்க. இது திட்டமிட்ட சதி."

"இதே வேகத்தோட எஸ்.சி.எப் கிளைகளைச் சுத்துப்பக்க ஊர்கள்ளயும் தொடங்கணும். நட்சத்திரக் கொடியை ஏத்தணும். தொடர்ச்சியா கூட்டம் போட்டுட்டே இருக்கணும். நாம இடை வெளி விட்டா அங்க மூடக்கருத்தியல் நொழஞ்சிடும், அப்புறம் அந்தத் தோழனும் சோர்ந்துபோயிடுவான். இடையறாத கருத்தியல் பிரச்சாரம் முக்கியம்."

இரவுப்பள்ளியில் பத்திரிகைகளை வாங்கிப்போடச் சொன் னார் சிவமலை. சமத்துவ முழக்கம், உதயசூரியன், தினமணி, குடியரசு, சுதேசமித்திரன் போன்ற பத்திரிகைகளுக்கும் கோலார் தங்கவயல் கௌதம அச்சகத்தின் வெளியீடுகளுக்கும் எழுதிப் போட்டுவிட்டதாகச் சொன்னான் திருவேங்கடம். பத்திரிகையென்ற தும் சிவமலைக்குச் சிரிப்பு வந்தது.

“போன மாசந்தான் அது நடந்தது. தருமபுரி பக்கம் தாழ்த்தப் பட்டவங்க அதிகமாயிருக்கிற ஒரு ஊரு. எப்படியோ அவங்களுக்கு சமத்துவ முழக்கம் படிக்கக் கெடைச்சிருக்குது. படிச்சவங்க ஆர்வ மாகி என்னைப் பார்க்கணும்னு ரெண்டுநாள் நடந்தே வந்திருக் கிறாங்க. நான் அப்போ செங்கத்துல இருக்கிறேன். வந்தவங்க நம்ம கூட்டமைப்பு கொடிகம்பத்துக்குக் கீழ உக்காந்துட்டாங்க! அந்த ஊர்க்காருங்க என்னவோ, ஏதோன்னு விசாரிச்சிட்டு எங்கிட்ட கூட்டிட்டு வந்தாங்க. நானும் அப்படியே அவங்க ஊருக்குப்போயி பேசிட்டு வந்தேன். என்னா நடந்துச்சின்னு நெனைக்கிற திருவேங்கடம்? நான் திரும்பி வந்த மறுநாளே ஜாதியிந் துங்க நெல்ல திருடிட்டாங்கன்னு குடுத்த புகார்ல தாழ்த்தப்பட்ட வாலிபர்ங்க அத்தினிபேரையும் கொண்டுபோயி உள்ள வெச் சிட்டான். தகவல் தெரிஞ்சதும், எஸ்.சி.எப் சார்புல தருமபுரி போலீஸ் டிபார்ட்மெண்ட் ஆளுங்களப் போய்ப் பாத்து புகார் குடுத்தேன். அப்புறமா வெளியே விட்டுட்டாங்க.”

“கூட்டங்களுக்குப் போகும்போது சுவாரஸ்யமான சம்பவங்கள் நடக்கும்! இங்க ஒடுக்கத்தூர் பக்கத்துல ஒரு கூட்டத் துக்குப் போயிருந்தேன். ஜாதியின்னா என்ன, அது எப்படி வந்த துன்னு நான் பேசினேன். கூட்டம் முடிஞ்சதும் பாத்தா அந்த ஊர்ப் பெருந்தனக்காரர் வந்து எதிர்ல நிக்கிறார். பெரிய நிலச் சுவாந்தாராம் அவர். அன்னைக்கி அவரு வீட்டுலதான் விருந்தே நடந்தது. ‘உங்க பேச்சு என்னை மாத்திடுச்சு. இனிமே சமத்துவத் துக்குப் பாடுபடுவதுதான் என்னோட வேலை’ன்னாரு அந்தப் பெருந்தனக்காரர். என்னால அதை நம்பமுடியல. கருத்துப் பரப்பலுக்கு எவ்வளவு பலம் இருக்குன்னு அன்னைக்கி நல்லா தெரிஞ்சது. இரண்டாம் உலகப்போர் பிரச்சாரகரா பல மாவட்டங் களுக்குப் போயிருக்கிறேன். அப்பவும் ரசமான சம்பவங்கள் பல நடந்திருக்கு”

“கல்யாணங்கள்ள கூடப் பேசுவிங்களாமே? அப்பா சொல்வார்” என்றான் திருவேங்கடம்.

“அங்கதானே நாம முக்கியமா பேசவேண்டியிருக்கு” என்றார் சிவமலை.

“ஒரு கல்யாணத்துக்கு வரச்சொல்லிப் போன வாரம் கூட்டிட்டுப் போயிருந்தாங்க. நம்ம தோழருங்கதான். போய்ப்பாத்தா பொண்ணுக்குப் பதினஞ்சு வயசு. கொழந்த. எனக்குக் கோவம் வந்து எல்லாரையும் புடுச்சி திட்டிட்டேன்.”

“அப்புறம் கல்யாணத்தை நடத்துனீங்களா இல்லியா?”

திருவேங்கடம் கேட்டதற்குக் கண்சிமிட்டி சிரித்தார் சிவமலை. அவர் பேசிக்கொண்டிருந்ததை ஆர்வத்துடன் கேட்டுக்கொண்டே யிருந்தது அந்தக் கூட்டம். திருநெல்வேலி பக்கம் வசிக்கும் ஒரு இளைஞன் அவர் சிபாரிசால் ஆசிரியர் பயிற்சி முடித்துவிட்டு வேலைக்குச் சேர்ந்தபிறகு முதல் மாத சம்பளத்தோடு அவரைப் பார்க்க வந்ததாகச் சொன்னார் சிவமலை. அப்போது அவருக்கு நெருடியது போலிருந்தது.

“படிக்கலையேன்னு வருத்தப்படறியா தம்பீ?”

“எல்லாத்துக்கும் ஒரு காரணமிருக்குன்னு எனக்குச் சொன்ன வரே நீங்கதான? படிப்பு நின்னுபோனதைப்பற்றி நான் வருத்தப் படறதில்ல” திருவேங்கடத்தின் சொற்களில் தடுமாற்றமில்லை.

அந்த ஆண்டு பூங்குளத்திலிருந்து சில மாணவர்களை வேலூரிலிருக்கும் தாழ்த்தப்பட்ட மாணவர் விடுதிக்கு அனுப்பி படிக்கச்செய்வது என்று அவர்கள் முடிவு செய்துகொண்டார்கள். சிவமலை பூங்குளத்திலிருந்து கிளம்பும்போது, “வாணியம்பாடி தனராஜை இங்க வரச்சொல்லி எழுதிப்போட்டிருக்கிறேன். ஒரு வேளை நாளைக்கே வந்தாலும் வருவார். எந்தப் பிரச்சினையென் றாலும் தயங்கக்கூடாது. எங்கிட்ட கூட்டினு வந்துடு. போலீஸ் கேஸ்னாலும் சரி. நம்ம வக்கீல் கோதண்டபாணியை வச்சி பாத் துக்கலாம்” என்றார். கேட்டவர் எல்லாருக்கும் புதுரத்தம் பாய்ந்தது போலிருந்தது. தவமணியை அழைத்து, “சீக்கிரம் கல்யாணம் ஏற்பாடு பண்ணுங்க. வந்து நடத்தி வெச்சுட்டுப்போறேன்” என்று சொல்லிவிட்டுப் போனார் சிவமலை.

தலைவர் சிவமலை சொல்லிவைத்தது போலவே மறுநாள் பூங்குளத்துக்கு வந்து சேர்ந்துவிட்டார் தனராஜ். மிதிவண்டியில் வந்திருந்த அவர் திருவேங்கடத்தின் வீட்டை விசாரித்துக்கொண்டு வந்து நின்றார். வண்டி கேரியரில் சின்னதாக ஒரு இரும்புப்பெட்டி இருந்தது. மிதிவண்டியின் முன்னால் கூட்டமைப்பு கொடியொன்று செருகியிருந்தது. அவர் திருவேங்கடத்திடம் அதிகம் பேசவில்லை. தன் மிதிவண்டியை நிறுத்திக்கொள்ள ஒரு இடம் கேட்டு நிறுத்தி விட்டு, வேலையைத் தொடங்கிவிட்டார்.

“கொஞ்சம் ஒதுக்குப்புறமா ஒரு எடம் வேணும். மரத்தடியா இருந்தா நல்லது.”

திருவேங்கடமும் சிவலிங்கமும் ஒரு மரத்தடியைப் பார்த்துக் கொடுத்ததும் கோணிப்பையை வாகாக விரித்து உட்கார்ந்து

கொண்ட தனராஜ், அந்த இரும்புப்பெட்டியைப் பூவைப்போலத் திறந்தார். அதன் உள்ளே முடிவெட்டும் கருவிகள் இருந்தன. திருவேங்கடத்துக்கு வியப்பும் குழப்பமும் ஒருசேர எழுந்தது.

"மொதல்ல சின்னப்புள்ளைங்களை ஒவ்வொருத்தரா அனுப்புங்க."

தனராஜ் முடிவெட்டத் தொடங்கியதும் சிறுவர் கூட்டமொன்று அங்கே சேர்ந்தது. பெரியவர்களும் ஆர்வத்தோடு வந்து பார்த்துவிட்டுப் போயினர். பின்னங்கழுத்து முடிகளைச் செதுக்க அவர் பயன்படுத்தும் கருவியொன்றின் ஓசை சிறுவர்களை மயக்கியது.

அதுவரை மறந்திருந்த தங்களின் தலைகள் திடீரென்று அம்மக்களுக்கு நினைவில் வந்தன. பெரியவர்களும் வாலிபர்களும் புதர்மண்டியிருந்த தம் தலைகளைச் சொறிந்துகொண்டனர். தனராஜ் ஓய்வெடுக்காமல் வெட்டிக்கொண்டேயிருந்தார். பிறரால் தொட்டு முடிவெட்டப்படாத அக்கிராமத்து மனிதர்களின் தலைகளை ஆதரவாய்த் தொட்டு வெட்டிக்கொண்டிருந்தார் தனராஜ். அம்மாக்கள் தம் பிள்ளைகளைக் குளிப்பாட்டும்போதும் தலை கசக்கும்போதும் தெரிகிற பக்குவமும், அன்பும் அவர் கைகளில் இருந்தன. ஈரும் பேனும் இருக்கும் தலைகளை நன்றாக ஈர்த்திவிடச் சொன்னார். புண்பிடித்த தலைகள் இருந்தால் மூலிகைகளைக் கசக்கிப் பிழிந்தார். திருவேங்கடம் அவரிடம் தயங்கித்தயங்கிக் கேட்டபோது, சாப்பாட்டு வேளையில் சொன்னார்.

"நான் கூட்டமைப்பு கேடர் தம்பி. ஜாதியிந்துங்க நமக்கு முடிவெட்ட மறுக்குறாங்க. தாழ்த்தப்பட்டவன் சுத்தமாவும், அழகாவும் இருக்கக்கூடாது அப்படின்றதுதானே அவங்களோட நோக்கம்? அவங்ககிட்ட நாம ஏன் போயி நிக்கணும்? நமக்கு நாமேதானே இப்பவும் முடி வெட்டிக்கிறோம். சரி அதையே ஒரு சேவையா செஞ்சா என்னன்னு தோணுச்சி. அதான் கௌம்பிட்டேன். வேலைக்குப் போற நாளு தவிர்த்து கெடைக்கிற நாள்ல ஊரூரா போவேன். ஒரு ஊருக்குப் போனேன்னா, அந்த ஊருல இருக்கிற எல்லாருக்கும் முடிவெட்டி முடிக்கிற வரைக்கும் வேற ஊருக்குப் போக மாட்டேன்."

திருவேங்கடத்துக்குப் பதில் சொல்ல சொற்கள் கிடைக்கவில்லை. அவன் ஏற்கெனவே கரைந்துவிட்டிருந்தான். இரவு உணவுக்கு தனராஜரால் எந்த வீட்டுக்குப் போவது என்று முடிவெடுக்க முடியவில்லை. போட்டிபோட்டுக்கொண்டு அழைத்த பூங்குளம் பெண்களின் அன்பில் திகைத்துப்போனார்.

15

திருவேங்கடம் இரவுப்பள்ளியிலேயே அதிக நேரத்தைக் கழித்தான். இருட்டுக்கு முன்பாகவே அங்கு வந்து சேரும் பிள்ளை களுக்குப் படிக்கக் கற்றுத்தருவது தொடங்கிவிடும். திருவேங்கடமும், வேறு சில படிக்கத் தெரிந்த இளைஞர்களும் அதில் ஈடுபடு வார்கள். ஆங்கிலப் பாடங்களை திருவேங்கடம் எடுப்பான். நன்கு இருட்டியபிறகு வரும் பெரியவர்களுக்கு எழுதவும் படிக்கவும் சொல்லித் தருவார்கள். பத்திரிகை வாசித்துக் காட்டுவார்கள். எல்லாரும் போனபிறகு பீமாராவ் உடற்பயிற்சிக்கூட இளைஞர்கள் சடுகுடு ஆடுவதையும், சிலம்பம் சுற்றுவதையும் வாத்தியார் முருகன் மேற்பார்வையிடுவார். அவருக்கு மான்கொம்பு சுற்றுவதும், சுருள் சுற்றுவதும் அத்துப்படி. திருவேங்கடமும், வாலிபர்களும் ஒருவரை யொருவர் பார்க்கும்போது 'ஜெய்பீம்' என்று முகமன் கூறிக் கொள்வார்கள்.

உடற்பயிற்சி முடிந்ததும் ஊர்நிலவரங்கள் பேசப்படும். ஒவ்வொரு நாளும் ஒரு புகார் அவர்களுக்காகக் காத்திருந்தது. எல்லாமே நிலத்தில் வேலை செய்யப்போகிறவர்களின் குமுறல். கையேந்தச் சொல்லித்தான் கூழையும், தண்ணீரையும் ஊற்று கிறார்கள். யாராவது கூழை பாத்திரத்தில் தரும்படி கேட்டால் அவருக்கு மறுநாளிலிருந்து வேலை தருவதில்லை. பெண்கள் விறகு எடுக்கப்போனாலோ அடி. மிரட்டிக் கூட்டிக்கொண்டுகூடப் போய் விடுவதுண்டு. பலவீனமான அவர்கள் வாயிலிருந்து சொற்கள் வருவதில்லை. நிலத்தில் வேலை செய்யப்போகும்போது தண்ணீர் தாகமெடுத்து கமலை கிணற்றின் நீர் குதிக்கும் தொழுக்கடையில் அள்ளிக்குடிக்கப்போனால் சாட்டையடி விழுகிறது. கொனைபாரி யில் போய்க் குடிக்கச் சொல்லி அதட்டல் வருகிறது. ஆண்டை களின் தெருக்களுக்குப் போகும்போது செருப்பைக் கழற்றி கையில் எடுத்துக்கொண்டு நடக்க வேண்டும். செருப்பைத் தலைமேல் வைத்தும் நடக்கச் சொல்வார்கள். பட்டியல் நீண்டுகொண்டே போனது.

திருவேங்கடம் கருவினான்.

"இந்த ஜாதி அமைப்பை உருவாக்கினவன் மட்டும் எங்கையில கெடச்சா அவன அடிச்சே கொன்னுடுவேன்."

ஜாதிய அமைப்பில் தாழ்த்தப்பட்ட ஒவ்வொருவருக்கும் அவரின் இடம் எது என்பதும், அவர் மனித விழுமங்களைப் பெறுவதற்குப் பாத்திரர் அல்ல என்பதும் சிறுவயதிலேயே உணர்த்தப்பட்டுவிடுகிற ஒன்று. திருவேங்கடம் தனக்குக் கிடைத்த

அனுபவங்களை நினைத்தான். அவனோடிருந்த இளைஞர்கள் எல்லோருக்குமேகூட அவை கிடைத்திருக்கும்.

கிறிஸ்தவ மிஷன் பள்ளிக்கூடத்தில் படிப்பதற்கு முன்பாக, அவனை இராவணேசன் செக்குமேட்டுத் தெருவிலிருக்கும் பள்ளிக் கூடத்துக்குத்தான் அழைத்துப்போனார்.

"குடிக்கறதுக்குத் தனியா பாத்திரத்துல ஜலம் கொண்டாந் துடணும், தனியாதான் உக்காரணும்."

கூட்டமைப்பில் இருந்த இராவணேசனுக்கு அதில் துளியும் உடன்பாடில்லை. சத்தம்போட்டுவிட்டுப் பையனை அழைத்து வந்துவிட்டார். கிறிஸ்தவ மிஷன் பள்ளியிலோ எந்தச் சிக்கலும் இருக்கவில்லை. அங்கு வாத்தியார்களும், பள்ளியை நடத்துகிறவர் களும் மதம் மாறிய தாழ்த்தப்பட்டவர்களே. கடைசியில் திரு வேங்கடம் அங்குதான் சேர்ந்தான். ஒருநாள் பள்ளிக்கூடம் விட்டு வந்த பிறகு தவமணியைத் தேடிக்கொண்டு போயிருந்தான் திருவேங்கடம். பசி காதை அடைத்தது. தள்ளாடினான். காலையில் எதையோ செய்து தந்தது. திரும்பவும் இரவில்தான் அடுப்பு மூளும். எல்லா வீடுகளிலும் நிலைமை அப்படித்தான். கரும்புத்தோட்டம் ஒன்றினருகில் மாடு சப்பிப்போட்டிருந்த கரும்புத்துண்டு ஒன்றி ருந்தது. அதை ஆவலோடு எடுத்து மென்றபடி வரப்பில் உட்கார்ந்து கொண்டான். சிறிது நேரத்துக்கெல்லாம் திருவேங்கடத்தை வந்து பிடித்துக்கொண்டு பூட்டாங்கயிற்றால் அவன் கைகளைக் கட்டி உதைத்தான் நிலத்துக்காரன்.

"பறத்தாயோளி. நீதான் தெனமும் வந்து கரும்பு திருடறதா?"

"மாடு தின்னு போட்டது. நான் திருடல."

திருவேங்கடத்தின் கெஞ்சலும் அழுகையும் நிலத்துக் காரனுக்குக் கேட்கவில்லை. சிறுவனின் அழுகுரல் கேட்டு ஓடிவந்த அண்டை நிலத்துக்காரன், பேசி சமாதானப்படுத்தி விடுவித்து அனுப்பினான். மற்றொரு முறை தவமணி நெல்லறுக்கப் போயிருந்த போது உடன்போயிருந்த திருவேங்கடம் காரணமின்றி அடிபட்டி ருக்கிறான். இந்த அவமானங்கள் தெருமுனைகளிலும், வகுப்பறைக் குள்ளும், விடுதியிலும் அவன் சிந்தித்தேயிராத இடங்களிலும் அவனுக்காகக் காத்திருந்தது.

திருவேங்கடம் கமுக்கமாய்ப் பேசினான்.

"நாம துணிஞ்சி ஏதாவது செஞ்சிட்டா, நாளைக்கு ஜனங் களுக்கு வேல கெடைக்காது. மறைமுகமாத்தான் சிலவற்றுக்கு

எதிர்ப்பு காட்டணும். எதிராளிங்ககிட்ட சிக்கிட்டா நாம தோத்துட்ட மாதிரி ஆகிப்போகும். அப்புறம் கச்சேரி, கேசுன்னு அலைய முடியாது. சிலதுக்கு நேரடியாவே எதிர்ப்பு காட்டலாம்."

எந்தெந்த நிலங்களில் கொடுமைகள் அதிகம் என்று அவர்கள் பட்டியலிட்டுக்கொண்டார்கள். அடுத்தடுத்த வாரங்களில் ஆண்டை மொகிலியின் கிணற்றில் மலக்குப்பல்கள் மிதந்தன. அந்த வீட்டின் முன்பாகவும் இரவோடிரவாக மலம் கரைத்து ஊற்றப்பட்டிருந்தது.

ராமலிங்க முதலியின் கமலைக்கிணற்று முக்குமரத்தையும் யாரோ உடைத்து எறிந்துவிட்டதாகப் பேச்சு அடிபட்டது. மொகிலீஸ்வரன் தன் வீட்டைப் பூட்டிக்கொண்டு சில வாரங்களுக்கு எங்கோ போய்விட்டதாகச் சொன்னார்கள். ராமலிங்கத்தின் கிணற்றில் தண்ணீர் இறைக்க முடியாமல் வாரக்கணக்கில் பயிர்கள் வாடின. ஊரில் இதைப்பற்றிய பேச்சுகளே பெரிதாக இருந்தன. சனங்கள் கூடிக்கூடிப் பேசிக்கொண்டார்கள்.

ஜாதிக்கொடுமையிழைக்கும் ஆண்டைகள் எங்கு போகிறார்கள், எங்கு வருகிறார்கள் என்ற விவரத்தை வேலைக்குப் போகும்போது கேட்டுத் திரட்டிக்கொண்டுவரும்படி சொல்லியிருந்தான் திருவேங்கடம். திரட்டி வந்ததை இளைஞர்கள் அவனிடம் சொன்னதும். மறுநாள் அதிகாலையிலேயே சிவலிங்கத்திடம் சில கடிதங்கள் ஆமூர் மார்க்கத்திலும், புதுக்குடி மார்க்கத்திலும் இருக்கும் குறிப்பிட்ட ஊர்களில் உள்ள கூட்டமைப்பின் வாலிபர் சங்கங்களில் சேர்க்கும்படி கொடுத்தனுப்பப்பட்டன. அடுத்த வாரத்தில் நெல்மூட்டைகளை ஏற்றிக்கொண்டு ஆமூர் பக்கமாக வண்டியில் போன ஆண்டை வஜ்ஜிரப்பன் அடிபட்டு வீட்டிலே படுத்திருப்பதாக நிலத்து வேலைக்குப் போய்வந்த பூங்குளத்து ஆட்கள் பேசிக்கொண்டார்கள்.

கொஞ்ச நாட்களிலேயே நிலக்கிழார்கள் மத்தியில் பீதியூட்டும் செய்திகள் பரவின. அவர்கள் ஒன்றாகக் கூடிப்பேசினார்கள். அவர்களிடையே அச்சம் நிலவியது.

நிலக்கிழார்கள் தங்களுக்குக் கிடைத்த செய்திகளை மேலும் உருவேற்றி பகிர்ந்துகொண்டிருந்த தருணத்திலேயே பம்பாய் ஷோ ஆட்டம் நடக்கும் கொட்டகையொன்று அடித்து நொறுக்கப்பட்ட செய்தியும் அவர்களுக்கு வந்து சேர்ந்தது.

ஏரிக்கரை பக்கத்திலிருக்கும் திடலில்தான் பம்பாய் ஷோ நடப்பது வழக்கம். சர்க்கஸ் கூடாரம் போல இருக்கும் அதன் முன்னால் கிராமபோன்களில் இந்திப் பாட்டுகள் எப்போதும்

பாடிக்கொண்டிருக்கும். உள்ளே பல வண்ணங்களிலே வட்டங்கள் வரையப்பட்ட பலகைகளை நிறுத்தியிருப்பார்கள். பிடிக்கின்ற வண்ணத்திற்குப் பணம் கட்டிவிட்டுப் பலகையின்மீது சிறிய அம்புகளை எறியலாம். கட்டிய வண்ணத்தில் அம்பு குத்தினால் இரட்டிப்பாய் பணம்! இல்லையென்றால் வெளியே வந்துவிட வேண்டும். இதைப்போலவே வேறு சில சூதாட்டங்களும் அங்கு நடப்பதாக ஊரில் பேச்சு நிலவியது.

பொழுது அமர்ந்ததுமே ஊரே இருட்டிவிடுவதால் இரவில் அந்தக் கூடாரத்திலே என்ன நடக்கிறதென யாரும் அறிந்திருக்க வில்லை. பம்பாய் ஷோவால் பணம் இழந்தவர்கள் அதிகம். போலீசில் புகார் சொல்லியும் அது நடந்துகொண்டிருந்தது. ஒரு கரிநாளில் பீமாராவ் உடற்பயிற்சிக் கூடத்தில் சிலம்பம் சுற்றிக் கொண்டிருந்த இளைஞர்கள் திருவேங்கடத்துடன் போய் பம்பாய் ஷோ கூடாரத்துக்குள் நுழைந்து நையப்புடைத்தார்கள். உள்ளி ருந்தவர்கள் அடிபட்டு ஓடியதும் தீப்பந்தம் ஒன்று கூடாரத்தின்மீது வீசப்பட்டது.

பூங்குளம் வாலிபர் சங்கத்தினரின் பெயர் பெரியபேட்டை யிலும் அதன் சுற்றுவட்டாரத்திலும் வெகுவாகப் பரவிவிட்டது. பம்பாய் ஷோவை ஒழித்ததில் யாருக்கும் ஆட்சேபணைகள் இல்லை. திருவேங்கடம் அந்தத் தருணத்தை மடைமாற்றிக்கொள்ள நினைத்தான். பெரியபேட்டையில் இருந்த தேநீர்க்கடைகளில் இரட்டைக்குவளை புழக்கத்திலிருப்பது அவனுக்குத் தெரியும். வாலிப சங்கத்தாரை அழைத்துக்கொண்டு அக்கடைகளுக்குப் போய் வந்தான். திருவேங்கடம் கேட்டுக்கொண்டதற்கு அக்கடைக் காரர்கள் உடனே சம்மதம் சொன்னது சிவலிங்கத்துக்கு வியப்பைத் தந்தது. வாலிபச் சங்கத்தாரின் முன்னிலையிலேயே தனிக் குவளைகள் நொறுக்கப்பட்டன.

வாலிபச்சங்கத்தார் பெரியபேட்டையிலும், அதன் பக்கத்து ஊர்களிலுமிருந்த பஞ்சாயத்து போர்டு பள்ளிகளுக்குப் போனார் கள். “எங்க பிள்ளைங்களும் படிக்கணும்யா. அவங்க படிச்சா தான் ஜாதிய அடிமைத்தனத்தில சிக்கிக்கிடக்கிற எங்க ஜனங்கள மீட்கமுடியும். மறுப்பு சொல்லாம அவங்களச்சேத்து நாலெழுத்து கத்துக்குடுங்க! பொது எடங்க, பள்ளிக்கூடங்க, அரசாங்க அலுவல கங்கள்ள தாழ்த்தப்பட்ட மக்களை அனுமதிக்கணும். அவங்க நுழை யறதுக்குத் தடைபோடக்கூடாது. 1920ஆம் வருசத்திலிருந்தே இதுக்காக போடப்பட்ட சட்டமிருக்கிறது உங்களுக்கே தெரியும். அந்தச் சட்டத்தை உங்களுக்கு நினைவுபடுத்த விரும்பறோம். ”

திருவேங்கடம் அப்பள்ளிகளில் கோரிக்கை மனுக்களைக் கொடுத்தான்.

அடுத்த வாரத்தில் பூங்குளம் கிராம வாலிபர் சங்கத்தினர் கூட்டமைப்பின் சார்பில் ஊர்வலம் ஒன்றை ஏற்பாடு செய் திருந்தனர். தாழ்த்தப்பட்ட மக்களின் பிரதிநிதிகளாக காங்கிரஸ் தன் கட்சியிலிருந்தே சிலரைத் தந்திரமாக வெள்ளை அரசாங் கத்தாரிடம் முன்னிருத்தி வருவதை கூட்டமைப்பு எதிர்த்தது. மக்களிடம் அதை விளக்கிடுவதற்காகச் சத்தியாகிரகப் போராட்டங் களைப் பட்டியலினக் கூட்டமைப்பு நாடெங்கிலும் நடத்தி வந்தது. அன்று ஊர்வலத்திற்கு சிவமலை வரவில்லை. ஆமூரிலிருந்தும், புதுக்குடியிலிருந்தும் சில தோழர்கள் வந்திருந்தார்கள். திருவள்ளுவர் இரவுப்பள்ளித் திடலிலிருந்து புறப்பட்ட ஊர்வலம் நெடுஞ்சாலை வழியாகப் போனது. அம்பேத்கரையும் சிவராஜையும் பெரி யாரையும் வாழ்த்தி முழக்கங்கள் எழுந்தன.

ஊர்வலம் கச்சேரியைத் தாண்டியபோது, ஒரு வீட்டின் மாடியி லிருந்து சிலர் செருப்புகளையும் கற்களையும் வீசினார்கள்.

"கோஷம் போடாதே, கொடி பிடிக்காதே."

மாடியிலிருப்பவர்கள் கத்தினார்கள். ஊர்வலத்தில் விழுந்த கற்களைத் திருப்பி சிலர் வீசினார்கள். திருவேங்கடம் வேண்டாம் எனச் சொல்லிக்கொண்டிருக்கையிலேயே அவ்வீட்டுக்குள்ளி லிருந்து வந்த சிலர் ஊர்வலத்தில் நுழைந்து தாக்கத் தொடங்கி னார்கள். தோழர்கள் திருப்பியடித்தார்கள். ஊர்வலம் கலவரத்தில் முடிந்தது.

இப்படியாகும் என்று எதிர்பார்க்கவில்லை திருவேங்கடம். கலவரம் அவனை நிலைகுலையச் செய்துவிட்டது. பத்து வாலிபர் கள்மீது வழக்கு பதியப்பட்டிருந்தது. அவனும், ஊர் வாலிபர்களும் சந்தித்திடும் முதல் வழக்கு. திருவேங்கடம் சிவமலையிடம் போய் நின்றான். அவர் சிரித்துக்கொண்டே பதற்றமின்றி அவனைத் தேற்றி னார். ஒரு வாரத்திலேயே கைதானவர்களை ஜாமினில் எடுத்து விட்டார்.

16

ஒரு ஜோடி கமலை எருதுகளை பொய்கை சந்தைக்குப் போய்ப் பிடித்துக்கொண்டு வந்தார்கள் திருவேங்கடமும், சிவ லிங்கமும். அதற்காக தவமணி தன் மூக்குத்திகள் இரண்டையும் மகனிடம் கழற்றித் தந்துவிட்டாள். தரகன் ஒருவனை வைத்துப் பிடித்ததில் இரண்டு காளைகளும் நூற்றைம்பது ரூபாய் விலைக்கு

வந்தன. நடு மத்தியானத்திற்குள் போன வேலை முடிந்துவிட்டதால், மாடுகளை ஓட்டிக்கொண்டு இருட்டுவதற்குள் பூங்குளத்துக்கு வந்து சேர்ந்தார்கள். தவமணி மாடுகளுக்கு ஆரத்தியெடுத்து வாசலுக்குள் நடத்திப்போய் கட்டினாள்.

புதுநிலத்தில் இருந்த கிணற்றில் தண்ணீர் அருமையாக இருந்தது. பயிர் செய்துகொண்டிருந்த நிலமென்பதால் கமலை மரமும், ராட்டினமும் அப்படியே இருந்தன. கமலைச் சாமான்களும், வடக்கயிறும் வாங்கிக்கொண்டு கமலை ஓட்டிப் பழகினான் திருவேங்கடம். அவனுக்கு அது ஒன்றும் புதிதல்ல. தோப்பூர் போகும் போதெல்லாம் பெரியசாமி தாத்தாவுடன் சேர்ந்து கமலை ஓட்டியிருக்கிறான். வெகு சீக்கிரமே திருவேங்கடம் கமலை இறைக்கப் பழகிக்கொண்டான்.

தவமணி சொன்ன சொல்லுக்கு மறுப்பு தெரிவிக்க விரும்ப வில்லை. அவள் சொன்ன நல்லநாளில் அதிகாலமே எழுந்து மாடு களைப் பத்திக்கொண்டு போய் கிணற்று பாரியில் கட்டிவிட்டான். அதிகாலையில் எழுந்து காலை வெயில் முற்றும் வரை கமலை ஓட்டி நிலத்துக்கு நீர்பாய்ச்சுவது. பகலில் தோல்கொட்டடி வேலையையும், பொது வேலையையும் பார்ப்பது என்றாகிவிட்டது அவனுடைய நாள்கணக்கு. நாட்கள் போகப்போகத் தோல் கொட்டடி வேலைக்கு முழுக்குப்போட்டுவிட்டு, கூட்டமைப்பு வேலைகளை மட்டுமே பார்த்துக்கொள்ளலாமா என்றும் அவனுள்ளே எண்ணம் தோன்றியது.

எடுத்த எடுப்பிலேயே இரு காணி நெல்லை நட்டான் திரு வேங்கடம். தவமணிக்கு உட்கார நேரமில்லாதபடி போனது. அவள் நிலத்திலிருந்தபோது ஒருநாள் திருவேங்கடத்தைக் கேட்டுக்கொண்டு நாட்டாண்மை முனியப்பன் வந்திருந்தார்.

“தம்பிக்கு கல்யாணம் முடிக்கலையா தாயி?” என்றாரவர்.

“செய்யணும்னா” என்றாள் தவமணி.

அவர் போனபிறகும் ஒரே யோசனையாய் இருந்தது. ஊர் ஆட்களை அழைத்துக்கொண்டுபோய் குப்பிக்கு நகை போட்டு விட்டு வந்துவிட்டாள் தவமணி. மூக்குத்தியொன்றை எடுத்துத் தந் திருந்தான் திருவேங்கடம். தயக்கத்தோடு வந்து நிற்கும் அக்காவை முகமலர்ச்சியோடு அழைத்து உபசரித்து அனுப்பினார் சுந்தரேசன். நிலத்தில் நெல்லறுப்பு முடிந்த கையோடு ஆவணியில் கல்யாணத்தை வைத்துக்கொள்ளலாம் எனச் சொல்லிவிட்டு வந்தாள் தவமணி.

தவமணி கல்யாணத்தை உறுதிசெய்துவிட்டு வந்த அதே வாரத்தில் சாமனும், முனியம்மாளும் உறவுக்காரர்கள் சிலரைக் கூட்டிக்கொண்டு பெரியகல்லுக்குப்போய் மங்காவைக் கேட்டு தாம்பூலம் மாற்றிவிட்டு வந்தார்கள்.

நெல்லறுப்பு முடியும் வரை திருவேங்கடத்தின் கவனம் நிலத்து வேலைகளிலேயே இருந்தது. கழனித் தண்ணீரில் தவளை களும் நத்தைகளும் திடீரென்று மலிந்துவிட்டன. வரப்பில் நடக்கும் போது சளக் சளக்கென்று சப்தம்.

“கெண்டையே உளுந்திடும்” என்றாள் தவமணி. திருவேங்கடம் வியப்புடன் கவனித்து வந்தான். நேற்றுவரை காய்ந்திருந்த மண்ணில் நீர்ஊறியதும் இந்த உயிர்களெல்லாம் எவ்விதம் தோன்று கின்றன? வேலியோரங்களில் முருங்கைத்தண்டுகள் சிலவற்றை ஊன்றினாள் தவமணி. கமலை கிணற்றுக்குப் பக்கமாக இரண்டு தென்னம்பிள்ளைகளை வைத்தாள். கதிர்சாயும் பருவத்தில் களம் செதுக்கும் வேலைகள் தொடங்கின. திருவேங்கடம் எல்லா வேலை களிலும் சிவலிங்கத்தை உடன்வைத்துக்கொண்டான். கிணற்றுக்குப் பக்கத்தில் ஈசானமூலையில் களம்போட்டார்கள். அறுவடை நாள் நெருக்கத்தில், வயலின் வேலியோரங்களில் இருந்த மரங்களில் பறவைகளாய் வந்து அடைந்தன. சிட்டுகளே அதிகம். நெல்லறுப்பு இரண்டு நாட்களுக்கு நடந்தது. தாளடித்து முடிந்த கையோடு திருவேங்கடம் ஒரு மூட்டை நெல்லை வண்டியில் போட்டு சிவ மலைக்குக் கொடுத்தனுப்பினான். சிவலிங்கம் அதை மாட்டுவண்டி யில் ஏற்றிக்கொண்டுபோய் கிருட்டிணாபுரத்தில் போட்டுவிட்டு வந்தான்.

பூங்குளத்துக்காரர்களுக்கு அந்தத் திருமணம் மிக விசேச மானது. பெரியபேட்டையிலும் அதன் சுத்துப்பட்டிலும் முதன் முதலில் பத்திரிகையடித்துச் செய்யும் திருமணம் என்றால் பேச்சுக்குக் கேட்கவா வேண்டும்? இரண்டு நண்பர்கள் ஒரே மேடையில் திருமணம் முடிக்கப்போகிறார்கள்! அத்துவானக் காட்டில் எழும் புகையைப்போல எழுந்து பரவியது பேச்சு. தலைவர் சிவமலை தலைமையில் திருமணம்.

சமத்துவமுழக்கம் பத்திரிகையை அச்சடிக்கும் வேலூர் விக்டோரியா அச்சகத்தில் திருமணப் பத்திரிகையை அச்சிட்டுக் கொடுத்தார் சிவமலை. தவமணியும், முனியம்மாளும் ஆளுக்கொரு பக்கம் வெற்றிலைபாக்குடன் பத்திரிகையை வீட்டுவீட்டுக்கு வைத்துக்கொண்டு வந்தனர். திருமணநாள் நெருங்க நெருங்க

சொல்லமுடியாத கூச்சமும், வெட்க உணர்வும் திருவேங்கடத்தைப் பீடித்துக்கொண்டன. பதற்றமாக இருந்தான்.

தன் திருமணத்துக்கு வரும்படி பொன்னரசு, பேரானந்தம், செல்வம் ஆகியோருக்கு மறக்காமல் பத்திரிகை அனுப்பியிருந்தான்.

குப்பியை நன்றாக அலங்காரம் செய்திருந்தார்கள். புறப்படும் முன் வீட்டிலுள்ள பெரியவர்கள் கால்களிலெல்லாம் விழுந்து எழுந் தாள் குப்பி. அவளை வீட்டிலிருந்து வெளியே அழைத்து வரும் போது சுந்தரேசனும், பெண்ணரசியும் அழுதார்கள். குப்பியும் சரம்சரமாய் கண்ணீர் வடித்தாள். குப்பியின் தம்பிக்கும் தங்கைக்கும் அது ஏனென்று புரியவில்லை. அலங்காரத்துடனிருக்கும் அக்கா வின் கைகளை அவர்கள் பிடித்துக்கொண்டனர். குப்பியின் தோழிகள் அவளைத் தேற்றினர்.

“இங்கக்கீற பெரியபேட்டைக்குத் தானேடி போகப்போற? நெனச்சா ஓடிவந்துடலாம்! எப்பன்னாலும் பொண்ணுங்க இன்னொரு வீட்டுக்குப் போயிதானே தீரணும்?”

பெண்ணரசியோடும், தோழிகளோடும் சென்று ஊர்ப் பெண் களைத் திருமணத்துக்கு அழைத்துவிட்டு வந்தாள் குப்பி.

சுந்தரேசன், நாயுடு மோட்டார் சர்வீஸிலிருந்து பேருந்து ஒன்றை வாடகைக்குப் பேசியிருந்தார். ஊரே அதை வேடிக்கை பார்த்தது. தோப்பூரிலிருக்கும் எல்லா சிறுவர்களும் அங்கு நின்றி ருந்தனர். சலசலப்பு அடங்கவில்லை. சீர்ப்பொருட்களையெல்லாம் பேருந்தில் ஏற்றினார்கள். பித்தளைப் பாத்திரங்களும், வெங்கலப் பொருட்களுமாக இருந்தன. டிரங் பெட்டியொன்றும், பாயும், இரண்டு தலையணைகளும் தனி. இருட்டுவதற்குள் போய்ச் சேர வேண்டும் என்று அவசரப்படுத்தினார் சுந்தரேசன். பேருந்திலே, குடும்பத்தாரும், உறவுக்காரர்களும் ஏறிக்கொண்டனர். ஒடுக்கத்தூரி லிருந்து குப்பியின் சின்ன அத்தையும் குடும்பத்தோடு வந்து விட்டிருந்தாள். பெரியசாமிக்கும், சின்னத்தாளுக்கும் பெருமை பிடிபடவில்லை. எம் வம்சம் விருத்தியடைய வேண்டும் என மனதில் நினைத்தபடி எல்லாருடனும் உட்கார்ந்திருந்தனர். எல்லாரும் ஏறிக் கொண்டதும், பேருந்துக்கு முன்னால் ஒருவர் சூடம் கொளுத்தி இறங்கு வாங்கினார். தேங்காய் ஒன்றைச் சிதறுபோட்டார். பெரிய பேட்டையைப் பார்த்து அடிக்குரலில் ஹாரன் அடித்துக்கொண்டு கிளம்பியது வண்டி.

தனது எரிப்பு குணத்துக்கு ஏற்ப காலையிலிருந்தே சத்தம் போட்டுக்கொண்டிருந்தான் முருகன். வள்ளியம்மாளும் ஆன மட்டும் அவனின் சுடுசொற்களைப் புறந்தள்ளிவிட்டுச் சுழன்றாள்.

அவளுக்குப் பெரியமகன் இளங்காளையின் மனைவி குணவதியும், சின்னவன் காத்தவராயனின் மனைவி ஜெயாவும் ஒத்தாசையாக இருந்தனர். மங்கம்மாவுக்கு இனம் புரியாததோர் அச்சம் மனதில் குடிகொண்டிருந்தது.

பொழுது அமர எல்லாரும் சேர்ந்திருந்து நடுவீட்டில் படையல் போட்டார்கள். ஆளுயர வாழை இலையில் தன் முன்னோர்களுக்குப் பிடித்த பொருட்களையெல்லாம் வைத்துக் கும்பிட்டான் முருகன். போகிற இடத்தில் தன் கடைக்குட்டி மகள் செழிப்பாக இருக்கவேண்டும் என்ற வேண்டுதல் பெற்றவர் மனதில் நிறைந்திருந்தது. மகளைத் தோளில் சாய்த்தபடி கண்கலங்கிய வள்ளியை அதட்டினான் முருகன்.

வள்ளியம்மாள் மங்காவை கூட்டிக்கொண்டுபோய் ஊர்ப் பெண்களுக்கே அழைப்பு வைத்தாள். வெற்றிலையும் பாக்கும் தந்து அவர்களைத் தன் திருமணத்துக்கு அழைத்தாள் மங்கா.

"சந்தோசமா இருக்கணும்டி... மங்கா."

முதிய பெண்கள் வாழ்த்தினார்கள். அவளுக்கு முறையாக இருந்த பெண்கள் முத்தமிட்டு சிரித்தார்கள். அவர்களிடம் எம்மைப்பேச்சு துள்ளியது.

"உன்னும் என்னா... இனிமேல்ட்டுக்கு புருசங்கூடவே தழுவினு இருந்து, எங்கள மறந்துடுவ!"

"வாயெ மூடுங்கடி"

வள்ளியம்மாள் அவர்களைப் பொய்யாய்க் கண்டித்தாள். வீட்டிலிருந்து கிளம்பும்போது நடுவாசலில் சூடம் கொளுத்தினான் சிங்காரம். காத்தவராயன் தேங்காயொன்றைச் சூறைபோட்டான்.

அவர்கள் எல்லாரும் ஊரின் தென்மேற்கு மூலையிலிருந்த மாரியம்மன் தேவடிக்குப் போய் நின்றார்கள். அம்மனுக்குக் கருத்த திடமான கருங்கல்லுருவம், பெரியகல்லை ஆள்வது அவள்தான். சேரிமக்களுக்கிருந்ததைப்போலவே அவளுக்கும் அங்கு ஒரு குடிசைவீடு இருந்தது.

"மனசாற வேண்டிக்க தாயி. போற எடத்துல சேம்பறமா, ஒரு கொறையும் வராம இருக்கணும்."

முருகன் பூசாரியைப்போல குரலெழுப்பினான். அவர்கள் கொளுத்திய சூடத்தின் ஒளியில் மினுக்கம் கொண்டது அம்மனின் முகம். அம்மினுக்கத்தில் தாய்மையின் பெருங்கனிவு அவர்களின் கண்களுக்குப் புலப்பட்டது.

நாட்டு மேளச் சத்தத்துடன் அவர்கள் புறப்பட்டார்கள்.

'தன தன தன தன
தந்தன தன தன'

கல்யாண அடியை அடித்துக்கொண்டு ஒற்றையாளாய் தப்படிக்கிறவன் முன்னால் போனான். ஊர் வண்ணான் தீப்பந்தம் ஒன்றை ஏந்தியபடி அவன் பின்னால் நடந்தான். பந்தக்காரனின் மற்றொரு கையில் எண்ணெய் மொந்தை தொங்கியது. மொந்தை யின் கழுத்தில் பிடிமானத்துக்கு வாகாய் கயிற்றைக் கட்டியிருந்தான். அது எண்ணெய்ப் புழக்கத்தில் கருத்திருந்தது. மொந்தையுள்ளே ஒரு கரண்டியுமிருந்தது.

சிவலிங்கம் இப்போது அடித்துப்போனால் எப்படி இருக்கு மென நினைத்தாள் மங்கா. சிரிப்பு வந்ததும் தலையைக் கவிழ்ந்து கொண்டாள்.

"என்னடி, அதுக்குள்ள கனவா?"

காதில் கிசுகிசுத்தாள் தோழிப்பெண். அவளைக் கிள்ளினாள் மங்கா. பந்தக்காரன் எண்ணெய் ஊற்ற படபடவெனப் பொரிந்து எரியும் ஒளியில் காட்டுவழி நன்றாகத் துலங்கியது. இளம் இருட்டு சூழத்தொடங்கியிருக்கவே, முருகன் நடையை எட்டிப்போடுமாறு எல்லாரையும் துரிதப்படுத்தினான். அல்லிக்குளம் கூட்டுச்சாலை யில் போய் முடியும் அந்தக் காட்டுவழியைக் கடந்துவிட்டால் போதும். பிறகு வருகின்ற பெரியபேட்டை ஆமூர் சாலையில் ஒன்றும் அச்சமில்லை என்று நினைத்தான் முருகன்.

பெரியகல் காட்டின் நடுவே இருப்பதால் அங்கு யாரும் பெண் கேட்டோ, பிள்ளையைக் கேட்டோ வருவதில்லை. ஊரில் நடக்கும் திருமணங்களும் சொந்தத்துக்குள்ளேயே முடிந்துவிடும். முதன்முதலாக பெரியபேட்டையிலிருந்து ஒருவன் மகளைக் கேட்டு வந்ததும் சம்மதம் சொல்லிவிட்டான் முருகன். மங்கம்மாள் கடைசிப் பெண் என்பதால் செல்லம் அதிகம். தன் மகளுக்காக ஒரு ஜதை ஏர்மாடுகளை இருநூறு ரூபாய்க்கு அவன் விற்றான். வள்ளி அந்தப் பணத்திலே சின்னதாய் ஒரு மூக்குத்தியும், தெருமேல்வரும் வியாபாரி யிடமிருந்து வெள்ளிக்கொலுசும் வாங்கினாள். மங்காவுக்குப் பெரியபேட்டை ஜவுளியில் இரண்டு புடவைகளையும், பிற உடுப்புகளையும் எடுத்தார்கள்.

முருகன் மகளின் சீருக்கென அல்லிக்குளம் சினாய் உடை யானிடமிருந்து இரண்டு பெரிய காங்குகளையும், நான்கு பானை களையும் வாங்கி வந்தான். ஒவ்வொரு காங்கிலும் இருபது மரக்கால்

தானியம் பிடிக்கும். வள்ளி அவற்றில் சாங்கியத்துக்காக நவதானியங்களை மூட்டை கட்டிப் போட்டிருந்தாள். அந்தச் சீர்ப்பானைகளை ஒரு மாட்டுவண்டியில் ஏற்றிக் கயிற்றால் கட்டியிருந்தனர். குத்துவிளக்கு, கிண்ணம், பித்தளை ஏனம், வெங்காயம், பணியாரம், வெல்ல உருண்டை, மெட்டி, அரிசி ஒரு மரக்கால், ஒரு கவுளி வெற்றிலை, ஐந்து தேங்காய்கள் கொண்ட சீர்ப் பொருட்கள் தனியே இருந்தன. அவற்றோடு மயில்பட்டி சந்தையில் வாங்கிய பாய் தலையணைகளும், சில பண்டபாத்திரங்களும் இருந்தன. சீர்வண்டி அவர்களின் பின்னால் வந்துகொண்டிருந்தது.

பூங்குளத்துக்கு குப்பியின் வீட்டார் வந்து சேர்ந்த கொஞ்ச நேரத்திலேயே, மங்காவின் வீட்டாரும் வந்துவிட்டனர். இரண்டு பெண்வீட்டாரையும் ஊர் ரட்சையின் அருகிலிருக்கும் மாரியம்மன் கோவிலண்டையில் உட்காரவைத்தார்கள். அங்கிருந்த காணிக்கல் தூணில் விளக்கு ஒன்று மங்கலாக எரிந்துகொண்டிருந்தது. மணப்பெண்கள் இருவருக்கும் பானகம் கொடுத்தார்கள். பெண் வீட்டாருக்குக் குடிக்கத் தண்ணீர் தந்தார்கள். பிறகு மேளத்தோடு பெண் வீட்டாரை அந்தந்த மாப்பிள்ளையின் வீட்டுக்கு அழைத்துப் போனார்கள். திருவேங்கடம் பெட்ரோமாக்ஸ் விளக்குகளை ஏற்பாடு செய்திருந்தான். பீமாராவ் உடற்பயிற்சிக் கூடத்து இளைஞர்கள் பெண்வீட்டார் முன்பாக சிலம்பம் சுற்றியபடியும், வீரசாகசங்களைக் காட்டியபடியும் போனார்கள். சுந்தரேசன் புதுக்குடியிலிருந்து வாங்கி வந்திருந்த பட்டாசுகளை வெடித்து பூங்குளத்தை அதிர வைத்தார்.

காலையிலேயே வந்துவிட்டார் சிவமலை. திருவள்ளுவர் இரவுப்பள்ளியும், பீமாராவ் உடற்பயிற்சிக் கூடமும் இருந்த திடலில் பந்தல் போட்டிருந்தார்கள். ஊரே அமரும்படியிருந்த அக்களம் சாணத்தால் மெழுகிக் கோலமிடப்பட்டிருந்தது. ஆங்காங்கே குருத்தோலை, மாவிலைத் தோரணங்கள். மாப்பிள்ளை வீடுகளில் சமையல் வேலைகள் வேகமாக நடந்தன. வைக்கோலைப் பரப்பி அதன்மீது வேட்டியை விரித்துப்போட்டு சோற்றை வடித்து வடித்துக்கொட்டினர். பானைகளில் காய்கறிக் குழம்பு கொதித்தது. அந்தக் காலை இனிய மணமும், அழகும் கொண்டதாகப் பொலிந்தது.

திருவேங்கடமே எல்லா வேலைகளையும் இழுத்துப்போட்டுக் கொண்டு செய்தான். அவனுக்கு நிற்க நேரமில்லை. வெளியூரிலிருந்து வந்திருந்த கூட்டமைப்புத் தோழர்களைத் தங்க வைத்து உபசரிக்க வேண்டும். தலைவர் சிவமலையைக் கவனித்துக்கொள்ள வேண்டும். மேடையை ஒழுங்குபடுத்த வேண்டும். மணமக்களின்

உறுதிமொழியை ஊர்ப்பஞ்சாயத்துக் குறிப்பேட்டில் எழுதிவைக்க வேண்டும். அவனின் வேலைப்பட்டியல் நீண்டுகொண்டே போனது. அவனுக்கு உதவ இளைஞர்கள் ஓடிவந்தாலும் தன் மனத் திருப்திக்காக எல்லாவற்றிலும் தலையிட்டான். பொன்னரசு வந்திருப்பதை எண்ணிப் பெருமகிழ்ச்சி கொண்டான். அவனைத் தன் வீட்டிலேயே தங்கச் செய்தான். திருவேங்கடத்தின் மாற்றம் கொடுத்த வியப்பை உள்வாங்கியபடி அமைதியாய் நடப்பவற்றைக் கவனித்தான் பொன்னரசு.

மணவிழா தொடங்கியதும் கூட்டமைப்பின் தோழர்கள் சிலர் வாழ்த்தினார்கள். பொன்னரசின் வாழ்த்துரை கலகலப்பாக இருந்தது. அவன் விடுதி நாட்களை நினைவுகூர்ந்தான். சிவமலை இறுதியாக வாழ்த்திப் பேசினார். குப்பியையும் மங்காவையும் ஓரக்கண்ணால் பார்த்து மாப்பிள்ளைகள் இருவரும் சிரித்துக் கொண்டனர்.

"நமது மக்கள் திருமணம் அறவழிப்பட்டது. நமது பாட்டன் வள்ளுவன், 'அறனெனப்பட்டதே இல்வாழ்க்கை அஃதும் பிறன் பழிப்பதில்லாயின் நன்று' என்கிறான். திருமணமும் குடும்பமும் சமூக ஒழுக்கம். குடும்பம் ஜனநாயகபூர்வமானதாக விளங்கிட வேண்டும். திருவேங்கடம் குப்பி என்கிற சிவகாமியை மதித்து அவரின் உரிமைகளை ஏற்கவேண்டும். சிவலிங்கமும் தன் மனைவி யாகும் மங்கம்மாவிடம் அதுபோன்றே நடந்துகொள்ளவேண்டும். மணப்பெண்கள் தத்தமது கணவரின் சமூகப்பணிக்குத் துணை நிற்க வேண்டும். திருவேங்கடம் என்னுடன் கூட்டமைப்பு பணியிலே ஈடுபடும் இளைஞன். அவருக்குச் சொல்லவேண்டியதில்லை. சிவ லிங்கமும் மங்காவும் பணம் சேர்த்து மதகாரியங்களுக்குச் செலவிட வேண்டாம். சிவலிங்கத்துக்கு நாளைக்கு ஒரு சிக்கல் என்றால் இந்த சிவமலைதான் உதவிக்கு வருவாரேயொழிய வேறு எந்த மலைகளும் வரப்போவதில்லை!"

சிவமலையின் கருத்துக்கு பலத்த ஆமோதிப்பு கிடைத்தது. எல்லாரும் சிரித்துக் கைத்தட்டினர். வாழ்த்துரைகள் முடிந்த பிறகு மணமக்கள் தனித்தனியாக உறுதிமொழியெடுத்துக்கொண்டு ஊர்நிர்வாக ஏட்டில் கையொப்பமிட்டனர்.

"ராவு காலம் ஆச்சா பாருங்க! தாலிகட்டும்போது மேற்குப் பக்கம் பார்த்து நிற்கச் சொல்வாங்க. நமக்கு அதெல்லாம் வாணா. தெற்க பாத்து திரும்பி நில்லுங்க" சிவமலை சொன்னார்.

மணமக்களின் பெற்றோர்கள் இணைந்து தாலிக் கயிறுகளை எடுத்துத் தந்ததும் திருவேங்கடமும் சிவலிங்கமும் அவற்றை வாங்கி தத்தமது மணப்பெண்களின் கழுத்திலே கட்டினர்.

"மணமக்கள் வாழ்க!"

வாழ்த்து முழக்கங்கள் விண்ணை முட்டின.

17

மீனாவுக்குப் பால்கொடுத்துக்கொண்டே, வெளியில் போவதற்குத் தயாராகிக்கொண்டிருக்கும் தன் கணவனைப் பார்த்துக் கொண்டிருந்தாள் குப்பி. எங்காவது வெளியில் போவதென்றால் திருவேங்கடம் தயாராகின்ற அழகைப் பார்க்க வேண்டும். அப் போது அவனைக் கள்ளப்பார்வையில் கவனித்துக்கொண்டிருப்பது அவளுக்குப் பிடித்தமான விசயம். பின் வாசலோரத் தென்னைக்கு அருகிலே போட்டிருக்கும் துவைகல்லின் மேல் நின்று துப்புரவாகக் குளிப்பான். அவனுக்கு எப்போதுமே பொறுக்கிற சூட்டில் வெந்நீர் விளவவேண்டும். சில நேரங்களில் குப்பியே அவன் தலைக்குச் சீயக்காய் தேய்த்து விடுவாள். அந்தச் சமயத்தில் இரு வருக்குமிடையே கிண்டலும் கேலியும் சீண்டலுமாக இருக்கும். தவமணி உரலில் போட்டு இடித்துவைக்கும் கூட்டு அது. பிறகு, அவன், கஞ்சிபோட்டுத் துவைத்துத் தேய்த்திருக்கும் தும்பைப்பூ, போன்ற வேட்டியையும் மேல்சட்டையையும் அணிவான். இலே சாகத் தேங்காய் எண்ணெயைப்போட்டு தலையைச் சிலுப்பி படிய வாரி விடுவான். சுவரிலேயே புதைக்கப்பட்டிருக்கும் ரசம்போன கண்ணாடியில் அப்படியும் இப்படியுமாகத் திருப்பி முகம் பார்த்துக்கொள்வான். அப்போது அவன்மீது கமகமவென்று அவளுக்குப் பிடித்தமானதொரு வாசனை எழும். அவனை இறுக்க மாக அணைத்துக்கொள்ளலாம் என்று வெறி உருவாகும்.

"எங்க கூட்டம்? சொல்லவேயில்லையே?"

"புதுக்குடியில. நாளைக்கி ராத்திரிக்குத்தான் வருவேன். பெரிய தலைவருங்கெல்லாம் வர்றாங்க. நம்ம பாப்பாவுக்குப் பேர் வெச்சிருக்கிறமில்ல மீனாம்பாள். அவங்கக்கூட வர்றாங்க. நேத்தே சொன்னனே. மறந்துட்டியா? வரவர உனக்கு ஞாபகமறதி ஜாஸ்தி யாயிடுச்சி."

பொய்க்கோபம் காட்டினாள். அவன் சிரித்துக்கொண்டான். அவளினருகில் வந்து குனிந்தான். அவள் முகத்தை வீம்புடன் விலக்கினாள். மீனாவை மார்பிலிருந்து விலக்கி முந்தியில் வாய் துடைத்து அவனிடம் தந்தாள். திருவேங்கடம் மீனாவின் கன்னத்தில் முகம் உரசி, முத்தம் வைத்தான்.

"சித்தார்த்தன் எங்க?"

கேட்டுக்கொண்டே வெளியே வந்தான் திருவேங்கடம்.

“இங்க, எங்கிட்டதான் கீறான்டா எப்பா” என்றாள் தவமணி.

வாசலில் பாட்டியுடன் விளையாடிக்கொண்டிருந்தான் சித்தார்த்தன். அவன் நன்றாக வளர்ந்துவிட்டிருந்தான். இன்னும் ஓரிரு ஆண்டுகளில் அவனைப் பள்ளியில் சேர்த்துவிட வேண்டுமென்று மனம் நினைவுபடுத்தியது. சித்தார்த்தன் என்ற பெயரை அவனுக்கு வைத்தபோது தவமணி கூப்பிடுவதற்குத் திணறினாள். அப்பெயருடன் போராடியவள் இறுதியில் அதை சீத்தா என்று ஆக்கிவிட்டாள். அவள் அப்படிக் கூப்பிடும்போது ஒன்றிரண்டு முறை சரிப்படுத்த முயன்றான் திருவேங்கடம். பிறகு விட்டு விட்டான்.

“அம்மா, புதுக்குடிக்குப் போறம். நாளைக்குத்தான் வருவேன்.”

“எத்தினி பேரு போறீங்கப்பா? ரவுலபோயி யாருகிட்டயும் பேசவேணா சாமீ. எப்பத்திக்கும் ஒன்னாவே போயி, ஒன்னாவே வாங்க. போனா போன எடம்; வந்தா வந்த எடம்னு இருக்க மாணா. உன்னும் ரெண்டு நாள்ல நடவுவேற கீது.”

மகன் வெளியே பொதுவேலையென்று போகும் போதெல்லாம் அவள் மனம் அதிர்ந்தது.

“சரிம்மா. தனியா போகல. அம்பது பேருக்குக் கொறையாம போறோம்.”

பிற்பகல் பொழுதில் பூங்குளம் கிராமத்திலிருந்து பெரியவர்களும், இளைஞர்களுமாக அய்ம்பது பேர் திருவள்ளுவர் இரவுப் பள்ளித்திடலில் இருந்தார்கள். அவர்களில் இருபத்துநான்கு பேர்களுக்கு சீருடை. காக்கி அரைக்கால் சட்டையும், காக்கி மேலுடுப்பும். அந்த நிறமும், உடுப்பும் அவ்விளைஞர்களின் விறைப்பைக் கூட்டியது. பன்னிரண்டு பன்னிரண்டு பேர்களைக் கொண்ட அணியாகப் பிரிந்து நின்றார்கள். அவர்கள் காலுறைகளையும், பாதரட்சைகளையும் அணிந்திருந்தார்கள். ஒவ்வோர் அணிக்கு முன்னாலும் நின்ற அணித்தலைவர்கள் காலணிகளை அணிந்து கொண்டிருந்தனர். அந்த இரு அணிகளுக்கும் தலைவராக ஒருவர் முன்னால் நின்றார்.

தொண்டர்கள் ஒவ்வொருவரும் நாலரைஅடி உயரமுள்ள மூங்கில் பிரம்பு ஒன்றைத் தம் வலக்கையில் பிடித்திருந்தார்கள். தொண்டர்களில் ஒருவர் சமத்துவத் தொண்டர் படையின் நீலக் கொடியைப் பிடித்திருந்தார். அதன் இடதுபுற மேல் மூலையில் வெண்மை நிறத்தில் பதினோரு நட்சத்திரங்களும், நடுவிலே வெண்மைச் சூரியனும் பொறிக்கப்பட்டிருந்தன. சூரியனின் அடியில் எஸ்.சி.எப் என்றும், கீழ் வலதுமூலையில் எஸ்.எஸ்.டி என்றும் இருந்தது. மற்றொருவன் ஊர்வலத்தின் முன்னால் பெரிய

கொடியொன்றைப் பிடித்திருந்தான். செந்நிறக்கொடி! அதில் இந்திய மாகாணங்களைக் குறித்திடும் வகையில் 12 நட்சத்திரங்கள். பட்டியலினக் கூட்டமைப்பின் கொடி! அவர்களிடையே திருவேங் கடம் சிறு உரையொன்றை நிகழ்த்தினான்.

“தோழர்களே, புதுக்குடியில் நாளை நடைபெறவிருக்கும் சாதியொழிப்பு மகாநாட்டுக்கு நாம் செல்லவிருக்கிறோம். கூட்டமைப்பு நடத்தவிருக்கும் இம்மாநாடு நமது வடாற்காடு ஜில்லாவிற்கே உதாரணமாய் அமையப்போகிறது. இம்மாநாட்டின் பாதுகாப்புப் பொறுப்பினை நமது சைனிக் சமதாதளம் என்கிற சமத்துவத் தொண்டர்படையினர் ஏற்றிருக்கிறார்கள். ஒரு சின்ன அசம்பாவிதமும் ஏற்படாதவாறு இம்மாநாட்டை நடத்திக்கொடுப் பது அவர்களின் பொறுப்பு. நமது சமதாதள கிளை தோழர்கள் மிகுந்த கட்டுப்பாட்டுடன் இருக்க வேண்டுமென்று கேட்டுக்கொள் கிறேன்.

நமது இலட்சியம் சுதந்திரம், சமத்துவம், சகோதரத்துவம். இம்மாநாட்டு செலவுக்காக ஓடியோடி அன்பளிப்பைத் திரட்டிய நமது கிளை உறுப்பினர்களுக்கு மனமார்ந்த நன்றி....”

“அம்பேத்கர் வாழ்க!”

“தந்தை சிவராஜ் வாழ்க!”

“அன்னை மீனாம்பாள் வாழ்க!”

“தலைவர் சிவமலை வாழ்க!”

“பட்டியலினக் கூட்டமைப்பு வாழ்க!”

முழக்கங்கள் காற்றை உலுக்கின. ஊர்வலம் நெடுஞ்சாலையில் கலந்து உரத்த குரலெழுப்பியபடி போனது. பெரியபேட்டையின் கிழக்கு எல்லையிலிருக்கும் வனக்காவலர் ஓய்வில்லம் வரைக்கும் முழக்கங்களுடன் போன ஊர்வலம் பின்னர் அமைதியாக நடந்தது. வழியெல்லாம் பேசிச்சிரித்துக்கொண்டு போன அவர்கள் ஊர் களைக் கடக்கும்போது முழக்கங்களை எழுப்பினர்.

ஊர்வலம் சின்னக்கல்லை நெருங்கியபோது நன்றாக இருட்டி விட்டது. பாதியளவு தூரத்தை அவர்கள் கடந்திருந்தனர். நடந்து வந்ததில் தொண்டர்கள் களைப்படைந்திருந்தனர். சின்னக்கல் கிராமத்தில் சாலையோரமாகவே பெரும் ஏரியொன்று இருந்தது. ஏரியில் நீர் நிரம்பி அலையாடியது. அங்கு வீசிய ஈரக்காற்று அவர் களைத் துவட்டிவிட்டது. ஏரியின் மேற்கு மூலையில், கன்னியம்மன் கோவில் சோலையில் அவர்களின் இராத்தங்கல் இருந்தது. தொண்டர் ஒருவர் பெட்ரோமாக்ஸ் விளக்கை வில்வமரத்தின் தாழ்

கிளையில் கட்டினார். திருவேங்கடமும், முனியப்பனும் உணவுக்காக நாட்டாண்மையைப் பார்ப்பதற்கு கிராமத்துக்குள் போனார்கள்.

இரவு உணவை அந்தக் கிராம மக்கள் கொண்டுவந்து இறக்கியபோது தொண்டர்களின் மனம் சுரந்தது. களியும் புளிக் குழம்பும் தேக்கிலைகளில் வைத்துப் பரிமாறப்பட்டன. உறங்கப் போகும் வரை திருவேங்கடம் அரசியல் பேசிக்கொண்டிருந்தான்.

அதிகாலமே எழும்பித் தயாராகிய தொண்டர்கள் தமது பயணத்தைத் தொடங்கினார்கள். புதுக்குடி ஜோதி மடத்தை அடைந்தபோது இளம்வெயில் பொழுதாகியிருந்தது. வண்டி கட்டிக்கொண்டும், மிதிவண்டிகளிலும், நடந்தும் வந்து சேர்ந்தபடியிருந்த நூற்றுக்கணக்கான தோழர்களைப் பார்த்ததும் பூங்குளம் கிராமத் தொண்டர்கள் மனவெழுச்சி கொண்டனர்.

மாநாட்டுத் திடலுக்குப் போகும் வழியில், 'புத்தர் நுழைவாயில்', 'அம்பேத்கர் நுழைவாயில்', 'அன்னை இராமாபாய் நுழைவாயில்', 'ஜோதிபா புலே நுழைவாயில்' என வாயில்களை அமைத்திருந்தனர்.

தென்னையோலைகளால் நேர்த்தியாக அமைக்கப்பட்டிருந்த அவ்வளைவுகள் பூக்களால் அலங்கரிக்கப்பட்டிருந்தன.

மாநாட்டுத்திடலின் முதல் நுழைவாயிலுக்கு முன்பாக இரண்டு மோட்டார் கார்கள் வந்துநின்றன. சிவராஜ், கிருஷ்ணசாமி, மீனாம்பாள், சிவமலை ஆகிய தலைவர்கள் இறங்கினர். பேண்ட் வாத்தியம் முழங்கியது. சமத்துவத்தொண்டர் படையினர் அணிவகுப்பு மரியாதை செய்தனர். தொண்டர்கள் இருபுறமும் வரிசையில் நின்று, பிரம்புகளை வளைவுபோல உயர்த்திப்பிடித்திட தலைவர்கள் அதன் வழியே நடந்துசென்றனர். வாழ்த்து முழக்கங்கள் எழுந்தன.

மாநாட்டு நிகழ்ச்சிகளுக்கு முன்பாக பாடல்கள் பாடப்பட்டன.

மாவட்டத்தின் பல ஊர்களில் புதியதாக உருவாக்கப்பட்ட சமத்துவத் தொண்டர் படை உறுப்பினர்களுக்குப் பிரமாணம் செய்து வைக்கப்பட்டது.

"சமத்துவத் தொண்டர் படையில் சேரும் தாழ்த்தப்பட்ட வகுப்பைச் சேர்ந்த நான் அனைத்து ஒடுக்கு முறையிலிருந்தும், சுரண்டலிலிருந்தும், எனது வகுப்பினரை விடுவிக்கும் விழுமிய இலட்சியத்துக்காக நேர்மையாக, தீரத்தோடு, கட்டுப்பாட்டோடு,

உறுதியோடு போரிடும் ஒரு போராளியாக இருப்பேன் என்று ஆணைமொழியும் உறுதிமொழியும் மேற்கொள்கிறேன்."

தலைமையுரையாற்றிய சிவராஜ், இந்தியாவில் சாதிகள் உருவான வரலாற்றையும் அவ்வமைப்பு கொண்டிருக்கும் ஏற்றத் தாழ்வானதும் படிநிலைப்படுத்தப்பட்டதுமான அமைப்பு முறையால் அதை ஒழித்தே தீரவேண்டியதன் தேவையையும் விளக்கிப் பேசினார்.

திருவேங்கடம் உரைகளை ஒரு சொல்லொலி விடாது உள் வாங்கிக்கொண்டிருந்தான். அவனுக்கு மாநாட்டின் பிற்பகலில் பேசிய, கூட்டமைப்பின் மாநிலத்தலைவரான மீனாம்பாளின் உரை மிகவும் பிடித்திருந்தது. அவர் அம்பேத்கரின் உரைகளிலிருந்தே பல மேற்கோள்களை எடுத்தாண்டார். பின்னர் சிவமலை பேசினார்.

"ஒடுக்கப்பட்ட மக்கள் சாதி இழிவிலிருந்து வெளியேற வேண்டும் என்றால் பல தியாகங்களைச் செய்திட வேண்டும். தம் மிடையே உள்ள உட்ஜாதியுணர்வை முதலில் அகற்றிட வேண்டும். தாழ்த்தப்பட்ட மக்கள் மேற்கொள்ளவிருக்கும் ஜாதியொழிப்புப் போருக்கு முன்நிபந்தனையாக அவர்கள் முதலில் தங்களைத் தாங்களே சீர்படுத்திக்கொள்ள வேண்டும். எந்தத் தொழில்கள் நம்மை இழிவு செய்கின்றனவோ, எந்தச் சடங்குகளும் மரபுகளும் நம்மைக் கடையராக்குகின்றனவோ அதைத் தூக்கியெறியுங்கள். பறையடிக்கப் போகாதீர்கள். இறந்துபோன மாட்டை அப்புறப் படுத்தாதீர்கள். அதன் இறைச்சியை உண்ணாதீர்கள். சாவுச் செய்தியைச் சொல்லவோ, பிணக்குழி வெட்டவோ, சாக்கடையைச் சுத்தப்படுத்தவோ போகவேண்டாம். சுயமரியாதையுடன் வாழ்வதற்குக் கற்றுக்கொள்ளுங்கள். நம் இனத்தின் முன்பாக இரண்டு வழிகள்தான் உள்ளன. ஒன்று, நாம் இருக்கும் இடத்திலேயே வெறுப்பையும் அவமானத்தையும் சுமந்துக்கொண்டு வாழ்வது. மற்றொன்று நமது அவமானகரமான பழக்கங்களையும் தொழில்களையும் விட்டொழித்துவிட்டுப் புதிய வாழ்வை மேற்கொள்வது. இவ்விரண்டில் எது உங்களுக்கு வேண்டும்?"

கூட்டம், "புதுவாழ்வு, புதுவாழ்வு" எனக் கூக்குரலிட்டது. அவர் மேலும் தொடர்ந்தார்.

"நாம் புதுவாழ்வு பெறவேண்டுமானால் அம்பேத்கர் சொன்ன மதமாற்றத் தீர்மானம் குறித்து ஆழமாகச் சிந்திக்க வேண்டும். மதவிழாக்களை, மதச்சடங்குகளை, மதநோன்புகளைக் குறித்தும் அவற்றின் பின்னணியில் சொல்லப்படும் கட்டுக்கதைகள்

குறித்தும் ஆழ்ந்து படிக்கவேண்டும். அம்பேத்கரும், தந்தை பெரியாரும் மதப்புரட்டுகளைப்பற்றி அதிகளவிலே பேசியும் எழுதியும் வருகின்றனர். "நம்மையும், நமது அமைப்புகளையும், நமது அரசியல் செயல்பாடுகளையும் எதிர்க்கிறவர்கள் இங்கே அனேகம் பேர் இருக்கிறார்கள். நம் மக்களையே பிரித்து, அவர்களை 'தேசிய அரிஜனங்களாக்கி' நமக்கு எதிராகவும் திருப்பிவிடுகிறார்கள். அவர்கள் அகிம்சையில் நம்பிக்கை கொண்டவர்கள்! அம்பேத்கர் சொன்ன பதிலைத்தான் அவர்களுக்குச் சொல்ல விரும்புகிறேன். அகிம்சை என்பது வேறு; பணிதல் என்பது வேறு. அகிம்சை என்பதற்கான பொருளைத் தவறாகப் புரிந்துகொண்டு செயல்பட்டு வருகிற அவர்கள்மீது பரிதாபமாக இருக்கிறது!

அகிம்சையில் இரண்டு பிரிவுகள் உள்ளன. அனைத்து உயிர்களுக்கும் அன்புகாட்ட வேண்டும். கேடு செய்கிறவர்களை எதிர்த்துப் போரிட வேண்டும் என்பனவே அவ்விரண்டு பிரிவுகள். இவ்விரண்டு பிரிவுகளை ஞானி துக்காராம் சொன்னதாக அம்பேத்கர் குறிப்பிடுகிறார். அகிம்சை பற்றிய வரையறையின் இரண்டாவது பகுதி மறைக்கப்பட்டுவிடுகிறது. கேடு செய்பவர்களை எதிர்த்து அழிப்பது என்பது அகிம்சையின் மூலதாரக் கூறு. அது இல்லையேல் அகிம்சை வெறும் கூடு மட்டுமே. எந்த விமர்சனத்துக்கும் நீங்கள் அஞ்சவேண்டாம். வேண்டுமென்றே எவருக்கும் தீங்கு செய்வதைத் தவிர்த்துவிடுங்கள். உங்கள் உதவியை நாடுகிற ஒவ்வொருவருக்கும் முனைப்புடன் உதவுங்கள். நமது கூட்டமைப்பின் தோழர்களுக்கும், சமத்துவத் தொண்டர் படையினருக்கும் ஒன்றைச் சொல்லவேண்டும். உங்கள் செயல்பாடுகள் அரசியல் பணியோடு நின்றுவிட வேண்டாம். நமது பெண்களுக்குப் பல இன்னல்கள் ஏற்படுகின்றன. கிராமங்களில் ஜாதியின் பெயரால் பலவகையான கொடுமைகள் நடக்கின்றன. அங்கெல்லாம் நீங்கள் முனைப்புடன் தலையிடவேண்டும். இதுபோன்ற சூழல்களில் நாம்தான் நம் மக்களுக்கு உதவிட முடியும். எனவே அகிம்சையோடு செயல்படுங்கள். ஆனால், பணிதல் என்பது ஒருபோதுமே வேண்டாம். சாதிய அடிமைத்தனத்துக்கும், ஒடுக்குமுறைக்கும் முன்பாக நாம் ஒருபோதும் பணியத் தேவையில்லை."

திருவேங்கடம் பெருத்த உற்சாகம் கொண்டவனாகியிருந்தான். அவன் மனம் எதையோ கண்டடைந்துவிட்டதாக விம்மியது. சிவமலையின் உதவியோடு சிவராஜையும் மீனாம்பாளையும் சந்தித்து தன் உற்சாகத்தையும் நன்றிகளையும் சொன்னான். ஆயிரக் கணக்கில் திரண்டிருந்த மக்கள் திரளிலிருந்து கிளை பிரிந்து பெரியபேட்டைக்கு மோட்டார் வண்டியேறினர்.

அழகிய பெரியவன் ● 191

18

வீடு திரும்பும் வரையிலும் திருவேங்கடம் தோழர்களுடன் பேசவில்லை. சிவமலையின் உரை அவன் மனதில் ஒலித்தபடி வந்தது. அன்பு, போராட்டம் எனும் இரு பக்கங்களைக் கொண்டது அகிம்சை. சேவை, போராட்டம் எனப் பொன்னரசு சொன்னதும் இதைத்தானே? இரண்டொரு நாளிலேயே கூடியது ஊர்ப் பஞ்சாயத்து. ஊர் ரட்சைக்கல்லருகிலே பூங்குளமே குழுமியிருந்தது. கோல்காரன் எல்லோரையும் அடக்கிக்கொண்டிருந்தான். ஊரிலிருக்கிற எல்லாத் தலைக்கட்டுகளும் வந்தானதா எனப் பார்த்துவிட்டுப் பேசினார் நாட்டாண்மை முனியப்பன்.

"இது ஒரு அவசரக் கூட்டம். ஆனா முக்கியமான கூட்டம். ரெண்டு நாளுக்கு மின்னாடி புதுக்குடி ஜோதிமடம் மகாநாட்டுக்குப் போயிவந்தோம். எத்தினியோ நல்ல விசயங்கள அங்க சொன்னாங்க. அவங்க சொல்றதுல தப்பு ஒண்ணுமில்ல. நாமும் குடியானவங்க கணக்கா மாறணும். மானம்மரியாதையோட வாழணும். இங்கக்கீற பெருசுங்க தலமொறயப்போல, வளந்து வர்றதுங்களும் கையில தண்ணியையும் கூழையும் களியையும் வாங்கித் தின்னுனு, சேவகம் புரியணும்னு அவசியமில்ல. பெரியவங்க சொல்ற சீர்திருத்தக் கருத்துகள எடுத்துனு நம்ம பூங்குளம் இனிமே சீர்திருத்தப் பஞ்சாயத்தா இருக்கணுமின்னு சொல்லிக்கிறேன். இனிமேலுக்கு ஊர்ல நடக்கப்போற எல்லா நடமொறயும் அப்பிடித்தானிருக்கும்."

நாட்டாண்மையின் பீடிகைக்கு சலசலப்பு எழும்பியது. கோல்காரன் மறுபடியும் கத்தினான். திருவேங்கடம் பேசவும் கூட்டம் அமைதியானது.

"இந்த நாட்டுல எத்தினியோ வகையான ஜனங்க வாழறாங்க. ஆனா நாம மட்டும் எதுக்காகக் கேவலமா நடத்தப்படறோம்? இத யாராவது யோசிச்சதுண்டா? யாரோ ஒருசிலரின் சுயநலத்துக்காக உருவாக்கப்பட்ட இந்த ஜாதிமுறை காலாகாலமாக வழங்கி வர்றதினாலேயே சரியாயிடுமா? அதை அப்படியே ஏத்துக்கணுமா? உனக்கும் எனக்கும் இந்த ஜாதிமுறை அவமானத்தையும் இழிவையும் தந்ததில்லாம வேற எதைத் தந்தது? இந்த முறையை கடவுள் ஏற்படுத்தினார் என்றால் அப்படிப்பட்ட ஓரவஞ்சனை கொண்ட கடவுளே நமக்குத் தேவையில்ல. இந்த மதமும் நமக்குத் தேவையில்ல. இந்த முறை மனிதர்களால் ஏற்பட்டது என்றால், இது திட்டமிட்ட சதியென்பதை நாம புரிஞ்சிக்கணும். ஜாதி இழிவைப் போக்க நாம இரண்டு வகையான நடவடிக்கைகளை மேற்கொள்ள வேணும்னு நான் நினைக்கிறேன். ஒன்று, சாதிக் கொடுமைகளை

எதிர்ப்பது, அதை ஏவிவிடுகிறவர்களுடன் போராடுவது. இரண்டாவது, நம்மிடையே இருக்கும் இழிவான பழக்கங்களை ஒழிப்பது. சிறந்ததோ, இழிவானதோ எதுவாக இருந்தாலும் அப்பழக்கங்களை நாம நம் சுயமரியாதைக்காகக் கைவிட்டுத்தான் தீரவேண்டும். அதனால சில தீர்மானங்கள நம் பூங்குளம் சீர்திருத்தப் பஞ்சாயத்து ஏகமனதாக எடுத்துள்ளது."

திருவேங்கடம் குறிப்பேட்டில் இருக்கும் தீர்மானங்களை வாசித்தான்.

"இனிமேல் இந்தப் பூங்குளம் கிராமத்திலிருக்கிற யாரும், யாருக்கும் பறைமேளம் அடிக்கப் போகக்கூடாது. இந்த ஊரிலும் இனிமேல் எந்த நிகழ்ச்சிக்கும் மேளம் அடிக்கக்கூடாது. மீறி அடித்தால் மேளம் கிழிக்கப்படும். மேளம் அடிக்கும் வீட்டில் யாரும் திருமணத்துக்குப் பெண்ணையோ, பிள்ளையையோ எடுக்கக் கூடாது.

ஆண்டைகளின் வீட்டில் செத்த மாட்டை அப்புறப்படுத்துவதோ, அதன் இறைச்சியைச் சாப்பிடுவதோ தவறு. யாரும் இதை மீறக்கூடாது. ஜாதி இந்துக்களின் பிணத்துக்குக் குழிவெட்டுவதோ, எரியூட்டுவதோ கூடாது.

சாவு சேதி சொல்லப்போவதோ, பாடை கட்டித்தருவதோ தடை செய்யப்படுகிறது. ஜாதி இந்துக்களின் வசிப்பிடங்களில் சென்று சாக்கடையை சுத்தம் செய்வதும், மலக்குழியை சுத்தம் செய்வதும் தடை செய்யப்படுகிறது. இனிப் பூங்குளம் கிராமத்துக்குட்பட்ட இடங்களில் கள்ளச்சாராயம் காய்ச்சுவதோ விற்பதோ தடை செய்யப்படுகிறது. இந்தத் தீர்மானங்கள் அனைத்தும் ஊர்க் கட்டுமானமாக இருக்கும் எனத் தெரிவிக்கப்படுகிறது. இதை மீறுபவர்களுக்கு பஞ்சாயத்தார் முடிவுப்படி நடவடிக்கை உண்டு."

ஊர்க்கூட்டத்தில் ஒரு கணம் கடும் அமைதி நிலவியது. பேசுவதற்குச் சொற்கள் கிடைக்காதபடி தட்டுப்பாடு ஏற்பட்டு விட்டது. திருவேங்கடமே மீண்டும் பேசினான்.

"ஆதிக்குடி மக்களாகிய நாம் மிகவும் மதிக்கப்படும் இனக் குழுவாகவே இருந்திருக்கிறோம். அது பழைய கதை. பழம்பெருமைகளைப் பேசி இன்றைய நிலையின்மீது ஒரு கவசத்தை ஏற்படுத்தி விட நான் விரும்பவில்லை. பழம்பெருமைகள் வெறும் நினைவுகள் மட்டுமே. அவை உரிமைகளாகாது. இன்று நம்மை இழிவாக நடத்துவதற்கு உரிய சில அடையாளபூர்வமான தொண்டூழியங்கள் என்னென்ன என்பதை நாம் சிந்தித்துப்பார்த்து அந்த ஊழியங்களைச் செய்யாமல் நமக்கு நாமே தடைவிதித்துக்கொள்ள

வேண்டும். தெருவைச் சுத்தப்படுத்துகிறபோது வீட்டையும் சேர்த்தே சுத்தப்படுத்திக்கொள்வோம்.”

கூட்டத்திலிருந்து ஒருவன் திடீரென்று எழுந்து கேட்டான்.

“மோளமடிக்கப் போலன்னா அப்புறம் பொளைக்கிற தெப்படி?”

“செத்துப்போடா.”

கத்தினான் திருவேங்கடம்.

“வருசம் முந்நூத்தி அறுவத்தஞ்சி நாளும் பொணம் வுளுதா? கல்யாணம் கருமாதி நடக்குதா? இல்ல திருநாள் செய்யிறாங்களா? இல்லியே. வேற வேலை எதாச்சும் செஞ்சாதான பிழைக்கிறதுக்கு? அப்ப இந்தக் கேவலங்களை விட்டுட்டு அதையே செஞ் சிட்டுப்போ. நல்லா புரிஞ்சுக்குங்க. ஜாதிமுறையே பிறப்பு அடிப் படையிலான பிரிவினைதான். அந்தப் பிரிவினையைக் கட்டிக் காக்கச் செஞ்சிருக்கும் ஏற்பாடு இந்தத் தொழில் முறையிலதான் இருக்குது. மேளமடிக்கிறதும், செத்தமாட்ட தூக்கறதும், சாக்கடையை சுத்தப்படுத்துறதும் நம்மமேல திணிக்கப்பட்ட வேல. அந்தத் திணிக்கப்பட்ட வேலைங்கள இனிமே செய்யவேணாம். ஜாதி இந்துக்கு அந்த வேலைகளைச் செய்யவேண்டிய அவசிய மிருக்குதுன்னா அதை அவங்களே செஞ்சுக்கட்டும்.”

“அப்ப ஒரு கண்ணாலங் காட்சியின்னா, நாளுங் கெழமையின்னா இடி உளுந்த ஊட்டப்போல கம்முனுக்கீறதாப்பா? மோளச்சத்தம்னாலே ஒரு கெலிப்புப்பா!”

“இது நம்ம பூங்குளத்துல மட்டும் எடுத்த முடிவு இல்ல. நம்ம ஜனங்க இருக்குற எடத்தில எல்லாமே மேளத்த ஒழிச்சினு வந்துட்டாங்க. அதுக்கு பதிலா பேண்டு செட்டு, பஜனைக்குழுன்னு வச்சிக்கிட்டாங்க. நம்ம ஊருக்கும் அப்பிடி ஒரு ஏற்பாடு செஞ்சிக்க லாம்.”

கூட்டம் கலைந்தது. எல்லாரும் பஞ்சாயத்து முடிவுகளைப் பற்றியே பேசிக்கொண்டு போனார்கள். பூங்குளத்தில் தோட்டிப் பொறுப்பு பார்க்கும் பத்துக் குடும்பத்தின் பெரிய தலைக்கட்டுகளை மட்டும் பேசுவதற்கென நிறுத்திக்கொண்டார் முனியப்பன். அவர் பேசத் தொடங்கியபோது பஞ்சாயத்தாருடன் மாயன் மூர்க்கமாக வாக்குவாதம் செய்தான்.

“மோளமடிக்கிறத கௌரவமில்லன்றீங்க. திடுதிப்புனு எங்கிருந்து வந்துடுச்சி இந்த யோசன? மோளமடிக்கிறதுதான் எனுக்குக் கௌரவம். காலங்காலமா வர்றத என்னால உட முடியாது.”

கடுஞ்சினத்துடன் அவனோடு பேசப்புகுந்த திருவேங் கடத்தை அடக்கினார் முனியப்பன்.

"டேய், நீ நேத்துப்பொறந்த புழுக்கடா. வெள்ளையுஞ் சொள்ளையுமா துணிபோட்டுனு, நாலுபேரை எங்குந்தோ கூப்டுனு வந்துட்டா நீ பெரிய ஆளாடா. நீ போடற கட்டுமானத்துக்கு நா தலவணங்குணுமா? முடியவே முடியாது."

திருவேங்கடத்தின் கோபம் முனியப்பனையும் தொற்றிக் கொண்டது.

அவர் கல்லின் மேலிருந்து எழுந்து அவனை அடிப்பதற்குப் போனார். கோல்காரன் அவரைச் சமாதானப்படுத்திவிட்டு மாயனை அதட்டினான்.

"இந்த முடிவு பஞ்சாயத்தார் எடுத்தது. மேக்கொண்டு பேசற துக்கு எடமில்ல. மீறிப் பேசனியானா ஓங்கையிகால முறிச்சிப்புடு வோம். நாலுபேருக்கு என்னாவோ அதுதான் உனுக்கும். ஊரோட ஒக்க ஓடணும். நாலோட நடுவு ஓடணும் மாயா."

"மொதல்லியே எங்களக் கூட்டிப்பேசிட்டு, பிண்டுக்கு அறிவிச்சிருக்கலாம்..."

சிவலிங்கத்தின் குரல் நைந்து எழுந்தது. திருவேங்கடம் அவனைப் பார்த்ததும் தயக்கத்தோடு முகம் தாழ்த்திக்கொண்டான்.

"முன்னாடியே கூட்டிவெச்சிப் பேசியிருந்தாலும், இதோ இப்ப பேசறதத்தானே பேசியிருப்பீங்க?"

"அப்பிடியே இருந்தாலும் ஒரு முடிவ சொல்லிட்டுப் பேசற துக்கும், பேசிட்டு முடிவ சொல்றதுக்கும் வித்தியாசம் கீதுதானே?"

தலைகவிழ்ந்த நிலையிலேயே சிவலிங்கத்தின் குரல் வந்தது.

"மாணாப்பா. உட்டுத்தொலைங்க. எல்லாம் நம்ப நல்லதுக்குத் தான். இப்ப மறிச்சிமறிச்சிப் பேசினு கெடந்தா ஒண்ணும் புரியாது. குதுர்ப்பாட்டா யோசன பண்ணிப் பாக்கணும். நாளைக்கி உங்க ஊட்டுலக்கிற மோளச்சாமானங்களையெல்லாம் எடுத்துனு வந் துடுங்க. ஊர்கோலமா போயிவந்து அதுங்களப்போட்டு எரிச்சிப் புடலாம். அதே கையோட பக்கத்தூரு பஞ்சாயத்தார்க்கு நம்ம முடிவ எழுத்து மூலமா தெரியப்படுத்திடலாம்."

"எல்லாரும் பேசட்டும். பிண்டுக்குப் பேசிக்கிலாம்னு இருந் தேன். இந்த முடிவு நல்லதுதான். இவுனுங்க சொல்லுவானுங்க. புத்திகெட்ட பசங்க. மோளமடிக்கப் போற எடத்துல எவ்ளோ அகுமானம்னு ரோசனபண்ணிப் பார்த்தாத்தான் தெரியும். நாளை யோட அந்தச் சனியன தலமுழுகிடலாம் உடுங்க நாட்டாம."

கோட்டான் எழுந்து பேசினான். ஏரிக் காவல் கூலி, ஊர்த் தோட்டிப் பொறுப்பின் அனுகூலம் என்று இருப்பதனால்தான் கோட்டான் இப்பிடிப் பேசுகிறான் என நினைத்துக்கொண்டான் சிவலிங்கம். அவனால் திடீரென்று எந்த முடிவுக்கும் வரமுடியவில்லை. கூட்டம் முடிந்து எல்லாரும் போனதும் சிவலிங்கத்தை வீட்டுக்குக் கூட்டிக்கொண்டுபோய்ப் பேசலாம் என்று நினைத்தான் திருவேங்கடம். ஆனால் சிவலிங்கம் அதற்கு இடம் தரவில்லை. யாருக்கும் முகம்கொடுக்காமல் விடுவிடுவென்று எழுந்து போய்விட்டான்.

அது பனிக்காலமென்பதால் விடிந்தும் இருள் துப்புரவாகப் போகவில்லை. பூங்குளத்தையே எழுப்பிவிடுவது போல இரவுப் பள்ளித் திடலிலிருந்து பறையின் ஒலி கேட்டது. முதலில் கேட்ட ஒலியோடு மேலும் சில மேளங்களும் சேர்ந்துகொண்டு ஒத்திசையில் முழங்கின. திருவேங்கடத்தின் காதுகளில் அவ்வொலி அருவருப் பாய் விழுந்தது. அவன் மிரள் வந்தவனைப்போல வீட்டிலிருந்து எழுந்து ஓடினான். தொண்டர் படையினரும், ஊர்ப்பெரியவர் களும் எழுந்து ஓடினார்கள். திடலின் மையத்தில் தீ மூட்டப்பட்டி ருந்தது. அதனருகில் நின்றபடி மாயன் பறையை அடித்து முழக்கிக் கொண்டிருந்தான். அவன் இடது தோளில் மாட்டியிருந்த பலகை கிண்கிண்ணெனக் கேட்டது. அவனோடு துணையாக இடுப்பில் சட்டியைக் கட்டிக்கொண்டு ஒருவனும், டோலை ஒருவனும் வாசித் தார்கள். திருவேங்கடம் வெறியுடன் ஓடிச்சென்று மாயனை எத்தி னான். அவன் கையிலிருந்த பலகை தொலைவில் போய் விழுந்தது. மாயன் தனியாக விழுந்தான்.

“பிய்யச்சாப்டுட்டு சேவகம் செய்யச் சொன்னாலும் செய் விங்கடா நீங்க. அடிமை புத்தி ரத்தத்துலயே ஊறிப்போயிருக்குது.”

திருவேங்கடத்தைத் தொண்டர் படை வாலிபர்கள் இறுக்க மாகப் பிடித்துக்கொண்டனர். மாயனைச் சிலர் தூக்கிக்கொண்டு போய்ப் பக்கத்திலிருக்கும் வீட்டில் அடைத்துக் கதவைப் பூட்டினர். திமிறிக்கொண்டிருந்த திருவேங்கடம், ஆத்திரம் அடங்காதவனாய் பறையைத் தூக்கித் தீயில் வீசினான். சட்டியையும் டோலையும் அடித்துக்கொண்டிருந்தவர்கள் அவற்றைப் போட்டுவிட்டு ஓடிப் போயிருந்தார்கள்.

வெயில் தெளிந்திருந்த காலையில் அந்த ஊர்வலம் தொடங் கியது. பூங்குளத்திலிருந்த மேளக்காரர்கள் தமது மேளச்சாமான் களுடன் ஊர்வலத்தில் சென்றனர். ஊர்வலம் அல்லிக்குளம் காட் டாற்றை நோக்கிப் போனது. வழியிலிருந்த மையூர், அல்லிக்குளம்

ஊர்களிலிருந்தும் சில மேளக்காரர்கள் ஊர்வலத்தில் சேர்ந்து கொண்டார்கள். ஊர்வலத்துக்கு முன்னால் கூட்டமைப்பின் தொண் டர்களும், சமத்துவத்தொண்டர் படையினரும் சென்றார்கள். யாரும் எதையும் பேசிக்கொள்ளவில்லை. ஊர்வலம் ஆற்றை அடைந்ததும் மேளக்காரர்கள் மேளங்களைக் கரையிலே வைத்துவிட்டு ஆற்றில் இறங்கித் தலைமுழுகினார்கள். பிறகு ஊர்வலம் திரும்பி பெரிய பேட்டை கச்சேரித் திடலைப்பார்த்து நகர்ந்தது. ஈரத்துணி உடலில் ஒட்டிட மேளக்காரர்கள் நடுங்குவது தமது பறைகளின் மௌனப் புலம்பலைக் கேட்கச் சகியாது நடுங்குவதாய் இருந்தது. ஊர்வலம் பெரியபேட்டை கச்சேரித்திடலை அடைந்ததும் எல்லாரும் தமது தோள்களிலும் இடுப்புகளிலும் இருந்த மேளங்களைக் கழற்றி ஓரிடத் தில் குவித்தார்கள். தமது உறுப்புகளைத் துண்டித்து வைப்பது போன்றும் இடுப்புக்குழந்தையைக் கைவிடுவது போன்றும் இருந்தது அவர்தம் செய்கை.

தீப்பந்தம் தயாராகிவிட்டிருந்தது. தொண்டர் படை இளைஞர்களும், கூட்டமைப்பின் தோழர்களும் முழக்கங்களை எழுப்பினர்.

"ஜாதி ஒழிக!"

"ஜாதி வெறியர்கள் ஒழிக!"

"இழிந்த பறை ஒழிக!"

திருவேங்கடம் தீப்பந்தத்தை வாங்கி மேளக்குவியலுக்குத் தீமூட்டினான். பறைமேளங்கள் பற்றியெறிந்தன. அவற்றுள் உறங்கிக் கிடந்த ஒலி தீச்சுவாலைகளினூடே எழும்பியதிர்ந்தது. தோல் எரிவது தசை பொசுங்குவதைப் போன்று நாறியது. நெஞ்சைப் பிடித்தபடி மேளங்கள் எரிவதைப் பார்த்துக்கொண்டு திடலின் மூலையில் உட்கார்ந்திருந்தான் சிவலிங்கம்.

19

பூங்குளத்துக்கு முனியப்பன் நாட்டாண்மையாக இருப்பது தனக்கு வெற்றி என்று நினைத்தான் திருவேங்கடம். கிராமத்தை சீர்திருத்திவிடுவதில் அவனைவிடவும் முனைப்பு காட்டினார் முனியப்பன். பேச்சிழந்தது போலிருந்த ஊரில் குதூகலத்தை வர வழைத்துவிட்டார்கள் இருவரும். அவன் போட்டிருந்த தபாலுக்குப் பதிலாக நேரிலேயே வந்து இறங்கிவிட்டார்கள் கோலார் தங்கவயல் துரைராஜ் கலைக்குழுவினர். அவர்கள் நீண்டநாட்களுக்கு பூங் குளத்திலே தங்கிப்போவதற்கான ஏற்பாடுகள் நடந்தன. ஜோலார்

பேட்டையிலிருந்து அண்ணாமலையும், அகரத்திலிருந்து மூர்த்தியும் வந்திருந்தார்கள். தினமும் இரவுகளில் கதாகாலட்சேபம், நாடகம், கொள்கை விளக்கப்பாடல் என்று களைகட்டியது.

ஒருநாள் பறையொழிப்பு பற்றிய நாடகமொன்று நடந்தது. நாடகத்தில் தள்ளாடியபடியே வந்து நிற்கும் கணவனைப் பார்த்துக் கேட்டாள் நாயகி.

"என்னாயா, இப்பிடித் தள்ளாடுற?"

"ஏரு ஓட்டினதுல ஒடம்பு பூரா வலி. அதான் கொஞ்சமா சாப்புட்டுட்டேன். நான் தள்ளாடுனா உனுக்கு என்னாபோச்சி?"

"நீ தள்ளாடுறதால நம்ம குடும்பமே தள்ளாடுதுய்யா. சரி நம்ம ஊர்ல வாலிப சங்கத்தார் போட்டிருக்கிற தீர்மானம் என்னா தெரியுமா?"

"என்னா தீர்மானம்?"

இருவரும் பாடினார்கள்.

பெ : மேளம் அடிக்கக் கூடாதாம் – சாமி
செத்த மாட்டைத் தூக்கக்கூடாதாம்.

ஆ : மேளம் அடிக்கப்போறேன்டி
செத்த மாட்டைத் தூக்கப் போறேன்டி.

பெ : வாலிப சங்கத்தார் வந்து லெக்சர் பண்ணாங்க
மேளம் அடிச்சிப்புட்டா ஒடம்புத்தோலை உரிப்பாங்க.

ஆ : அடிபோடி பைத்தியக்காரி பரம்பரையா செய்த வேலை
பாதியில் நிறுத்திப்புட்டா ஆண்டைமாரு உதைப்பாங்க.

பெ : மானங்கெட்ட மனுசா உனக்கு
மண்டையிலே மூளையிருக்கா
மானத்தோட வாழணும்னா நான்
சொல்லுறத கேட்டுக்கய்யா...

ஆ : சொல்லு...

பெ : நாலணா குடுத்துவிட்டு மெம்பராகிப் போயிடுய்யா
நாலுமூல சதுரத்துல நட்சத்திர கொடியினில
நமக்கு விடிவுவரும் சொல்லுறத நம்பிடுய்யா
ஆ, பெ : மேளம் அடிக்கமாட்டோங்க – இனிமேல்
செத்த மாட்டைத் தூக்க மாட்டோங்க...

கூட்டம் நாடகத்தையும் பாடல்களையும் கைத்தட்டி வெகுவாக ரசித்தது. ஒவ்வொரு கூட்டமும் ஜெய்பீம் முழக்கத்துடன் முடிந்தது. கலைக்குழுவினரும், கூட்டமைப்புத் தோழர்களும் பீம் வணக்கப் பாடலை விறைப்புடன் நின்று பாடினர்.

“இனகுண தலைவராம் டாக்டர் அம்பேத்கர்
ஈடில்லா மாபுகழ் தலைவர்
அஞ்சாத சிங்கம் அதிலும் மராட்டா
அளித்த நம் அறிஞரே சரணம்
புகழ்ந்து விளங்கும்
புத்தம் பணிவோம்
புத்தி வளர்ச்சியைப் பெறுவோம்
தம்மம் சங்கம் வாழ்கவே
புத்த மார்க்கமே வாழ்கவே
நாடே நீடூழி வாழ்கவே”

‘ஜெய்பீம் ஜெய்பீம் ஜெயஜெயபீம்’ என்று சொல்லும்போது உணர்வெழுச்சியால் தொண்டர்களின் குரல் உயர்ந்தெழுந்தது.

கலைக்குழுவினர் பூங்குளத்தில் நன்றாகப் பாடுகிறவர்களைத் தேர்ந்து சமூக சீர்த்திருத்தப் பாடல்களையும், புத்த வந்தனப் பாடல் களையும் கற்றுக்கொடுத்துவிட்டுப் போனார்கள். ஊர் பாடல் குழுவுக்கென்று ஆர்மோனியப் பெட்டியும், தபலாவும், டோலக்கும் வாங்கப்பட்டன. இரவுப்பள்ளிக்கு வருகின்ற மாணவர்களுக்கும் பெரியவர்களுக்கும் பாடல் பயிற்சி தரப்பட்டது.

ஊர் நிலவரங்களையும், கவனத்துக்கு வந்துசேரும் சாதிக் கொடுமைகளையும் திருவேங்கடம் சிவமலைக்கு கடிதம் மூலமாக எழுதிக்கொண்டிருந்தான். அவனுக்குக் கூட்டமைப்பின் செய்தி களடங்கிய தபால்கள் நாள்தோறும் வந்தன. வந்தவற்றை கூட்ட மைப்புத் தோழர்களோடு பகிர்ந்துகொண்டான்.

வாணியம்பாடியிலே ஆயிரம் பறைமேளங்களை வடார்க்காடு ஜில்லா நாட்டாண்மை சங்கத்தினரின் சார்பில், சிவமலையின் தலைமையில் கொளுத்தினார்கள் என்ற செய்தி அவர்களுக்கு மேலும் உற்சாகம் ஊட்டியது.

சிவமலையின் கருத்தை ஏற்றுக்கொண்டு கிருட்டிணாபுரத்தில் அரிஜன சேவா சங்கத்தைச் சேர்ந்த காங்கிரஸ் தலைவர் ஒருவர் பறைமேளம் அடித்ததாகவும், பொய்கைக்குப் பக்கத்திலிருக்கும் கிராமங்களில் ஜாதிக்காரர்களே பறையடிக்கத் தொடங்கியிருப்ப தாகவும் கிடைத்த செய்திகள் அவர்களை வியப்பிலாழ்த்தின.

பறையடிப்பது ஒழிந்தே போனது என்று அவன் நினைத்துக் கொண்டிருந்தபோது, சில ஊர்களிலே போலீசின் பாதுகாப்போடு பறையடிக்க வெளியூர்களிலிருந்து ஆட்களைக் கூட்டிவந்து பிணங் களை எடுப்பதாக செய்திகள் வரத் தொடங்கின.

“ஜாதிக்காருங்க துட்டுக்காருங்கண்ணா. அதிகாரமும் அவங்க கையில. நாம என்னா செய்ய முடியும்?”

தொண்டர்படை வாலிபனொருவன் சொல்வதைக் கேட்டுக் கொண்டே யோசித்தபடியிருந்தான் திருவேங்கடம்.

"நாம அவங்கக்கிட்ட இத செய்யக் கூடாதுன்னு சொல்லலே. நம்ம சகோதரங்கிட்டதான் சொல்றோம். அவன் கேக்கமாட்டேன்றான். சரி. வேற வழியில்ல. ஆனமட்டும் செய்வோம். நம்ம ஊர்ப்பக்கம் யார் மேளமடிக்க வந்தாலும் அவன மறிச்சி மேளத்தைக் கிழிச்சிப்போடுவோம். இல்லன்னா மேளச்சாமான்கள பிடுங்கி வெச்சிக்குவோம். நம்ம வாலிபர்கள் எப்பவுமே ஜோபியில பிளேடு ஒன்ன வச்சிருக்கணும். மேளத்தை எங்க பாத்தாலும் கிழிச் சிடணும். அப்ப என்ன நடக்குதுன்னு பாக்கலாம்."

பூங்குளத்தில் பறையடிக்கக்கூடாதென்று தீர்மானமான சில வாரங்களுக்குப் பிறகு பெரியபேட்டைக்கு இரண்டு மைல் தொலைவிலிருந்த குளத்தூரில் ஆண்டை ஒருவரின் மரணம் நேர்ந்தது. எப்படியும் வெளியூரிலிருந்து யாரையாவது அழைத்து வந்து மேளமடிப்பார்கள் என்று எண்ணினான் திருவேங்கடம்.

அவன் வீட்டுத் திண்ணையில் மீனாவுடன் விளையாடிக் கொண்டிருந்தபோது, கூட்டமைப்பின் தோழர்கள் சிலர் ஓடிவந்து ஒரு சேதியைச் சொன்னார்கள். திருவேங்கடத்தின் முகம் சட்டென்று மாற்றம்கண்டது. அவன் குப்பியை அழைத்து குழந்தையைத் தந்துவிட்டு, பெரியபேட்டை கச்சேரியைப் பார்த்துப் போனான்.

கச்சேரியின் முன்னால், பெரியபேட்டை சர்வ கமிட்டித் தலைவர் நாராயண ரெட்டியின் தலைமையில் சிறு கூட்டமொன்று நின்றிருந்தது. சிலுவையைப்போல அடித்திருந்த கம்பிலே தழுவுப்பெரிய ரோஜா மாலையை மாட்டி ஒருவன் முன்னால் பிடித்திருந்தான். அவர்களுக்குச் சில அடிகள் முன்னால் சிவலிங்கம் பறையை அடித்து முழக்கிக்கொண்டிருந்தான்.

வந்த வேகத்திலேயே திருவேங்கடம் சிவலிங்கத்தின் கன்னத்தில் அறைந்தான். சிவலிங்கம் பறையுடன் நிலைதடுமாறி விழுந்ததும் அங்கிருந்தவர்கள் கத்தினார்கள். சத்தம்கேட்டு கச்சேரியிலிருந்து ஓடிவந்த காவலர்கள் இருவர் திருவேங்கடத்தைப் பிடித்துக்கொண்டனர்.

"நீ இப்பிடிச் செய்வேன்னு நெனச்சிக்கூடப் பாக்கலடா."

சிவலிங்கத்தைப் பார்த்துக் கத்தினான் திருவேங்கடம். முகத்தை வேறுபக்கமாகத் திருப்பிக்கொண்டு நின்றிருந்தான் சிவலிங்கம்.

“என்ன விடுங்க, நான் இவரோட கொஞ்சம் பேசணும்” என்று நாராயணனைப் பார்த்துச் சொன்னான் திருவேங்கடம்.

“தம்பிய விடுங்க. ஒண்ணும் பிரச்சினையில்ல, நாங்க பேசிக்கிறோம்” என்றார் நாராயணன்.

“பறையடிக்கக் கூடாதுன்னு கூட்டமைப்பு தலைவருங்க பிரச்சாரம் செய்யிறது உங்களுக்குத் தெரியும். எங்க ஊர்ப்பஞ் சாயத்து தீர்மானங்கள உங்க ஊருக்குங்கூட எழுத்துபூர்வமா அனுப்பியிருக்கிறோம். ஜாதியத்தான் ஒழிக்கக் கூடாதுன்றீங்க. தாழ்த்தப்பட்ட மக்களை சீர்திருத்தம் செய்யக்கூட விடக்கூடாதா?”

“தாராளமா செய்யுங்க தம்பி. வயித்துப் பொழப்புக்கு அவன் அடிக்கிறான். இதுல ஜாதி எங்க வருது? இது ஒரு கலை தம்பி.”

“நாங்க கலைக்கு எதிரியில்ல. இது எங்களை இழிவுபடுத்துது. ஒழிக்க நினைக்கிறோம். கலைன்னு நெனச்சா நீங்க அத வாங்கி அடிங்க.”

“விதண்டா வாதம் பேசற.”

“இது விதண்டா வாதம் இல்ல. எங்களோட நியாயமான கோரிக்க. ஜாதியால நீங்க எதையாவது இழந்திருந்தீங்கன்னா அந்த வலியும் வேதனையும் தெரியும்.”

“ஜாதியால யாரும் எதையும் இழக்கிறதுமில்ல. எதையும் பெறுவதுமில்ல. இது ஒரு சமூக அமைப்புமுறை.”

கோபம் கொண்டவனான திருவேங்கடம், நாராயணனைப் பார்த்து சத்தமிட்டபடி நெருங்கி வந்தான்.

“நான் எங்கப்பாவை இழந்திருக்கிறேன். எங்க ஜனங்க தங்களோட சொந்தங்களை இழந்திருக்கிறாங்க. உயிரையே இழந் திருக்கிறோம். உரிமைகளை, மானம் மரியாதையை இழந் திருக்கிறோம். மனுஷன் என்கிற நிலையையே இழந்திருக்கிறோம்...”

பயந்து பின்வாங்கிய நாராயணன் தடுமாறி, கீழே விழுந்தார்.

காவலர்கள் திருவேங்கடத்தை கச்சேரிக்குள் அடித்து இழுத்துக்கொண்டு போனார்கள். சர்வ கமிட்டித்தலைவர் நாரா யணனை திருவேங்கடம் அடித்துவிட்டதாக, ஊர்முழுக்க செய்தி பரவியது.

குப்பியும் தவமணியும் வாயிலும் வயிற்றிலும் அடித்துக் கொண்டு ஸ்டேஷனின் முன்பு வந்துநின்று அழுதார்கள். யாரையும்

அவனைப் பார்ப்பதற்கு விடவில்லை. அன்று மத்தியானமே புதுக் குடி கீழ்க்கோர்ட்டில் திருவேங்கடத்தை ஆஜர்படுத்தி சப்ஜெயிலில் அடைத்தார்கள் காவலர்கள். நாராயணன் தாக்கப்பட்டதாகப் பரவிய செய்தியால் கலக்கத்தில் நடுங்கிக்கிடந்தது பூங்குளம்.

20

சித்திரை கழிந்ததும் பெரியகல் மக்கள் குதூகலம் கொண்டனர். வைகாசியின் இரண்டாவது வாரத்தில் வரும் செவ்வாய்கிழமை கெங்கையம்மனுக்குக் கூழ்ஊற்றலும், புதன்கிழமை திருக்கல்யாணமும் என்று முடிவாகியதும் மாதத்தின் முதல் நாள் இரவே சாற்று வைத்தனர். சாற்று வைக்கிறார்கள் என்றறிந்ததும் வெளியூரிலிருந்து வந்திருந்த விருந்தினர்கள் தத்தமது உறவுக்காரர் களிடமிருந்து விடைபெற்றுக்கொண்டு பயணம் கட்டினார்கள். சாற்றுக்குப் பிறகு ஊரிலேயே இருந்தால் பண்டிகையைப் பார்த்துக் கொண்டுதான் போகவேண்டும் என்பது அவ்வூர் ஐதீகம்.

கெங்கையம்மனின் இருப்பிடம் ஊரின் வடகிழக்கு மூலை. தெற்கும் வடக்குமாய் விரிந்திருந்த பெரியக்கல் கீமூரையும் மேலூரை யும் அவள் பரிபாலனம் செய்தாள். ஊர்ப்பெருந்தனக்காரர் பொன் னம்பலம் கெங்கையம்மனின் கோவிலை சிரத்தையாய்க் கட்டி வைத்திருந்தார். நாட்டு ஓடு வேயப்பட்ட கூரை. அதைத் தாங்கும் நான்கு மூலைத்தூண்கள். சுற்றிலும் கருங்கல் தளம் பதித்த பிரகாரம். நடந்துநடந்து அக்கற்கள் இழைந்திருந்தன. கோவிலைச் சுற்றிலும் வேம்பும் அரசும் வில்வமும் நாகலிங்கமுமாகப் பெரும் சாமிசோலை.

சாற்றும் நாளன்று, பிரகாரத்தையொட்டிய ஒரு மூலையில் பொங்கல் வைத்தார்கள். கொழுத்த ஆட்டுக்கிடாயொன்றை பலியிட்டு அதன் இரத்தத்தைப் பொங்கல் சோற்றில் பிசைந்தான் பூசாரி. அங்கிருந்தவர்கள், “கிலோ... லோ... லோ...” என்று உரத்த சத்தம் எழுப்பினார்கள்.

“ஆனந்தக் கெங்கைக்கு
ஆவாரம் பூப்பூக்கும்
வேப்பமரம் காய்காய்க்கும்
கும்பத்துடன் மாவிளக்கும்
கும்பத்துடன் பொங்கலும்
நாளும் குறை இல்லாமல் பெற்று
மேலூரைக் காத்துவரும்
எங்கள் ஊர் கெங்கையம்மனுக்கு
திருக்கல்யாணம்...”

பூசாரி பாடியதும் 'பொலியோ பொலி' என்று கத்திக் கொண்டு ஊரைச் சுற்றினார்கள். அவர்களுக்கு முன்னால் இளங் காளையும், சிவலிங்கமும் மேளம் அடித்துக்கொண்டு போனார்கள். வீடுகளில் இருந்த மக்கள் கதவைச் சாத்திக்கொண்டனர். வீதியில் ஆட்கள் யாரும் இல்லை. மேளச்சத்தமும் பொலிச்சத்தமும் மக்க ளுக்கு இருட்டுக்குள்ளே அசரீரியைப் போலக் கேட்டன. பூசாரி பொலிச்சோற்றை நாலுதிக்கிலும் இறைத்துக்கொண்டு போனான். ஊரின் நான்கு எல்லையிலும் துட்டசக்திகள் நுழையாதபடி சக்கரம் வரைந்து அதன் நடுவிலே எலுமிச்சையை நசுக்கி குங்குமத்தைத் தூவிக் கட்டு வைத்தான்.

ஊர் சாற்று முடிந்ததும் ஊர்த்தோட்டி இளங்காளையும், மேலூர் வண்ணான் வேம்பனும் காப்புக் கட்டிக்கொண்டார்கள். கோயில் பிரகாரத்தில் மணைபோட்டு இருவரையும் உட்காரவைத்த னர். இளங்காளைக்கு மாப்பிள்ளைத் தோழனாய் சிவலிங்கம் உட்கார்ந்தான். வேம்பன் கெங்கையம்மனின் சார்பு என்பதால் இடுப்பில் ஒரு துண்டைச் செருகி மாராப்பைப்போலப் போட்டுக் கொண்டான்.

பொங்கல் வைத்த மேலூர்ப் பெண்கள் சிலர் நலங்குவைத்து இருவரின் முகங்களிலும் சந்தனம் பூசினார்கள். பிறகு இளங் காளையும் வேம்பனும் ஒருவர் மாற்றி ஒருவருக்கு மஞ்சள் கிழங்கு கட்டிய கயிற்றை வலக்கை மணிக்கட்டிலே கட்டிக்கொண்டு, மாலையும் மாற்றிக்கொண்டனர். காப்புக் கட்டிக்கொண்டதிலிருந்து இருவருக்கும் கோயிலே தங்குமிடம் ஆகிவிட்டது. இளங்காளை கீழூர்ப்பக்கமாகப் போவதையும், தன் வீட்டு ஆட்களுடன் பேசு வதையும் நிறுத்திக்கொண்டான். அவனுக்கு மேலூரின் வீடுகளி லிருந்து உணவு வந்தது. மேலூர்ப் பெண்கள் விரதமிருந்து சமைத்து அனுப்பினர். சில நேரங்களில் அவனைத் தமது வீட்டுக்குள்ளும் அழைத்து சாப்பிட வைத்தனர். அவனுக்கு மாப்பிள்ளை கவனிப்பு இருந்தது.

பூங்குளத்தில் செய்யும் மாரியம்மன் திருவிழாக்களில் சிவலிங்கம் இப்படியான சடங்குகளைப் பார்த்ததில்லை. தன் மாமி யார் ஊரில் இப்படி நடப்பது அவனுக்குப் புதிதாக இருந்தது. காப்புக்கட்டாத சாதாரண நாட்களில் ஊர்த்தோட்டியாக இருக்கும் இளங்காளையால் மேலூரின் வீடுகளுக்குள் மட்டுமல்ல, தெருவிலும் கூட நுழையமுடியாது. இப்போதோ அவனுக்கு அவ்வீடுகளுக் குள்ளேயே உணவு!

அழகிய பெரியவன்

பண்டிகை நாளன்று ஊரே துப்புரவாய்ப் பொலிந்தது. வீதிகள்தோறும் வைக்கோல் பிரி கயிற்றில் மாவிலையும் தும்பைச் செடியும் பீளைப்பூச்செடியும் ஆவாரங்கொத்தும், வேப்பிலையும் பண்ணைப்பூவும் கோத்துக் கட்டப்பட்ட தோரணங்கள். சாணம் மெழுகி மாக்கோலம். செம்மண் பூச்சு. வெள்ளையடிப்பு.

கூழ் ஊற்றல் முடிந்ததும் ஊர்ப்பெரியவர்கள் சீர்வரிசையுடன் வேம்பன் வீட்டுக்குப் போனார்கள். பட்டுப்புடவையும் கழுத்து நகையும், பழங்களும் பூவும் சீர்த்தட்டில் இருந்தன. பொன்னம்பலம் தலைப்பாகை கட்டியபடி கம்பீரமாக அமர்ந்து பெண் கேட்டார். வேம்பன் தரப்பில் சம்மதம் சொன்னவுடன் சீர்த்தட்டை ஏற்றுக் கொண்டனர். வேம்பனும் இளங்காளையும் மாலை மாற்றிக் கொண்டு, ஒருவர் மாற்றி ஒருவருக்கு வாழைப்பழத்தை ஊட்டிக் கொண்டனர்.

மறுநாள் காலையில் திருக்கல்யாணத்தன்று வேம்பனின் வீட்டிலிருந்து செல்வதற்கு கெங்கையம்மன் அடம்பிடித்தாள். அவளுக்குக் குட்டியொன்றைக் காவுகொடுத்தார்கள். வேம்பனின் தலையில் கரகத்தையும், கெங்கையம்மனின் சிரசையும் ஏற்றி கோவிலுக்குக் கொண்டுபோனார்கள். கோவிலில் சிரசை கரகத்திலிருந்து இறக்கி உருவில் வைத்ததும், இளங்காளை தாலி கட்டினான். வெளியே கொழுத்த எருமைக்கிடாவொன்று வெட்டப்பட்டது. ஊர்ப்பெண்கள் மாவிளக்கையெடுத்து, பொங்கலிட்டார்கள். மறு நாளே இளங்காளை கெங்கையம்மனின் தாலியை அறுத்தான். மேளக்காரர்கள் அடிக்க பெரியவர்கள் சிலர் புலம்பிப் பாடி னார்கள்.

"மட்ட மட்ட மாமரன்டி – பெண்ணே
மயிலிறங்கும் சத்திரன்டி
குள்ளக்குள்ள மாமரன்டி – பெண்ணே
குயிலிறங்கும் சத்திரன்டி

சின்னத்தேரில் ஏறிக்கொண்டு
சிங்காரமாய் நானிருந்தேன் – இந்த
அக்கிரமக்காரன் வந்து நின்று
அறுக்கிறான்டி எந்தன் தாலியை
மோசக்காரன் வந்து நின்று
கழற்றரான்டி என்தாலியை..."

கெங்கையம்மன் சிரசையும் பூங்கரகத்தையும் ஊர் எல்லைக் கிணற்றுக்குக் கொண்டுபோனார்கள் ஊர்ப்பெரியவர்கள்.

"திரபதி கெங்கம்மா – நீ
திட்டம் போட்டு வந்தாயோ
முட்டக்கண்ணி கெங்கம்மா – நீ
மூளிக்கினு வந்தாயோ..."

பாடிக்கொண்டே, அசிங்கமாய்த் திட்டியபடி போனார்கள். தங்களை இணைத்துத் திட்டும்படி விடலைப் பையன்களின் கூட்டம் பெரியவர்களுடன் சிரித்தபடியே ஓடியது. கரகத்தைக் கிணற்றில் போட்டு கங்கையில் சேர்த்தபிறகு, கெங்கையம்மனின் சிரசு வேம்பனின் வீடு போய்ச் சேர்ந்துவிட்டது. வேம்பன் தன்னிடம் வந்த சீரில் கழுத்து நகையை மட்டும் பெருந்தனக்காரரிடம் கொடுத் தனுப்பிவிட்டு மற்றதை வைத்துக்கொண்டான்.

பண்டிகை நடைமுறைகளில் மம்மார்ந்திருந்த சிவலிங்கத்திடம் மங்கம்மாள் கெங்கையம்மன் திருவிழாவைப் பற்றிய பௌராணிகக் கதையை ஒருநாள் சொன்னாள். இரண்டு வகையான கதைகள் நிலவுவதாகச் சொன்னாள் மங்கா. அவள் முதலில் சொன்னது எளிய கதை. ஊரைக்காக்கிற வேலையைச் செய்கிறவன் ஊர்த் தோட்டி. அவனே சிவன். அவ்வூரில் இருக்கும் கெங்கையம்மாள் அழகான ரூபவதி. அவள் ஒருநாள் நீர் எடுக்கச் செல்லும்போது எருமைக்கடாவொன்று துரத்தியது. அது தனது வலது முன்காலால் புழுதியை உதைத்துக் கிளப்பியது. பயந்து ஓடும் கெங்கையம்மாள் சிவனிடம் அடைக்கலம் கோரினாள். பாதுகாப்பளித்தால் என்ன செய்வாய் என்றார் சிவன். திருமணம் செய்துகொள்கிறேன் என்று சொன்னாள் கெங்கையம்மாள். எருமையை என்ன செய்ய வேண்டும் என்றார் சிவன். அதை வெட்டி அதன் வாயில் முன் வலது காலைத் துருத்தி, ஊர்வலம் வரவேண்டும் என்றாள் கெங்கையம்மாள். அவள் கட்டளையை நிறைவேற்றிய பிறகு மணம்முடிக்க வந்தார் சிவன். "நீ தோட்டி. உன்னைக் கல்யாணம் செய்ய முடியாது" என்று மறுத்துவிட்டாள் கெங்கையம்மன். கோபம்கொண்ட சிவன் அவளைத் திட்டி அவமதித்து தன் பாதுகாப்பிலிருந்து விரட்டிவிட்டார்.

மங்கா சொன்ன மற்றொரு கதை விரிவாய் இருந்தது.

முனிவர் ஒருவருக்கு ஆறு பெண்மக்களும் ஒரு ஆணும் இருந்தனர். ஆண்பிள்ளை முனீஸ்வரன். மாரியம்மன், கெங்கை யம்மன், காளி உள்ளிட்டவர்கள் பெண்கள். இவர்களில் கெங்கை யம்மாள் ஒருநாள் தண்ணீர் எடுக்கப் போகையில், அவள்மீது ஆசை கொண்ட தோட்டியொருவன் துரத்தினான். அவள் ஓடிப்போய்

ஒரு வண்ணானின் வீட்டில் ஒளிந்துகொண்டாள். உப்பை* எடுக்க வரும் வண்ணான் கெங்கையம்மாளைப் பார்த்து மகளாக ஏற்றுக் கொண்டான். பிறகு பெண் கேட்டு வரும் தோட்டிக்கு மனம் முடித்தும் வைத்தான். அவள் மகிழ்ச்சியுடன் வாழத்தொடங்கும் மறுநாளே கணவனிடமிருந்து பிரித்து அழைத்துச் செல்லப் பட்டாள். அவள் மகிழ்ந்து இருப்பாளானால் மக்களைக் காப்பதை மறந்துவிடுவாள் என்றார்கள்.

மங்கா சொன்ன கதைகளை அசைபோட்டபடி பண்டிகை யில் மேளம் கொட்டிய கைகளை ஆற்றிக்கொண்டிருந்தான் சிவலிங்கம். அவனுக்குத் திருவேங்கடத்தின் நினைவு வந்தது. ஊரில் காவல் வேலைகளையும், பறைசாற்றும் வேலையையும் செய்யும் ஒருவனையும் வெளுப்பவனையும் பெண் கடவுளுடன் இணைப் பதன் பொருள் என்ன? இந்தப் பண்டிகை முறையின் தோற்றுவாய் எதுவாயிருக்கும்? சாதி மீறி நடந்த மணங்களைத் தடுத்து கட்டுப் படுத்தும் நோக்கில் உருவானதா இக்கதைகளும் முறைமைகளும்? அவன் மனம் அலைபாய்ந்தது. தோட்டிக்கு இருக்கும் சமூகத் தொடர்புகளை விரிவாய் அறிந்துகொண்டவனைப்போல உணர்ந் தான். திருவேங்கடம் இப்போது உடனிருந்தனானால் என்ன விளக்கங்களைச் சொல்வான் என மனம் கேட்டுக்கொண்டது.

பூங்குளத்திலிருந்தபோது ஒருமுறை மாரியம்மன் குறித்து திருவேங்கடம் சொன்ன கதை நினைவில் வந்தது. மாரியம்மன் ஒரு பௌத்தப்பெண் துறவி. அவரின் பெயர் சிந்தாதேவி. சிந்தா தேவி புத்தரைப்பற்றி அறிந்து, அவரிடம் சென்று தன்னைச் சீடராக ஏற்கும்படி வேண்டினார். புத்தர் அவரை ஏற்று, தம் போதனை களைக் கற்பித்தார். அவரின் போதனைகளிலும், மருத்துவத்திலும் தேர்ச்சிகொண்ட சிந்தாதேவி, நலிந்தவருக்கு உதவிசெய்வாயாக என புத்தரால் ஆசீர்வதிக்கப்பட்டு அனுப்பப்பட்டார்.

தான் பணிசெய்ய உகந்த இடம் எதுவெனத் தேடிவந்த சிந்தாதேவி சேறும் சகதியுமான ஒரு சேரியில் நுழைந்தார். ஏழ்மை, நோய், அறியாமை நிறைந்த மக்கள் அங்கிருந்தனர்.

ஊரின் நடுவில் பாறைக்கல் மேடையில், வேப்பமர நிழலில் அமர்ந்து அம்மக்களுக்கு ஞானத்தை போதித்தார். அவ்வூரில் அம்மை பரவியது. புத்தரிடம் ஓடிச்சென்று யோசனைபெற்று நோய் தீர்த்தார். நோய்வாய்ப்பட்டவர் எளிதில் செரிக்க நொய்மையாய்த் தெள்ளிய மாவில் கூழ் ஆகாரம். வேப்பஇலைப் பற்று. மஞ்சள் பூசுதல். இவையே அவர் கையாண்ட சிகிச்சை முறை! அவரின் சிகிச்சைக்கு வெற்றி கிட்டியது. சேரிமக்கள் அவரைக் கொண்டாடி

*உப்பை: அழுக்குத்துணி

தமது ஞானகுருவாகத் தம்முடனே வைத்துக்கொண்டனர். தமக்காக உழைத்திடும் சிந்தாதேவிக்குக் கூழ், மாவு, வேப்பிலை, மஞ்சள் நூல் கொண்டு விழாவெடுத்தனர். மழையைப்போல் பொழிந்திருந்த அம்மை முத்து கொப்புளங்களை மாற்றியதால் அவரை மாரியம்மன் என்றழைத்தனர்.

திருவேங்கடம் அந்தக் கதையைச் சொன்னபோது புதிதாக இருந்தது. அவன் தன் தொடர் பிரச்சாரங்களால் பூங்குளத்தில் மாரியம்மன் திருவிழாவின்போது கோயில் முன்னால் எருமையை பலியிடக்கூடாது என்ற மாற்றத்தைக் கொண்டுவந்துவிட்டான். வேண்டுமென்றால் தேவையான மட்டும் பூசணிக்காயை உடைத்துக் கொள்ளலாம். விரும்புகிறவர்கள் தம் வீட்டின் முன்னால் பலியிட்டுக்கொள்ளலாம் என்று ஊர்ப்பஞ்சாயத்து மூலமாக தீர்மானமும் நிறைவேற்றப்பட்டது. ஊரில் மூலைக்கு மூலை எருமை களையும், ஆடு, கோழிகளையும் வெட்டி ரத்தக்காடாக மாற்றும் சூழல் அடுத்த பண்டிகையின்போது மாறியிருந்ததைப் பார்க்க நன்றாகவேதான் இருந்தது. சிவலிங்கத்துக்கு திருவேங்கடத்தைப் பற்றி நினைக்க நினைக்க மேலும் எண்ணங்கள் பெருகின.

21

திருவேங்கடம் நாராயண ரெட்டியுடன் வாதம் புரிந்தபோது சிவலிங்கத்தின் மனம் பேரொலியுடன் அடித்துக்கொண்டது. மேளம் அடிக்கப்போக வேண்டுமென்று அவன் அன்று நினைக்கவில்லை. சூழல் அவனை நெருக்கியது. திடீரென மேளம் அடிக்கக் கூடா தென்றவுடன் கலங்கிப்போனான் சிவலிங்கம். மேளமடிப்பதைத் தவிர அவனுக்கு எதுவும் தெரியாது. மற்ற நேரங்களில் சாமனுக்கு ஒத்தாசையாக இருப்பான்.

மங்கா வந்து, இரு பிள்ளைகள் ஆனதும் வயிற்றுப் பாட்டுக்கான திண்டாட்டம் பெருகிவிட்டது. அங்கே இங்கே என்று சுற்றாமல் ஒரு வேலையைப் பழகிக்கொள்ளச் சொல்லி மங்கா நச்சரித்துக்கொண்டேயிருந்தாள்.

"ஜாதிக்காருங்ககிட்ட நிக்க முடியாது. உயிர வாங்கிடுவாங்க. சங்கம் அது இதுன்னு சுத்தி என்னையும் எம்புள்ளைங்களையும் நடுத்தெருவுல நிக்கவெக்கப்போறியா?"

மங்காவின் கேள்வி கொடுங்கற்பனைகளை உண்டுபண்ணி யது. வயிற்றில் நெருப்பை அள்ளிக்கொட்டியது.

மேளமடிக்கவென்று போய்விட்டால் எப்படியும் மூன்று ரூபாயாவது கூலியாகக் கிடைத்துவிடும். அதுவும் சிங்காரத்துடன்

போனால் அப்படியிப்படி பேசி கூலியைக் கறாராக வாங்கிக் கொடுத்துவிடுவான். மாட்டுக்கொட்டகையில் வைத்து சாப்பிட ஏதாவது தருவதும், எட்ட நின்ற பேசும்படி சொல்வதும் என்று அவமானங்கள் சில இடங்களிலே நடக்கும்.

“சாமீ” என்றாலும், “அடிடா பறத்தா...ளி” என்று பதில் கிடைக்கும். ஆனால் அதையெல்லாம் பார்த்தால் பிழைப்பு ஓடாது. அன்று பெரியவன் நீலமேகத்துக்குக் காய்ச்சல் கண்டிருந்தது. கையில் தம்பிடியில்லை. மங்காவின் புலம்பலை அவனால் கேட்கமுடியவில்லை. கைபிசைந்தபடியிருந்தபோது மாயன் வந்து கூப்பிட்டான். சொல்கிறபடி போய் வாசித்தால் ஐந்து ரூபாய்க்கும் மேலே கிடைக்கும் என்றான். சிவலிங்கம் தயங்கினான்.

“திருவேங்கடம் ஊர்ல இல்ல. கூட்டமைப்பு கூட்டத்துக்காக வெளியூர் போயிருக்கிறானாம்” என்றான் மாயன். கமுக்கமாகப் போய் வாசித்துக்கொண்டிருந்தபோது திடீரென்று திருவேங்கடம் வந்து நின்றதை அவன் எதிர்பார்க்கவில்லை.

போலீஸ்காரர்கள் அவனை அடித்திழுத்துக்கொண்டு போன போது பறையைக் கிழித்துப் போட்டுவிடலாமென்று தோன்றியது. திருவேங்கடத்தைச் சிறையிலடைத்துவிட்டார்கள் என்றறிந்தபோது ஊரில் இருக்கப் பிடிக்கவில்லை. அவன் ஊருக்குத் திரும்பிவிட்டால் அவனை முகம்கொண்டு பார்க்க திராணியிருக்காது எனத் தவித்தான். மங்கா அவனிடம் பெரியகல்லுக்குத் தன் வீட்டாரிடம் போய்விடலாமென்று சொல்லிவிட்டாள். சாமனிடம் விசயத்தைச் சொன்னதும், “யாரும் யாரையும் நம்பினு இல்லடா. போயி ஒம்பொளப்பாரு” என்று சொல் கிடைத்தது. பூங்குளத்தை விட்டுக் கிளம்பி வந்துவிட்டான் சிவலிங்கம்.

பூங்குளத்தைப் போலில்லை பெரியகல். எல்லா ஜாதிகளும் சேர்ந்தாற்போல் வசிக்கும் கிராமம். குடியானவர்களை நம்பி வாழும் சேரிமக்கள். ஊரிலிருந்து வெளியே எடுத்துவைக்கும் அடுத்த அடி குடியானவர்களின் நிலங்களில்தான். நாட்கள் போகப்போக பெரியக்கல்காரனாகவே மாறிப்போனான் சிவலிங்கம். ஊருக்கு எப்போதாவது வரும் சிங்காரம்தான் பூங்குளம் பற்றிய செய்திகளை அவனுக்குச் சொல்வான்.

சிவலிங்கம் பெரியகல்லுக்கு வந்த வாரத்திலேயே ஒருநாள் நாராயண ரெட்டி ஆள்விட்டு அனுப்பியிருந்தார். திருவேங்கடத் துக்கு எதிராக சாட்சி சொல்ல வரவேண்டும் என சிவலிங்கத்தைக் கூப்பிட்டான் வந்திருந்தவன்.

“கோடிரூபா குடுத்தாலும் அது நடக்காது” வந்திருந்தவனை விரட்டியடித்துவிட்டான் சிவலிங்கம்.

சிலநாள்கள் கழித்து வந்திருந்த சிங்காரம், நாராயணனை மிரட்டிய வழக்கிலே திருவேங்கடத்துக்கு ஆறு மாதம் ஜெயில் தண்டனை விதித்துவிட்டார்கள் என்று சொன்னான். கண்கலங் கினான் சிவலிங்கம். தண்டனை முடிந்து வெளியே வந்தும் திரு வேங்கடம் அமைதியாகவில்லை. மேலும் தீவிரமாகத்தான் இருக் கிறான். பெரியபேட்டையிலும், அதன் சுற்றுவட்டார கிராமங் களிலும் பறைமேளத்தையே வாசிக்க முடியவில்லை. வெளியூரி லிருந்து யாராவது மேளமடிக்க வந்தால் மேளங்களைக் கிழிக் கிறார்கள். இல்லையென்றால் அவற்றைப் பிடுங்கிக்கொண்டு அடித்து அனுப்புகிறார்கள். பஸ்சில் போனாலும் விடுவதில்லை. நிறுத்தி இறக்கி அடிக்கிறார்கள். மேளத்தைக்கிழித்து அனுப்பு கிறார்கள் என்றான் சிங்காரம். இளங்காளையோடு சேர்ந்து கொண்டு போச்சம்பட்டு பக்கமாக மேளமடிக்கப் போய் வந்த போது, அவர்களின் மேளத்தை கூட்டமைப்பு ஆட்கள் சிலர் வழி மறித்து கிழித்தது நினைவுக்கு வந்தது. மேளம் அடிக்காததால் தன் பாட்டுச் சத்தமும் நின்றுபோனது என்று இம்முறை வந்தபோது புலம்பினான் சிங்காரம். குலக்கல்வி திட்டத்தை எதிர்த்து நடந்த போராட்டத்தில் கறுப்புக்கொடி காட்டி திரும்பவும் திருவேங்கடம் சிறைக்குப் போய் வந்ததாகவும் கேள்விப்பட்டான் சிவலிங்கம்.

வரிசையாக நான்கு பிள்ளைகளைப் பெற்றுவிட்டாள் மங்கா. மூத்தவன் நீலமேகமும், அடுத்தவன் பீமாராவும் பூங் குளத்திலிருக்கும்போதே பிறந்தவர்கள். திருவேங்கடம்தான் அப் பெயர்களை வைத்தது! பெரியகல்லுக்கு வந்தபிறகு ஒரு பெண்ணும் ஒரு ஆணும் என ஆனது. எல்லையம்மாள் என்றும், சூரவே லென்றும் மங்கா அப்பிள்ளைகளுக்குப் பெயர்வைத்துவிட்டாள். மேளம் அடிப்பதைத் தவிர வேறு வேலைகள் எதுவும் கைவர வில்லையென்று மங்கா அவனைத் தினமும் திட்டிக்கொண்டி ருந்தாள். மங்காவின் வீட்டார் மெள்ள அவனைக் காட்டுவேலை களுக்குப் பழக்கினார்கள். சிவலிங்கத்தின் கைத்திறத்தைப்பார்த்துச் சில நேரங்களில் குடியானவன் வேண்டாமென விரட்டி விடுவதுண்டு. கோபத்தில் சத்தமும் போடுவான்.

ஊர்ப்பெருந்தனக்காரர் நிலத்தில் அறுப்புவேலை நடந்து கொண்டிருந்த சமயம் அது. மங்காவும் சிவலிங்கமும் நெல் அறுக்கப் போயிருந்தார்கள். வள்ளியம்மாளும் அவர்களுடன் இறங்கி அறுத்தாள். அறுப்பு தொடங்கியதிலிருந்து பொன்னம்பலம்

சிவலிங்கத்தையே கவனித்துக்கொண்டிருந்தார். கூலியளந்தபோது சிவலிங்கத்துக்கு நெல்லளக்கவில்லை. வள்ளியம்மாவின் முந்தியைப் பிடிக்கச் சொல்லிக் கடைசியாக இரண்டுபடி நெல்லைப் போடச் சொன்னார். வள்ளியம்மாளுக்கு அவுக்கென்றிருந்தது.

“என்னா வள்ளி, உம் மருகன இங்க கயினியில ஓடி வெளாட்ற துக்குக் கூட்டியாந்தையா?”

“இன்னுங் கொஞ்சம் போட்டுக்குடுங்க சாமீ. எங்கள நம்பி பொளைக்க வந்துட்டாரு.”

“அதுக்கு நீயே அவன வெச்சினு கஞ்சி ஊத்துடி! ஒண்ட வந்தவனுக்கெல்லாம் அளந்துகுடுக்க என் நெலந்தானா ஆம்புட்சி?”

சடாரென எழுந்து எட்டியுதைத்தார் பொன்னம்பலம். உதை வசமாக இடுப்பில் விழுந்தது.

“அய்யோ சாமீ...” என விழுந்தாள் வள்ளி.

களத்தில் நெல்மணிகள் இறைந்தன. மங்கா கத்திக்கொண்டு ஓடிவந்து வள்ளியைத் தூக்கினாள். வள்ளியின் வாயில் நுரை தள்ளி கைக்கால்கள் வெட்டி இழுத்தன. அழுது புலம்புத் தொடங் கிய மங்காவை அதட்டினார் பொன்னம்பலம். கூலியாட்கள் ஒரு வரும் கிட்டத்தில் வரவில்லை. சிவலிங்கம் அரிவாளொன்றை வள்ளியின் கையில் விரல்களை நெட்டி வைத்தான். வள்ளியின் உடல் அடங்கும் வரை மங்காவும், சிவலிங்கமும் முகங்களைப் பார்த்தபடி வாய்மூடி இருந்தனர்.

அவமானத்தால் குமைந்திருந்தான் சிவலிங்கம். செய்வதறியாது தவித்தான். கூலிப்பிரச்சினையில் பொன்னம்பட்டு ஆண்டை ஒருவரை தனியே மடக்கி திருவேங்கடம் அடித்தது நினைவுக்கு வந்துபோனது. சிவலிங்கம் அப்போது மிதிவண்டியை வழியோர மாக நிறுத்திவிட்டு வேடிக்கை பார்த்துக்கொண்டிருந்தான். தலையை உலுப்பிக்கொண்டு கண்களை நேரிட்டு பொன்னம் பலத்தைப் பார்த்தான் சிவலிங்கம். அவனின் உடல் நடுங்கியது.

காட்டோடையின் கரையில் இருந்த ஒற்றைப் புளியமரத் தடியில் இருந்தான் சிவலிங்கம். அங்கு இருந்த பாறைகளில் ஒன்று கரும்பலகை போலிருந்தது, உட்காருவதற்குத் தோதாக. அவனை மாலைக் காற்று தழுவியது. மெள்ள உறக்கம் கப்பியபோது நீலமேகம் தேடிக்கொண்டு வந்தான்.

“எப்பா, உன்ன பெரிய மாமா கூப்புடுது.”

சிவலிங்கம் எழுந்து இளங்காளையைத் தேடிப் போனான். அவர்கள் இருவரும் அந்த ஊரிலிருந்த தோல்வேலைக்காரனான கிருஷ்ணனின் வீட்டுக்குப் போனார்கள். அவனின் வீடு மேற்கைப் பார்த்த மாதிரி மலையடிவாரத்தில் கடைசியில் இருந்தது. கிருஷ்ணன் மேளச்சாமான்களான தப்பு, டோல், சட்டி, பம்பை, டோலக் எனப் பலவகைகளையும் செய்வதில் விற்பன்னன். அவனிடம் சிவலிங்கத்துக்கெனவும், தனக்கெனவும் மேளச்சாமான் களைச் செய்யச் சொல்லியிருந்தான் இளங்காளை. ஒரு மேளக் குழுவுக்குத் தேவையான மூன்று பொருட்கள் தப்பும் டோலும் சட்டியும்தான். சிலர் சட்டியோடு சேர்த்து துடும்பையும், பெரிய மேளத்தையும்கூட வைத்திருப்பார்கள். மெலிந்ததும் நீளமானது மான குச்சியால் துடும்பை அடித்தால் அது 'துடும்துடும்' என்று ஒலி எழுப்பும். பெரியமேளத்திலிருந்து 'கும்கும்' என கும்கார ஓசை எழும்பும். இவற்றுடன் தப்பை இசைத்தால் அபாரமாக இருக்கும். துடும்புக்குப் பதிலாக சட்டியிருக்குமெனில் 'தர்னக் தர்னக்'கென்று கத்தும். டோல் மதாங்கி 'தும்தும்' என அதிரும். அப்போது சேரும் பலகையிசை ஆச்சரியத்தைக் கொடுக்கும்.

மேளங்களைச் செய்ய எருமைத் தோல்தான் தேவைப்படும். பசுவின் தோலோ, இளங்கன்றின் தோலோ சரிவராது. கிழிந்து விடும், பேசாது. ஆட்டுத்தோலால் பம்பையும், டோலாக்கும் செய்ய லாம். மேளச்சாமான்கள் செய்ய பலா மரமோ, கிளிக்கிஞ்சா மரமோ தேவை. இவற்றில் நல்ல மரம் கிடைப்பது அரிது. கிருஷ்ண னின் வீட்டில் எப்போது போனாலும் வளை மூட்டுவதற்காக தோல் காய்ந்துகொண்டிருக்கும். எருமைத்தோலை மேனிப்பக்கம் கீழே இருக்கும்படி நன்றாக விரித்து நாலாபுறமும் குச்சியடித்து காய விடுவான். சாம்பலோ, சுண்ணாம்போ பூசி ஒருவாரத்துக்குக் காய வைத்தபின் முடியையும், சவ்வுகளையும் நீக்கிவிடுவான். பிறகு மேலும் சில நாட்களுக்கு ஆவாரம்பட்டை ஊறிய நீரிலோ, புளியங் கொட்டைக்கூழிலோ ஊறப்போடுவான். அதன் பிறகு கட்டைக்கு ஏற்ப அளவெடுத்து தோலிலேயே வார்கிழித்துக்கொண்டு ஓரங் களில் துளையிட்டு தோலை முறுக்குவான். அவன் வாரினால் பிர்றேற்றுவதில்தான் மேளத்தின் ஒலிசூட்சுமம் அடங்கியிருக்கிறது என்பான் இளங்காளை. மேளச்சாமான்களைப்பற்றிப் பேசிக் கொண்டிருந்த கிருஷ்ணன்,

"ஆச்சி. நாளைக்கி வாங்கிக்க" என்றான்.

"ரொம்ப கிராக்கியோ?" என்று கேட்டான் இளங்காளை.

"எங்க கிராக்கி? வேல மந்தம்பா. பெரியபேட்டையில மோள மடிக்கக்கூடாதுன்னு தட போட்டுட்டாங்களாமில்ல? அப்பத்தி லிருந்து ஒருத்தரும் மோளம் ஓணுமின்னு கேட்டுனு வர்றதில்ல.

ஏதோ பம்பை, உடுக்கை, டோலக்குன்னு சின்னப் பொருள்களா செய்யிறதில பொளப்பு தள்ளுது. உன்னும் அதுங்களையும் அடிக்க மாணான்ட்டா எம்பொளப்பு அதோ கதிதான்."

பேச்சை மாற்ற வேண்டும் என நினைத்தவனாய் அங்கு செய்து வைத்திருந்த ஒரு தப்பை எடுத்து அடித்துப்பார்த்தான் சிவலிங்கம்.

"நேத்து கட்டந்து. அடிக்கிலாம்" என்றான் கிருஷ்ணன். சிவலிங்கத்தின் வாசிப்பில் கிண்கிண்ணென ஒலியெழுந்தது. கல்யாண அடிக்கு ஏற்ற நான்கலகுத் தாளத்தில் கிறங்கடித்தது அவன் வாசிப்பு.

"ஓங்கையில சரஸ்வதி களை தாண்டவமாடுதுங்க" என்றான் இளங்காளை. அவர்கள் வீட்டுக்குத் திரும்பும்போது எதிர்மலையில் ஏறி, காரை முள்விளாறைத் தேடி உடைத்தார்கள். மூங்கில் சிமிரையோ, ஆவாரைக்குச்சியையோகூட அடிக்கப் பயன் படுத்தலாம்.

ஆனால், காரை முள்விளாறைப்போல வராது. காரை எப்போதும் கனமாகவே இருக்கும். கை சொல்கிற மாதிரி கேட்கும்.

நடுராத்திரியில் சிவலிங்கத்தை யாரோ எழுப்புவது போலி ருந்தது. அவன் அடித்துப்பிடித்து எழுந்தான். அவனோடு மங்கா வும் எழுந்துகொண்டாள். வெளியில் வந்து பார்த்தபோது இளங் காளை நின்றுகொண்டிருந்தான். அவனுக்குப் பின்னால் இருட்டிலே மேலூர்க்காரர்கள் சிலர் நின்றுகொண்டிருந்தனர். பதறியவனாய், "என்ன?" என்றான் சிவலிங்கம்.

"பெருந்தனக்காரர் கூப்டனுப்சியிருக்காரு. வா போயிட்டு வரலாம்" என்றான் இளங்காளை.

"என்னண்ணா இந்த நேரத்துல?" என்றாள் மங்கா. அவள் பயந்துபோயிருந்தாள்.

"ஒண்ணுமில்ல தாயி. ஏதோ வேலயாத்தான். நீ போயி படுத் துக்க. நானும் மச்சானும் பாத்துட்டு வந்தர்றோம்."

அவர்கள் இருட்டில் மறைவதைப் பார்த்துக்கொண்டிருந்தாள் மங்கா. ஊரின் நடுவிலிருந்த பொன்னம்பலத்தின் வீடு இருட்டில் பெரும் ஆகிருதியாய்த் தெரிந்தது. வீட்டின் படித்திண்ணையில் அமர்ந்திருந்த அவர் இளங்காளையையும் சிவலிங்கத்தையும் பார்த்த தும் சொன்னார்.

"வாங்கடா. வடக்கால காட்டோரமா நம்ம பொம்பள ஒருத்தி செத்துக்கெடக்கிறாளாம். ஒட்டந்தழைய அரைச்சிக் குடிச்சிருக்கிறா. போயி ரெண்டு மூணு நாளாயிருக்கும் போலக்கீது. யாரையும் கிட்டத்துல அண்ட உடல. நீங்க ரெண்டு பேரும் போயி அத அங்கியே போட்டு எரிச்சிடுங்க. நம்ம பசங்க ரெண்டு பேரு கூடமாட இருப்பானுங்க."

இளங்காளை மறுபேச்சில்லாமல் விட்டுக்குப்போய் எண்ணெய்ச் சட்டியையும் பந்தத்தையும் கொண்டுவந்தான். மேலூர்க்காரர்களுடன் அதுவரை சிவலிங்கம் மொட்டுமொட் டென்று விழித்தபடி தெருவோரமாகக் குத்துக்காலிட்டு உட்கார்ந் திருந்தான்.

காட்டோரமாக அவர்கள் போனபோது பிணம் அழுகிய நாற்றம் குடலைப் புரட்டியது. புழுபுழுத்திருந்த உடலைப் பார்த்ததும் அடிவயிற்றிலிருந்து எதுக்களித்தபடி தலையைப் பிடித்துக்கொண்டு தொலைவில் போய் உட்கார்ந்துகொண்டான் சிவலிங்கம். அவன் வாயில் எச்சில் ஒழுகியது. கண்கள் நீரைக் கொட்டின. அவர் களுடன் வந்த மேலூர்க்காரர்கள் போய்விட்டார்கள் போலத் தெரிந்தது. சிவலிங்கம் பீதியில் நடுங்கினான்.

அங்கிருந்த மரத்தின் அடிக்கிளையொன்றில் தீப்பந்தத்தைக் கட்டிய இளங்காளை சிவலிங்கத்திடம் வந்து நின்றான். அவன் கையில் இரு சாராயப்போத்தல்கள் இருந்தன. சிவலிங்கத்திடம் ஒன்றைத் தந்து குடிக்கச்சொன்னான்.

"வேற வழியில்ல. அப்புறம் ரெண்டு நாளைக்கி சோறுதண்ணி யெறங்காது. தொழிலுக்கோசரம்தானே? பரவால்ல. குடிச்சிடு."

அங்கும் இங்குமாக அலைந்து விறகுக்கட்டைகளைத் தேடி எடுத்துவந்து பிணத்தின்மீது போட்டுத் தீ வைத்தார்கள் இருவரும்.

பிணம் எரியும் வெளிச்சத்தில் முகம் ஒளிர்ந்தபடி அந்த நடுச்சாமம் தொடங்கி இருவரும் பேசிக்கொண்டிருந்தார்கள்.

22

ஏரியில் தவிக்கும் நீரை வேடிக்கை பார்த்துக்கொண்டி ருந்தான் திருவேங்கடம். அவனுக்குச் சிவலிங்கத்தின் ஞாபகம் வந்தது. அவர்களிருவருக்கும் பூங்குளத்து ஏரி விளையாட்டுக்களம். காலையில் எழுந்ததும் ஒதுங்குமிடமே ஏரிதான். நீரிருந்தால் ஏரியைச்சுற்றி; இல்லையேல் உள்ளே. இருவரும் சேர்ந்தே போவார் கள்! வழியோரத்திலிருப்பவர்களை 'கெட்டை சங்க ஆட்கள்' எனக் கிண்டலடிப்பான் சிவலிங்கம்.

ஏரியில் மீன்பிடிப்பதும், நண்டுபிடிப்பதும் அவர்களின் சாகசம்! நீரிருக்கும் காலங்களில் தூண்டில் போடுவார்கள். நீர் வற்றிப்போனால் தேங்கும் நீரை காலாலேயே கலக்கி, மெதலும் மீன்களைக் கையால் பிடிப்பார்கள். நெத்திலியும், தேள்மீனும், கெண்டையும்தான் அதிகம். கழிமுகப் பொந்துகளில், சுத்தமான இடத்தில் நண்டுகள் வாழும்.

சிவலிங்கம் நண்டு சுடுவதில் கெட்டி! அவற்றைச் சுடும்போது நண்டுகளின் முதுகு வெடிக்கும். என்னேரமும் அவன் தன் வீட்டு எருமைகளுடன் ஏரியில் காவல் கிடப்பான். பள்ளிக்குப் போய் வந்தபின் மிஞ்சின நேரங்களில் திருவேங்கடமும் அவனோடு சேர்ந்துகொள்வான்.

ஏரிக்கரையோர நிலங்களில் சோளமும் கம்பும் போடுவ துண்டு. சோளப்பயிர்களில் குவியும் கதிர்க்குருவிகளை விரட்ட வந்த சிவலிங்கம் ஒருநாள் காதல் ஜோடிகளைப் பார்த்தான். அதற்குப் பிறகு வந்த நாட்களில் திருவேங்கடமும், அவனும் ஜோடிகள் யாரேனும் இருக்கிறார்களா எனத் தேடி அலைந்தார்கள்! பூங்குளம் ஊரார் குளிப்பதும் துவைப்பதும் ஏரியில்தான். போகிப் பண்டிகையின்போது மாடுகுளிப்பாட்டல், துணி துவைத்தல், பாத்திரம் கழுவுதல் என்று ஏரியே அல்லோலகல்லோலப்பட்டு கலங்கும்!

கரையிலிருந்த கொடுவேல மரங்களில் அவர்களிருவரும் கோணப்புளி அடிக்காமல் காலம் கழிந்ததில்லை. ஏரியிலே நீர் நிறைந்திருந்த காலத்தில் ஒருமுறை நடந்த சம்பவத்தை எப்போது நினைத்தாலும் திருவேங்கடத்துக்குச் சிரிப்பு வரும்.

சிவலிங்கம் எருமையை மேய்த்துக்கொண்டிருந்தான். திரு வேங்கடம் ஆலமரக்கிளையில் ஏறித் தொங்கினான். கரையில் மேய்ந்தபடியிருந்த எருமை தண்ணீரில் இறங்கியது.

"மச்சான், என்னப்பாருடா" என்று கத்தியபடியே குதூகலத் துடன் எருமையின் முதுகில் ஏறிக்கொண்டான் சிவலிங்கம். எருமை நீரில் நீந்தத் தொடங்கியது. சந்தோஷத்தில் ஆர்ப்பரித்தான். அவன் கத்தலில் மிரண்ட எருமை வேகமாக நீந்திப்போய் ஏரியின் நடுவி லிருந்த முள்புதர் ஒன்றில் சிக்கிக்கொண்டு ஓலமிட்டது. சிவ லிங்கமும் எருமையோடு சேர்ந்து ஓலமிட்டான்.

திருவேங்கடம், ஊருக்குள் ஓடிப்போய் ஆட்களைக் கூட்டிக் கொண்டு வந்தான். அவர்கள் கயிற்றைப்போட்டு இழுத்தார்கள்!

காற்றின் வீசலுக்கு சளைக்காமல் ஈடுகொடுத்துக்கொண்டி ருந்த ஏரிநீரை திருவேங்கடத்துக்கு மிகவும் பிடித்திருந்தது. அவன்

மனதொத்தது அது. முதல்முறை சிறைக்குப் பதற்றமாகிய அவன் மனது இப்போது பழகிவிட்டது. பல தடவை போய்வந்துவிட்டான். சிவலிங்கத்தின் நினைவு வந்து வருத்தமுண்டானது. அவனைப் பெரியகல்லுக்குச் சென்று ஒருமுறை பார்த்து வரலாமென நினைத்தான் திருவேங்கடம்.

பறையொழிப்பு வேலை தொடங்கியதும் சடசடவெனப் பரவி அதிர்வலைகளை உருவாக்கியது. ஆனால், இரண்டு மூன்று ஆண்டுகளுக்குள்ளாகவே ஈரமேளத்தைப்போல இறுக்கம் தளர்ந்து போனது. சில ஊர்களிலே மீண்டும் அடிக்கத் தொடங்கிவிட்டதாக அவனுக்குச் செய்தி வந்தது. ஆனால், பூங்குளம் அதே கட்டில் இருந்ததை நினைக்க பெருமிதமாகவேயிருந்தது!

சிவமலையின் ஊரிலும், கூட்டமைப்பு தலைவர்களின் ஊர்களிலும் மேளம் அடிப்பதை நிறுத்திவிட்டார்கள். அங்கெல் லாம் மேளத்துக்குப் பதிலாக பேண்ட் அடிப்பது பழக்கமாகி விட்டது. சீருடையை அணிந்துகொண்டு இராணுவ வீரர் அணியைப்போல அது வாசிக்கப்படும் அழகே தனிதான். முகவீணையும் கஞ்சிராவும் பேண்டுக்கு ஏற்றவை. பேண்ட் வாசித் திடும் கலைஞர்களை யாரும் கோல்கொண்டு தள்ளுவதில்லை. எட்ட நிற்கச் சொல்லி துரத்துவதில்லை. மாட்டுக் கொட்டகையில் சாப்பாடு போடுவதில்லை. இழிவாய்ப் பேசுவதில்லை. அதன் ஒலி காதில் விழுந்ததும் உயிர்ச்சுருளில் உறக்கம் கொண்டிருக்கும் பழைய ஒலித் தொகுப்புகள் எழும்பி, இது ஆதியொலி என்று கூறி அலட்சியப்படுத்துவதில்லை. பார்வை வெறுப்பை அணிந்து கொள்வதில்லை. பல ஊர்களில் மேளமடிப்பதில் விற்பன்னர்களாக இருந்தவர்கள் பேண்ட் இசைப்பவராக மாற்றம் அடைந்து நாளா யிற்று. சிவலிங்கமும் இங்கிருந்திருந்தால் அந்த மாற்றம் நடந்திருக்கும். ஊரில் இப்போது பேண்ட் வாசிக்கும் கோட்டா னுக்குப் பதிலாக அவன்தான் அடித்துக்கொண்டிருந்திருப்பான். திருவேங்கடத்தின் நினைவுகளைக் கலைக்கும் விதமாக யாரோ அழைத்தனர். பூங்குளம் ஏரியையொட்டிய திடலில் பூங்கா ஒன்று அமைப்பதற்கு ஏற்பாடாயிருந்தது. திடலின் மேற்கு மூலையிலிருந்த அரசமரத்தை மையமாகக் கொண்டு பூங்கா உருவாகும் என்றும், அதன் நடுவிலே வானொலிப்பெட்டியொன்றும் வைக்கப்படும் என்றும் ஊராட்சி நிர்வாகம் சொன்னது. அந்தத் திடல் காதர் பாய்க்குச் சொந்தமான இடமென்பதால் அவர் அங்கு வந்திருந்தார். அதிகாரிகளும், பொறியாளர் ஒருவரும் உடனிருந்தனர். நில அளவை வேலை தொடங்கியது. திருவேங்கடம் அவர்களோடு வந்து இணைந்துகொண்டான். பூங்கா அமையும் கையோடு ஆமூர் சாலைக்கு தார் சாலையும் போடப்படுகிறது என்று பேசிக் கொண்டார்கள் மக்கள்.

பூங்குளத்து ஆட்கள் நான்கு பேர் அந்த மாட்டின் கால்களை வாரையொன்றில் கட்டி தூக்கிக்கொண்டு வந்தார்கள். அதன் கண்கள் நிலைகுத்தியிருந்தன. கமலை ஓட்டும்போது கயிறு கழுத்தில் சுற்றி இறுக்கி செத்துவிட்டது எனப் பேசிக்கொண்டார்கள். மாட்டின் உடல்சூடு அடங்கியிருந்தது. ஊர் மந்தை ஓரத்தில் அதைக் கிடத்தினார்கள். ஒருவன் ஓடிப்போய் முடிந்து வைத்திருந்த பச்சையோலைகள் இரண்டைத் தூக்கிக்கொண்டு வந்தான். அவற்றைக் கீழே போட்டு மாட்டை அதன்மேல் கிடத்தியதும் அறுப்பு வேலை தொடங்கியது.

"பாத்துடா, மேனில அறுப்பு உளுந்திடப்போவுது. மொதலியாரு ஏதோ பொருளு செய்யணும்னாரு. தோலை ராமையாகிட்ட குடுக்கணும்."

மாயனின் குரல்தான் பலமாகக் கேட்டது. கறித்துண்டங்களில் படிந்திருக்கும் கொழுப்பைப் பார்த்து அவன்தான் ஏங்காரித்தான்.

"மொதலியாருக்கு பாவம் சொளையா நூறுரூபா நஸ்டம். அவ்ளோ ரூபாயில்லன்னா இப்பேர்ப்பட்ட மாட்ட வாங்க முடியுமா?"

சின்னசாமி அவனை ஆமோதித்தான்.

"வேல ஆவுட்டும். வேல ஆவுட்டும்" என்று கத்தினான் அவன்.

"பங்க எப்பிடிடா போட்றது? தலைக்காலும், மாரும் தங்ளானுக்கு. முதுகெலும்பு வரைக்கும் வண்ணானுக்கு. கழுத்து பாமாண்டிக்கு. நாலு தொட காலு தோட்டிக்கு."

"பேர்ப்பேர்க்கு நாலஞ்சி தலக்கட்டுன்னு ஆயிடுச்சி. நீ சொல்றதெல்லாம் அந்தக் காலம். அப்பிடிப் பாத்தா மொதலியாருக்கும் பங்கு குடுக்கணும், மணியக்கார அய்யிருக்கும் தருணும். அவங்க கறிசாப்பிடாததால வெறகாகவோ, பணமாவோ வாங்கிக்குவாங்க. இப்ப அப்பிடியொரு மொறக்கீதாடா? இல்லியே. எல்லாப் பொருளுங்களையும் கலந்து சமப்பங்கா போடுங்கடா. எத்தினி கூறு வருதோ பாக்கலாம். கூறு ஒரு ரூபான்னாலும் அம்பதுக்கு மேல வரும். பேசாம வித்துப்புடலாம். துட்டுக்குத் துட்டுமாச்சி கறிக்குக் கறியுமாச்சி..."

மாடறுப்பை வேடிக்கை பார்க்க வந்த சிறுவர்களை விரட்டினான் மாயன்.

"டேய், இங்க என்னா வேல? ஓடுங்கடா. ஊட்டுப் பொம்பளைங்ககிட்ட சொல்லி மசால் அரச்சி வெக்கச் சொல்லுங்க..."

பேச்சு சத்தங்களினூடே வேலை நடந்தது.

"இந்த மானங்கெட்ட பொளப்பு தேவையா மாமா?"

திடீரென்று மண்டையிலடித்தது போலக் கேட்ட காத்தத்துக்கு ஏறிட்டுப் பார்த்தான் மாயன். அவன் எதிரிலே திருவேங்கடம் நின்றிருந்தான். பூங்கா அளவுபார்க்கப் போய்த் திரும்பிக்கொண்டிருந்தபோது அவனைப் பார்த்ததும் ஊரார் சிலர் கலவரத்தோடு முனகிக்கொண்டனர். யாரும் வாய்திறக்கவில்லை. சிறுவர்கள் சிலர்தான் அவனிடம் விசயத்தைச் சொன்னார்கள். திருவேங்கடம், வாலிபர் சங்க ஆட்கள் சிலரைத் திரட்டிக்கொண்டான். நேராக மாடறுக்கும் இடத்துக்குப் போய் நின்றான்.

மாயன் வெலவெலத்துப் போனான். கறியறுப்பு அப்படியே நின்றுபோனது. எல்லார் முகங்களிலும் கலக்கம் படிந்திருந்ததைப் பார்க்க முடிந்தது. ரத்தக் கவிச்சை. கறிகொத்த வரும் காகங்களையும் நாய்களையும் விரட்டும் சத்தத்தைத் தவிர ஒரு கணத்துக்கு அங்கு வேறெதுவுமில்லை.

"இந்த அசிங்கத்தையெல்லாம் உட்டுட்டு மானத்தோட வாழுங்கன்னா கேக்கமாட்டீங்களா?"

"ஆமா சொல்ல வந்துட்ட. உயிரோடக்கீற ஒரு மாட்ட வாங்கணும்னா நூறு, அம்பதுன்னு ஆகும். அதுக்கு நம்ம ஜனங்க எங்க போறது? எங்களுக்குப் புடிச்சத தின்றோம், உடேன்."

திருவேங்கடத்துக்குக் கோபம் தலைக்கேறியது. அவன் ஊருக்கே கேட்பது போல சத்தமிட்டான்.

"இந்த நாட்டுல பசுவக் கொல்லக் கூடாதுன்னு மொதல்ல சொன்னது நாமதாண்டா. இப்ப நெலம தலகீழாயிடுச்சி. மானத்த விட்டு எதவேணாலும் செய்வீங்களா."

"எல்லாத்திலும் தத்துவம் பேசினு, எங்கபொளப்புல மண்ணள்ளிப் போட்றதுதான் உன் வேலையா? பேசமா போயிட்றா திருவேங்கடம்."

ஊரில் இதுவரைக்கும் கேட்டுக்கொண்டிருந்த மாயனின் ஒற்றைக்குரலுடன் நான்கைந்து குரல்களும் கேட்பதை திருவேங்கடமும் அவனின் தோழர்களும் உணர்ந்தார்கள். எதிரில் நின்றிருந்தவர் கைகளில் ஆயுதங்களும் இரத்தக்கறையும் இருந்தன.

"உங்ககிட்ட பேசிப்பிரயோஜனமில்ல."

திருவேங்கடம் கீழே குனிந்து மண்ணள்ளி கறித்துண்டங்களின்மீது இறைத்தான். வாலிப சங்கத்தோழர்களும் குனிந்து

மண்ணள்ளித் தூற்றினர். ஒருவன் மண்ணெண்ணெய்ப் போத்தலை எடுத்து வந்து ஊற்றினான். திடீரென அங்கு புழுதிப்படலம் சூழ்ந்துகொண்டது.

"சுயமரியாதையைச் சொல்லித்தந்தா அத இங்க கூறுபோட றானுங்க."

திட்டிக்கொண்டே திரும்பிப்போனான் திருவேங்கடம்.

கறுவிக்கொண்டு இருந்தான் மாயன். சந்தர்ப்பம் தானாய் வந்து சேர்ந்துவிட்டது. அவன் அதைத் தவறவிட விரும்பவில்லை. இராமலிங்க முதலியிடம் போய்விட்டான். மாட்டின் உரிமையாளர் அவர். வழக்கு போட்டுவிட்டார். திருவேங்கடம் அசரவில்லை. புதுக்குடி கீழ்க்கோர்ட்டில் வழக்கு நடக்கத்தொடங்கியது. விலை கொடுத்து வாங்கி வந்து அறுத்துக்கொண்டிருந்த மாட்டை அசுத்தப்படுத்திவிட்டதாக வழக்குப் பதியப்பட்டிருந்தது. ஆறுமாத மாக கோர்ட்டுக்கு அலைந்தான் திருவேங்கடம். சாட்சிகளை எல்லாம் விசாரித்து முடித்தபிறகு வழக்கு தொடுத்த மாயனை விசாரித்தார் சர்க்கார் வழக்குரைஞர்.

"என்ன பிராது?"

"சாப்பாட்டில மூத்திரம் பெஞ்சிட்டு, மண்ணள்ளிப் போட்டுட்டார்."

"என்ன சாப்பாடு?"

"கறிங்கைய்யா, மாட்டுக்கறி."

நீதிபதியின் முன்பாக திருவேங்கடம் மௌனமாக நின்று கொண்டிருந்தான். சாட்சி சொன்ன ஒருவர்கூட அவனுக்குச் சாதகமாகப் பேசவில்லை. அவனுக்காய் ஆஜரான வழக்குரைஞர் ஆழ்ந்த யோசனையில் இருந்தார். அவர் இறுதியாக மாயனைக் குறுக்குவிசாரணை செய்ய விரும்பினார். அவரின் கோரிக்கை ஏற்கப்பட்டதும் மாயன் சாட்சிக் கூண்டில் நின்றான்.

"நெலத்து வேல செய்யிறபோது மாடுங்க செத்துப்போறதுக்கு வாய்ப்புண்டா?"

"உண்டுங்கையா?"

"அப்பிடிச் செத்துப்போனா என்னா செய்வீங்க?"

"செய்யறதுக்கு என்னாகீது சாமீ. அறுத்துட வேண்டியது தான்."

218 ● வல்லிசை

“அப்பிடிச் செத்துப்போன மாட்டை எப்பிடித் தூக்கினு வருவீங்க?”

“கம்புல காலுங்களைக் கட்டி தூக்கினு வரவேண்டியதுதான்.”

“சரி. இந்த மாட்டையும் அப்பிடித் தூக்கினு வந்தீங்க. அப்புறம் எங்க வச்சி அறுத்தீங்க?”

“ஆமா சாமீ. அப்பிடித்தான் தூக்கினு வந்து, ஊருக்கு ஒதுக்குப்புறமா வெச்சி அறுத்தோம். அப்போதான் இவன் வந்து மண்ணள்ளிப் போட்டுட்டான்.”

கோதண்டபாணிக்குத் தேவையானது கிடைத்துவிட்டது. அவர் நீதிபதியிடம் விளக்கிக்கொண்டிருந்தபோதுதான் வாய்தவறி உண்மையைச் சொன்னதை உணர்ந்தான் மாயன்.

இறந்துபோன மாட்டின் உடல்மீது மண்போட்டுப் புதைப்பது தவறில்லை என்றுகூறி திருவேங்கடத்தை விடுவித்துவிட்டார் நீதிபதி.

மாமன் கறிவெட்டுவதையே பார்த்துக்கொண்டிருந்தான் சித்தார்த்தன். ஆற்றங்கரையில் இருந்தது அக்கடை. தோப்பூரிலிருந்து ஆற்றுக்குப்போகும் வழியில் பாலாற்றின்கரையை ஒட்டிய மாதிரி வளைந்தும் நெளிந்தும் ஒரு கோணப்புளியமரம் உண்டு. அங்குதான் கறிக்கடை. கடைபோடுகிறவன் குப்பிக்கு சகோதரன் முறை வேண்டும். பாட்டி ஊருக்கு வரும்போது தன் வயது கூட்டாளி களைச் சேர்த்துக்கொண்டு ஊரில் அலைவதும், பாலாற்றில் ஆடுவதும் சித்தார்த்தனின் வேலையாக இருக்கும்.

“அப்பனைப் போலவே இருக்கானே பையன்” என்பார்கள் பார்ப்பவர்கள்.

“என்னாடா கோட்டி, ஒந்தங்கச்சி மகன் இங்க ஒக்காந்துனு கண்ணாத்தினு கெடக்குறான்?”

“மோளம் செய்யறதுக்கு ஐவ்வு ஓணுமாம்.”

“என்னாடா கூத்து இது?”

கேட்டவர் சிரித்துக்கொண்டார். அவர் சிரித்தது சித்தார்த்த னுக்கு விளங்கவில்லை. அவன் எண்ணமெல்லாம் மேளத்தின் மேலேயே இருந்தது. அதைத் தோளில் மாட்டிக்கொண்டு அடிக்கும் போது அடிப்பவரின் உடல் அதிர்கிறது. அப்போது நெஞ்சு தின் தின்னென அதிர்கிறது. அந்த இடமே அதிர்கிறது. தொடர்ந்து பெருகிடும் துள்ளல் ஒலியிலே உடல் தானே ஆடத்

தொடங்கிவிடுகிறது. அதை அடிப்பவன் மெதுவாய்த் தன் நாக்கைத் துருத்திக்கொள்கிறான். கண்கள் செருகுகின்றன. தலைமுடி கற்றை கற்றையாக வியர்வையில் நனைந்து அலையலையாய் முகமெங்கும் ஒயிலாகப் புரள்கிறது.

"இதுக்கு அடிடா. இதுக்கு அடிடா" என்று உடன் அடிப்ப வர்களிடம் சவால்விட்டுக்கொண்டே முன்னேறி அடிக்கிறான். இவற்றைப் பார்ப்பதற்குத் துள்ளுகிறது மனது. பூங்குளத்திலோ வென்றால் இப்படி மேளம் அடிப்பதைப் பார்க்கமுடிவதில்லை. பாட்டிவீட்டுக்கு வந்தாலோ கவலை கிடையாது. இங்கு மேளம் அடிக்கிறார்கள். சித்தார்த்தன் கோட்டியின் முகக்குறிப்பையே பார்த்தான்.

"அவங்கேக்கறத குடுத்து முடுக்குயா."

ஊர்க்காரர் சொல்லவும் அவன் முகத்தில் ஆர்வம் பூத்தது. கோட்டிதந்த ஜவ்வை வாங்கிக்கொண்டு ஓடினான். அவன் கூட்டாளிகள் தயாராக வைத்திருந்த உடைந்த பானையின் வாய்ப் பகுதியில் அதை ஒட்டி உலர்த்தினார்கள். மெல்லிய சவ்வு என்ப தால் ஈரம் இழுத்ததும் உலர்ந்த தகடு போலாகிவிட்டது. தயாராகி விட்ட சிறுபறையை எடுத்து அடித்துப்பார்த்தான் சித்தார்த்தன். தென்னங்குச்சிகள் இரண்டும் அதிர்ந்து அடங்கின. குச்சிகளின் அதிர்வு பூ ஒன்றில் பட்டாம்பூச்சி தவ்வித்தவ்வி அமர்வதுபோலவே தோன்றியது. பிறகு பானைவாயோடு அதைக் கயிறுகொண்டு கட்டினார்கள்.

ஊர்வலம் கிளம்பிவிட்டது. ஓட்டை மொந்தையொன்றுக்குக் காட்டுப்பூக்களை அலங்கரித்து கரகம்போல ஒருவன் தலையில் வைத்திருந்தான். சித்தார்த்தனும் அவனின் கூட்டாளிகளும் அடித்துக்கொண்டு போனார்கள். சித்தார்த்தனோடு சின்னவன் ஜோதிபாவும் போனான். கூட்டாளிகளின் கைகளில் தகரம், பழைய முறம், பலகை மேளங்களாக இருந்தன. அந்த ஊர்வலம் வீட்டுப் பக்கமாக வந்தபோது குப்பி வந்து நின்றுபார்த்தாள். அவளுக்குத் தூக்கிவாரிப் போட்டது. திருவேங்கடம் பார்த்தால் என்ன ஆகுமோவெனப் பதறினாள். புதுக்குடி கோர்ட்டுக்குப் போய்விட்டு இப்படியே தோப்பூருக்கு வருவதாகச் சொல்லிச் சென்றிருந்தான் அவன். குப்பி சிலநாட்கள் தாய்வீட்டில் இருக்கலாமென வந்திருந் தாள்.

ஓடிப்போய் சித்தார்த்தனின் முதுகில் பளாரென்று ஒரு அறை விட்டாள். ஜோதிபாவை இடுப்பில் தூக்கி வைத்துக்கொண்டு சித்தார்த்தனை வீட்டுக்குள் இழுத்துப்போனாள் குப்பி. அவன் கையிலிருந்த சிறுபறையைப் பிடுங்கி வீசியெறிந்தாள்.

“அப்பா வந்து பாத்தா உம்முதுகுத்தோல உரிச்சிருவாரு.”

அவன் மேளத்தைக்கேட்டு அடம்பிடித்துக்கொண்டே போனான். சிறுவர்கள் ஆளுக்கொரு திசையில் ஓடினார்கள். சித்தார்த்தனின் மேளத்தை நாய் ஒன்று கவ்விக்கொண்டு ஓடியது.

23

கிருஷ்ணனிடம் இருந்து மேளச்சாமான்களை வாங்கி வந்த பிறகு கைபழக அவ்வப்போது மேளங்களை எடுத்துத் தட்டுவான் சிவலிங்கம். எப்படியும் நீலமேகத்துக்கு இதைப் பழக்கிவிட வேண்டு மென்று நினைப்பு ஓடியது. வீட்டிலிருந்த மேளச்சாமான்களின் மீதே விழுந்து எழுவதும், புரள்வதும் தட்டுவதுமாக அவன் இருந் திருக்கிறான். மேளத்தின் காய்ந்த தோலின் மணம் பழகிப்பழகி அவனுக்குப் பிடித்துவிட்டது. அதன் பரப்பை உற்றுப்பார்த்தால் மயிர்க்கண்கள் தோன்றி சிமிட்டும். இருண்ட வானத்தில் மின்னும் தாரகைகளை வாசலில் மல்லாந்து படுத்துக்கொண்டு பார்க்கிற போது மேளத்தோலின் நினைவு வந்து வானம் பெரும் பறையாகத் தோன்றும். நீலமேகத்துக்கோ மேளத்தின்மீது எந்த ஈர்ப்புமில்லை. சிறுவன்தான் என்றாலும் தாசில்சட்டியை இடுப்பில் கட்டிக் கொண்டு அடிக்கலாம். அவன் முடியாதென்கிறான்.

பெரியகல்லில் இருந்துகொண்டு பிழைப்புக்குத் தோன்றாமல் தவித்தான் சிவலிங்கம். ஊரில் விழும் சாவுகளுக்குக் கறாரான கூலியென்று எதுவும் கிடையாது. கேட்டால் பொன்னம்பலம் அடித்துவிடுவார். கொடுப்பதை வாங்கிக்கொள்ள வேண்டும்.

“எத்தினியோ வாட்டி அடி வாங்கியிருக்கிறேன் மச்சான். சாவு பொதைக்கச் சொல்ல பல தடவை அடிச்சிருக்கிறாரு. ஒருமுற ஒதச்சதுல பொணத்து மேலயே போயி உழுந்துட்டேன்.”

இளங்காளை பிணம் எரிக்கும்போது நடுராத்திரியில் புலம்பிக்கொண்டிருந்தது இன்னும் மறக்கவில்லை.

நிலத்து வேலைகளுக்குப் போவான். இல்லையெனில் வீட்டி லேயே இருப்பான். எப்போதாவது வெளியூர் போவதற்கு வாய்ப்பு வரும். ஒருமுறை வேலூரில் முஸ்லீம்களில் ஒரு பிரிவினர் பூக்குழி இறங்குவதற்கும், ஊர்வலத்துக்கும் மேளமடிக்க அழைத்துப் போனார்கள். அப்போது அவர்கள் சிலம்பம் ஆடினார்கள். அவற்றைப் பார்க்க சிவலிங்கத்துக்கு ஆச்சரியமாய் இருந்தது.

மற்றொரு முறை பீடி விளம்பரத்துக்கும், தீப்பெட்டி விளம் பரத்துக்கும் ஆமூர் பக்கத்திலிருந்த கிராமங்களுக்குப்

போயிருந்தான். இவன் மேளமடித்துக்கொண்டு போக, கோமாளி வேடம் போட்ட ஒருவன் ஆடிக்கொண்டு தீப்பெட்டிகளையும் பீடிக்கட்டுகளையும் விற்றான்.

திருவிழாக்களுக்கும் சில நேரங்களில் போனான். பெரிய கல்லுக்குப் பக்கத்திலேயே இருந்த சின்னக் குட்டைக்கு திரௌபதி அம்மன் திருவிழாவுக்குப் போயிருந்தபோது, அங்கிருந்த குடியானவர்கள் காலையிலிருந்து மாலைவரை அடிக்கச் சொல்லிப் பிழிந்தெடுத்துவிட்டார்கள்.

கையில் காலணாவைப் பார்ப்பது அரிதாய் இருந்தது. மங்கா முகம் காட்டாமல்தான் இருந்தாள். ஆனாலும் சிவலிங்கத்துக்கு உள்ளூரக் குமைந்தது. இயலாமையும், அவமான உணர்வும் நாளுக்கு நாள் பெருகிக்கொண்டு வந்தன. இருந்தாற்போலிருந்து ஒருநாள் மங்கா படுக்கையில் விழுந்தாள். அவளுக்குக் காய்ச்சல் கண்டி ருந்தது. வள்ளி செய்துகொடுத்த நாட்டுமருந்து பக்குவங்களும், சாப்பாடும் எதையும் செய்யவில்லை. காற்றுச் சோக்கடையிருக்கு மென்று மாரியம்மன் கோயிலுக்குமுன் நாளெல்லாம் கிடந்தாள் மங்கா. கல் கழுவிய நீரையும் ஊற்றிப் பார்த்தார்கள். காய்ச்சல் தணியவில்லை.

பெரியபேட்டையிலிருக்கும் கோஷாஸ்பத்திரிக்குத் தூக்கிக் கொண்டு போனால் மங்கா குணமாகிவிடுவாள் என்று தோன்றியது சிவலிங்கத்துக்கு. இங்கிருந்து வண்டி கட்டிக்கொண்டு போய் விடலாம். வைத்தியசாலையிலும் இலவசமாகப் பார்த்துவிடுவார்கள். ஆனால், அவளுக்குப் பழமோ, ரொட்டியோ வாங்கித்தரவும், நாட்டு மருந்துக்கடையிலோ, இங்கிலீஷ் மருந்துக்கடையிலோ மருந்து வாங்கிக்கொள்ளவும் பணத்துக்கு எங்கே போவது? மச்சான்களிடம் கேட்க கௌரவம் தடுத்தது.

பாவம் அவர்களிடமும் எங்கிருக்கும் பணம்? என்று நினைத் தான் சிவலிங்கம். முருகனும் இப்போது சாயபு நிலத்தை வாரத் துக்கு உழுவதில்லை. தனியே உட்கார்ந்துகொண்டு யோசித்தபடி யிருக்கையில் கழிவிரக்கம் அவனைப் பெருகி நிறைத்தது. உலகில் கடைக்கோடியில் சிக்கி உழலும் புழுவெனத் தன்னை நினைக்கத் தலைப்பட்டான். சூன்யத்தில் கிடப்பதாய்த் தோன்றியது. ஊரிலோ, தெருவிலோ வந்து நின்றாலும் தெரிந்த முகமென்று யாரும் இல்லை. எந்தக் கையை இந்த ஊரில் போய் நம்பிக்கையோடு பற்றுவது? அலைக்கழித்த யோசனையில், ஊர்நடப்பு நினைவில் வந்தது.

ஊரில் காமன் கூத்துக்கும், அர்ஜுனன் தபசுக்கும் மேலூரின் தெருக்களில் வீட்டுவீட்டுக்கு மேளமடித்துக்கொண்டு சென்று

பணமோ, பொருளோ வசூல் செய்வது வழக்கம் என்பான் சிங்காரம். மனதில் நேர்ந்துகொண்ட வேண்டுதலை நிறைவேற்ற மடிப்பிச்சை எடுப்பது வழமைதானே என நினைத்தான் சிவலிங்கம்.

புழக்கடைப்பக்கம் சென்று தண்ணீரைத் தலையில் கவிழ்த்துக்கொண்டு வந்து வெற்றுடம்பில் பழுக்க திருநீறைப் பூசிக் கொண்டான். அரையில் ஒரு வேட்டியோடு தோள் துண்டை இடுப்பில் முடிந்துகொண்டான். தப்பை எடுத்துக்கொண்டு மேலூரின் எல்லையில் போய் நின்று வாசிக்கத் தொடங்கினான். ஆற்றாமையோடு எழுந்து குமுறியது தப்பொலி. மேலூரின் வீடு களுக்கு முன்நின்று தப்பால் இறைஞ்சினான் தெருக்களையும், சந்து களையும் சுற்றி வந்ததில் கொஞ்சம் சில்லறைகளும், இரண்டு மூன்று நாட்களுக்குப் பொங்கித்தின்ன தானியமும் கிடைத்தது. மங்காவை பெரியபேட்டை வைத்தியசாலைக்கு அழைத்துக்கொண்டு போவதற்கென ஓடினான் சிவலிங்கம்.

மங்கா உடல்தேறி வந்ததும், மருமகன் தவிப்பதைக் கண் கொண்டு பார்க்க ஒவ்வாத முருகன் கறவையொன்றைப் பிடித்துத் தந்துவிட்டான். நல்ல காராம்பசுவின் கன்று. பெரியபேட்டையி லிருந்து மிதிவண்டியில் வரும் பாய்மார்களோ, அல்லிக்குளத்தி லிருந்து வரும் கோனாரோ கறந்தபாலை வாங்கிச் சென்றுவிடு வார்கள். ஊரிலேயேகூடக் கேட்கிறவர்களுக்கு ஊற்றலாம்.

அப்பனின் தயவால் தன் பிழைப்பு நிலைபட்டுவிடும் என்று நினைத்தாள் மங்கா. காலையிலும் மாலையிலும் புல்பறித்துவந்து போடுவதே இருவரின் வேலையாகிவிட்டது. கூலிநாழிகளுக்கு அவள் போகும்போது பசுவைப் பார்த்துக்கொள்வது சிவலிங்கத்தின் பொறுப்பு.

ஒருநாள் புல்லறுக்கப்போன இடத்தில் கையுடைத்துக் கொண்டு வந்து நின்றான் சிவலிங்கம். வலது முழங்கையில் வீங்கியிருந்தது. வரப்பில் தவறி விழுந்துவிட்டதாகச் சொன்னான். ஊரிலே இருந்த வைத்தியர் பச்சிலைவைத்து மூங்கில் தப்பை களைப் பிணைத்து தொட்டில்கட்டு கட்டிவிட்டார். மங்காவிற்கு உள்ளே வாதித்துக்கொண்டேயிருந்தது. கணவனின் பேச்சை அவள் நம்பவில்லை. இனிமேல் தன்னால் மேளமடிக்க முடியாதென்றும், தன் பிழைப்பே முடிந்துவிட்டதென்றும் பலவாறு புலம்பும் சிவலிங்கத்தைச் சமாதானப்படுத்த முடியவில்லை. தொடர்ந்த அவளின் வற்புறுத்தலில் பொன்னம்பலம் அடித்ததைச் சொன் னான் சிவலிங்கம். அதைச் சொல்கையில் துக்கம் கப்பி தொண்டை கமறியது.

புல்லறுக்கப் போயிருந்த நிலம் பெருந்தனக்காரருடையது என சிவலிங்கம் அறிந்திருக்கவில்லை. பாதிச் சுமைக்கு அறுத்திருந்த போது பொன்னம்பலத்தின் அதட்டல் கேட்டது. அவரின் இரண்டு கூச்சலுக்குப் பிறகே அவர்முன் போய் நின்றான் சிவலிங்கம்.

"கூப்ட கூச்சலுக்கு வராத என்னாடா மொறைக்கிற. எவன் வெள்ளாம சும்மாக்கீது கண்டவனெல்லாம் வந்து அறுத்துனுப் போக?"

பொன்னம்பலத்தின் உதைக்கு விழுந்து புரண்டான் சிவலிங்கம். அவன் சமாளித்து எழுவதற்குள் அங்கிருந்த வண்டியின் கூட்டத்தைப் பிடுங்கியடித்தார் பொன்னம்பலம். அடி வசமாக முழங்கையில் விழுந்ததும் வலியில் அலறினான்.

வாயில் துணியைப் புதைத்துக்கொண்டு அழுதாள் மங்கா. பெரியபேட்டைக்கே போய்விடலாமோ என்று தோன்றிவிட்டது அவளுக்கு.

திருவேங்கடம் அனுப்பியதாக ஒருவர் சிங்காரத்துடன் பெரியகல்லுக்கு வந்திருந்தார். திருவேங்கடத்திடமிருந்து எழுதி வாங்கி வந்திருந்த கடிதமொன்றைக் காட்டினார் வந்தவர்.

நண்பன் சிவலிங்கத்துக்கு,

ஜெய்பீம்! இச்சீட்டைக் கொண்டுவருகிறவர் நமக்கு வேண்டிய தோழர். சில நாட்களுக்கு அவரை உன் பொறுப்பில் பாதுகாத்துக் கொள்ளவேண்டும். எனக் காக இதைச் செய்வாயென்ற நம்பிக்கை எனக்கிருக் கிறது. உன்மீது எனக்கு எந்த வருத்தமுமில்லை. நீ பூங்குளத்துக்கு வரும் நாளை எதிர்நோக்குகிறேன்.

அன்பன்,
திருவேங்கடம்.

கடிதத்தைப் படிக்கக்கேட்டதும் சிவலிங்கத்தின் கண்கள் கலங்கி வடிந்தன.

"அவன எப்பிடிப் பாக்கிறதுன்ற ஒன்னுத்துக்கோசாரம்தான் நான் இங்கக்கீறன்."

அவனை சிங்காரத்தாலும், புதியவராலும் தேற்ற முடிய வில்லை. அவர்கள் மூவரும் ஓடைக்கரையின் பாறைகளிலே அமர்ந்துகொண்டிருந்தார்கள். புதியவர் சிவலிங்கத்தை ஊடுருவிப் பார்த்தார்.

“ஏந்தோழர், நீங்க திருவேங்கடம் தோழர விட்டுட்டு வந்துட்டீங்க?”

“மேளமடிக்கக் கூடாதுன்னவே பொளப்பு என்னாகுமோன்னு பயந்துட்டேன். புள்ளைங்களை நெனைச்சிக்கவே இங்க வந்துடணும்னு ஆயிடுச்சி. போறாததுக்கு திருவேங்கடத்தை எப்பிடித் தினியும் படிக்கிறதுன்னு இருந்துச்சி. உள்ள குத்துது. செரி, இனிமேல்ட்டுக்கு இங்கக் கீறது செரிப்படாதுன்னு பெறப்புட்டுட்டேன்.”

“உங்களுக்கு தலைவர் சிவமலைக்கோ, அம்பேத்கருக்கோ, இல்ல காந்திக்கோ எத்தினி பிள்ளைங்கன்னு தெரியுமா? அவங்க வீடு எப்பிடியிருக்கும்? மனைவி பிள்ளைங்களோட எப்போ நேரத்த செலவு செய்வாங்கன்னு ஏதாவது தெரியுமா?”

“தெரியாது.”

“அப்புறம் நாம மட்டும் ஏன் நம்ம பிள்ளைங்க, பெண்டாட்டின்னே நெனச்சினு இருக்கிறோம்? நம்ம பிள்ளைங்களும், பெண்டாட்டியும் நம்மை சார்ந்தவங்கதான். ஆனா தனித்தனி உயிருங்க. அவங்களுக்குத் தேவையான சில குறைஞ்சபட்ச வசதிகளைச் செஞ்சுட்டா போதும். அவங்களே உருவாகி வருவாங்க. நமக்காகப் போராடறவங்க குடும்பத்தைப் பத்தி யோசிக்கக்கூடாது. நாம மட்டும் அந்தப் போராட்டத்தின் பலன்களை வாங்கிக்கிட்டு குடும்பத்தோட இருக்கணும்? இது அநியாயமில்லையா? குறைஞ்சபட்ச சமூக அக்கறையாவது நமக்கு வேணுமில்ல?”

சிவலிங்கம் விழித்தான். அவனால் பதில் சொல்ல முடியவில்லை.

“கையில என்ன தோழர் கட்டு?”

தோழர் என்ற சொல் அவனை நெகிழ்த்தியது. சிவலிங்கம் ஏறிட்டுப் பார்த்தான். முன்னால் பரந்து விரிந்திருந்த மலைத் தொடரிலும் காட்டுவெளியிலும் அச்சொல் கரைந்து பரவுவதாகத் தோன்றியது. அங்கு நிலவிய ஆழ்ந்த அமைதியும் ஏகாந்தமும் அச்சொல்லுள் பொதிந்திருப்பதாக உணர்ந்தான்.

“அது ஒரு மானக்கேடு” என்றான் சிவலிங்கம்.

புதியவர் தன்னைப்பற்றிச் சொல்லிக்கொண்டிருந்தார். தான் கம்யூனிஸ்ட் கட்சி உறுப்பினர் என்றும், கட்சியை அரசாங்கம் *தடைசெய்துவிட்டதால் தலைமறைவு வாழ்க்கையில் இருப்பதாகவும் சொன்னார் அந்தத் தோழர். தடையை அரசாங்கம் நீக்கி

---

*1948 முதல் 1952 வரை இந்திய அரசு கம்யூனிஸ்ட் கட்சியைத் தடை செய்திருந்தது.

ஒன்றிரண்டு ஆண்டுகள் ஆகிவிட்டாலும் சில வழக்குகள் இருப்ப தால் இப்படி மறைந்து வாழவேண்டியுள்ளது என்றார். சிவ மலையும், சில கூட்டமைப்பின் தலைவர்களும்கூட இப்படிச் சிலருக்கு அடைக்கலம் தந்ததாகச் சொல்லிக்கொண்டிருந்தார். அவர் பேசப்பேச கேட்டுக்கொண்டிருந்தான் சிவலிங்கம்.

24

அதிகாலையிலேயே பூங்குளத்திலிருந்து ஒருவர் மிதி வண்டியில் சிவலிங்கத்தைத் தேடிக்கொண்டு பெரியகல்லுக்கு வந்திருந்தார். அத்தனை காலையில் அவர் ஏன் வரவேண்டும் என்று சிவலிங்கம் யோசித்துக்கொண்டிருந்தபோதே அவர் தயங்கித் தயங்கிச் சொன்னார்.

"உங்கப்பா தவறிட்டார்ப்பா, சிவலிங்கம்."

அதைக்கேட்ட மாத்திரத்திலேயே தலையிலும் முகத்திலும் அடித்துக்கொண்டு அழுதான் சிவலிங்கம். பிள்ளைகள் அப்பனின் அழுகையைக் காணச் சகியாது கதறினர். சிறிது நேரத்துக்கெல்லாம் இளங்காளை வண்டியொன்றைக் கட்டிக்கொண்டு வந்துவிட்டான். அவர்கள் பெரிய கல்லை விட்டுப் புறப்பட்டார்கள்.

சாமனுக்கு இரைப்பு இருந்தது. இரவில் மூச்சடைப்பும் இரைப்பும் எப்போதும் இருக்கும். பனிக்காலத்தில் அது அதிகமாகி அப்பனை அழுத்தியிருக்கும் என்று நினைத்தான் சிவலிங்கம்.

அப்பனில்லாத வீட்டை அவனால் நினைத்துப்பார்க்க முடிய வில்லை. பூமாதேவியையும் அம்மாவையும் இனி அவன்தான் பாத்துக்கொள்ளவேண்டும். ஊரில் நுழைந்ததும் எல்லாமே புதிதாகத் தெரிந்தன. தங்கையும், அம்மாவும் பிடித்துக்கொண்டு கதறினார்கள். அப்பனை விட்டுவிட்டு தூரதேசம் போய்விட்ட தாகத் திட்டி அழுதாள் முனியம்மாள்.

திருவேங்கடம் சாவண்டையில் வந்தபோது அவனைக் கட்டிக் கொண்டு கதறினான் சிவலிங்கம். அவனின் அழுகையால் மறு படியும் ஒரு பாட்டம் விசும்பல்கள் அங்கே எழுந்து அடங்கின.

"சர்க்காரு உங்களுக்கு ஒதுக்குன நெலத்த அந்த மணியக் காரன் எடுத்துக்கிட்டதா மாமான் எங்கிட்ட சொல்லினே இருந் தாருடா லிங்கம். அந்த நெலத்த எப்பிடியும் போராடி வாங்கிட லாம். உங்கப்பாவோட சிப்பந்தி வேலையை உனுக்கோ, உங்கண்ண னுக்கோ மாத்தி தரச்சொல்லிடலாம். நீ எங்கியும் போகாதடா. ஊர்லயே இரு."

திருவேங்கடத்தின் சொற்கள் இதம் தருவதாக இருந்தன. அவனருகில் இருக்கும்போது பலம்கொண்டவனாகத் தன்னை உணரும் அதிசயத்தை நினைத்தபடி இருந்தான் சிவலிங்கம்.

மேளச்சத்தமின்றி சாவுவீடு அமைதியாக இருந்தது. மேளக்காரன் ஒருவனின் மரணத்துக்கு மிகச் சரியான அஞ்சலியாக அது சிவலிங்கத்துக்குத் தோன்றியது. சாமனின் பங்காளிகள் கோடித்துணி எடுத்துக்கொண்டு வந்த பிறகு அவனை வழியனுப்பும் வேலைகள் நடந்தன. அவனைக் குளிக்கவைத்து கோடித்துணியைச் சுற்றி நாட்டுப்பாடையில் கிடத்தினார்கள். சாமனின் கால்கள் வீட்டைப் பார்த்தது போல இருந்தன. அவனின் கால்மாட்டில் தேங்காய் கற்பூரத்துடன் சேர்த்து மஞ்சள் கலந்த அரிசியைக் கட்டி வைத்திருந்தார்கள். பாடையின் நான்கு கால்களிலும் தேங்காய்களும், கரும்புத்துண்டும், வாழைக்கன்றும் சேர்த்துக் கட்டப்பட்டிருந்தன.

பாடை அழகாகக் கட்டப்பட்டிருந்தது. மூங்கில் வாரைகளில் ஏழு குறுக்குகளை வைத்து, பக்கங்களில் துணி கட்டியிருந்தது. தலைமாட்டில் குடையொன்றைக் கட்டியிருந்தார்கள். பிணத்தைத் தூக்கியதும் பெண்களின் பெருங்குரல் கேட்டது.

பாடைக்கு முன்னால் சாமனின் பெரிய மகன் தீச்சட்டியுடன் போனான். நடுகாட்டில் கொண்டுபோய் அரிச்சந்திர மேடையில் பாடையை இறக்கியதும், ஊர்த்தோட்டி கோட்டான் நான்கு மூலைக்கும் கற்பூரம் கொளுத்தினான். பாடைக்கு முன்னால் பெருக்கல் குறியிட்டு வட்டம் போட்டு அதன் மையத்தில் சூடம் கொளுத்தினான். கொள்ளிபோடுகிறவன் பிண்டச் சோற்றை பாடைக்கு அருகில் நாலு மூலைகளிலும் வைத்தான்.

சலசலப்பு அடங்கும்படி அதட்டினான் கோட்டான்.

பிறகு நடுகாட்டுக் கதையை* சொல்லத் தொடங்கினான். சுற்றிலுமிருந்தவர்கள் ஒவ்வொரு கண்ணிக்கும் "ஒவ்... ஒவ்..." என்று காத்தம் போட்டார்கள்.

* நடுகாட்டுக் கதை : ஊர் எல்லை முடிந்து சுடுகாட்டின் எல்லை தொடங்குமிடம் நடுகாடு எனப்படும். பிணம் புதைக்கவோ, எரிக்கவோ கொண்டு போகும்போது அந்த இடத்தில் உள்ள அரிச்சந்திர மேடையிலோ, தரையிலோ பாடையை வைத்து தோட்டி நடுகாட்டுக்கதையைச் சொல்வது வழக்கம். இன்றளவும் வடதமிழக கிராமங்களில் பிணம் புதைப்பதற்கு முன்பாக நடுகாட்டுக்கதை சொல்லப்படுகிறது. இது வட்டாரத்துக்கு ஏற்றவாறு சிற்சில மாற்றங்களோடு இருக்கும்.

அழகிய பெரியவன்

“சாமிகுருவே சாமிகுருவே
ஒன்று சொல்றேன்
உகந்த நாலு மகிம சொல்றேன்
கேளுமய்யா சாமி
... ஓவ்
முந்திப்பொறந்தவன் நான்
முதுகில் பூணூல் தரித்தவன் நான்
ஜங்குப் பறையன் நான்
ஜாதிக்கெல்லாம் பெரியவனைய்யா சாமி
... ஓவ்
ஒண்ணுன்னா ஒண்ணு
உலகமெல்லாம் கண்ணு
ரெண்டுன்னா ரெண்டு
சூரியசந்திரன் ரெண்டு
மூனுன்னா மூனு
முப்பத்து முக்கோடி தேவர்கள் மூனு
நாலுன்னா நாலு
நாப்பத்தெண்ணாயிரம் ரிஷிமார்கள் நாலு
அஞ்சின்னா அஞ்சு
பஞ்சபாண்டவர்கள் அஞ்சு அய்யா சாமி என்றான்
... ஓவ்
ஊருக்கு மேலாண்ட
ஆலம் பரிதி
ஆலம் பரிதியிலே கன்னிப் புத்து
கன்னிப்புத்துல
ஒரு காராம்பசு ஏற்பட்டுச்சு அய்யா சாமி என்றான்
... ஓவ்

காராம்பசு
நாடியத்து
நரம்பத்து
நாலுகாலு தண்டம் போட்டு
பக்கத்துப் பதினாறு எலும்பும்
பலப்பலன்னு முறிஞ்சி
கீழ விழுந்து ஜீவிச்சிப் போச்சி அய்யாசாமி என்றான்
... ஓவ்

அப்போது வீரஜாம்புகன்*
உண்டான கடவுளிடம் போய்
ஆனால், சாமிகுருவே
நான் ஒண்டி, என்ன செய்வேன்?
காராம் பசுவை ஏதும் என்னால் செய்யமுடியவில்லை என்று
வீர ஜாம்புகன் உண்டான கடவுளிடம் சொல்லும்போது
... ஓவ்

அப்போது உண்டான கடவுள்
அடே, வீரஜாம்புகா,
வெள்ளிச் செம்பில் பன்னீர் எடுத்துக்கொண்டுபோய்,
வெள்ளிப் பிரம்பைக்கூட எடுத்துக்கொண்டுபோய்,
ஆலம் பரிதியை மூன்று சுற்று சுற்றிவிட்டு
வெள்ளிச் செம்பிலிருக்கிற பன்னீரைத் தெளித்துவிட்டு
வெள்ளிப் பிரம்பால் தட்டி எழுப்பினால்
ஆயிரஆயிரத்துடன் எழுந்து வருவானே என்றார்.
... ஓவ்

அப்போது ஆயிர ஆயிரத்துடன் போய்
காராம்பசுவின்காலைக் கட்ட
நாடியத்து நரம்பத்து
நான்கு காலைத்தண்டம் போட்டு
வெங்கலத்துங்கலாடி
வட்டமானப் பாறைக்குக் கொண்டுபோய்
வட்டவட்டமாக்கி
துண்டமங்கலத்துக்குக் கொண்டுபோய்
துண்டு துண்டாக்கி
கண்ணமங்கலத்துக்கு எடுத்துப்போய்
கண்டகண்டமாக்கி
அறுத்துப்பிரித்து அய்ந்து பாகங்களாகப்
போட்டு வந்தேன் சாமி என்றான்.
... ஓவ்

அய்ந்து பாகங்களாய்ப் போட்டு
சூரியனுக்கு ஒரு பாகம்
சந்திரனுக்கு ஒரு பாகம்
இந்திரனுக்கு ஒரு பாகம்

---

*சம்புகன் : சிவன், புத்தன், கடவுள், பிரமன், விஷ்ணு, பிதா, அருகன்
(நா. கதிரைவேற்பிள்ளை தமிழ்மொழி அகராதி)

சாசாரி பரமேஸ்வரனுக்கு ஒரு பாகம்
இப்படிக் காராம் பசுவை
அய்ந்து பாகங்களாய்ப் போட்டு
அய்ந்து பாகங்களையும் அவரவர்களிடம்
ஒப்படைக்கும்போது
... ஓவ்

பூமோதேவியானவள்
அடேய், தகிடி மகனே!
எங்கே என்னுடைய பாகம் என்று கேட்டாள்.
ஆனால், தாயே, பூமாதேவி!
உன்னுடைய பாகமாகப்பட்டது
ஆவியைத்தவிர
உதிரத்தைத்தவிர
பித்தில் பாகமில்லையென்று சொன்னான்.
... ஓவ்

அப்போது ஆகாய வேணியானவள்
அடேய், தகிடி மகனே!
எங்கே என்னுடைய பாகம் என்று கேட்டாள்.
ஆனால், தாயே, ஆகாய வேணி!
உன்னுடைய பாகமாகப்பட்டது
ஆவியைத்தவிர
பித்தில் பாகமில்லையென்று சொன்னான்.
... ஓவ்

அப்போது காராம்பசு கருவிகளாகும் வகையானது.
அதன் தோலினுடைய வகை
ஏதெதற்கு உதவுமென்று
சொல்லிக்கொண்டு வாடா வீரஜாம்புகா என்றார்.
அதன் தோலினுடைய வகை
சிறு விவசாயிகளுக்கு
கமலை பாரிக்கு, தொண்டலத்துக்கு
தோலாகுமய்யா சாமி என்றான்.
... ஓவ்

அப்போது
காராம்பசுவின் தோலின் வகை அப்படியானது.
அதன் காலினுடைய வகை

ஏதெதற்கு உதவுமென்று
சொல்லிக்கொண்டு வாடா வீரஜாம்புகா என்றார்.
அதன் காலினுடைய வகை
தட்டுவேலை செய்யும் தட்டானுக்கு
கொட்டாப்புளி ஆகுமய்யா சாமி என்றான் வீரஜாம்புகன்
அப்போது
காராம்பசுவின் காலுடையவகை அப்படியானது.
... ஓவ்

வாலினுடைய வகை
ஏதெதற்கு உபயோகப்படுமென்று சொல்லிக்கொண்டு
வாடா
வீரஜாம்புகா என்றார்
அதன் வாலினுடைய வகை
வாராகும், வடமாகும், வடக்கயிறாகுமய்யா
சாமி என்றான் வீரஜாம்புகன்
... ஓவ்

அப்போது காராம்பசுவின்
வாலினுடைய வகை இப்படியானது.
அதன் கண்ணினுடைய வகை
ஏதெதற்கு உபயோகப்படுமென்று
சொல்லிக்கொண்டுவாடா
வீரஜாம்புகா என்றார்.
... ஓவ்

அதன் கண்ணினுடைய வகை
கார்கூறும் பட்டணம்
கம்மாளப்பெண்ணுக்கு
கண்ணுக்கு வைக்கும்
கண்மையாகும் அய்யா
என்றான் வீரஜாம்புகன்
அப்போது
காராம்பசுவின் கண்ணினுடைய வகை
அப்படியானது.
... ஓவ்

அதன் கொம்பினுடைய வகை
ஏதெதற்கு உபயோகப்படுமென்று
சொல்லிக்கொண்டுவாடா வீரஜாம்புகா என்று
சொல்லும்போது
அதன் கொம்பினுடைய வகை

இடி பாணம்
பொடி பாணம்
நாக பாணம்
நட்சத்திர பாணம்
இப்படிப்பட்ட வினோதமான பாணங்களெல்லாம் செய்ய
உதவுமைய்யா சாமி என்றான்.
அப்போது காராம்பசுவின் கொம்பினுடைய
வகை அப்படியானது.
... ஓவ்

காராம்பசுவின் தோலினுடைய வகை அப்படியானது
அதன் கண்ணினுடைய வகை இப்படியானது
காலினுடைய வகை அப்படியானது
அதன் வாலினுடைய வகை இப்படியானது.
...ஓவ்

நம்முடை நாட்டிலே
பாவம் செய்தவர்க்கு
என்னென்ன தண்டனைகள் என்று
சொல்லிக்கொண்டுவாடா
வீரஜாம்புகா என்றார்.
அப்படியே சொல்லிக்கொண்டு
வருகிறேன் என்ற வீரஜாம்புகன்,
கூலியைக் குறைத்தவனும்
குறைமரக்கால் அளந்தவனும்
தாயில்லாத பிள்ளையைத்
தலைமேல் அடித்தவனும்
அண்ணன் தம்பிக்குத் துரோகம் செய்தவனும்
பஞ்சாயத்தில் ஓரவஞ்சனை பேசியவனும்
எல்லைக்கல்லைப் பிடுங்கி நட்டவனும்
தாய்ப்பால் கேட்டவர்க்குக்
கள்ளிப்பால் தந்தவனும்
படுக்கிற பாய்தனிலே
பாம்புகளை விட்டவனும்
நடக்கிற வழிதனிலே
நச்சு முள்ளைப் போட்டவனும்
இப்பேர்ப்பட்டவர்களுக்கு எல்லாம்
... ஓவ்

பாம்புக்குழி
பல்லிக்குழி

தேள்குழி
இப்படிப்பட்ட தண்டனைகள் கொடுத்து
சித்ரவதை உண்டாகும் அய்யா சாமி என்றான்.
... ஓவ்

அப்போது
மேற்கொண்டும் பாவம் செய்தவர்களுக்கு
என்னென்ன கட்டளை என்று
சொல்லிக்கொண்டுவாடா
வீர ஜாம்புகாவென்று சொல்லும்போது
மேற்கொண்டு தவறு செய்தவர்களுக்கு
ஆறுமெட்டுக்குழி வெட்டி
அதிலே சுண்ணாம்பு கொட்டி
அந்தச் சுண்ணாம்பை வேகவைத்து
அக்குழியில் அவர்களைத்
தள்ளிவிடவேண்டும் அய்யா சாமி என்றான்.
... ஓவ்

அப்போது
புண்ணியம் செய்தவர்களுக்கு
நம்நாட்டில்
என்னென்ன கட்டளை என்று
சொல்லிக்கொண்டு வாடா வீரஜாம்புகா என்றார்.
கூலியைக் குறைக்காதவர்களுக்கும்
குறைமரக்கால் அளக்காதவர்களுக்கும்
தாயில்லாத பிள்ளையைத்
தலைமேல் அடிக்காதவர்களுக்கும்
பிச்சையென்று வந்தவர்க்கு பிச்சை போட்டவர்களுக்கும்
பஞ்சாயத்தில் நியாயமாகப் பேசியவர்களுக்கும்
இப்பேர்ப்பட்டவர்க்கெல்லாம்
ஆண்டவனின் இடத்திலே
கையழுத்தும் தாதி
காலழுத்தும் தாதி
பூப்பறிக்கும் தாதி
சமையல் செய்யும் தாதி
என்று ஆண்டவனிடத்தில்
பணிபுரிய ஆகுமய்யா சாமி என்றான்.
... ஓவ்

அப்போது மேற்கொண்டு புண்ணியம்
செய்தவர்களுக்கு நம்நாட்டில்

என்னென்ன கட்டளை என்று
சொல்லிக்கொண்டு வாடா வீரஜாம்புகா என்றார்.
இன்னும் புண்ணியம் அதிகமாக செய்தவர்களுக்கு
ஆண்டவர் சிம்மாசனத்தின் மேலே
சமபங்கு உண்டய்யா என்றான் வீரஜாம்புகன்
... ஓவ்

அப்போது
சாமி, நான் எதைத்தின்று ஜீவிதம் செய்வேன்
எனக்குக் கொடுக்க வேண்டியவைகளைக்
கொடுத்தால்தான் மேற்கொண்டு
இதைச் சொல்வேன்
என்று வீரஜாம்புகன்
உண்டான கடவுளிடம் சொன்னபோது
உண்டான கடவுள்
அடேய் வீரஜாம்புகா
உனக்கு என்ன வேண்டும் கேள் தைரியமாக
நான் தருகிறேன் என்றார்.
... ஓவ்

ஆனால், சாமி எனக்கு
கொடைக்காசு
கொள்ளிக்காசு
நாலு மூலைக்காசு
நடுக்காசு
ஒரு முழம்துண்டு
ஒரு மானம் வாய்க்கரிசி
இதையெல்லாம் கொடுத்தால்தான்
மேற்கொண்டு கதையைச் சொல்லிக்கொண்டு வருவேன்
என்றான் வீரஜாம்புகன்.
... ஓவ்

அதேபோல கொடுத்துவிட்டேன்
மேற்கொண்டு கதையைச் சொல்லிக்கொண்டு வாடா
வீரஜாம்புகா என்றார்.
... ஓவ்

அப்போது ஓரடி அடித்தான்
உலகமெல்லாம் திடுக்கிட்டுப் போச்சு

ரெண்டு அடி அடித்தான்
ஈரேழு லோகம்
பதினாலு லோகமாச்சு
மூனுஅடி அடித்தான் அப்போது
முப்பத்து முக்கோடி தேவர்களும்
அதிர்ந்து தவறி விழுந்துவிட்டார்களய்யா சாமி
என்றான் வீரஜாம்புகன்.
... ஓவ்

நாலடி அடிக்கும்போது
நாற்பத்து எண்ணாயிரம் ரிஷிமார்களெல்லாம்
நடுநடுங்கி திடுதிடுத்து விழுந்துவிட்டார்களய்யா சாமி
என்றான் வீரஜாம்புகன்.
... ஓவ்

அய்ந்தடி அடிக்கும்போது
அய்ந்துலோகம் பஞ்சலோகமாகி
ஆறுலோகமாகி ஆனந்த லோகமாகிப் போச்சு அய்யா
என்றான் வீரஜாம்புகன்.
... ஓவ்

ஆறாவது அடிஅடிக்கும்போது
தண்ணீர் எடுத்துப்போன
கர்ப்ப ஸ்திரி
அதிர்ந்து தவறி கீழே விழுந்திட
ஆறுமாதப்பிண்டம் அதிர்ந்துவிழ
பட்டென்று விழுந்து
பொட்டென்று போய்விட்டாளய்யா சாமி
என்றான் வீரஜாம்புகன்.
... ஓவ்

அப்போது
ஏழுவயசுப் பையன்
வீதியில் பந்து விளையாடிக்கொண்டிருக்கும்போது
காய் உதிர கனி உதிர
பூ உதிர பிஞ்சு உதிர
பட்டென்று விழுந்து
பொட்டென்று போய்விட்டானய்யா சாமி
என்றான் வீரஜாம்புகன்.
... ஓவ்

அப்போது உண்டான கடவுள்
அடேய், வீரஜாம்புகா
என்னவென்று சாற்றி வந்தாய்
என்று கேட்டபோது
சாமி
பயந்து சொல்லவா
பயப்படாமல் சொல்லவா என்றான்
... ஓவ்

அடேய் பயப்படாமல் சொல்லிவாடா
வீரஜாம்புகா என்றார்
உண்டான கடவுள்.
... ஓவ்

உறிகட்டிய மரம்
உறியிலேயே தொங்கவேண்டுமென்று
சாற்றிவிட்டு வரச்சொன்னாய்
நானோ,
ஆறுமாதப்பிண்டம்
அதிர்ந்துவிழும் என்று சாற்றிவிட்டு
வந்தேன் சாமி என்று சொல்லும்போது
... ஓவ்

காளியம்மா கதவைத்திற
அரிச்சந்திரா வழியை விடு
தோட்டி போனா திருவள்ளூரு
வடக்குப் பிணத்தை
இடக்கால் திருப்பு
அடி மேளத்தை
எடு பிணத்தை...
... ஓவ்

கோட்டானின் நடுகாட்டுக்கதை நின்றதும் எல்லாரும் அவனுக்கு அங்கு விரித்து வைத்திருக்கும் துணியிலே காசு போட்டார்கள்.

திருவேங்கடம் வேலூர் ஜில்லாவிலே பல இடங்களிலும் சொல்லப்படுகின்ற நடுகாட்டுக்கதை வடிவங்களைக் கேட்டிருக் கிறான். பெரியபேட்டையின் சுற்றுவட்டாரங்களில் சொல்லப் படுபவை கோட்டான் சொல்வது போன்றவை. புதுக்குடி சுற்று

வட்டாரங்களிலோ வீரசாம்புகன் காராம்பசுவின் மாமிசத்தைப் பங்குபோட்டு கடவுளர்கள் பலருக்கும் கொடுத்துவிட்டு, மீதமிருக்கும் ஒரு பங்குக்காகச் சாற்றி வருவதாக கதை இருந்தது. வேலூர் சுற்று வட்டார கிராமங்களிலோ இக்கதை வேறு வடிவம்.

கூட்டமைப்பின் தோழர் ஒருவரின் உறவினர் இறப்புக்கு வழித்துணையான் குப்பம் பக்கமாக ஒருமுறை போயிருந்தான் திருவேங்கடம். அங்கு கேட்ட நடுகாட்டுக்கதை அவன் நினைவி லாடியது. அவ்வூரின் தோட்டி அக்கதையை வேறுமாதிரி சொன் னான்.

"சாமி குருவே, சாமி குருவே. அடிவிண்ணப்பம் சொல்றேன். வந்திருக்கும் சபையார் யாவருக்கும் சரணமய்யா சாமி. ஒண் ணுன்னா ஒண்ணு, உலகம்தான் ஒண்ணு. ரெண்டுன்னா ரெண்டு, சூரியசந்திரன் ரெண்டு, மூனுன்னா மூனு, மூனு மும்மூர்த்திகள் மூனு. நாலுன்னா நாலு, நாலு கன்னிகைகள் நாலு. அஞ்சின்னா அஞ்சி, அஞ்சி பஞ்சபாண்டவர்கள் அஞ்சி.

ஒன்றாம் பிறப்பிலே உலகம் பிறந்தது. ரெண்டாம் பிறப்பிலே ராமர் பிறந்தார். மூன்றாம் பிறப்பிலே மும்மூர்த்திகள் பிறந்தார்கள். நாலாம் பிறப்பிலே நாலு கன்னிகள் பிறந்தார்கள். அஞ்சாம் பிறப்பிலே பஞ்சபாண்டவர்கள் பிறந்தார்கள்.

ஊரு தோன்றி, உலகம் தோன்றி, ஊரார் குடிமக்கள் ஆயிரம் தோன்றி, கார் தோன்றி, கலப்பை தோன்றி, காரூர் கம்மாளன் கச்சன் தோன்றி, மார்கண்டன் சகாயத்தினாலே எமதர்ம ராஜனை எட்டியுதைத்து, அதலவிதல செத்து சமுத்திரம் போனதினாலே உண்டான பரமசிவன் ஏதேது சொன்னார் என்றால், "அண்டையில் கொலுவிருக்கும் ஆயிரம் சித்த பக்தர்களே. பக்கம் கொலுவிருக்கும் பதினாறாயிரம் சித்தபக்தர்களே. மண்ணில் பிறந்தவன் மகாவீர சாம்புகன். முந்திப்பிறந்தவன். முதுகில் பூணூல் தரித்தவன். சங்கப் பறையன். சாதிக்கு மூத்தவன். ஆனையேறி, மாலைசூட்டி, அரிச் சந்திர மகாராஜனை அடிமைகொண்ட வீரசாம்புகன் இருக்கிறான். அவனை அழைத்து வாருங்கள்" என்று உத்தரவிட்டார் அப்படியே ஆனபடியால் கூப்பிட்டக்குரலுக்கு ஓடிப்போய் நின்றுகொண்டு வீரசாம்புகன், "யாது சாமி? என்னையழைத்தீர்கள்" என்று கேட்கும் போது, உண்டான பரமசிவன் ஏதேது சொன்னாரென்றால், "பழுத்த பழமெல்லாம் உறிகட்டித் தொங்குகின்றன. யுகம் மாறி யுகம் கொள் கிறார்கள். பழுத்த பழமெல்லாம் யுகம் மாறி யுகம் கொள்ளும் காரணத்தினால், பழம் உதிர பழம் உதிர என்று சாற்றி வாருமைய்யா வீரசாம்புகா" என்றார்.

“அப்படியே சாற்றி வருகிறேன்” என்று சொல்லி வெங்கலக் கடும்பும் வெங்கலக்கணப்பும்* எடுத்து இடுப்பில் கட்டி ஓரடி வைத்தால் ஒரு லோகமாச்சி. ஈரடி வைத்தால் இரு லோகமாச்சி. மூனடி வைத்தால் மூனு லோகமாச்சி, நாலடி வைத்தால் நாலு லோகமாச்சு, அஞ்சடி வைத்தால், அஞ்சு லோகம் பஞ்சலோக மாச்சு. கீழ்க்கடலில் ஓரடி வைத்தால், கீழ்க்கடல் மேல்கடலாச்சு. மேல்கடலில் ஓரடிவைத்தால், மேல்கடல் கீழ்க்கடலாச்சு. வடகடலில் ஓரடிவைத்தால், வடகடல் தென்கடலாச்சு. தென்கடலில் ஓரடி வைத்தால், தென்கடல் வடகடலாச்சு.

இப்படியான மாத்திரத்தில் காரூரு கம்மாளப்பெண் தண்ணிக் குடமெடுத்து தண்ணீருக்கு வரும் வழியில் அந்தப் பெண்ணைக் கண்ட மாத்திரத்தில் கணப்பானது கீழே விழுந்துவிட்டது. “அதை யெடுத்துக்கொடு” என்று கேட்கும்பொழுது, அந்தப் பெண் ணானவள், “யாரைய்யா நீ? உன் வரலாற்றைத் தெரிவித்தால் நான் எடுத்துக்கொடுப்பேன்” என்று சொல்லும்பொழுது அப்போது உண்டான வீரசாம்புகன், “முந்திப்பிறந்தவன் நான். முதுகில் பூணூல் தரித்தவன் நான். சங்கப்பறையன் நான். ஜாதிக்கெல்லாம் மூத்தவன் நான்” என்று சொல்லும்பொழுது, அந்தப் பெண்ணானவள் வலதுகையில் எடுத்துக்கொடுக்க இடது காலால் வாங்கினான்.

அப்படி வாங்கி, “பழம் உதிர பழம் உதிர” எனச் சாற்றி வரும்போது, பார்ப்பனப்பிள்ளைகள் பந்து விளையாடும் வீதியில், “யாரையா? இம்மாதிரி சாற்றுகிறாயே?” என்று சொல்லி கல்லாலும் கட்டையாலும் புட்டையாலும் எடுத்து எறியும்பொழுது, உண்டான வீரசாம்புகன் கோபம் பெரிதாகி “பழம் உதிர பழம் உதிர. பூ உதிர பூ உதிர. பிஞ்சுதிர பிஞ்சுதிர. மூன்றுமாசப் பிண்டம் முறிந்து விழ. ஆறுமாசப் பிண்டம் அதிர்ந்து விழ. கட்டிய சுவர் திக்கென்று விழ” என்று சாற்றிவிட்டு ஓட்டம் ஒருநடையாய் ஓடிப்போய் நின்றுகொண்டிருந்தான். அப்போது உண்டான பரமசிவன் ஏதேது சொன்னார் என்றால்,

“அடேய் வீரசாம்புகா, நான் ஒன்று சொன்னால் நீ ஒன்றைச் சாற்றுகிறாயே? மறுபடியும் சாற்றுமையா வீரசாம்புகா” என்றார். அப்போது உண்டான வீரசாம்புகன், “நான் ஒண்ணு கேட்கிறேன் சாமி. பயந்து கேட்கட்டுமா, பயப்படாம கேட்கட்டுமா?” என்றான். அப்போது உண்டான பரமசிவன் ஏதேது சொன்னார் என்றால், “அடேய், வீரசாம்புகா, இடிக்கிற இடிக்கும், பெய்யிற மழைக்கும், அடிக்கிற காற்றுக்கும் பயப்படு. வேறெதற்கும் பயப்படாதே. தைரியமாய்க் கேளுமய்யா வீரசாம்புகா” என்றார்.

---

* கடும்பு – சும்மாடு
கணப்பு – கணப்பறை

அப்போது வீரசாம்புகன், “நான் திருப்பிச்சாற்றுவதால் என் சிரசாகப்பட்டது பதினாறு சுக்கலாக வெடித்துவிடுமய்யா சாமி. ஆகையால் எனக்கு முத்தினகள்ளு, மூர்த்திகள் கள்ளு, எட்டிக் கொட்டைப் பாசானம், இடிமருந்து, பொடிமருந்து, கஞ்சா மயக்கம், பெரியபெரிய துரையேறும் பட்டத்து வெள்ளையானை ஆகியவற்றைக் கொடுத்தால் சாப்பிட்டு அதன்மீது ஏறியமர்ந்து சாற்றிவருவேன் என்று சொன்னான்.

அப்போது பரமசிவனுக்கு அவலேறிக் கண்கள் ரெண்டும் சிவலேறிப் பூத்தது. நீலமுடிக் கண்கள் நெருப்புக் கனலானது. வாடி முகம் சிவந்து வண்ணமுகம் சீர்குலைந்தது. அப்போது அவர் கோபம்கொண்டு, “அடேய், தகிடி மகனே!” என்றார். அவர் கோபம் பெரிதாகிவிட்டது. அப்போது பக்கத்திலிருந்த பெரியபெரிய துரை துரை மன்னாதி மன்னரெல்லாம், “கோபத்தைப் பொறுசாமி. ஆபத் துக்கு தோசமில்லை” எனும்பொழுது, “சரி, கன்னியாதானம், புண்ணியாதானம்” என்று சாற்றிவா வீரசாம்புகா என்றார். “அப்படியே சாற்றி வருகிறேன்” என்று சொல்லி, “தாயை அடித்த வரும், தன்பிறப்பை நொந்தவரும், கூலி குறைத்தவரும், குறைமரக் கால் அளந்தவரும், நாழிபெருசுன்னு நாளைவா என்றவரும், மரக் கால் பெருசுன்னு மத்தியில் வச்சவரும், எல்லைக்கல்லைப் பிடுங்கி இடையில் நட்டவரும், பங்கிலேபங்கைப் பதறியடித்தவரும், தோப்பு வைக்காதவரும், துரவு வைக்காதவரும், நதி வைக்காதவரும், நந்த வனம் வைக்காதவரும் அண்ணன் தம்பி பாகத்தில் ஓரவஞ்சனை செய்தவரும் இவ்வாறானவர்க்கு ஏதேது கட்டளையின்னா, அட்டைக்குழி, பாம்புக்குழி, பல்லிக்குழி, ஏழாங்குழி, கீழாங்குழி அதன்மீது ஜெபிக்குமய்யா சாமி.”

“தாயை அடிக்காதவரும், தன் பிறப்பை நோகாதவரும், கூலி குறைக்காதவரும், குறை மரக்கால் அளக்காதவரும், நாழிபெருசுன்னு நாளை வரச்சொல்லாதவரும், மரக்கால் பெருசுன்னு மத்தியில் வைக்காதவரும், எல்லைக்கல்லைப் பிடுங்கி இடையில் நடாதவரும், பங்கில் பங்கைப் பதறியடிக்காதவரும், தோப்பு வைத்தவரும், துரவு வைத்தவரும், நதிவைத்தவரும், நந்தவனம் வைத்தவரும், அண்ணன் தம்பி பாகத்தில் ஓரவஞ்சனை செய்யாதவரும் இவ்வாரானவர்க் கெல்லாம் ஏதேது கட்டளையின்னா, அஞ்சடுக்குப் பஞ்சணை மெத்தை, அதன்மீது சுகாதனம், மகாதேவர் கீழே ஒரு படி தாங்கிக் கொள்வார் சாமி” என்றான். அதது அப்படியாச்சுது.

“காளியம்மா கதவைத்திற. அரிச்சந்திரா வழியவிடு. எடு பிணத்தை. போடு மேளத்தை. மின்னது பின்னுமாய் திருப்புமய்யா சாமி. நான் சொல்வதில் பொய்யுமானால் காஞ்சிபுரத்தில் சப் போர்ட் இருக்கு. எடுத்து வாசித்துப் பாருமய்யா சாமி.”

முன்பு கேட்ட கதைகளுக்கும், இப்போது கோட்டான் சொன்ன கதைக்கும் என்ன பொருள்? தன்னுள்ளே கேள்விகளை அடுக்கிக்கொண்டான் திருவேங்கடம்.

வீரசாம்புகனின் நடுகாட்டுக்கதையில், அவன் இப்பிரபஞ்சத் துக்கே காவலாளியைப்போல உண்டான கடவுளிடம் வாதிடு கிறான். நீதி நியாயங்களுடன் உலகைப் பரிபாலனம் செய்கிறான்.

அவர்கள் வீட்டின் சடங்குகளுக்கு, மூத்தவர்கள் பூணூல் அணிவதும், வள்ளுவர்கள் பூணூல் அணிவதும் அவன் அறிந்தது தான்.

தானே விழுந்து செத்துப்போன காராம்பசுவை அப்புறப் படுத்துவதற்குக்கூட உண்டான கடவுள் சாம்புகனைத்தான் ஏவி விடுகிறார். காவலாளியாய் இருப்பவன் அதைச் செய்யவேண்டும் என்ற தர்க்கம் சரியெனப்பட்டாலும் இப்பணிகளைச் செய்யும் வீரசாம்புகனைச் சமமாக மதிக்கும்படி ஏன் சொல்லவில்லை உண்டான கடவுள்? காலங்காலமாய்ச் சொல்லப்பட்டு, மக்களின் நனவிலி மனதில்போய் அமர்ந்துகொண்டிருக்கும் இக்கதைகளின் புதிரை எப்படியாவது அறிந்திட வேண்டும் என்ற வெறி உண்டானது.

"அடிமேளத்தை; எடு பிணத்தை" என்று நிறுத்திவிட்டு அனிச்சையாய் கோட்டான் திரும்பிப் பார்த்தான். மேளக்காரர்கள் என்று யாருமங்கு இல்லை. மேளச்சத்தம் முத்தாய்ப்பு வைக்காததால் அவன் கதை அந்தரத்தில் தொங்கியது.

சாமனைத் திருப்பி, அவனுடைய கால்கள் புதைகுழியின் திசையில் இருக்கும்படி தூக்கிக்கொண்டு போனார்கள். குழி அருகில் போனதும் கோட்டானும், அவன் மகனும் பிணக்குழியுள் இறங்கி பிணத்தை வாங்கிக் கீழே வைத்தார்கள். ஆறடிக்குழி. ஒரு மழைக் காலத்தின்போது, இப்படி சாமனும், சிவலிங்கமும் குழியுள் இறங்கி பிணத்தை வைத்தபோது குழி சரிந்து பிணத்தோடு அவர்களை மூடிக்கொண்டது நினைவில் வந்துபோனது. அப்போது அவர் களிருவரையும் போராடி மீட்க வேண்டியிருந்தது. நினைக்கவே பதறும் அதை மறக்க தலையை உலுப்பினான் திருவேங்கடம். பௌராணிகக் கதை மரபுகள் உள்ளே பொதிந்து வைத்திருக்கும் மானுடவியல் ரகசியங்களை விளங்கிக்கொள்ள முயன்றபடி, சாமன் குழியில் இறக்கப்படுவதைப் பார்த்துக்கொண்டிருந்தான்.

தண்ணுமை

1

அதிகாலையின்மீது ஏடுகட்டியிருக்கும் மௌனத்தை மேல் தெருவிலிருந்து சில அழுகுரல்கள் மெள்ள கீறிவிட்டன. கொஞ்ச நேரத்திற்கெல்லாம் அழுகையின் ஈரம் தெரு முழுவதும் பரவிக் கசகசத்தது. திம்மநாயக்கன்பேட்டை ஊர் நாயக்கரின் அம்மா செத்துப்போனாள்.

ஊரின் ஒற்றை கீழத்தெருவிலிருந்த ஆட்களில் சிலர் சாவுச் செய்தியை நாலாபக்கமும் எடுத்துக்கொண்டு ஓடினார்கள். ஒருவன் நாயக்கரின் நிலத்துக்கு ஓடினான். நடவோ, சேடைவைப்போ, காய் வெட்டோ எதுவென்றாலும் உடனே நிறுத்த வேண்டும். இன்னொருவன் நேராய் முருகப்பனின் குடிசைக்கு முன்னால் போய் நின்றான்.

"முருகப்பண்ணா, இன்னிக்கி உனுக்கு செம வேட்ட. ஊர் நாக்கிரு அம்மா போய்ச்சேந்துடுச்சி."

"காறித் துப்பினேன்னா பாரு. போடா கம்முனு."

"மோளமடிக்க நீதானே வருணும்? அதான் வந்தேன். என்ன ஏம்மொறைக்கிற?"

தூங்கியெழுந்தவுடனே ஒருவனைத் திட்டிய எரிச்சலுடன் வெளியே வந்து நின்றான் முருகப்பன். உண்மையில் அவனுக்குத் தன் அப்பனின் மீதுதான் அப்போது கோபம் வந்தது.

மிஞ்சிப்போனால் பத்துத் தலைக்கட்டுகளே இருக்கும் கீழூர் சனங்களுக்கும், இருபதுக்கும் மேற்பட்ட மேட்டுக்குடி வீடுகளுக்கும் சூரவேல் ஒருவன்தான் தோட்டி. அவன் அசங்கி உட்கார்ந்து கொண்ட பிறகு முருகப்பனை தோட்டிப் பொறுப்பைப் பார்க்கச் சொல்லி நச்சரித்தபடி இருந்தான்.

ஊரைவிட்டு எங்காவது போய்விடலாமென்றால் வெறி கொண்டவனாக அடிக்க வருகிறான். படிக்க வேண்டுமென்றால், "ஆத்து ரொப்பியும் போனாலும் நாய்க்கு நக்கு தண்ணிதான். காலாகாலத்துல ஒரு கல்யாணத்த பண்ணினு ஊர் வேலையப் பாருடா" எனக் குத்திப்பேசுகிறான். அப்பனுக்குத் தன் விருப்பத்தை எப்படிப் புரியவைப்பது என்று தெரியாமல் தவித்தான் முருகப்பன்.

ஒரு வருசமாய் சூரவேல் படுக்கையிலிருந்து எழவில்லை. இரைப்பு அவனைப் படுத்தியது. இனி அப்பன் இழவு பக்கம் வருவதற்கோ, மேளத்தைத் தொடுவதற்கோ வழியேயில்லை. ஆத்திர மாக வந்தது.

நேற்று முழுவதும் வேலைமேல் இருந்த வலி உடலில் இன்னும் தொக்கியிருந்தது. கிணறு வெட்டு. ஐம்பது அடிவரை தோண்டி யாகிவிட்டது. இன்னும் ஈமிரி தெரியவில்லை. மண்ணும் களிமண் போல் இறுகிக்கொண்டு பெயர மறுக்கிறது. உடலை முறுக்கித் திமிறினான் முருகப்பன்.

"உனுக்கு என்னா பேயி புடுச்சிருக்குதோ தெரிலயே? ஆண்ட மார பகச்சிக்கினு நம்மால பொளைக்க முடியுமாடா சாமி. ஒரு எட்டு போயி பட்டரையிலர்ந்து நம்மாளுங்க ரெண்டு பேர கூட்டி யாந்து ஒத்தாசைக்கு வெச்சிக்கினு எல்லாத்தயும் திருத்தமா செஞ்சி முடியெப்பா."

படுக்கையிலிருந்தபடியே சொன்னான் சூரவேல்.

"நீ வாயெ வச்சிக்கிட்டு சும்மா இரு" முருகப்பன் தன் அப்பனிடம் சத்தம் போட்டான்.

அவனுக்கு மேளமடிக்க வந்து சொல்லிவிட்டுப்போனது பற்றிய சிந்தனையாகவே இருந்தது. அவன் தன் அப்பனோடு சேர்ந்துகொண்டு சின்ன வயதிலிருந்தே மேளமடித்தவன்தான். விரிந்திருக்கும் அவனின் இளமார்பில் ஓர் ஓரமாக ஒதுங்கி நின்று தப்பு அவனின் சொல்பேச்சை ஒழுங்காகக் கேட்கும். அப்பனோடு சேர்ந்து தப்பு கட்டவும் பழகியிருந்தான். ஊரில் சாவு விழுந்தால் முதலில் சூரவேலுக்கு ஆள் வரும். முருகப்பனை உடனே பக்கத்து ஊர்களுக்கு அனுப்பி ஆள்சேர்ப்பான். மேளச்சாமான்களுடன் சாவு வீட்டுக்குப்போய் மங்களம் பாடிவிட்டு அடிக்கத் தொடங்கி னால் சவத்தை எடுக்கும்வரை அவர்களின் கை ஓயாது. அரைநாள் பிணத்திலிருந்து மூன்றுநாள் பிணம் வரைக்கும் பார்த்திருக்கிறான் முருகப்பன்.

அப்படி அடித்துக் கிளப்பிக்கொண்டிருந்தவனுக்குத்தான் திடீரென்று மனமாற்றம். மகனின் கைகள் திடீரென மேளத்தைத் தொடுவதில்லை என முடிவெடுத்துக்கொண்டதும் கலிகாலம் சமீபித்துவிட்டதாக முடிவு செய்துகொண்டான் சூரவேல். மகனை மாற்றியவர்களை, "பொளப்ப கெடுத்தவங்க" என்று நாள்தோறும் தன் ஈளை இருமல்களூடே திட்டத் தொடங்கினான்.

முருகப்பனுக்கு அப்பனின் வசவுகளில் எந்த நியாயமும் இருப்பதாகப் படவில்லை. திருவேங்கடமும், அவரின் கூட்டாளி

களும் கடந்த சித்திரை மாதம் பெரியபேட்டையில் நடத்திய அம்பேத்கர் பிறந்தநாள் விழாவில் கேட்ட பேச்சுகளின் கருத்துகள் அவனை உலுக்கிவிட்டன. அது அம்பேத்கரின் எண்பத்தைந்தாவது பிறந்தநாள் விழா என்பதால் எண்பத்தைந்து மாட்டுவண்டிகளில் அவரின் படங்களை வைத்து ஊர்வலமொன்றையும் நடத்தி னார்கள்.

"நாற்பதுகளிலேயே பறைமேளமடிக்கிறத நம்ம முன்னோர்கள் பல ஊர்கள்ல ஒழிச்சாங்க. நம்ம பெரியபேட்டையைச் சுத்தியிருக் கிற ஊர்கள்ளயும் நாங்க அத செஞ்சோம். எவ்ளோவோ எதிர்ப்பு, அவமானம், வழக்கு எல்லாத்தையும் சந்திச்சோம். இதோ கால் நூற்றாண்டைத் தாண்டறதுக்குள்ளேயே முன்னோர்களின் தியாகங் களையெல்லாம் கால்லபோட்டு மெதிச்சிட்டு மறுபடியும் அடிக்கத் தொடங்கிட்டாங்க. இதுபோன்ற இழிவான தொழில்களை நம்மைச் செய்ய வைக்கிறதின் மூலமாதான் அவங்க நம்மை எப்பவுமே கீழ்ச்சாதியா உணரவைக்கிறாங்க. அவங்க அதிகாரத்தையும் நிலை நிறுத்திக்கிறாங்க. இதை நாம ஏன் செய்யணும்? அவங்களுக்குத் தேவைன்னா அவங்களே செய்துகிடட்டுமே?"

முருகப்பன் கேட்ட திருவேங்கடத்தின் உரை எப்போதும் மூளைக்குள் சுழன்றபடியே இருந்தது. நான் அப்பனிடம் கேட்டதும் இதைத்தானே? ஊர்க்காரர்கள் விடமாட்டார்கள் என்ற காரணத்தைச் சொல்லி ஏன் என்னைத் தடுக்கவேண்டும்? அப்பனை நடுங்கச்செய்வது எது? அவனைப் பிணித்திருப்பது எது? பல நாட்களுக்கு யோசனை செய்துகொண்டேயிருந்தான் முருகப்பன்.

திருவேங்கடம் சொன்னவை அவனை நெருக்கிப்பிடித்தன. இழவு வீடுகளில் எப்படியெல்லாம் நின்றிருக்கிறோம்? பூரண அலங் காரத்துடன் படுத்திருக்கும் பிணங்களைப் பார்த்துக்கொண்டு பலமணிநேரங்கள் மேளமடித்திருக்கிறோம். சாராய மயக்கத்தில் அப்பனுக்கு எதுவும் தெரிவதில்லை. சோறோ, தண்ணீரோ எதுவும் கிடையாது. மேட்டுக்குடி தருவதுதான் கூலி. அதிகம் கேட்டால் உதை விழும். ஒருமுறை அப்பன் அதிகம் கூலிகேட்டு உதைபட்டு தப்பைப் போட்டுக்கொண்டு விழுந்தான். ஓடிப்போய் தூக்கத்தான் முடிந்ததே தவிர எதுவும் கேட்க முடியவில்லை. இருவரும் எல்லார் கால்களிலும் விழுவதைப்போல் இருந்தது.

அன்றிலிருந்து சாவு என்றதும் எல்லார் கால்களிலும் விழுவது போல் உணர்வு வருகிறது. அப்படிப் பார்த்தால், அப்பனுடன் மேளமடிக்கப் போய் சிறு வயதிலிருந்து இந்த வயதுவரை பல பேருடைய கால்களில் விழுந்தாகிவிட்டது. மேளச் சாமான்களைத்

தூக்கிக்கொண்டு லோக்லோக் என்று பல ஊர்களுக்கும், நாயக்கர் சொன்னார், முதலியார் சொன்னார், கவுண்டர் சொன்னார் என்று போய் வந்தாயிற்று. போய் வந்ததுதான் மிச்சம். ஆண்டைகளிடம் எதையும் கேட்க முடியாது.

பொங்கல் வைக்க, காவடி எடுக்க, கும்பிடிக்கை செய்ய என்றால் பம்பைக்காரர்களையும் கல்யாணத்துக்கு மேளக்காரர் களையும் முன்பணம் வைத்துதான் கூப்பிடுகிறார்கள். கூலி பேசு கிறார்கள். இதற்கு ஏன் அப்படி இல்லை?

இதைக் கேட்டால், “அந்த ராங்கெல்லாம் வாணாம்” என்றே பதில் கிடைத்திருக்கிறது.

மனிதர் முன்னும், அரூப உருவின் முன்னும் அன்றி பிணத்தின் செவிட்டுக்காதுகளுக்குக் கேட்கும்படி தொலைவில் நின்று அடித்துக் கொண்டிருக்கும் இந்த மேளத்துக்கு என்ன மரியாதை இருந்துவிடப் போகிறது? வாழ்த்தி அடிக்கும்போது காசு தருகிறவனின் முகத் தையே நாயைப்போல பார்க்கச் சொல்கிறது. அவன் சில்லறை களைச் சில சமயம் கையிலும் தருவான். சில சமயம் வீசியும் எறி வான். பொறுக்கிக்கொள்ளத்தான் வேண்டும். அப்பன் பலநேரம் அப்படிப் பொறுக்கியிருக்கிறான். முருகப்பனின் எண்ணங்கள் மீண்டன.

“யாராரு என்னென்ன வேல செய்யிணுமோ அத்தத்த செய்யு ணும். இனிமேல்டுக்கு உங்காளுங்க எவனும் எங்க நெலத்துக்குள்ள காலடி எடுத்துவெக்கக்கூடாதுன்றோம். பாக்குறீங்களா?” என்ற பேச்சையும்கூட மேட்டுக்குடியினரிடமிருந்து முருகப்பன் கேட்டு விட்டான். ‘சொல்லுங்களேன் பார்ப்போம்’ என்று அப்போது அவன் உள்மனது கேட்டது. வெளியில் சொல்லத்தான் முடிய வில்லை.

பெரியபேட்டை கூட்டத்துக்குப்பிறகு மேளமடிக்கக்கூடாது என்று தீர்க்கமாக முருகப்பன் முடிவெடுத்துக்கொண்டான். திருவேங்கடத்தைத் தொடர்ந்து சந்தித்து வந்தபின்னர் அவன் முடிவு மேலும் இறுகிவிட்டது. அதன் பிறகு ஊரில் இரண்டு மூன்று சாவுகள் விழுந்தன. சாவு செய்தியைக் கேட்டதும் அப்பனுக்கும் அம்மாவுக்கும் சொல்லாமல் வீட்டைவிட்டுப் போய்விடுவது அவன் வழக்கம். அப்படிப் போய்விட்டால் இரண்டு மூன்று நாட்கள் கழித்தே ஊருக்குத் திரும்புவான்.

அப்போதெல்லாம் சூரவேலுவையும் முனிக்கண்ணுவையும் கண்டபடி திட்டித்தீர்த்துவிட்டு அக்கம் பக்கத்து ஊர்களிலிருந்தோ,

வெளியூரிலிருந்தோ மேளமடிக்கும் ஆட்களைக் கூட்டிவந்து சாவை எடுப்பார்கள். முருகப்பன் ஊர் திரும்பியதும் அவனைப் பிடித்து பஞ்சாயத்தில் நிறுத்திவிடுவார்கள்.

“ஊரு வேலையெ செய்யாத எங்கடா போன?”

“சொந்த வேலையா போனேன்.”

“சொந்த வேலையா போனியா, சூ...க்கொழுப்பெடுத்துப் போனியா?”

“மேளமடிக்க இனிமேல் என்ன கூப்பிட வேணாம். அத என்னால செய்ய முடியாது.”

“ஓ, கத அப்பிடிப்போதா? நீ யாரோட தைரியத்துல இப்பிடிப் பேசறேன்னு தெரிஞ்சி போச்சிடா. உனுக்குக் கத்துக்குடுத்தவனுங்க சொல்றபடியெல்லாம் இருந்துட முடியாது. இந்த வேலைங்களெல் லாம் உங்களுக்குன்னு விதிக்கப்பட்டது. செஞ்சிதான் ஆகணும்.”

“இப்பிடியே உட்டா ஊட்டுல நொழஞ்சி பொண்ணுகூடக் கேப்பானுங்க. இவனுங்கள வெக்கிற எடத்துலதான் வெக்கிணும்.”

ஊர் நாயக்கர் முதல்முறை பஞ்சாயத்தில் அபராதம் விதித்தார். இரண்டாவது முறை கட்டிவைத்து அடித்தார்கள்.

“அய்யா சாமிங்களே, உங்க புள்ளகுட்டிக்கு தருமமாகுட்டும். எம் புள்ளய உட்டுடுங்க. எளவயசு. தெரியாம நடந்துக்கினான்.”

ஊரார் கால்களில் அப்போது முனிக்கண்ணு விழுந்து அழுதாள். ஆனாலும் அவர்கள் விடவில்லை. இரண்டு மூன்று நாட்களுக்கு அவனால் எழமுடியாதபடி போனது.

திருவேங்கடத்திடம் போய்ச் சொல்லவேண்டும் என்று நினைத்தபோது ஒவ்வொரு முறையும் அம்மாவின் அழுகை அவனைத் தயக்கம்கொள்ளச் செய்துவிட்டது. திருவேங்கடம் முன்பே அவனிடம் சொல்லியிருந்தபடிக்கு போலீஸ், வழக்கு என்று போனால் என்னாகுமோ என்றும் தயங்கினான்.

முருகப்பன் இம்முறை தீர்க்கமாக முடிவு செய்துகொண்டு திண்ணையில் உட்கார்ந்திருந்தான். அவன் அருகில் தப்பு ஒன்று இருந்தது. வெயில் சுள்ளெனக் காய்ந்தது. கரைத்துக்குடித்திருந்த சோளக்களிக்கூழின் அழுத்தம் திடமாக உணரச்செய்தது. ஊர் நாயக்கரின் வேலையாள் ஒருவன் அவனைக் கூப்பிட வந்திருந்தான்.

“நாக்கிரு அம்மா தவறிட்சி தெரியுமில்ல? சாமானங்கள எடுத்துனு வந்துரச்சொல்லிட்டாருடா நாக்கிரு. சும்மா திருநாமாரி செஞ்சி எடுக்கப்போறாரு அவங்கம்மாவ. வாசிப்பு சும்மா சக்கத் தாக்கீனும்.”

தப்பை எடுத்துக்கொண்டு ஊர் நாயக்கரின் முன்னால் போய் நின்றான் முருகப்பன். கொஞ்சம் நேரமாகிவிட்டிருந்தது.

“நேரத்துக்கு வர்றதில்லயாடா? மத்தவனுங்க எங்க? வாசிப்பு பலமா இருக்குனும். என்னா ஓணுமோ ஆளுக்காரங்ககிட்ட கேட்டு வாங்கிக்க. போ. போயி வேலையத் தொடங்கு.”

முருகப்பன் அப்படியே நின்றான். ஊர் நாயக்கர் அவனைக் குழப்பத்துடன் ஏறிட்டார்.

“மேளமடிக்க மாட்டேன்னு ஏற்கெனவே பஞ்சாயத்துல சொல்லியிருக்கிறேன். அதச் செய்யமுடியாதுன்னு மறுக்கிறது என் உரிம. ஆனா என் விருப்பத்த ஏத்துக்காம திரும்பத்திரும்பக் கட்டாயப்படுத்துறீங்க. இப்ப அத உறுதியாகச் சொல்லிட்டுப் போலாமின்னுதான் வந்தேன்.”

ஊர் நாயக்கருக்கு முன்னால் தன் கையிலிருந்த தப்பை அடிகுச்சியால் ஓங்கிக்குத்திக் கிழித்தான் முருகப்பன். துணுக்குற்று எழுந்த நாயக்கர் அவனை உதைத்தார். சிலர் ஓடிவந்து அவரைத் தடுத்தனர்.

“அம்மா தவறனதும் அதுமா அவனப்போயி எதுக்கு அடிச்சின்னு?”

நாயக்கரை விலக்கிவிட்ட மேட்டுக்குடியினரிடமிருந்து மேலும் சில அடிகள் முருகப்பனுக்கு விழுந்தன. ஒரு மேல் துண்டால் அவன் கைகளைப் பின்னால் இழுத்துக்கட்டி சாவு வீட்டின் தெரு மூலையில் அவனை உட்காரவைத்தார்கள். முகத்தில் செருப்பின் சிராய்ப்புகளால் கன்றிப்போய் இரத்தம் கசிந்திருந்தது.

ஆத்திரம் அடங்காமல் ஊர் நாயக்கர் தன் ஆட்களிடம் எதையோ சொல்லிக்கொண்டிருந்தார். அதைக் கேட்டுக்கொண்ட இரண்டு பேர் எங்கோ புறப்பட்டுப் போனார்கள்.

“உனுக்கு இது அடுக்குமா? அவங்க சொல்றத செஞ்சி தொலைக்க வேண்டியதுதானே?”

முனிக்கண்ணு மகனிடம் வந்து அழுதாள். அவள் தெருவில் நிற்க பயந்து சுவரோடு ஒட்டிக்கொண்டாள். மேல்தெரு பக்கமாக கீழூர்க்காரர்கள் யாரும் வரவில்லை. அவர்களில் சிலர் தொலைவில் நின்றுகொண்டிருந்தனர்.

முருகப்பன் தெருவை வெறுப்புடன் பார்த்தான். எல்லாரும் அவனை ஏளனமாகப் பார்ப்பது அவமானமாக இருந்தது. ஒரு முகத்தில்கூட அவனுக்கென தயவு இருப்பதாகப் படவில்லை. இழுத்துக்கட்டியிருந்த கைகள் சதை பிறழ்ந்தது போல் வலித்தன.

அவன் கிழித்துப்போட்ட தப்பு தொலைவில் விழுந்து கிடந்தது. அதன் மார்பை யாரோ பிளந்து இதயத்தைப் பிய்த்து வீசிவிட்டது போலத் தோன்றியது. அதைப் பார்க்கையில் அவனுக்கு ஏனோ துக்கம் முட்டியது.

நெடு நேரத்துக்குப்பிறகு ஊர் நாயக்கரின் ஆட்கள் கையோடு இரண்டு காவலர்களை பெரியபேட்டையிலிருந்து கூப்பிட்டுக் கொண்டு வந்து சேர்ந்தார்கள்.

"அம்மா இழுத்துட்டுக்கீற நேரத்துல நாங்கெல்லாம் உள்ள இருந்தோம். அந்தச் சமயமா பாத்து நொளஞ்சி ரெண்டு மூட்ட நெல்ல தூக்கிட்டு போயிட்டிருக்கிறான் சார். இந்தத் திருட்டு நாயி."

காவலர்கள் முருகப்பனைத் தூக்கி நிறுத்தி நெட்டித்தள்ளிக் கொண்டு போனார்கள். முருகப்பன் எல்லாரையும் திரும்பித் திரும்பிப் பார்த்துக்கொண்டே போனான்.

"எம்புள்ள எந்தத் தப்பையும் பண்ணல சாமிங்களே. இந்த அனாத மூஞ்சப்பாத்து அவன உட்டுடுங்க."

முனிக்கண்ணு காவலர்களிடம் கெஞ்சிக்கொண்டு போனாள். அம்மாவை அதட்டி வீட்டுக்குப் போகச்சொன்னான் முருகப்பன்.

"இவ யாருடி ஒருத்தி? அவந்தான் கொழுப்பெடுத்துப் போறான்னா, இவளும் கூடவே போறா? போடி ஊட்டுக்கு."

அங்கிருந்த பெண்கள் அவளைத் திட்டினர். அவர்கள் யாரையும் சட்டை செய்யாமல் முனிக்கண்ணு மகனை ஏற்றிப் போகும் வண்டியின் திக்கிலேயே போய்க்கொண்டிருந்தாள்.

பெரியபேட்டை காவல் நிலையத்துக்கு எதிரிலிருக்கும் விளக்குத் தூணுக்கருகில் நின்று முனிக்கண்ணுவிடம் பேசிக் கொண்டிருந்தார் திருவேங்கடம். அவள் அங்கு நிற்பவரின் மனதை உருக்கும்படி அழுதாள். அவரோடு குணசீலனும் இரண்டு வாலிபர் களும் இருந்தனர்.

"அழாதமா. அண்ணன் உம்பையன வெளியே கொண்டு வந்துடுவாரு. நாமும் ஊர் நாயக்கன் மேல ஒரு கேசக் குடுப்போம்."

குணசீலன் அவளைத் தேற்றும் விதமாகச் சொன்னான்.

அவர்கள் பேசிக்கொண்டிருக்கும்போது காவல் நிலையத்திலிருந்து புதுப்பட்டி தீர்த்தமலையும், திம்மநாயக்கன்பேட்டை ஊர் நாயக்கரும் வெளியே வருவதைப் பார்த்தார் திருவேங்கடம். அவர் நினைத்தது தவறாகவில்லை. தீர்த்தமலை திருவேங்கடத்தைப் பார்த்ததும் நின்றார்.

"என்ன திருவேங்கடம்? உன்னும் எத்தினிப் பேர தூண்டிவிட்டு இப்பிடிப் பொளப்ப கெடுப்ப? அமைதியா போயினுக்கீற ஜனங்கள நீதான் ஜாதியச்சொல்லி தெச திருப்புற. அவன் சின்னப் பையன். பாவம். பொளைக்கட்டும். இனிமேல்டுக்கு ஊரார் சொல்றபடி நடந்துக்கிறேன்னு சொல்லி அவன எளுதித் தந்துட்டு கூப்புட்டுனு போகச்சொல்லு. நான் இன்ஸ்பெக்டர்கிட்ட பேசியிருக்கிறேன்."

திருவேங்கடம் தீர்த்தமலையைக் கூர்ந்து பார்த்தார்.

"அந்தப் பையன அடிச்சி அவமானப்படுத்தனதுமில்லாம, பொய்க்கேசு வேற குடுத்துட்டு ரொம்ப ஞாயமா பேசற தீர்த்தமல! அவந்தான் மேளமடிக்க மாட்டேன்றானே விட்டுர்றது? ஆதி காலத்துல, செத்துப்போனா நாலு பேருக்குத் தெரியட்டும்னு மேளமடிச்சிருக்கலாம். இப்ப காலம் மாறிடுச்சில்ல. நீங்களும் மாறிக்க வேண்டியதுதான?"

"ஏம்பா, அது எங்கம்மா சாவு. சாங்கியம் சடங்கெல்லாம் ஒளுங்கா செய்யணுமில்ல?"

திருவேங்கடத்தைப் பார்த்துக் கோபமாகக் கேட்டார் ஊர் நாயக்கர்.

"மேளமடிக்கிறது சாங்கியம்னு உனுக்கு எவஞ்சொன்னான்? செத்தது உங்கம்மாதானே? அந்தச் சாங்கியத்த நீயே செய்யறது?"

திருவேங்கடத்தை அதிர்ந்து பார்த்தார் ஊர் நாயக்கர்.

"இது செரிபட்டு வராது திருவேங்கடம். உங்கூட பேசறது வீண் பேச்சு. கேசு குடுத்திருக்குது. உன்னால ஆனத பாத்துக்க" தீர்த்தமலை உறுதியாகச் சொன்னார்.

"என்னாத்த பாக்கறது? ஒன்னும் புடுங்க முடியாது" ஊர் நாயக்கரின் குரல் இளக்காரமாக வந்தது. அவர் தனக்கு மட்டுமே கேட்கும்படி சொன்னார். திருவேங்கடத்தின் செவிகள் அதைத் தப்பவிடவில்லை. கேட்டதும் மூர்க்கம் கொண்டவரான திருவேங்கடம் ஊர் நாயக்கரை ஒரு அறை விட்டார். தடுக்க வந்த தீர்த்த

மலையை நெட்டித்தள்ளினார். குணசீலனும் உடனிருந்தவர்களும் சட்டெனக் கலவரமானார்கள்.

தீர்த்தமலையும் ஊர் நாயக்கரும் அப்படியே திரும்பி காவல் நிலையத்துக்குள் ஓடினார்கள்.

2

காதில் விழுந்த சொற்கள் உடலை எரித்தன. கோபம் தலைக்கேறியது. திருவேங்கடம் நிலைகொள்ளாமல் தவித்தார். பட்டரையிலிருந்து அவரைப் பார்க்க வந்திருந்தவர்கள் நடந்தவற்றை விவரித்துக்கொண்டிருந்தனர்.

“அட்டூழியத்த தாங்க முடியல தலைவரே. நேத்து ராத்திரி ரெண்டாவது ஆட்டம் சினிமாவுக்கு நம்மபசங்க நாலுபேரு சைக்கிள்ல போயிருக்கானுங்க. திரும்பி வரும்போது ஊரோரம் கீற நாக்கிரு கொல்லியில ஆசைக்கு ரெண்டுகரும்பு ஒடச்சிட்டுக் கிறானுங்க. அத அந்நார்த்திரிக்கு யாரோ ஒரு நாக்கிமாரு பார்த் துட்டாப்புலக்கீது. காத்தாலயே நம்மபசங்களக் கூப்புட்டுனுப்போயி செரியா அடிச்சிருக்காங்க. பத்தாத்துக்கு எல்லோர்மேலயும் திருட்டுக்கேசு போட்டு உள்ளவெக்கச் சொல்லி போலீஸ்ல புடுச்சிக் குடுத்திருக்காங்க.”

“என்னாயா இது. கரும்பொடச்சதுக்கேவா?”

“அது ஒரு சாக்குதான். அந்த நாலுபசங்கள்ள ஒரு பையன் காலேஜிக்குப்போயி வரும்போது, கூடப் படிக்கிற நாக்கிரு பொண்ணு ஒண்ணுகூடப் பேசிச் சிரிக்கிறானாம். இது ஒண்ணு மட்டுமில்ல. நம்ம ஜனங்க தெருவுல சுதந்திரமா நடக்க முடியில. பசங்க படிக்கமுடியில. எதானா ஒரு காரணத்தச் சொல்லி படிப்ப கெடுக்கப் பாக்கறாங்க. தெருக்கோடியில தண்ணியெடுக்க முடியில. ஆண்டவேல செய்யறவங்கள பாடாப்படுத்தறாங்களாம்.”

திருவேங்கடம் பட்டரையிலிருந்து வந்திருந்தவர்களை உட்காரச் சொல்லிவிட்டு தயாராவதற்காக உள்ளே போனார். அந்த அறையின் ஒரு மூலையில் அலமாரியில் இருந்த நூல்களையும், பார்க்கிற இடமெல்லாம் சுவர்களில் தொங்கும் அம்பேத்கர், பெரியார், புத்தர் படங்களையும் அவர்கள் பார்த்துக்கொண்டி ருந்தனர். வரவேற்பு அறைக்குள் நுழைந்ததுமே தெரியும் சுவரில் சிவமலையின் பெரிய படமொன்று மாலையுடன் இருந்தது.

வெள்ளை வேட்டி சட்டையோடு மிடுக்காகத் தயாராகி வந்து நின்றார் திருவேங்கடம். அவரின் தோளில் நீலத்துண்டு. குப்பியிடம் சொல்லிவிட்டுத் தன்னைத் தேடி வந்தவர்களோடு நடந்தார்.

பிரச்சினை தொடர்பாக என்னென்ன செய்யவேண்டும் என்று அவர் மனம் பட்டியலிட்டுக்கொண்டது. காவல் நிலையம் போக வேண்டும். நண்பர்களுக்குக் கடிதமெழுதி வரச்சொல்ல வேண்டும். கண்டன ஆர்ப்பாட்டம் ஒன்றை சாவடியின் எதிரிலே நடத்த வேண்டும்.

அவருக்குப் பட்டரையைப்பற்றி நன்றாகவே தெரியும். அந்த ஊர்நாயக்கர் பெரும் நிலச்சுவாந்தார். ஊரிலிருந்து வெளியே எடுத்துவைக்கிற அடுத்த அடிநிலம் அவருக்குச் சொந்தம் என்பார்கள் அங்கிருந்து வரும் மக்கள். பெரிய பாரம்பரியமான குடும்பம். அய்ம்பதுக்கும் மேற்பட்ட பண்ணை வேலையாட்கள். இப்போதிருக்கிற ஊர்நாயக்கரின் தாத்தா அந்தக் காலத்தில் தன் நிலங்களைச் சுற்றிப்பார்க்க குதிரையில்தான் வருவாராம். பேரனும் அந்த டாம்பீகத்தை விடவில்லை. வெளியே சுற்றுவதற்கு காரும், ராஜ்தூத் மோட்டார் சைக்கிளும் இருந்தாலும் இப்போதும் இரண்டு குதிரைகள் பண்ணை வீட்டின் கொட்டடியில் வளர்ந்தன. எப்போ தாவது பேரனும் குதிரையின்மீது ஏறி நிலத்தையும் ஊரையும் வலம் வருவதுண்டு! திரைப்படம் பார்க்கப் போய்வந்த இளைஞர்களை அடித்தது ஊர்நாயக்கரின் ஆட்கள்தான் என்றார்கள் வந்திருந்த வர்கள். கொஞ்சம் பெரியவிசயம் போலத்தான் தோன்றியது. ஆனால், பின்வாங்கத் தேவையில்லையென்று நினைத்தார் திருவேங்கடம்.

காவல் நிலையத்தில் ஆய்வாளர் இருந்தார். உள்ளே நுழைந்த திருவேங்கடம் ஆய்வாளருக்கு எதிரிலிருந்த நாற்காலியில் உட்கார்ந்துகொண்டார். ஆய்வாளரின் அறைக்கு இடப்புறமாக உள்நடையில் சுவரோடு ஒண்டியபடி இருந்த நான்கு இளைஞர் களையும் நுழையும்போதே பார்த்தார் திருவேங்கடம். அவர்கள் நன்றாகத் தாக்கப்பட்டிருந்தது தெரிந்தது. வெற்றுடம்புகளில் கன்றிப்போன தழும்புகளும் புடைப்புகளும் ஊரிலும் காவல் நிலையத்திலும் அடிபட்டிருக்கிறார்கள் என்பதைச் சொல்லின.

ஆய்வாளர் திருவேங்கடத்தை முகத்தில் எந்த உணர்ச்சியு மின்றிப் பார்த்தார்.

“அந்த நாலு பசங்களும் நம்ம பசங்க. அதில ரெண்டுபேரு காலேஜில படிக்கிறானுங்க.”

“அதுக்கு என்ன பண்ணச் சொல்றீங்க? கேஸ் போட்டாச்சு. இனிமே என்னால ஒண்ணுஞ்செய்ய முடியாது.”

“என்னா கேசு போட்டிருக்கீங்க?”

“திருட்டுக் கேசு.”

“பொய்யான புகாரை வாங்கிக்கிட்டு உண்மை என்னன்னு விசாரிக்காம எங்க இளைஞர்கள்மேல கேஸ் போட்டிருக்கீங்க. அவங்க நாலுபேரையும் விடலன்னா அப்புறம் எங்க மக்களைத் திரட்டிவந்து ஸ்டேஷன் முன்னாடி ஆர்ப்பாட்டம் செய்ய வேண்டியதா இருக்கும்.”

“கேஸ் குடுத்தவங்களப் போய்ப்பாத்து வாபஸ் வாங்கச் சொல்லுங்க சார். விட்டுர்றேன். இதுல எந்தலைய ஏன் உருட்றீங்க?”

திருவேங்கடம் கோபத்தோடு எழுந்து வெளியே வந்தார். அவருடன் வந்திருந்தவர்களும், காவல் நிலையத்தின் வரவேற் பறையில் அழுதபடியிருந்த பெற்றோர்களும் அவரைச் சூழ்ந்து கொண்டனர்.

“கவலப்படவேணா. நம்ம வக்கீல் ஒருத்தர விட்டு நான் ஜாமீன் எடுக்கச்சொல்றேன். அந்த ஊர் நாயக்கிர நேர்ல போயி பாக்கறேன். அவனுஞ்சரி, பொய்க்கேசு போட்டு லாக்கப்புல வச்சி அடிச்சிருக்கிற இந்த இன்ஸ்பெக்டருஞ்சரி, கோர்ட்டுல வந்து பதில் சொல்லியாகணும்.”

ஆதரவாளர்களோடு பேசிக்கொண்டிருந்தபோது பெரிய பேட்டை வருவாய் அலுவலகத்துக்கு எதிரில் பெரிய அளவிலே ஓர் ஆர்ப்பாட்டத்தை நடத்திவிடவேண்டும் என்ற திருவேங் கடத்தின் யோசனைக்கு அவ்வளவாக வரவேற்பு கிடைக்கவில்லை. பட்டரைக்கே சென்று ஊர்நாயக்கரைப் பார்த்து புகாரை திரும்பப் பெற சொல்லி இளைஞர்களை உடனே கூட்டிக்கொண்டு வந்து விடலாம். அதில் இருவர் கல்லூரியில் படித்துவருவதால் வழக்கு நடத்துவது படிப்பை பாதிக்கும். எதிர்காலமே பாழாகிவிடும் என்றார்கள். திருவேங்கடத்தால் அவர்களின் கருத்தை மறுக்க முடியவில்லை.

திருவேங்கடம், ஆட்களோடு பட்டரைக்குப் போய்ச் சேர்ந்த போது மாலை நேரமாகியிருந்தது. ஐம்பது அறுபது பேருக்கு மேல் சேர்ந்திருந்தார்கள். பல ஊர்களிலிருந்தும் வந்திருந்த அமைப்புத் தோழர்கள் அவர்கள். ஊர்நாயக்கரின் பண்ணை வீடு பிரமாண்ட மாக இருந்தது. வீட்டின் முன்னாலிருந்த கம்பித்தடுப்புகளைக் கொண்ட நடையில் நூறுபேர்களுக்குமேல் உட்காரலாம். திரு வேங்கடம் வந்திருப்பதை வேலைக்காரர் ஒருவர் உள்ளே போய்ச் சொன்னதும் வெளியே வந்த ஊர் நாயக்கர், பேசுவதற்கு எதுவு மில்லாததால் யாரையும் பார்க்கமுடியாது என்று சொல்லிவிட்டு உள்ளே போய்விட்டார்.

அவமானத்தால் திருவேங்கடத்தின் முகம் சிவந்துபோனது. உடனிருந்தவர்கள் ஊர்நாயக்கரை எதிர்த்து முழக்கங்களை எழுப்பினர். என்ன செய்யலாம் என்று அவர் யோசிக்கும் முன் பாகவே வேலைக்காரர்கள் சிலர் தாக்குவதாகக் கூச்சல் எழுந்தது. திருவேங்கடம் நிலைமையை உணர்வதற்குள் ஆட்கள் சிதறி ஓடினார்கள். பண்ணை வீட்டின் பக்கவாட்டிலிருந்த மாட்டுப்பட்டியிலிருந்து தீப்பிழம்புகள் எழுந்தன. எங்கும் கூக்குரல்கள் கேட்டன.

அந்த மைதானத்தின் விளிம்பில் வரிசைகட்டி நின்றிருந்தன மயில்கொன்றை மரங்கள். ஒரு மரத்தின் அருகிலிருந்த கல்லிருக்கையில் அமர்ந்துகொண்டு எதிரிலிருந்த மண்குவியலையே பார்த்துக்கொண்டிருந்தார் திருவேங்கடம். அவருக்குத் தன் வாழ்வின் பல தருணங்கள் வந்து நினைவிலாடின. பச்சையப்பனில் சொற்பகால படிப்பு. ஊரில் நடத்திய உக்கிரமான போராட்டங்கள். இப்போதிருக்கும் மந்தநிலை. எல்லாமே அம்மண்குவியலின் மேடு பள்ளங்களைப் போன்றே அலையலையாய்த் தோன்றின. நாடு விடுதலையடைந்ததும் எல்லாமே மாறிவிடுமென்றுதான் தோன்றியது. ஆனால், எதுவும் மாறியிருப்பதாகத் தெரியவில்லை.

அம்பேத்கரின் ஒரு கையெழுத்தில் சாதிப்பிரிவினைகளும், தீண்டாமைக் கொடுமைகளும் அழிந்துபோய்விடும் என்று ஒடுக்கப்பட்ட மக்களும், அவர்தம் தலைவர்களும் நம்பினார்களே, அந்த நம்பிக்கைக்குக் குந்தகம் விளைவித்தது எது? அந்த நம்பிக்கை எப்படி வீண்போனது? தலையை உலுப்பிக்கொண்டார் திருவேங்கடம். மனித மாண்பைப் பெறுவதற்கு ஒரு மனிதன் இவ்வளவு போராட்டங்களையா நடத்திடவேண்டும்? கசப்பு படிந்தது.

பூமியின் ஆழத்திலிருந்து கற்களுக்கும், மண்துகள்களுக்கும் நடுவிலே மறைந்திருக்கும் பொன்துகள்களை எடுப்பதற்காக மலை மலையாய் மண்ணை அகழ்ந்துகொட்டுவது போல்தானே இப் போராட்டங்களும் போய்விட்டன? சமத்துவம் என்கிற ஒரு துண்டுப் பொன்னை மனிதனின் பல்வேறு இழிமை குணங்களிலிருந்து அகழ்ந்தெடுக்க எவ்வளவு கசடுகளை வெளியேற்ற வேண்டியிருக்கிறது? ஒரு மனிதன் தன்னுடன் வாழும் இன்னொரு மனிதனை சக ஜீவியாக ஏன் ஏற்றுக்கொள்ள மறுக்கிறான்?

சமத்துவத்துக்காக நடக்கின்ற எந்தப் போராட்டமும் உடனே ஏற்றுக்கொள்ளப்படுவதில்லையே? ஒன்று கடும் எதிர்ப்பு. அல்லது சமரசப்போக்கு. இப்படித்தானே இன்று நிலைமை திரிந்துவிட்டது? மேலும்மேலும் கேள்விகள் அவருள்ளே மண்டின.

அழகிய பெரியவன் ● 253

ஒருகாலத்தில் பட்டியலினக் கூட்டமைப்பும், காங்கிரசும் மட்டுமேதான் அரசியல் அமைப்புகளாக இருக்கும். தேர்தலில்கூட காங்கிரசுக்கு மஞ்சள் வாக்குப் பெட்டியையும், ஒடுக்கப்பட்டோர் கூட்டமைப்புக்கு சிவப்பு நிற வாக்குப்பெட்டியையும் மட்டுந்தான் வைப்பார்கள். பிறகு பொதுவுடைமை கட்சி வந்தது. பிறகு சில உதிரிகள். இன்றோ எத்தனை கட்சிகள். பெரியபேட்டைக்கு வரும் பேருந்துகள் நிற்கும் இடத்திலேயே நான்கைந்து கொடிக்கம்பங்கள் இப்போது நிற்கின்றன! காங்கிரசை வீழ்த்தி திராவிடக்கட்சி ஆட்சிக்கு வந்தது. இப்போது அதுவும் உடைந்துவிட்டது. ஒரு வேளை அடுத்து எம்.ஜி.ஆர். ஆட்சியைப் பிடிக்கலாம்.

பூங்குளத்தில் அவருக்கு இப்போது பெருங்கூட்டம் இருக் கிறது. சிவலிங்கமேகூட அவரின் தீவிர விசிறியாகி, ரசிகர் மன்றம் தொடங்கி இப்போது அவரின் கட்சியில் கிளைச் செயலாளரும் ஆகிவிட்டான். ஊரில் அவரின் ரசிகர் மன்றத் தொடக்க விழாவுக்கு அழைத்திருந்தான். எதையோ விமர்சனம் செய்து பேசப்போய் வாய்ப்பேச்சையே விட்டுவிட்டான். நேருக்கு நேர் பார்த்துக் கொண்டால்கூட மௌனம்தான். அவன் இப்படி மாறுவான் என நினைக்கவில்லை. சிவலிங்கம் எம்.ஜி.ஆர். படங்களைப் பார்க்கப் போய் வந்து சொல்லும் அனுபவங்கள் திருவேங்கடத்தின் நினை வுக்கு வந்தன. முன்பு இருவரும் புதுக்குடி போய்வந்ததைப்போல இப்போது போவதில்லை. திருவேங்கடத்துக்கு திரைப்படத்தின்மேல் எழுந்த மோகம் அடங்கிப்போய்விட்டது. ஆனால், சிவலிங்கத்துக்கு அது குறைந்ததாகத் தெரியவில்லை.

மிதிவண்டிகளை எடுத்துக்கொண்டு தன் ரசிகர்மன்ற சகாக் களுடன் அவன் அடிக்கடி போய்விடுவான். புதுப்பட வெளியீடு என்றால் விழாக்கோலம்தான். கட்டுக்கடங்காத ரசிகர்களின் கூட்டத்தை ஒழுங்குபடுத்த காவல்துறையினர் வந்துவிடுவார்கள். அடிமைப்பெண் பட ரிலீஸின்போது படம் பார்க்கப் போயிருந்த சிவலிங்கம் காவலர்களிடம் புட்டத்தில் வசமாக அடிவாங்கிக் கொண்டு வந்திருந்தான். இரண்டு மூன்று நாட்களுக்கு அவனால் சரிவர உட்கார முடியவில்லை. போகும்போது மிதித்துக்கொண்டு போனவன், வரும்போது நண்பனொருவனின் மிதிவண்டியின் பின்னால் ஒருக்களித்து உட்கார்ந்தபடிதான் வந்தான்! அடிவாங்கிக் கொண்டும்கூட அன்றைக்கு நான்கு காட்சிகளையும் பார்த்துவிட்டு வந்த பெருமிதம் அவன் விவரிக்கையில் தெரிந்தது.

மனம்போன போக்கில் எண்ணிக்கொண்டிருந்தார் திருவேங் கடம். இப்போதெல்லாம் நீண்ட மௌனங்களும், அலைமோதும் எண்ணங்களுமே அவரை வதைத்தன. பத்திருபது வருடங்களின்

இடைவெளியிலே அம்பேத்கரும், சிவமலையும் இறந்துபோனதை அவரால் தாங்கிக்கொள்வதற்கு முடியவில்லை. காதர்பாய் இறந்ததும் பேரிடியாக விழுந்தது. திடீரென்று எல்லாமே சூன்யமாகி விட்டதைப் போன்றதோர் அமைதி அவர் மனதிலே குடிகொண்டு விட்டது. அமைப்பிலிருந்தேகூட விலகிவிடலாமா என்றும் நினைத் தார். சமரசங்களுக்கோ, கொள்கைகளை விட்டுக்கொடுப்பதற்கோ அவரால் முடியவில்லை. அம்பேத்கர் இறந்தபோது ஊரில் நடந்த இரங்கல் கூட்டத்தில் பேசமுடியாமல் அழுதுகொண்டே இருந்த சிவமலையின் முகம் அவ்வப்போது மனக்கண் முன் வரும். அப்போது ஒருவர் பாடிய பாடல் நினைவில் வந்து துக்கத்தைக் கிளறிவிடும்.

"ஆதிகுலமே உன்னை இனிமேல்
அணைத்துக்கொள்ள யார் இருப்பார்?
அம்பேத்கர்போல் அன்புத்தலைவர்
அவனியிலே இனி யார் பிறப்பார்?

தாழ்ந்தகுலமே தரணியில் உன்னை
நினைத்தவர் யார்?
ஆழ்ந்த அறிவுகொண்ட அண்ணல்
அம்பேத்கர் போல் உழைத்தவர் யார்?

புத்தபிரானே உன்புகழ்பாட
புவியில் உந்தன் புதல்வன் இல்லை
சத்தியமேதான் சமயநெறியென்று
நித்தம் உழைத்த அண்ணல் இல்லை."

சிவமலை இறந்தபோது திருவேங்கடம், அம்பேத்கர் இறக் கையில் அவரிருந்தைப்போலவே இருந்தார். வெயில் ஏறிக் கொண்டே வந்தது. நடுப்பகலில் குணசீலனோ, கடைசிமகன் சமநீதி யரசோ தொலைபேசுவார்கள் என நினைத்தார் திருவேங்கடம்.

பட்டறையிலிருந்து வந்த இரவே அவர் புறப்பட்டு கோலார் தங்கவயல் தோழர்களிடம் வந்துவிட்டார். பட்டறை ஊர்நாயக்கர் வீட்டின் மாட்டுப்பட்டி முற்றிலுமாக எரிந்துபோனதாகவும், தீயிலே கருகி குதிரை ஒன்று செத்துப்போனதாகவும் நேற்று குணசீலன் தொலைபேசியில் பேசும்போது சொன்னான். வீடு நுழைந்து தாக்க முயன்றதாகவும், உடைமைகளைச் சேதப்படுத்தியதாகவும் பத்துப் பேர் மீது வழக்குப் பதிந்திருப்பதாகச் சொன்னான் குணசீலன். இன்னும் ஓரிரு நாட்களில் முன்ஜாமீன் கிடைத்துவிடும் என்றான்.

திருவேங்கடம் எழுந்து தான் தங்கியிருக்கும் தோழரின் வீட்டுக்கு நடந்தார். மாலையில் கோலார் தங்கவயலிலே சுரங்கத் தொழிலாளர் தொழிற்சங்கத்தின் வெற்றிவிழாக் கூட்டமொன்று இருக்கிறது என்று அவருக்கு அடைக்கலம் கொடுத்த தோழர்கள் நேற்றே பேசிக்கொண்டிருந்தார்கள்.

நடுப்பகலில் தொலைபேசியில் பேசிய சமநீதியரசு முன் ஜாமீன் கிடைத்துவிட்டதாகச் சொன்னான். அப்படியானால் நாளைக்குக் காலையிலேயே ஊருக்குப் புறப்பட்டுவிடவேண்டும் என்று திட்டம் செய்தது திருவேங்கடத்தின் மனது. மாலையில் தொழிற்சங்கக் கொண்டாட்டத்தைப் பார்ப்பதற்காகப் போனார் திருவேங்கடம். தொழிலாளர்களின் மேல் வரிசை குடியிருப்புப் பகுதியிலிருந்து வெற்றி ஊர்வலம் புறப்பட்டது. ஜிந்தாபாத் முழக்கங்கள் சராமாரியாக எழுந்தன. ஊர்வலத்தின் முன்பாக சிலர் தப்பை அடித்துக்கொண்டு வந்தார்கள். நீண்ட நாட்களுக்குப் பிறகு கேட்கிற பறையொலியால் அவருக்கு அசூயை உண்டானது. அவர் தன் காதுகளைப் பொத்திக்கொள்ள நினைத்தார்.

அவர் பார்த்துக்கொண்டிருக்கும்போதே சிலர் ஊர்வலத்தின் முன் மறித்து நின்று பறையிசைப்பதை நிறுத்தும்படி கேட்பது தெரிந்தது. அவர் திடீரென்று உற்சாகம் பூண்டவராகி அவர்களோடு போய்ச் சேர்ந்து நின்றார்.

இருதரப்பாரும் பேசிக்கொள்வது கடும் வாக்குவாதமான உடன், ஏதோ நடக்கப்போகிறதென அவரின் உள்மனம் கட்டியம் கூறத்தொடங்கியது. திடீரென இருதரப்பாரும் மோதிக்கொண்டனர். தாக்குதல்கள் நடந்துகொண்டு இருக்கையிலேயே அங்கு வந்த காவல்துறை தடியடிப் பிரயோகத்தையும், கண்ணீர்ப்புகை குண்டு வீச்சையும் நடத்தியது.

புகை மண்டலத்திற்கு இடையிலேயும் சில மனிதஉருவங்கள் ஓடுவதை திருவேங்கடம் கண்ணெரிச்சலோடு பார்த்தார். திடீரென்று அங்கே துப்பாக்கிச்சூட்டின் சத்தம் இடியைப் போலக் கேட்டது. மண்குன்றுகளின் மீது மோதி எதிரொலித்த அச்சத்தத்தில் மிரண்டார் திருவேங்கடம். எங்கு போனாலும் விடாது துரத்துகிறது போராட்டம். நினைத்துக்கொண்டே ஓடத்தொடங்கினார்.

3

பூங்குளத்தில் ஊர்க்கூட்டம் கூடியிருந்தது. மாரியம்மன் திருவிழா செய்வதைப்பற்றிப் பேசி முடிவெடுக்கவேண்டும். ஊர்க் கூட்டங்களுக்கும் போவதற்கு இப்போதெல்லாம் திருவேங்கடம்

விரும்புவதில்லை. அது பழைய ஆட்களோடு போனது. முனியப்பன் இருந்த வரைக்கும் பூங்குளம் சீர்திருத்தப் பஞ்சாயத்து என்றால் சீர்திருத்தப் பஞ்சாயத்துதான்! அதில் மாற்றமில்லை. அவரின் தீர்ப்பு களுக்கும் அங்கே மறுபேச்சு கிடையாது. மாவட்ட அளவிலே கூட்டமைப்பு உருவாக்கியிருந்த நாட்டாண்மைக்கார சங்கத்தில் முனியப்பனின் குரல் எப்போதும் உயர்ந்தேயிருக்கும். சிவமலைக்கும் முனியப்பன் என்றால் தனிவிருப்பம். முனியப்பன் இறந்த பிறகு சிலர் நாட்டாண்மைக்காரர்களாக வந்துபோனார்கள். திருவேங் கடத்துக்கும் அந்த வாய்ப்பு வந்தது. அவர் மறுத்துவிட்டார்.

முன்பு ஊரில் படித்தவர்களுக்கு மதிப்பு உண்டு. படித்தவர் களும் அப்படி நடந்துகொண்டார்கள். இப்போதோ ஒருவரை யொருவர் மதிப்பதே அற்றுப்போய்விட்டது. திருவேங்கடத்துக்கு ஆற்றாமையாக இருந்தது. அழைத்த மரியாதைக்கு அங்குபோய் உட்கார்ந்திருந்தார். அவரோடு சில ஆதரவாளர்களுமிருந்தனர்.

அவரின் மனதில் சில திட்டங்கள் இருந்தன. ஆதரவு கிட்டாமல் போகுமென்றாலும்கூடக் கவலையில்லை. பேசிவிடுவது என்ற முடிவிருந்தது. கூட்டம் தொடங்கியதும் திருவிழா நாளை முதலில் முடிவு செய்தார்கள். சித்திரை முதல் வாரம் என்று முடிவானது. சித்திரை பிறந்ததும் முதல் திருவிழா நம் ஊரில்தான் இருக்கவேண்டும் என்றார்கள்.

"சித்திரையின் முதல்நாள் ஏப்ரல் 14. நாம முதலில் அம்பேத் கரைக் கொண்டாடலாம். பிறகு பண்டிகையைக் கொண்டாடு வோம்."

திருவேங்கடத்தின் கருத்துக்கு எதிர்ப்பு கிளம்பியது.

"அவரு ஒண்ணும் சாமியில்ல. கொண்டாடறதுக்கு. சும்மா பழைய கதைகளப் பேசினு..."

"நாலெழுத்துப் படிச்சிட்டு, பேண்ட்டுப் போட்டுனு வந்து நீ நின்னுட்டா அதெல்லாம் பழைய கதை ஆயிடாதுடா தம்பீ. போயி ஒங்கொப்பன், தாத்தன்கிட்ட பழைய கதையின்னா என்னான்னு கேட்டுப்பாரு. இப்ப பெல்பாட்டமும், ஜில்பா தலையுமா இந்த ஊர்லக்கீற ஜாதிக்காருங்க முன்னாடி போறீங்களேடா. அதெல்லாம் யாரோட ஒழைப்பால?" ஊர் வாலிபனொருவனிடம் இரைந்தார் திருவேங்கடம்.

"ஏப்ரல் பதினாலன்னைக்கு, திருவள்ளுவர் இரவுப் பள்ளி சார்பாக பேச்சுப்போட்டி, கட்டுரை, கவிதைப் போட்டிகளை நடத்த ணும். தலைவர்களை அழைச்சிட்டுவந்து கூட்டம் போடணும்.

ஊர்வலம் ஒண்ணை நடத்தணும். அதுக்குப் பிறகு நீங்க எதவேண்ணா முடிவு பண்ணிக்குங்க."

"தலைவரே, இப்பிடியே அடுக்கினுப்போனா எப்பிடி? காலம் மாறினு வருது. ஊர்ல மின்னமாதிரியில்ல. பல கட்சிங்க உருவெடுத் துடுச்சி. நீ இப்பிடிச் சொன்னா அவங்களும் அவங்கவங்க தலைவர்களுக்கு இதே மாதிரி நடத்தணும்பாங்க. அதுக்கெல்லாம் ஊர்ப்பஞ்சாயத்துல துட்டு எங்கக்கீது?"

"அவருக்கும் கட்சிக்கும் என்னடா சம்பந்தம்?"

அதிர்ந்துபோய்க் கேட்டார் திருவேங்கடம்.

"உன்னும் கட்சியில்லாத என்னான்ற? ஏதோ பெரியவங்க வழிவழியா செஞ்சிட்டுவந்த கடமைக்கு எதானா செய்யலாம். வேணுமின்னா நீ வசூல்செஞ்சி உங்கட்சி சார்புல எப்பிடியானா நடத்திக்க. ஒரு வேகத்துல மின்ன என்னென்னாவோ பண்ணிப் புட்டீங்க. நம்ம ஊர்ல கோயில் தேர் இருந்துச்சி. தேரையும் வாணான்னு பிரிச்சிப் போட்டுட்டீங்க. இப்ப அதுபோல தேரை செய்ய முடியுமா? மோளம் அடிக்கக்கூடாது. அத செய்யக்கூடாது. இத செய்யக்கூடாதுன்னு நீங்க தடுத்ததினால எத்தினி பேரோட பொளப்பு போச்சி தெரியுமா?"

"அது பொழப்பு நடத்தறத்துக்கான தொழில் இல்லடா. அடிமைத்தனம்."

"இதா தலைவரே, உங்கூடப் பேச எங்களுக்கு நேரமில்ல. அமைதியா இரு. இல்லன்னா கௌம்பு."

திருவேங்கடத்துடனிருந்த ஆதரவாளர்கள் வாக்குவாதத்தில் ஈடுபட்டனர். அங்கே கூச்சலும் குழப்பமுமாக இருந்தது. முடிநரைக் காத வயதிலிருந்த நாட்டாண்மைக்காரன் ஊராரிடம் பேசத் தொடங்கிவிட்டான். வீதிக்கு ஒரு எருமையை வெட்டுவது, நையாண்டி மேளம், கரகாட்டம், பூ ஜோடிப்பு, அலங்கார மின் விளக்குகள், பாட்டுக் கச்சேரி. பட்டியல் நீண்டுகொண்டிருந்தது. கூட்டத்திலிருந்து வெளியேறினார் திருவேங்கடம்.

அவர் மனம் குமுறிக்கொண்டிருந்தது.

அவர் வீட்டுக்குப் போகவில்லை. பேருந்து ஏறிச்சென்று வழக்குரைஞர் அலுவலகத்தில் போய் நின்றார். அடுத்த ஒரு வாரத்திலேயே கோதண்டபாணி, நீதிமன்றத்திலிருந்து பூங்குளம் மாரியம்மன் திருவிழாவை நடத்துவதற்குத் தடை ஆணையை வாங்கித் தந்துவிட்டார். திருவிழா நடந்தால் ஊரில் உள்ள இரு தரப்பினர் மோதிக்கொண்டு கலவரம் ஏற்படுவதற்கான முகாந்திரம்

இருப்பதால் திருவிழாவானது சட்டம் ஒழுங்கைக் கருத்தில்கொண்டு நிறுத்தப்படுகிறது என்று சொல்லிவிட்டது நீதிமன்றம்.

பூங்குளத்திலும், பெரியபேட்டையின் சில இடங்களிலும் ஒட்டப்பட்டிருந்த துண்டறிக்கைகள் ஊரைக் குலுக்கின. பூங்குளத்து மக்கள் துண்டறிக்கையிலிருந்த வாசகங்களைப்பற்றிக் கூடிக்கூடிப் பேசிக்கொண்டார்கள்.

நாங்கள் மதம் மாறுகிறோம்.

'உங்கள் அடிமைத்தனத்தை நீங்களாகவேதான் அகற்ற வேண்டும். அதை அகற்றுவதற்காகக் கடவுள்களையோ அன்றி ஒரு மகானையோ நம்பியிருக்க வேண்டாம். உங்கள் விடுதலை என்பது அரசியல் அதிகாரத்தைப் பெறுவதனால் இயலுமேயன்றிப் புனிதப் பயணங்களாலோ, உண்ணா நோன்புகளாலோ அன்று. உங்கள் அடிமைத்தளையி னின்றும் வறுமையிலிருந்தும் சமயநூல் பக்தியினால் விடுபட இயலாது. இவற்றையெல்லாம் உங்கள் முன்னோர்கள் தலைமுறை தலைமுறைகளாய்க் கடைப்பிடித்து வந்தும், உங்கள் இரங்கத்தக்க அவலநிலையில் இம்மியளவும் முன்னேற்றம் கிட்டவில்லை' – அம்பேத்கர்.

'கடவுள், மதம், சாஸ்திரம், சம்பிரதாயம், சாதி எல்லாம் காட்டுமிராண்டிக்கால அமைப்பு. இது தொடர்ந்து காப் பாற்றப்பட்டு வருகிறது. இது என்றைக்கு மாறுவது? எனவே, நான் இனி இந்து என்று சொல்லிக்கொள்வதில்லை, சாம்பல் அடிப்பதில்லை, கோயிலுக்குப் போவதில்லை என்று உறுதி எடுத்துக்கொள்ள வேண்டும். இந்த இழிவுக்குக் காரணம் நாம்தான். நாமே இழிவிலிருந்து நீங்கவேண்டும்' – பெரியார்.

இவர்கள் சொல்வது அப்பட்டமான உண்மை. இவற்றை நாங்கள் ஏற்றுக்கொள்கிறோம். இனிமேலும் எங்களை கீழ்ச் சாதியில் வைத்திருக்கும் இந்துமதத்தில் இருக்க எங்களுக்குச் சம்மதமில்லை. எனவே நாங்கள் இஸ்லாம் மதத்துக்கு மாறுகிறோம்.

இப்படிக்கு
பூங்குளம் கிராம தாழ்த்தப்பட்ட மக்கள்.

நடுப்பகல் நெருங்கும் நேரத்தில் திருவேங்கடத்தின் வீட்டுக்குக் காவலர் ஒருவர் வந்திருந்தார். அந்த நேரத்தில் தன் மடியில் பேரக் குழந்தையொன்றை வைத்துக் கொஞ்சிக்கொண்டிருந்தார் திருவேங்கடம்.

அழகிய பெரியவன் ● 259

"அய்யா உங்கள ஸ்டேஷன் வரைக்கும் கொஞ்சம் வந்துட்டுப் போகச் சொன்னாரு."

"அய்யான்னா...?"

"இன்ஸ்பெக்டர் சார்."

திருவேங்கடம் குழந்தையைத் தூக்கி சித்தார்த்தனின் மனைவியிடம் கொடுத்துவிட்டுப் புறப்பட்டார்.

மதக்கலவரத்தைத் தூண்டும்படி ஊரிலே பல இடங்களில் துண்டறிக்கை ஒட்டியதற்காக நடவடிக்கை எடுக்கப்படும் என்றார் காவல் ஆய்வாளர்.

"துண்டறிக்கை ஒட்டியிருப்பதும், அதில் உள்ள வாசகங்களும் உண்மைதான். ஆனால், அதை நான்தான் ஒட்டந்துன்னு எப்படிச் சொல்லமுடியும்?"

"நீங்கதான் அதை எழுதி ஒட்டினீங்கன்னு உங்க ஊர் நாட்டாண்மைக்காரரே புகார் குடுத்திருக்கிறாரு."

திருவேங்கடத்தின் மீது மேலும் ஒரு வழக்கு பதியப்பட்டது. இந்த முறை உடனே ஜாமீன் கிடைக்கவில்லை. திருவேங்கடம் சில நாட்களுக்கு சிறையிலேயே இருக்கும்படி ஆனது. அவர் வீடு திரும்பியதும் குப்பி அவரைத் திட்டி அழுதாள்.

"நாலு புள்ளைங்க ஆயிட்டாங்க. பேரம்பேத்திகளையும் பாத்தாச்சி. இதுக்கு மேலயும் என்னாத்துக்கு இதெல்லாம்?"

குப்பிக்கு அவரால் எதையும் சொல்ல முடியவில்லை. சொற்களின் பொருள் குறைவுபட்டு வருவதாகவும், சொற்களின் மதிப்பு இழந்து வருவதாகவும் அவர் சிலகாலமாய் நினைக்கத் தொடங்கி யிருந்தார். இரவெல்லாம் கமலையிறைத்து நீர்பாய்ச்சி நிலத்து வேலைகளைச் செய்துவிட்டு, பகலெல்லாம் பொதுப் பணியைப் பார்க்கப்போன தன் கணவனை குப்பி நன்கறிவாள். அவர் வெளியி லிருந்து எதையும் வீட்டுக்குக் கொண்டுவந்ததில்லை.

திருவேங்கடம் வெளியில் போகக் கிளம்பும்போது அவருக்கும் தெரியாமல் சட்டைப்பையில் பணம் போட்டு வைத்திருப்பாள் அவள். சித்தார்த்தன், மீனாம்பாள், ஜோதிபா, சமநீதியரசு என்று அடுத்தடுத்து பிள்ளைகளைப் பெற்றதில் பக்குவமடைந்த அவள் பிள்ளை வளர்ப்பிலேயே மூழ்கிப்போனாள். அவளுக்கு எப் போதுமே அரசியலில் ஆர்வமிருந்ததில்லை. ஆனால், திருவேங் கடத்தை அவள் தடைசெய்ததில்லை.

அவளே இப்போது இப்படிப் பேசுவது அவருள் எண்ணத்தைக் கிளறியது. பெரியவனும், பெண்ணும் வாத்தியார்களாகி விட்டார்கள். கல்யாணமும் முடிந்துபோனது. மூன்றாமவனும், கடைசிப் பையனும் கல்லூரியில் படிக்கிறார்கள். இனி அவர்களை நிலைப்படுத்திட வேண்டும் என்று நினைக்கிறாளோ? அவர்கள் புதிதாக வீடுகட்டி அதன் முகப்பில் 'NO GOD' என்று தகடில் எழுதி அடித்தபோது குப்பிக்கு எதுவும் சொல்வதற்கு இருக்கவில்லை. அவளே இன்று சின்ன மகன் தன் மிதிவண்டியில் 'NO GOD' என்று எழுதிக்கொண்டு சுற்றும்போது திட்டுகிறாள்.

"அப்பனமாதிரியே ஆடு."

அவள் 'ஆடு' என்ற சொல்லை அழுத்தி உச்சரிக்கையில்தான் அச்சொற்றொடரின் பொருள் முழுமையடைகிறது.

அவருடன் ஓடிவந்து அலுத்துவிட்டாள் என்பது நன்றாகத் தெரிந்தது. சின்னச்சின்ன வழக்குகள் என்று இருபதுக்கும் மேற்பட்ட வழக்குகளில் சிக்க வைக்கப்பட்டு அலைக்கழிக்கப்படும் தன் கணவன் அமைப்பு கட்சியாக மாற்றம் கொண்டபோது அவளுக்குத் துளிர்த்த நம்பிக்கை கண்ணெதிரிலேயே துண்டுத் துண்டாகச் சிதறியதும் உருவான அதிர்ச்சி. நிர்மூலமாக்கப்பட்ட நம்பிக்கைச் சிதைவுகளின் நடுவில் நிற்கும் தன் கணவனுக்கு ஆதரவாக இப்போது மௌனத்தையே அவளால் வழங்க முடிந்தது.

திருவேங்கடமும் குப்பியும் தனித்திருக்கும் நேரத்தில் பலவற்றையும் பேசிக்கொள்வார்கள். ஒருநாள் அவரிடம் கேட்டாள்.

"நீங்க எப்போ தலைவராகறது?"

"தலைவர் பதவின்றது என்ன சர்க்கார் உத்தியோகத்துல கெடைக்கிற பதவி உயர்வா? இப்போ வரும்ன்றதுக்கு? எல்லாரும் ஏத்துக்குனா நான் தலைவன்தான்."

"அதான் நானும் கேக்கிறது. பூங்குளத்துலக்கீறவங்க மட்டுந் தான் உன்ன தலைவருன்றாங்க. பெரியபேட்டையிலயும் எப்போ அப்பிடிக் கூப்பிட்றது?"

"அதுக்கு ஜாதி வேணும்."

"அதான் நமக்குன்னும் ஒரு ஜாதி இருக்குதுல்ல?"

"நான் ஜாதின்னு அதச் சொல்லல. ஜாதி உருவாக்கி வெச்சிருக்கிற அதிகாரத்த சொல்றேன். ஒருவேளை உயர்சாதியில நான் பொறந்திருந்தா என்ன பெரிய தலைவரா ஏத்துட்டி ருக்கலாம்."

அன்று அவர்களிடையே நடந்த உரையாடலை அவர் பல் வேறு தருணங்களில் நினைத்துக்கொள்வதுண்டு. குப்பி இதுபோல அவ்வப்போது எதையாகிலும் கேட்பாள். அது ஆழமாய் ஊடுருவும். அவள் எப்போதும் அவரின் ஆழ்மனதுடன் உரையாடல் நிகழ்த்தினாள்.

பூங்குளத்துக்கு வந்த புதிதில் கோயிலுக்குப் போக வேண்டு மென நச்சரிப்பாள்.

“ஊர்லக்கீற பொம்பளையெல்லாம் புருசனோட கோவி லுக்குப் போறாங்க. நா மட்டும் தனியா போனா எப்பிடி?”

பல நேரங்களில் திருவேங்கடம் அவளை அடிக்கப் போயிருக் கிறார். பிள்ளைகளின் நெற்றிகளில் அவள் தீற்றிவிடும் திருநீறை அவர் அழித்து விடும்போதெல்லாம் சண்டையும், மனத்தாங்கலும் வந்திருக்கிறது. அவர் அவளைப் பற்றியும், பிள்ளைகளைப் பற்றியும் யோசிக்கத் தொடங்கியபோது காலம் வெகுதொலைவைக் கடந்திருப்பது புரிந்தது.

சில நாட்கள் போன பிறகு திருவேங்கடம் குப்பியிடமும், தன் பிள்ளைகளிடமும் சொன்னார்.

“நாம் எல்லாருமே மதம் மாறணும்.”

“நீங்க வேணும்னா மாறிக்குங்க, எங்கள விட்டுடுங்க.”

திருவேங்கடம் பௌத்தராக மாற முடிவெடுத்துவிட்டார். இதுவே தாமதம்தான் என்று அவருக்குத் தோன்றியது. தீட்சை பெறும் அன்று திருவேங்கடத்தோடு அவரின் குடும்பத்தாரும் போனார்கள். அசோக விஜயதசமியன்று திருவேங்கடத்தைப் போலவே பலரும் குழுமியிருந்தார்கள். புத்தரின் சிலைக்கு முன்னால் கரம் கூப்பி நின்றார் திருவேங்கடம்.

“நமோ தஸ்ஸ பகவதோ அரஹதோ சம்ம சம்புத்தாச
நமோ தஸ்ஸ பகவதோ அரஹதோ சம்ம சம்புத்தாச
நமோ தஸ்ஸ பகவதோ அரஹதோ சம்ம சம்புத்தாச

புத்தம் சரணம் கச்சாமி
தம்மம் சரணம் கச்சாமி
சங்கம் சரணம் கச்சாமி

பாணாதிபாதா வெரமணீ – சிக்காபதம் சமாதியாமி
அதின்னாதனா வெரமணீ – சிக்காபதம் சமாதியாமி

காமேசுமிச்சாகாரா வெரமணீ – சிக்காபதம் சமாதியாமி
முசாவாத வெரமணீ – சிக்காபதம் சமாதியாமி
சுராமெரய – மஜ்ஜா – பமாதத்தானா வெரமணீ –
சிக்காபதம் சமாதியாமி”

திருவேங்கடத்துக்குத் தீட்சையளிக்கப்பட்டது. கௌதமன் என்ற புதுப்பெயர் அவருக்கு வைக்கப்பட்டது.

திருவேங்கடம் பௌத்தராக மாறிவிட்ட பிறகு, கறி சமைத்திடும் போதெல்லாம் தடுமாறினாள் குப்பி.

“கவல வேணா. எனக்குன்னு தனியா எதுவும் செய்யத் தேவையில்ல. நீங்க சாப்பிடறதிலேயே கறியமட்டும் எடுத்துட்டு வெறும் கொழம்பைக் குடுங்கபோதும்! நான் சாப்டுக்கிறேன்.”

அந்தத் தடுமாற்றங்களின்போது அமைதியாக சிரித்துக் கொண்டே சொன்னார் திருவேங்கடம் கௌதமன்.

4

பெரியபேட்டை காவல்நிலையத்துக்கு மீண்டும் மாற்றலாகி, ஆய்வாளர் அரிகிருஷ்ணன் வந்திருப்பதாகப் பேசிக்கொண்டார்கள். மரியாதை நிமித்தமாக அவரை ஊரிலிருந்த முக்கியப் பிரமுகர்கள் எல்லாம் போய்ப் பார்த்துவிட்டு வந்ததாகச் சொல்லப்பட்டது. நண்பர்கள் சொல்லியும் திருவேங்கடம் அவரைப் பார்ப்பதற்குப் போகவில்லை. வந்த வேகத்திலேயே ஆய்வாளர் சுறுசுறுப்பாகச் செயல்பட்டார். பெரியபேட்டையைச் சுற்றிலுமிருக்கும் கிராமங் களின் நாட்டாண்மைக்காரர்களையும் பிரமுகர்களையும் அவர் அழைத்துப்பேசினார். சாராயம் காய்ச்சுவோருக்கு கடுமையான நடவடிக்கை இருக்கும் என்றும் சொல்லியினுப்பினார்.

திருவேங்கடத்துக்கு அரிகிருஷ்ணனை முன்னமேயே தெரியும். திருவள்ளுவர் இரவுப் பள்ளியிலே பகுத்தறிவுக் கூட்டங்களை திருவேங்கடம் அடிக்கடி நடத்துவதுண்டு. விடுதலை பத்திரிகை யில் பெரியார் கொடுக்கும் அறிவிப்புகளை உடனே நிறைவேற்று வார். அம்பேத்கரின் நூல்களிலிருந்து சில பக்கங்களை வாசிப்பார்.

அந்தச் செய்திகள் ஆய்வாளரின் காதுகளுக்கும் வேகமாகப் போய்ச்சேர்ந்துவிடும்.

அந்த வாரத்திலேயே திருவேங்கடத்தை தேநீர்க்கடையொன் றில் வைத்து சந்திக்கும்படி நேர்ந்தது ஆய்வாளருக்கு. திருவேங்கடம் தன் நண்பர்களோடு தீவிரமான பகுத்தறிவு விவாதத்தில் இருந்தார்.

"என்ன, கடவுள் இல்லன்னு சொல்லி பிரச்சாரம் பண்றியாமே ஊர்ல?"

"எப்போ, எங்கே செஞ்சேன்? யார் புகார் தந்தது?"

"இப்ப நீ பேசிட்டிருந்தத நானே கேட்டனே."

"ஆமா. பகுத்தறிவு பத்தி பேசினேன்."

"பொது எடத்துல அசிங்கமாப் பேசறேன்னு நியூசென்ஸ் கேஸ்ல உள்ள போடுவேன்."

"உனுக்குத் தைரியமிருந்தா, கடவுள் இல்லேன்னு பேசினாதா கேஸ்போடு. நான் சந்திக்கிறேன்."

அரிகிருஷ்ணன் முறைத்துக்கொண்டு போனார். அதிகாரிகளிடம் திருவேங்கடம் வாக்குவாதத்தில் ஈடுபடுவதை அவரோடிருப்பவர்கள் பலமுறை பார்த்திருக்கிறார்கள். முருகப்பனுக்கு அது புதிதாயிருந்தது.

அரிகிருஷ்ணனோடு உரசிக்கொண்ட வேறொன்றும்கூட உண்டு. பூங்குளத்தில் திருமணங்களுக்கு பேண்டு வாத்தியமோ, தவிலோ வைப்பது வழக்கம். பெரியபேட்டையிலிருந்து தவில்காரர் ஒருவர் கல்யாணத்துக்கு வாசிக்க வந்திருந்தார். கூட்டமைப்புத் தோழரின் திருமணமென்பதால் திருவேங்கடம் அதை முன்னின்று நடத்தினார். திருமண ஊர்வலம் பூங்குளம் ஏரிதொடங்கி, பெரிய பேட்டையின் எல்லை வரை நடந்தது. திருமணம் முடிந்ததும் தவில்காரருக்கு ஊதியம் தரவேண்டியிருந்ததால், "எங்கெங்க வாசிச்ச?" என்று கேட்டார் திருவேங்கடம்.

"ஏரிதொடங்கி சேரி வரைக்கும் வாசிச்சேன்." சேரியென்றதும் அடிப்பதற்குப் போய்விட்டார் திருவேங்கடம். தோழர்கள் சிலர் தவில்காரரைக் காப்பாற்றினர்.

தவில்காரர் காவல் நிலையத்திலிருந்து ஆய்வாளரைக் கூட்டிக் கொண்டு வந்துவிட்டார். காவலர் ஒருவர் வந்து அழைத்தும் திருவேங்கடம் போகாததால், ஆய்வாளரே நேரில் வந்திருந்தார். அவர் முகத்தில் வெறுப்பு அப்பியிருந்தது. திருவேங்கடம் நடந்ததைச் சொன்னதும் ஏமாற்றத்தோடு போய்விட்டார் ஆய்வாளர். திருமணம் நடந்த மறுவாரத்தில் சலூன்கடைக்குப் போயிருந்த திருவேங்கடத்தின் முகத்தை பாதி மழித்துவிட்டு நியாயம் பேசினார் தவில்காரர்.

"அன்னைக்கு நீ செஞ்சது ஞாயமா?"

“சேரின்னு நீ சொன்னதனால எனக்குக் கோவம் வந்துடுச்சி. பூங்குளம்னு பேரு இருக்குதில்ல?”

“இப்ப இப்பிடியே பாதியா உட்டுட்டா நீ என்னா பண்ணுவ?”

“ஒண்ணும் பண்ணமாட்டேன். இதே மூஞ்சியோட போயி ஆட்கள கூட்டினு வருவேன்.”

தவில்காரர் பதில் பேசாமல் சரசரவென மழித்தார்.

தீண்டாமை புகார் ஒன்றைக்கொடுக்க அரிகிருஷ்ணனைப் பார்க்கவேண்டியிருப்பதற்காக கொஞ்சம் தயங்கினார் திருவேங் கடம். அவர் இதுவரை கொடுத்த தீண்டாமையொழிப்புப் புகார்கள் எல்லாவற்றிலுமே மனுசெய்பவர்கள், குற்றவாளிகளோடு சமசரம் செய்துகொண்டுவிடுவதால் அவருக்கு மேலும் தயக்கம் கூடி யிருந்தது.

இம்முறை முருகப்பன் மிகவும் உறுதியாக இருந்தான். அவன் ஊரின் தெருக்குழாயில் தண்ணீர் பிடிக்க விடுவதில்லை, தினமும் ஜாதியின் பெயரைச் சொல்லித் திட்டுகிறார்கள் என்று சொன்னான். காலையில் தண்ணீர் பிடிக்கும்போது அம்மாவை அடித்துவிட்டார்கள். பறையடிக்கமாட்டேன் என்று சொன்னத னால் நடந்த விவகாரங்களுக்குப்பிறகு ஊர்க்காரர்கள் மூர்க்கமாகி விட்டார்கள் என்றான் முருகப்பன்.

ஒரு கணம் யோசித்துவிட்டுக் கிளம்பினார் திருவேங்கடம். அவருக்கு ஆய்வாளரை எதிர்கொள்வதிலேயே கவனமிருந்தது. அவருடன் குணசீலன் மட்டுமிருந்தான். பட்டரை சம்பவத்திலிருந்து அவருடன் யாரும் வருவதில்லை.

“ஜாதியச் சொல்லித் திட்டிட்டான், அடிச்சிட்டான்னு எதானா ஒரு புகார கொண்டார்றதுதான் உன் வேலயா?”

திருவேங்கடம் நினைத்தபடியே ஆய்வாளர் இரைந்து விழுந்தார்.

“ஊர்ல நடக்கிறத கொண்டுவர்றோம். புகாரைப் பதிவு செஞ்சி விசாரிக்கிறது உங்க கடமை.”

“ஆதாரமில்லாம பதிய முடியாது.”

“ஆதாரத்தை நீங்கதான் கண்டுபிடிக்கணும்.”

வெறுப்புடன் புகாரை வாங்கிக்கொண்டார் ஆய்வாளர். திரும்பிய பிறகு மாலையிலேயே திருவேங்கடத்துக்குச் செய்தி

வந்துவிட்டது. முருகப்பனின் அம்மாவே சில ஆட்களுடன் வந்து அப்படி ஒரு சம்பவம் நடக்கவில்லையென்று காவல்நிலையத்திலே எழுதிக்கொடுத்துவிட்டுப் போய்விட்டதாகச் சொன்னார்கள்.

அந்த இரவில் அவருக்குத் தூக்கமில்லாமல் போனது. சட்டங்களும் அரசும் பிரச்சாரங்களும் இருந்தும் ஏன் இப்படி யெல்லாம் நடக்கின்றன என்று கேட்டுக்கொண்டிருந்தது அவர் மனம். தன் கடமையைச் செய்யத் தவறும் அதிகாரிகளை யார் தண்டிப்பது?

5

தவமணி மாடுகளைப் பராமரிப்பதில் திறமையானவள். நிலம் வாங்கிய பிறகு பிடித்த பால்மாட்டை ஒன்றுக்கு நான்காகப் பரவலம் செய்துவிட்டாள். இரண்டு எருமைகளும்கூட இருந்தன. நிலத்தில் ஒரு பட்டியும், வீட்டில் ஒரு பட்டியுமாக இருந்தது. மாடு களுக்கென புல்பிடுங்க கொல்லை கொல்லையாய்ப் போவாள். கரும்புத் தோகையும், சோளத்தட்டும் எப்போதும் இருக்கும். திருவேங்கடம் ஆண்டுக்கொருமுறை கடலைக்கொடியோ, வைக் கோலோ வாங்கி போர்போட்டுவிடுவார். பசுமாடுகள் சினையாகி விட்டால் கர்ப்பிணியைப் பார்த்துக்கொள்வது போன்ற கவனிப்பு கிடைக்கும். மீனா பிறந்தபோது ஒரு பசு ஈன்ற கன்றுக்கு மீனாவின் பெயரையே வைத்துவிட்டாள்! பூங்குளத்திலிருந்து பால் கூட்டுறவு சங்கத்துக்கு அதிகமாகப் பால் ஊற்றிவருவது அவள்தான். தினமும் அள்ளிக் குமிக்கப்படும் சாணக்குவியல் நிலத்துக்கு எருவாகிவிடும். மிஞ்சினால் சுற்றுப்பக்கத்து ஊர்களிலிருந்து வரும் வண்டிக்காரர் களுக்கோ, ஊரையொட்டியுள்ள மலைகளுக்கு அப்பாலிருக்கும் ஆந்திர கிராமங்களிலிருந்து லாரிவைத்துக்கொண்டு வருகிறவர் களுக்கோ விலையாகிவிடும்.

நாளொன்றுக்குப் பத்துப் பதினைந்து லிட்டருக்கும் குறை யாமல் பால் ஊற்றும் தவமணி பெரியபேட்டை பால் கூட்டுறவு சங்கத்தின் மூத்த உறுப்பினர். ஊரிலேயே மிதிவண்டியில் வீடு வீடாகப்போய் பாலெடுக்கும் பால்காரர்கள் இரண்டு மூன்று பேர் இருந்தனர். இப்போது பூங்குளத்திலேயே மூன்று தேநீர்க்கடைகளும் உருவாகிவிட்டன. பெரியபேட்டைக்கு கேட்கத் தேவையில்லை. இருபது கடைகளுக்கும் மேல் உண்டு. வீடுகளுக்கும் பால் ஊற்ற வேண்டும். கூட்டுறவுச் சங்கப்பால் பெரியபெரிய கலன்களில் அடைக்கப்பட்டு வேலூருக்குப் போகிறது. பூங்குளத்துப் பால் காரர்கள் கேட்டும் தவமணி அவர்களுக்குப் பால் ஊற்றுவதில்லை. மகன் பால்சங்கத்தின் மூலம் கடன் உதவியென்று அவ்வப்போது வாங்குகிறான். மகன் சொல்படி கேட்பதுதான் நியாயம்.

பெரியபேட்டை பால் கூட்டுறவுச் சங்கத்துக்கு தேர்தல் அறிவிக்கப்பட்டிருந்தது. மூத்த சங்க உறுப்பினர் ஒருவர் ஏன் இந்தத் தேர்தலில் நிற்கக்கூடாது?

அவர், நாட்டை வழிவழியாய் ஆண்டுவரும் கட்சிக்காரராக இல்லாமல் இருப்பதனால்தான் என்ன குறைந்துபோனது? அவர் ஒரு தாழ்த்தப்பட்டவராகத்தான் இருந்துவிட்டுப்போகட்டுமே? திருவேங்கடத்தின் நண்பர்கள் கேள்விகளாக அடுக்கினர். திருவேங் கடம் இந்தத் தேர்தலில் தலைவருக்கு நிற்பது என்று முடிவு செய்து கொண்டார்.

தேர்தல் அறிவிப்பு பெரியபேட்டை பால் கூட்டுறவு சங்கத் தின் தகவல் பலகையில் ஒட்டப்பட்டது. சங்க அலுவலர்கள் வேட்பு மனுக்களை வினியோகித்து, பெற்றுக்கொண்டார்கள். கால்நடை வைத்தியச்சாலை, நான்கைந்து அலுவல் அறைகள், விஸ்தாரமான மைதானம், பூத்துக்குலுங்கும் வாகையும், பூவரசும் என்று இருந்த கூட்டுறவுச் சங்கக்கட்டடம் யார் வருகிறார்களோ பார்ப்போம் என்று கமுக்கமாக சிரித்தது. சங்க அலுவலகத்திலிருந்த தலைவரின் அறையில், காவல் தெய்வம் போலிருந்த மகாத்மாவும் குறுநகை புரிந்தார்.

தலைவர் பதவிக்கு மனுச்செய்துவிட்டு வந்த திருவேங்கடம் தினந்தோறும் யோசனையில் ஆழ்ந்துகொண்டிருந்தார். அவருக்கு இருந்த கவலையெல்லாமே, யார் தமக்கு வாக்களிப்பார்கள் என்பது தான். பூங்குளம் பஞ்சாயத்துக்குட்பட்ட கிராமங்களிலும், பெரிய பேட்டையிலும் அதன் சுற்றுப்புற ஊர்களிலும் அவர் கலகத்தில் ஈடுபடாத இடம் எதுவுமில்லை. மேளம் அடிக்கக்கூடாதென்றால் அடிக்கக்கூடாது! மீறி அடித்தால் அடிப்பவனுக்கும், அழைத்து வந்தவனுக்கும் உதை. மேளங்கள் கிழிபடும். அவற்றின்மேல் மண்ணெண்ணெயை ஊற்றுவார்கள். இல்லையேல் பிடுங்கிக் கொண்டு வந்துவிடுவார்கள். அப்படிப் பிடுங்கிக் கொண்டுவந்த மேளங்களே திருவேங்கடத்தின் வீட்டில் இருநூறுக்கும்மேல் பரணில் கிடக்கின்றன.

தீண்டாமைப் புகார் தகராறில் பெரியபேட்டை சர்வஜன கமிட்டி தலைவராக இருந்த புதுப்பட்டி நாராயணன் மகன் தீர்த்த மலைக்கும் அவருக்கும் காவல் நிலையத்தின் முன்பாக பிரச்சினை எழுந்திருக்கிறது. கைகலப்பில் தீர்த்தமலை காவல்நிலையத்துக்குள் ஓடிப்போய் நுழைந்துகொண்டார். புதுப்பட்டியில் தீர்த்தமலை பெரிய ஆள்.

“தீர்த்தமலை தன்னோட சார்புல அவங்கூருக்காரனான வெங்கடாசலத்த நிறுத்தப்போறதா பேச்சு அடிபடுது. அவருக்கு

இப்போக்கீற ஒன்றியத் துணைப் பெருந்தலைவர் பதவியே போதும். இருக்கிற கட்சிய உட்டுட்டு வாத்தியார் கட்சிக்குத் தாவப்போறதா வேற சொல்லிக்கிறாங்க. எம்.எல்.ஏ. சீட்டு கேக்கப் போறாராம்."

குணசீலன் சொன்னபோது சிரித்துக்கொண்டார் திருவேங்கடம்.

"மேடையில பேசுற அடுக்குமொழி வசனத்துக்கு மயங்கி கொஞ்சபேரு போனான். அழகில மயங்கி கொஞ்சபேரு போனான். இப்பிடி நம்மாளுங்களே போகும்போது உன்னும் அவங்கபோகாம இருப்பாங்களா? தேர்தல்னா நாலுபேரு நிக்கத்தானே செய்வான்? நாம திட்டம்போட்டு வேல செய்வோம். அப்புறம் என்னா நடக்கு துன்னு பாப்போம்."

திருவேங்கடமும் நண்பர்களும் பால்கூட்டுறவு சங்க உறுப் பினர்களை வீடுவீடாகப் போய்ப் பார்த்தனர். நண்பர்கள், உறவுக் காரர்கள், தெரிந்தவர்கள் என ஒருவரையும் விடவில்லை. அவர்கள் அலைந்த அலைவுக்கு பலனில்லாமல் இல்லை. திருவேங்கடம் பால்கூட்டுறவு சங்கத்தலைவராக வெற்றி பெற்றுவிட்டார். அந்த வெற்றியை அவர் எதிர்பார்க்கவில்லை.

அவரின் தோழர்கள் வெற்றியைக் கொண்டாடாமல் விடுவ தில்லை எனக் கங்கணம் கட்டிக்கொண்டனர். தவிலும், நாதஸ் வரமும், பேண்ட்டு வாத்தியங்களும் முழங்க ஊர்வலமாகச் சென்று பதவியேற்றார் திருவேங்கடம். பதவியேற்ற கையோடு காந்தியின் படத்துக்கு எதிர்ச்சுவரில் அம்பேத்கர் படம் ஒன்றும் வைக்கப் பட்டது.

நண்பர்கள் எல்லாரும் போனபிறகு தன் இருக்கையில் உட்கார்ந்திருந்தபோது சன்னலுக்கு வெளியே தீர்த்தமலையின் கரகரத்தகுரல் கேட்டது. அவரின் பேச்சொலியோடு சேர்ந்தாற் போல சிகரெட்டின் புகையும் அறைக்குள்ளே வந்து பரவியது. யாரோ அவருடன் அங்கு நின்றிருந்தார்கள் போலிருந்தது.

"அடிப்பானையில அரை மானமிருந்தா அற்பனுக்கு ஆயிரம் யோஜனவருமாம்! வந்த மொத நாளே, போட்டாவ வெச்சி தன் புத்தியக் காட்டிட்டாம் பாத்தியா. ஜாதியந்தா புத்தி; கொலமந்தா ஆச்சாரம்!"

சத்தம் போட்டு அலுவலக உதவியாளரை அழைத்தார் திருவேங்கடம்.

"அங்க பேசறது யாருன்னு பாரு."

வெளியிலே போய்ப் பார்த்துவிட்டு வந்த உதவியாளர்,

"யாரும் இல்லியே சார்" என்றான்.

திருவேங்கடம் நெடுநேரமாக தன் இருக்கையிலேயே அமர்ந்து யோசித்துக்கொண்டிருந்தார். வாழ்வின் ஒவ்வோர் அங்குலத்திலும் அவருக்காகக் காத்திருக்கும் சாதியனுபவங்களை எப்படித் தவிர்ப்பது என்று தெரியவில்லை.

வாக்குப்பதிவு நடைபெற்ற அன்று நடந்தேறிய ஒரு சம்பவத்தையே அவரால் மறக்கமுடியாதிருந்தபோது மற்றொன்றும் இப்போது சேர்ந்துகொண்டது. சங்கத்தேர்தலை நடத்துவதற்கென்று வந்திருந்த அதிகாரி அவருக்கு முன்பே பழக்கமானவர். அவர் பௌத்த சங்க உறுப்பினர் என்பதால் அவரோடு பேசிக்கொண் டிருந்த திருவேங்கடமும், குணசீலனும் அவர் குளித்துத் தயாரா வதற்காக பூங்குளத்துக்கு அழைத்துக்கொண்டு போனார்கள். முகம் மழித்துக்கொள்ள வேண்டும் என்றார் அந்த அதிகாரி.

இருவரும் அவரை புதுப்பட்டிக்கு அழைத்துக்கொண்டு போனார்கள். பெரியபட்டியில் சலூன் கடைகள் திறப்பதற்கு ஒன்பது மணி ஆகிவிடும். தேர்தலுக்குத் தாமதமாகலாம். புதுப் பட்டியில் இருப்பவர் வீட்டிலேயே தொழில் செய்வதால் வேலை உடனே முடியும் என்று அவர்களிருவருக்கும் எண்ணமிருந்தது. வீட்டிலேயே செய்துகொள்ளலாம் என்றதற்கு வேண்டாமென்று சொல்லிவிட்டார் அதிகாரி. புதுப்பட்டி நாவிதன் திருவேங்கடத் துடனும், குணசீலனுடனும் வந்திருக்கும் அதிகாரியை ஏற இறங்கப் பார்த்தான்.

"செய்ய முடியாதுங்க. மேட்டுக்குடிங்க யாராவது பார்த் துட்டா சும்மா உடமாட்டாங்க."

திருவேங்கடத்துக்கு ஆத்திரமாக வந்தது.

"டேய் தம்பீ, உன்னப்பார்க்கவே பரிதாபமா தெரியுது. ஏழையா இருக்கிற. நீ இப்பிடிப் பேசறது தப்பு. நா ஏதாவது செஞ்சா நீ தாங்கமாட்ட."

"காரியங்கெட்டுடப்போகுது அமைதியா இருண்ணா. மித்த நாளு போல இது கெடையாது. தேர்தல் நடக்கப்போவுது. நான் இவனக்கூட்டினுப் போயி தீர்த்தமலைக்குச் சொல்லி கூட்டிட்டு வர்றேன். அவரு சொன்னா செய்வானில்ல?"

பதறிய குணசீலன் திருவேங்கடத்தை அமைதிப்படுத்திவிட்டு அவனைத் தன் மிதிவண்டியில் அமர்த்திக்கொண்டு தீர்த்தமலை வீட்டைப் பார்த்துப்போனான். திருவேங்கடமும், அதிகாரியும் திண்ணையில் பேசியபடி காத்துக்கொண்டிருந்தார்கள்.

தீர்த்தமலை வீட்டுக்கு முன்னால் நின்ற குணசீலன் தெருவிலிருந்தபடியே கூப்பிட்டான். உள்வாசலில் நின்ற தீர்த்தமலை சங்கதி என்னவென்று தலையையாட்டிக் கேட்டார்.

"தேர்தல் நடத்தற அதிகாரிய ஷேவிங்பண்ணிக்க கூட்டுனு வந்தோம். தம்பிகிட்ட நீங்க ஒரு வார்த்த சொல்லணும்."

இளைஞனை உள்ளே அழைத்து தீர்த்தமலை எதையோ விசாரித்தார். அவன் வெளியே வரும்போது தீர்த்தமலை உரக்கச் சொன்னார்.

"அவங்களுக்குச் செஞ்சியனுப்புப்பா. வேலையாகட்டும்."

குணசீலன் அந்த இளைஞனை வீட்டில் வந்து விட்டதும், அவர்களைக் காத்திருக்கச் சொல்லிவிட்டு உள்ளே போனான். நேரம் போய்க்கொண்டேயிருந்தது. உள்ளே போனவன் வருவதற்கான அறிகுறிகள் எதுவுமில்லை. குணசீலன் அந்த வீட்டு வாசலில் நின்று கத்தினான். அவன் கூச்சலுக்கு வெளியேவந்த இளைஞனின் மனைவி, வீட்டில் யாருமில்லை என்று சொல்லிவிட்டுக் கதவைத் தாழிட்டுக்கொண்டாள்.

திருவேங்கடத்தை இயலாமையும், அவமானமும் குதறின. அவர் குணசீலனிடம் சத்தம் போட்டார்.

"உனக்கு இவனுங்களப்பத்தி தெரியாதுடா குணா. அந்தப் பையன ஒரு அறை உட்டிருந்தா உடனே வேலயாயிருக்கும்."

"அய்யய்யோ, அதெல்லாம் வேணாம். வாங்க போவோம். நேரமாச்சு." என்றார் அதிகாரி. மூவரும் பூங்குளம் வரும்வரை எதுவும் பேசிக்கொள்ளவில்லை.

தேர்தல் முடிந்தபிறகு ஒருநாள் பெரியபேட்டையின் பிரதான சாலையில் நாவிதனைப் பார்க்க நேர்ந்தது. அவனிடம் கோபத்தைக் கட்டுப்படுத்திக்கொண்டு கேட்டார் திருவேங்கடம்.

"ஏன்டா தம்பி, அப்பிடிப் பண்ண?"

"சும்மாயிருண்ணா. உங்களுக்கெல்லாம் செஞ்சிட்டா, அப்புறம் ஊர்ல நானு பொழைக்க முடியாது."

"தீர்த்தமலைதான் செய்யச் சொன்னாரேப்பா?"

"அவரு உங்கமுன்னாடிதான் அப்பிடிச் சொல்வாரு. அதக் கேட்டுனு தப்பித்தவறி செஞ்சிட்டா நீங்க வந்துட்டபினிக்கு ஒதைப்பாரு."

எதிர்பாராத நாளொன்றில் செத்துப்போனாள் தவமணி. காலையில் நெடுநேரமாய் திருவேங்கடத்தின் வீட்டில் மாடுகள் கத்திக்கொண்டிருந்தன. இன்னுமா பால்கறக்கவில்லையென்று தோன்றியது. திருவேங்கடம் மாட்டுப்பட்டி பக்கமாகச் சென்று பார்த்தபோது அங்கு தவமணி இல்லை. பின்கட்டில் இருந்த அம்மாவின் படுக்கையருகிலே வந்து நின்றார். தூங்குவதைப்போலவே கிடந்தாள் தவமணி.

திருவேங்கடத்தின் அழுகையில் எல்லோரும் கூடிவிட்டனர். தவமணிக்குத் தூக்கத்திலேயே உயிர்போய்விட்டிருந்தது. அவளைத் தெருவிலே பந்தல் போட்டுக் கிடத்தினார்கள். ஜோதிபாவுக்கும், சமநீதியரசுக்கும் தந்திகள் பறந்தன. சித்தார்த்தனும், மீனாவும் வந்து சேர்ந்தார்கள். தோழர்கள் துண்டறிக்கை அடித்து ஒட்டினார்கள். சாவு வீடு அமைதியாக இருந்தது. திருவேங்கடம் நினைவுகளை அசைபோட்டபடி உட்கார்ந்திருந்தார்.

இராவணேசனின் மரணத்துக்குப்பிறகு, தவமணி இல்லாமலிருந்திருந்தால் திருவேங்கடம் எழுந்து நின்றிருக்க முடியாது என்பதை ஊரே பேசிக்கொண்டிருந்தது. சுந்தரேசன் குடும்பம், கண்ணப்பன் குடும்பம், சிகாமணி குடும்பமென்று அணியணியாய் வந்தார்கள். குப்பி, தன் பிரியத்துக்குரிய அத்தையின் தலை மாட்டிலேயே இருந்தாள்.

ஒரு வழக்கில் திருவேங்கடத்தைக் கைது செய்வதற்காகத் தேடிக்கொண்டு வந்த காவல்காரர் ஒருவரை தவமணி அடிக்கப் போனது பூங்குளத்தில் வெகு பிரசித்தம்.

"எம்புள்ள என்ன திருடனாடா? அவன புடிக்க வர்ற? அவன் மக்களுக்கு ஒழைக்கிற தலைவன்டா."

"ஏய், கிழவி. வயசானவளாச்சேன்னு பாக்கிறேன். இல்லன்னா உன்னப்புடுச்சினுப் போயிடுவேன்."

வீட்டுக்குள் வந்த காவலர் வந்த வேகத்திலேயே ஓடினார். நினைவுகளைச் சொல்லி வியந்தார்கள் ஊர்மக்கள். ஊர்க்காரர்கள் சடங்குகளைச் செய்ய வந்தபோது தடுத்துவிட்டார் திருவேங்கடம். சவப்பெட்டியொன்று தயார் செய்யப்பட்டது. வெள்ளைத்துணியில் தவமணியின் உடல் சுற்றப்பட்டு, பெட்டியில் வைக்கப்பட்ட பிறகு, பிக்கு போதிபாலர் வாழ்வின் நிலையாமையைக் குறித்து உரை நிகழ்த்தினார்.

திரிசரணமும், பஞ்சசீலமும் அடங்கிய புத்த வந்தனம் சொல்லப்பட்டது. அடக்கத்திற்கெனப் பெட்டியைத் தூக்கியதும், வீட்டுக்கு முன்பாகவே சவப்பெட்டியைத் திருப்பச் சொல்லி

விட்டார் திருவேங்கடம். நம்பிக்கைகளுக்கு மாறாய் தவமணியின் கால்கள் சுடுகாட்டுத்திசையில் இருக்கும்படி இறுதிப்பயணம் நடந்தது. பூங்குளத்தின் எல்லையில் இருந்த அம்பேத்கரின் சிலைக்கு முன்பாக உடலை வைத்துவிட்டுச் சில தோழர்கள் நினைவேந்தல் உரைநிகழ்த்தினார்கள். பின்னர் இராவணேசனின் வலதுபக்கத்தில் தவமணியைப் புதைத்தார் திருவேங்கடம்.

6

புதுப்பட்டியில் அரசியல் பிரமுகர் ஒருவரின் சாவுக்குப் போயிருந்தார் திருவேங்கடம். அவரோடு முருகப்பன் உடனிருந் தான். குழாயடிப் பிரச்சினையில் சமரசமாய்ப் போனதை நினைத்து கோபத்துடன் இருந்தார் திருவேங்கடம். மறுநாள் காலையில் அவரின் வீட்டுக்கு வந்து நின்ற அவனைத் துரத்திவிடுவதற்கு கோபம் வந்தது. முருகப்பன் அவரை முந்திக்கொண்டான்.

“நான் எவ்ளோ சொல்லியும் அம்மா கேக்கலண்ணா. நாளைக்கு ஊர்ல வாழமுடியாதுன்னு சொல்லி கையக்கட்டிப் போட்டுட்டாங்க.”

அவர் எத்தனையோ தீண்டாமை வழக்குகளைக் கொடுத் திருக்கிறார். அவரைத் தேடிவந்த பலரும் பின்பு திரும்பி வந்த தில்லை. ஆனால் முருகப்பன் அவருடன் அதிக நேரம் செல விட்டான். நூல்களைப் படிப்பதிலும், கேள்விகளை எழுப்புவதிலும் தீவிரமாக இருந்தான். தான் இருபதில் இருந்தபோதிருந்த வேகமது என்று நினைத்துக்கொண்டார் திருவேங்கடம். அவரை தினமும் வந்து பார்த்தான் முருகப்பன். குணசீலனோடு முருகப்பனும் சேர்ந்து கொண்டு அவருடன் பொதுவிடங்களுக்குப் போகத்தொடங்கி யிருந்தான்.

புதுப்பட்டியை நெருங்கும்போதே பறையின் ஒலி திருவேங் கடத்தை உலுக்கியது. அவர் சமன்குலைந்தவரைப்போல ஆனார். அந்த ஊரில் மேளமடிக்கிறவர்களை அவர் தாக்கி விரட்டியிருக் கிறார். அந்த ஊரைச் சேர்ந்தவர்கள் யாரும் இப்போது அடித்துக் கொண்டிருக்க மாட்டார்கள். நிச்சயமாக தீர்த்தமலை வெளியி லிருந்துதான் ஆட்களைக் கூட்டிக்கொண்டு வந்திருக்கவேண்டும் என முடிவுசெய்துகொண்டார் திருவேங்கடம். அவர்களிருவரும் சாவுவீட்டினருகிலே போனபோது மேளமடிக்கிறவர்களைக் காண வில்லை. மேளச்சாமான்களை திண்ணையின் மீது வைத்துவிட்டு எங்கோ போயிருந்தார்கள். சவத்தின் முன்னால் ஒருவர் நின்று திருவருட்பாக்களைப் பாடியபடி இருந்தார். இறந்தவருக்கு மாலையைப் போட்டுவிட்டு இருவரும் வந்து வெளியிலே நின்றார்கள். சாவு வீட்டின் முன்னால் போடப்பட்டிருந்த பந்தலில்

சிலர் உட்கார்ந்திருந்தார்கள். அங்கு தீர்த்தமலையும் இருந்தார். காலியாய் இருக்கும் ஒரு நாற்காலியில் போய் உட்கார்ந்து கொண்டார் திருவேங்கடம்.

"அடடா, வா திருவேங்கடம். ஒக்காரு" என்றார் ஒருவர். அவர் முகத்தில் சிரிப்பு வழிந்தது. திருவேங்கடத்துக்கு இலேசாக வேனும் புன்னகைக்க வேண்டியிருந்தது. அவர் உட்கார்ந்ததும் திண்ணைப் பக்கமாகப் பார்த்து தீர்த்தமலை கத்தினார்.

"எங்கடா, இங்கிருந்த மோளமடிக்கிற பறையனுங்க?"

"காத்தாலர்ந்து அடிக்கிறானுங்க. கொஞ்சமா தண்ணீ இழுத்துக்கப் போயிருப்பானுங்க."

"அந்தத் தே...யாப்பசங்க வேலையே இதுதான். இங்க மூஞ்சியக் காட்டுவானுங்க. அங்க சூ... காட்டுவானுங்க. வந்து அடிக்கச் சொல்லுங்கடா அவனுங்கள."

சடாரென எழுந்துகொண்டார் திருவேங்கடம். முருகப்பன் பதறினான். நிலைமையைப் புரிந்துகொண்ட சிலர் திருவேங் கடத்துக்கு முன்னால் அணைகட்டுவதைப்போல நின்றார்கள்.

"என்ன தீர்த்தமல, யார பறத்தே...யாப்பையன்ற?"

மூர்க்கம் கொண்டவராய்க் கத்தினார் திருவேங்கடம்.

"நா மோளமடிக்கிறவன சொன்னா உனக்கென்னாய்யா? ஒங்கிட்ட ஒருத்தன் கூலியமட்டும் வாங்கிக்கினு, வேல செய்யாம இருந்தா நீ சும்மாயிருப்பியா?"

"பெருதனம், நீ செத்த சும்மாயிரு. ஏம்பா, நீயி அத மனுசுல போட்டுக்காத. உட்டுடு."

ஊர்க்காரர்கள் பேசினார்கள். திருவேங்கடம் வழிநெடுகிலும் கோபத்தில் பேசியபடியே வந்தார்.

"இந்த ஈனப்பொழப்ப உட்டுடுங்கடான்னா கேக்கறானுங் களா? இவனுங்க அடிக்கப்போயிதானே அவன் நம்பளப்பாத்து கேவலமாப் பேசறான்?"

மனம் கறுவிக்கொண்டிருந்தது.

மாலையில் தன் ஆதரவாளர்கள் சிலரைக் கலந்து பேசினார் திருவேங்கடம்.

நீ நெனைக்கிற மாதிரியெல்லாம் அரசியல்ல ஒரே சமுதாயத்து ஆளுங்க இருக்க முடியாது; ஒரே கருத்தும் இருக்க முடியாது. அரசியல்ன்றது ஆறுமாதிரிதான். அதுல நல்ல தண்ணியும் ஓடும்.

கெட்ட தண்ணியும் ஓடும். நாமதான் எல்லாத்தியும் செரிக்கட்டினு போணும்."

"நீ அந்தாள அடிச்சிட்ட. அந்த வஞ்சத்த உள்ள வெச்சினு இப்போ பேசிட்டான். ரெண்டும் செரியாப் போச்சி. இத்தோட உட்டுடு."

"அவங்கெல்லாம் பெரியாளுங்க. பணம், படை எல்லாமே அவங்ககிட்டயிருக்கும். அவ்ளோ என்னாத்துக்கு? அரசாங்கமே கூட அவங்களுக்குச் சாதகமா நிக்கும்! உட்டுத்தள்ளு. எதுவுமே நடக்கலேன்னு நெனச்சிக்க."

நீண்ட பேச்சுகளின் முடிவில் முருகப்பன் சொன்னான்.

"நான் கூட வர்றண்ணா. நீங்க புகார் குடுங்க. பாத்துக்க லாம்."

மறுநாள் காலையிலேயே திருவேங்கடம், முருகப்பனை அழைத்துக்கொண்டு பேருந்து ஏறினார். அவர் கொடுத்த புகாரை மாவட்டக் காவல்துறைக் கண்காணிப்பாளர் பொறுமையாகப் படித்துப் பார்த்தார்.

"என்ன பொறுப்புல இருக்காரு இவரு?"

"முன்னாடி ஒன்றிய துணைப் பெருந்தலைவர். இப்ப எதிலயும் இல்ல."

தலையசைத்தார் கண்காணிப்பாளர்.

"முக்கியமான பொறுப்புல இருக்கிறவங்களே இப்பிடி ஜாதியுணர்வோட இருந்தா இந்த நாடு எப்பத்தான் மாறும்? நீங்க போங்க. நான் நடவடிக்கை எடுக்கச் சொல்றேன். அனேகமா, இந்த மாவட்டத்திலேயே பி.சி.ஆர்ல* பதியப் போற முதல் கேஸ் இதுவாத்தானிருக்கும்."

தன்னைத் தேடி காவலர்கள் வீட்டிற்கு வந்ததை அறிந்த தீர்த்தமலை தலைமறைவாகிவிட்டார். ஒருவாரத்துக்குப் பிறகு தீர்த்தமலை வீட்டில் இருந்தபோது காவல்துறையினர் இரவு நேரத்தில் வந்து கைது செய்து அழைத்துக்கொண்டு போனார்கள். இருள்கப்பியிருந்தாலும் அவருக்கு விலங்குபோட்டு கூட்டிப் போவதை ஊர்க்காரர்களில் நிறையபேர் பார்த்தார்கள். விடிவதற் குள்ளாகவே செய்தி தீயைப்போலப் பரவியது. மக்கள் வாயடைத்துப்போனார்கள். எல்லாருக்கும் சொல்வதற்கு எதுவோ இருந்தது. ஆனால், சொல்லமுடியாமல் எதுவோ வந்து அடைத்தது.

* குடியுரிமை பாதுகாப்புச் சட்டம். 1976இல் அமலுக்கு வந்தது.

பி.சி.ஆர். வழக்கில் கைதாகிக் குற்றம் நிரூபிக்கப்பட்டால் தண்டனை உறுதி. சமரசம் செய்வதற்கு இடமில்லை. பிறகு அந்த நபர் தேர்தலிலும் நிற்க முடியாது. இனிமேல் வாத்தியார் கட்சி யாவது, வழிவழியாய் வரும் கட்சியாவது. தீர்த்தமலை அவ்வளவு தான். விவரம் அறிந்தவர்கள் பேசும் பேச்சுகள் தேநீர்க் கடை களிலும், சலூன் கடைகளிலும், கடைத்தெருக்களிலும் பரவிக் கொண்டிருந்தன. காவல்துறை அதிகாரி ஒருவர் பூங்குளத்துக்கு விசாரணையின் பேரில் வந்து சேர்ந்தார்.

அவர் திருவேங்கடத்தைப் பற்றி பூங்குளத்தில் விசாரணை செய்யத்தொடங்கினார். ஊர்முழுக்கச் சுற்றிவிட்டு அவர் திருவேங்கடம் இருக்கும் வீதியின் முனையில் வந்து நின்றதும் அங்கிருந்த வீட்டுக்காரன் அதிகாரிக்கு நாற்காலியைப் போட்டு அமரச்செய்தான். அவ்வீட்டுக்காரனின் மனைவி திருவேங்கடத்தை அங்கேயே அழைத்து வருவதற்கு ஓடி, திரும்பி வந்தாள்.

“அவுரு வீட்லதான் கீறாரு. நீங்க அங்க வருணுமாம்.”

“ரொம்பத் திமிர் புடிச்சவன் போலிருக்கே.”

அதிகாரி திருவேங்கடத்தின் வீட்டுக்கு எழுந்து போனார். அவரை உட்காரச் செய்து கேட்டார் திருவேங்கடம்.

“என்னபத்தி விசாரிக்க என்ன தேவை வந்துச்சி சார்?”

“அரிஜன்ஸ்ஸை ஏமாத்தி பணம்பறிக்கிறதாகவும், மத்த ஜாதிக்காரர்கள் மேல பொய்யா புகார் கொடுத்து பிரச்சினை பண்றதாகவும் உம்மேல மனு குடுத்திருக்காங்கையா. அதுவும் உம்மேலே புகாரை ஊருக்காரன் எவனும் குடுக்கல. மாவட்டப் பொறுப்புலக்கீற சில கட்சிக்காரங்களே குடுத்திருக்கிறாங்க. இதெல் லாம் உனக்கெதுக்குய்யா. மேளமடிக்கக் கூடாதுன்னு சொன்னா மாவட்டம் முழுக்க ஓழிக்கணும். அவன் முடியாதுன்னா விட்டுட ணும். பேசாம சாராயம் கீராயம் காச்சி பொளச்சிக்கையா. இதெல்லாத்தையும் உட்டுடு” சிரித்துக்கொண்டார் திருவேங்கடம்.

“நாங்க செய்யிற வேலை ஏமாத்து வேலை. நாங்க பேசுறது பிரிவினை வாதம். அதையே அவங்க செஞ்சா தியாகம், சேவை, ஒற்றுமை... நல்லாருக்கு சார் ஞாயம். நான் உரிமைக்காகப் போராடு றேன். பின்வாங்கமாட்டேன். என்னபத்தி விசாரிச்சதுல என்ன சொன்னாங்க?”

“நல்லபடியாதான் சொல்றாங்க. பாக்கலாம். இதுல கலக்டெர் தான் முடிவெடுக்கணும்.”

விசாரணை அதிகாரி, பார்க்கலாம் என்று இழுத்துப் பேசி விட்டுப் போனதன் பொருள் சில நாட்களுக்குள்ளாகவே திருவேங் கடத்துக்குப் புரிந்துவிட்டது. அவரைத் தனிவிசாரணைக்கென்று மாவட்ட ஆட்சித்தலைவர் அழைத்திருப்பதாக பெரியபேட்டை வருவாய்த்துறை அலுவலக உதவியாளர் ஒருவர் கடிதமொன்றைக் கொண்டுவந்திருந்தார்.

புகார் கொடுத்தால் விசாரித்து நடவடிக்கையெடுக்க வேண்டி யதுதானே? என்னை ஏன் விசாரிக்க வேண்டும்? கேள்விகளோடு ஆட்சியர் அலுவலகத்துக்குப் போனார் திருவேங்கடம். ஆட்சித் தலைவரைச் சந்திக்கப் போவதற்கு அவருடன் சாட்சியாக வர யாருமே தயாராக இல்லை. விசாரணை என்ற பெயரில் வர வழைத்து கைதுசெய்துவிடுவார்கள் என்றே அவர்கள் நம்பினர். முருகப்பன் மட்டுமே உடனிருந்தான்.

ஆட்சியரின் அறை விஸ்தாரமான தர்பார் அறையைப்போல இருந்தது. திருவேங்கடத்தை எதிரில் அமரச்செய்து பேசினார் ஆட்சியர்.

"நீ புகார் தந்திருக்கிறது ஒரு பெரிய ஆள் மேல."

"அவர் ஒரு உயர்சாதிக்காரர். அவங்க தப்பு பண்ண மாட்டாங்களா? பிற ஜாதிக்காரர் எங்கமேல புகார் தந்தா உடனே நடவடிக்கை எடுக்குற நிர்வாகம் நாங்க புகார் தரும்போது ஏன் எதையும் செய்யறதில்ல? யாரோட நலனுக்காக அரசாங்கம் வேல செய்யுது?"

"நீயும் உங்க கட்சிகளும் இப்படிப் பேசிதான் பிரிவினையைத் தூண்டி விடறீங்க."

"நாங்க பேசறது ஜாதிவாதமில்ல சார். சமத்துவ வாதம். ஒற்றுமை வாதம். தேசியக்கட்சிகளும் திராவிடக்கட்சிகளும் பேசத் தொடங்கினதுக்கு முன்னாடியிருந்தே ஜாதியொழிப்பப் பத்தியும், சமத்துவத்தைப்பத்தியும் நாங்க பேசிட்டு வர்றோம். இதைக் கட்சி பிரச்சினையா பாக்கவேணா. எங்களோட மக்கள் பிரச்சினையா பாருங்க. நான் அவங்களோட பிரதிநிதி. ஒரு நாட்டு மக்களோட சமூகவிடுதலை சாத்தியமானாதான் அந்த நாட்டோட விடுதலை முழுமையடையும்னாரு அம்பேத்கர். அதைத்தான் நாங்க வலி யுறுத்துறோம்."

"உன்னோட புகாரால உங்க ஏரியாவுல ஜாதிக்கலவரம் வரும் போல இருக்கு. அது அப்படியே மாவட்டம் முழுசும் பரவலாம். பீஸ்கமிட்டி ஒண்ண போடச் சொல்லியிருக்கேன். நீ அங்கவந்து பேசு."

“கலவரமா சார்? ஊர்ல அப்பிடி எதுவும் தெரியிலயே?”

“எங்க உளவுத்துறை ரிப்போர்ட் சொல்லுதுய்யா.”

7

பெரியபேட்டை ஊராட்சி அலுவலகத்திலிருக்கும் கூட்ட அரங்கு பரபரப்புடன் இருந்தது. திருவேங்கடம் தன் தோழர் களோடு நுழைந்தபோது அங்கு இருக்கைகள் இல்லை. எல்லாம் நிரம்பியிருந்தன. அவரையும், அவருடன் இருந்தவர்களையும் ஓரமாக நின்றுகொள்ளச் சொன்னார் அதிகாரி ஒருவர். உட்காரு வதற்கு நாற்காலிகள் வேண்டும் என்ற அவரின் கோரிக்கைக்குப் பதில் இல்லை.

திருவேங்கடம் தன் தோழர்களோடு தரையில் அமர்ந்து கொண்டார். யாரும் எதிர்பாராதவிதமாக அங்கே முழக்கங்கள் எழுந்தன.

“அமைதிப்பேச்சு வார்த்தையா? ஆதிக்கச்சாதி பேச்சு வார்த்தையா?”

“குற்றவாளிக்கு நாற்காலி; பாதிக்கப்பட்டவருக்கு வெறுங் காலா?”

“ஜாதி ஆதிக்கச்சக்தியினருக்குத் துணைபோகும் மாவட்ட நிர்வாகத்தைக் கண்டிக்கிறோம்.”

“பேச்சுவார்த்தையைப் புறக்கணிப்போம்.”

அதிகாரிகள் பதறியடித்துக்கொண்டு ஓடிவந்தார்கள். சில நிமிடங்களில் நாற்காலிகள் போடப்பட்டன. திருவேங்கடமும் அவரின் ஆதரவாளர்களும் முன்வரிசையில் அமர்ந்துகொண்டனர். ஜாமீனில் வெளியே வந்திருந்த தீர்த்தமலையும், ஊர்க்காரர்களும் அரங்கின் ஒரு புறத்திலிருந்தனர். வெள்ளைச்சட்டை, கரைவேட்டிக் காரர்களால் அரங்கின் பெரும்பகுதி நிறைந்திருந்தது. பெருந்தனக் காரர்களும், நிலச்சுவாந்தார்களும் என மேட்டுக்குடியினர் இருநூறுபேருக்கும் மேல் அங்கே இருந்தார்கள். மாவட்ட வருவாய்க் கோட்ட அலுவலர் விசாரணை அதிகாரியாக அமர்ந்து கொண்டிருந்தார். மாவட்ட ஆட்சியரும், காவல்துறை கண்காணிப் பாளரும் இருந்தனர். முதலில் புகார் கொடுத்தவரின் தரப்பில் விளக்கம் கேட்கப்பட்டது.

“இது இன்னைய நேத்தைய பிரச்சினையில்ல. எங்க முன்னோர்கள் செடியுல்டுகேஸ்ட் கூட்டமைப்புல இருந்த சமயத்தி லேர்ந்து, எங்கதலைமுறை வரை நாப்பதாண்டுக்காலமா

போராடிட்டு வர்ற பிரச்சினை. எங்களுக்கும் ஆதிக்கஜாதிக்காரங் களுக்கும் தனிப்பட்ட பிரச்சினையோ, வாய்க்கா வரப்பு பிரச்சினையோ இல்ல. இது எங்களோட மானப்பிரச்சினை. உரிமைப் பிரச்சினை. எங்க சமுதாயத்தைச் சேர்ந்தவங்க இனிமேல் பறைமேளம் அடிக்கமாட்டோம். செத்த மாட்டைத் தூக்க மாட்டோம். சாவு சொல்லவோ, குழிவெட்டவோ போகமாட் டோம்னு சொல்லி முடிவு செஞ்சிக்கிட்டோம். ஊர் பஞ்சாயத்து சார்பிலயும், மாவட்ட அளவுல நாட்டாண்மை சங்க கூட்டமைப்பு சார்பிலயும் அரசாங்க நிர்வாகத்தாரிடம் மனு குடுத்தோம். அத ஏத்துட்டுப் போகவேண்டியதுதானே? எதுக்காக எங்காளுங்கள கட்டாயப்படுத்தி கூட்டிட்டு வந்து எங்க முன்னாடியே இழிவுபடுத்தணும்? புதுப்பட்டிக்கு சுத்துப்பக்கத்தில இருக்கிற எல்லா ஊர்லயும் ஏத்துக்கிட்டாலும் புதுப்பட்டியில மட்டும் ஏத்துக்கல. தீர்த்தமலைதான் இத தன்னோட ஜாதிக்கௌரவமா எடுத்துக்கிட்டு வேணுமின்னே செய்யறாரு."

"பறைமேளமடிப்பது ஒரு தொழில்தானே? அதை ஏன் வேணான்றீங்க?"

"அப்படி நெனச்சினுதான் காலமெல்லாம் செஞ்சினு இருந்தோம். அப்போ எங்களுக்குப் படிப்பறிவும் பகுத்தறிவும் கம்மி. இப்போ கொஞ்சம் படிச்சிருக்கிறோம். சுயசிந்தனை வருது. இப்ப நெனச்சிப்பார்க்கும்போது பறைமேளம் அடிப்பது எங்களுக்குக் கேவலமா தெரியுது. அதனால நமக்கு இழிவைத் தருகிற இந்தத் தொழிலைச் செய்யாதே. அப்படின்னு சொல்லி, தாழ்த்தப்பட்ட வனை போய்த் தடுக்கிறோம்."

"அதைக் கேவலம் கேவலம்ன்றியே? செய்யும் தொழிலே தெய்வம்யா."

ஆட்சித்தலைவரும் கண்காணிப்பாளரும் ஏககுரலில் சொன்னார்கள். திருவேங்கடம் சளைக்கவில்லை. அவர் சிரித்துக் கொண்டார்.

"அருமையா சொன்னீங்க சார். அந்தக் கருத்தை நானும் ஏத்துக்கிறேன். நான் தீர்த்தமலை மேல குடுத்த புகார்லயுஞ்சரி, வருவாய்க்கோட்ட அலுவலர்கிட்ட குடுத்த புகார்லயுஞ்சரி. என்ன கேட்டிருக்கிறேன்னு பாருங்க. இந்தத் தொழில் அவசியம் வேணு மின்னா தாழ்த்தப்பட்டவர்களிலிருந்து இரண்டு பேரையும், ஜாதிக் காரர்களிலிருந்து இரண்டு பேரையும் நியமிக்கலாம். அவங்கம்மா செத்தா நாங்க மேளமடிக்கிறோம். எங்கம்மா செத்துட்டா அவங்க வந்து அடிக்கட்டும். என் வீட்டுல மாடு செத்தா அவங்க வந்து

தூக்கட்டும். அவங்க வீட்டுல மாடு செத்தா நாங்க போய் தூக்க றோம். அப்படின்னுதான் கேட்டிருக்கிறேன்."

"வழி வழியா செஞ்சத எப்படிய்யா மாத்தமுடியும்? ஜாதிக் காரன மேளம் அடின்னா எப்படி அடிப்பான்? அவனுக்குத் தெரியாதே?"

"தொழில்தானே சார்? கத்துக்கச் சொல்லுங்க! தோலால் ஆன எல்லா இசைக்கருவிக்கும் கற்றுக்கொடுக்க ஒரு வாத்தியார் தேவை. ஆனா பறைமேளம் மட்டும் வாத்தியார் வச்சி கத்துக்கிற கருவியில்ல. அதை அடிக்க ஒரு சின்னக்குச்சியும், ஒரு பெரிய குச்சியும் போதும். ஆனால், இவ்வளவு எளிமையான கருவியை அடிக்க அவங்க ஏன் கத்துக்கல? ஏன்னா இதைச் செய்வதற் கென்று ஒரு ஜாதிஇருக்கிறது என்ற கருத்துநிலையாலதானே? அப்படிப் பார்த்தா இந்தத் தொழில் எங்கள்மீது திணிக்கப்பட்டது தானே சார்? நாங்கள் பறையடிப்பதை தெய்வமாக நினைத்துதான் செய்துகொண்டிருந்தோம். இன்று அது தெய்வமில்லையென்று தெரிஞ்சதும் அதை எட்டி உதைக்கத் தயாராகிட்டோம்."

திருவேங்கடத்தின் பதிலுக்குச் சில ஆமோதிப்புகள் விழுந்தன. யாரோ ஓர் அதிகாரி பலமாகச் சிரித்தார்.

"அவர் சொல்றது சரிதானே சார். மத்தவங்களும் அதக் கத்துக்கலாமே. ஏன் கத்துக்கல?"

பட்டரை கிராமத்திலிருந்து வந்திருந்த ஊர் நாயக்கர் எழுந்து நின்று கேட்டார்.

"ஒருத்தனுக்குப் புடிச்ச வேலய செய்யறது அவனவனுடைய விருப்பம். உரிமை. அதை ஒருத்தன் செய்யும்போது ஏன் தடுக்கிற?"

"எனக்குத் தெரிந்த ஒருத்தர் மேட்டுக் குடிகள் வாழும் பகுதியில செத்துப்போறார். நாங்க மரியாதை செலுத்தப் போறோம். அப்போது எங்க சகோதரன் ஒருத்தன் அங்க மேளம் அடிச்சிட்டு இருக்கிறான். நாங்க போற நேரம் பாத்து குடியானவன் ஒருத்தன், 'ஜாதியா அடிடா பறநாயே. துட்டுவாங்கலியாடா தே...பைய்யா' அப்படின்றான். அது எங்க காதுலயும் விழுது. அதுக்கு நாங்க சும்மாயிருக்க ஆகுமா? நாங்க ஏன்னு கேக்கிறோம். 'ஏன்யா, அவன கூட்டினு வந்து அடிக்கவைக்கிறதுமில்லாம, திட்டறியே இது சரியா?' அப்படின்னு சொல்றோம். 'நீயும் அந்தப் பறையன்தானேடா. இத பெரிசா கேக்க வந்துட்டியான்னு' பதில் வருது. இந்த வாக்கு வாதம் ஜாதிக்கலவரத்தில் போய் முடியுது. கலவரம்னு ஒண்ணு ஆன உடனே நீங்க என்ன செய்றிங்க? முதல்ல எங்கள புடுச்சினு போயி உள்ள வச்சிட்றீங்க. அவங்கள விட்டுட்றீங்க. பாதிக்கப்

அழகிய பெரியவன் ● 279

படறோம். பறைமேளம் அடிக்கிறதினாலதானே இந்தப் பாதிப்பெல்லாம் வருது. அதனாலதான் இதை அடிக்கக் கூடாதுன்றோம்.”

“நீ சொல்றது போல எங்கியாவது நடந்திருக்காய்யா. உம்பாட்டுக்கு எதையோ சொல்லிட்டே போறியே?”

“நீங்கதான் எதையும் தெரிஞ்சுக்காம வந்து என்னை விசாரிச்சிட்டிருக்கிறீங்க. எனக்கும், தீர்த்தமலைக்கும் வந்த தகராறே அப்படி ஏற்பட்டதுதான். இன்னும்கூட என்னால சொல்ல முடியும். திம்மநாயக்கன்பேட்டையில நடந்த சண்டைக்குச் சாட்சியா அந்த ஊர்த்தலைவர் இங்க இருக்கிறார். போனவருசம் அந்த ஊர்ல மாடு விடும்போது, ஊர்நாயக்கர் மாட்டை ஓடவிட்டாங்க. அந்த நேரத்துல மேளமடிக்கிறவன் அங்க இல்ல. அதனால அந்தப் பையன, ‘என் மாடு வரும்போது ஏன்டா அடிக்கில, பறத்தா’...னு கல்லாலயே அடிச்சாங்க. அதப்பாத்துட்டு தாழ்த்தப்பட்டவங்க கேக்க, பெரிய சண்டையே வந்துடுச்சி.”

ஊர் நாயக்கர் எழுந்து நின்று, “வாஸ்தவம் சார்” என்றார். அரங்கில் அமைதி நிலவியது. அமைதியைக் குலைப்பதைப்போல தீர்த்தமலை சொன்னார்.

“இவரு சொல்றது பொய் சார். நாங்க யாரையும் பறையர் கிறையர்னு சொல்றதில்ல. அண்ணந்தம்பியா பாவிக்கிறோம்.”

திருவேங்கடத்துக்கு இலேசாக கோபம் வந்தது.

“தீர்த்தமலை இங்க சொல்றதுதான் பொய்யானது சார். அதுபோல யாரும் இங்க இல்ல. இவங்க வாயில ஒவ்வொரு நாளும் பத்துத் தடவையாவது பறையன்னு வரும். மாலான்னு வரும். மாதிகோடுன்னு வரும். அப்பிடிச் சொல்றது இவங்க ரத்தத்திலேயே ஊறிப்போனது. என்னோட நெலத்துல ஒருநாள் ரெண்டு குடியான பெண்கள் எருமை மாடு மேய்க்க வந்தாங்க. முன்னாடி மேச்சிட்டுப் போனவளோட மாடு, வரப்பிலேயிருந்த எறும்புப்புத்தை கிளறிடுச்சி. அப்போ பின்னாடியிருந்த பெண் என்ன சொன்னா தெரியுமா? ‘ஏம்யே இக்கட சூடுவே, ஈமாலோடு சீமலு கொடிகே சிந்தி. தானிக்கி எந்தா கொவ்வுன்னு.’ எறும்பு கடிச்சாக்கூட அந்த எறும்பு இவங்களுக்கு மாலோடு எறும்புதான் சார். இவங்க எங்கள பறையன்னு சொல்லாம இருப்பாங்களா?”

அரங்கிலிருந்தவர்களில் பலரும் திருவேங்கடத்தின் பேச்சைக் கேட்டு சிரித்தனர்.

திருவேங்கடம் நிறுத்தவில்லை. மேலும் தொடர்ந்தார்.

“தென்னங்கன்று வாங்க ஒரு நாயக்கர் வீட்டுக்கு ஒருமுறை போயிருந்தேன். அந்நேரம் தன் வீட்டில் எலிதள்ளிய சாமான்களைப் பார்த்துவிட்ட அவர் பேசிட்டிருந்தாரு. அவரும் அந்த எலிய மாலோடு எலின்னுதான் சொன்னாரு. சாமானத்தை எலி தள்ளினா அது பற எலி. எறும்பு கடிச்சா பற எறும்பு. பாம்பு பறப்பாம்பு. காக்கா பறக்காக்கா. நாயி பறநாயி.”

அங்கு நிலவிய சங்கடமான சூழலை ஓர் அதிகாரி குலைத்தார்.

“எது எதற்கு இந்த மேளத்தை அடிக்கிறீங்க?”

“சாவுக்கும் திருவிழாவுக்கும்தான் இப்ப அடிக்கிறது. திருமணங்களுக்கு அடிப்பது நின்னுபோச்சி.”

“அப்படின்னா, சண்டை விடற சாமிய இனிமே நீங்க யாரும் தூக்காதீங்க.”

அதிகாரியின் கருத்துக்கு எதிர்க்குரல்கள் எழுந்தன. அவர் மறுபடியும் சொன்னார்.

“யோசிங்க. சாமிய அலங்கரிச்சி ஊர்வலமா கொண்டு போறீங்க. தாழ்த்தப்பட்ட சகோதரன் முன்னாடி அடிச்சிட்டுப் போறான். அவன் சரியா அடிக்கலன்னு அவன அடிக்கிறீங்க. சண்டை வருது. இரத்தக்களறியாகுது. அதனால கலவரத்தை உருவாக்கற திருவிழா எதையும் இனிமேல் செய்யாதீங்க.”

அவர் சொல்வதை ஆட்சியர் ஆமோதிப்பது போலத் தோன்றியது. அரங்கிலிருந்தோர் பதறினார்கள்.

“திருவிழாவை ஏன் நிறுத்தறீங்க?”

“நிறுத்தல. இனிமே அனுமதி வாங்கிட்டுச் செய்யுங்க.”

“சாவு ஆச்சின்னா என்னா செய்யிறது?”

“மேளம் அடிச்சாதான் பிணம் போகுமாயென்ன? அது இல்லாமயேகூடப் போய்ப் பொதைக்கலாமில்ல? எல்லாருடைய உணர்வுக்கும் நாம மதிப்பளிக்கணும். அவங்க அடிக்க மாட் டேன்னா நீங்க விட்டுடுங்க. பிரச்சினை வேணாம். ரெண்டு தரப்பும் ஸ்டேட்மெண்ட் எழுதிக் கையெழுத்துப் போட்டுத் தாங்க.”

அமைதிப் பேச்சுவார்த்தை ஆட்சியரின் இறுதியான பேச் சோடு முடிந்துவிட்டது. பிறப்பிக்கப்பட்ட ஆணையில் இருதரப் பாரும் கையொப்பமிட்டனர். வருவாய்க் கோட்ட அலுவலர் அவர்களின் செயல்முறைகள் இப்படிச் சொன்னது.

1. சுமுகமான சூழல் வரும் வரையில் பெரியபட்டியிலும், அதன் சுற்று வட்டார கிராமங்களிலும் திருவிழாக்கள் எதையும் நடத்தக்கூடாது. நடத்தவேண்டிய கட்டாயம் ஏற்பட்டால் அரசு நிர்வாகத்திடம் முன்அனுமதி பெறவேண்டும்.

2. அன்றாட வாழ்க்கை சீவனத்திற்காக, தானே முன்வந்து பறைமேளம் அடிப்பவரை ஆதிதிராவிடர்கள் யாரும் தடுக்கக் கூடாது. பிற சமூகத்தவர் ஆதிதிராவிடர்களைப் பறை மேள மடிக்கும்படி கட்டாயப்படுத்தக் கூடாது. விரும்பி அடிக்கவரும் ஆதிதிராவிடர்களை மனம் புண்படும் வகையிலோ, சாதியைச் சொல்லியோ பேசி ஆதிதிராவிட மக்களின் உணர்வுகளைப் பாதிக்கும் வகையில் எந்தவிதமான நடவடிக்கையிலும் ஈடுபடக் கூடாது. இருதரப்பும் இந்த உத்தரவுகளை மீறினால் சட்டம், ஒழுங்கைப் பாதுகாக்க கடுமையான நடவடிக்கை எடுக்கப்படும்.

தனக்கு வழங்கப்பட்ட செயல்முறை நகலை வாங்கிக் கொண்டு, அரங்கிலிருந்து வெளியே வந்து பார்த்தார் திருவேங்கடம். வெளியே வெயில் சுள்ளென்று அடித்தது.

8

ஊர் முழுதும் சுவரொட்டிகள் ஒட்டப்பட்டிருந்தன. புதுப்பட்டியில் திருவிழா. கரகாட்டம், சிலம்பாட்டம், நையாண்டி மேளம், நாட்டுமேளம், தாரைதப்பட்டை இவற்றுடன் அதிவிமரிசை யாக வாணவேடிக்கையும் நடைபெறும் என்று அறிவித்தன சுவரொட்டிகள். சித்திரை கழிந்ததும் வைகாசியிலே விழா செய்வது புதுப்பட்டியில் வழக்கம். இனி எப்படிச் செய்வார்கள் என்று அமைதிக்குழு கூட்டத்தின்போதே நினைத்தார் திருவேங்கடம். நினைத்ததற்கு மாறாக திருவிழா அறிவிப்பு இருந்தது.

பூங்குளத்தை ஒட்டியபடி கிழக்குமுகமாகப் போகும் சாலையைக் கடந்து புதுப்பட்டிக்குப் போகவேண்டும். அங்கிருந்து ஒரு காத்தம் போட்டுக் கூப்பிட்டால் புதுப்பட்டியிலிருந்து ஓடிவந்து விடலாம். அவ்வளவு பக்கம். அந்த ஊர்க்காரர்கள் வருவதும் போவதுமாக இருந்ததனால் திருவேங்கடத்துக்கு வெளியில் நடமாடப் பிடிக்கவில்லை. வீட்டிலேயே இருந்தார். குப்பியின் வருத்தமும், சித்தார்த்தனின் பேச்சும் அவரை வெகுவாகக் கட்டுப்படுத்திவிட்டன.

தீர்த்தமலையின் மீது புகார் கொடுக்கச் சென்றபோதே குப்பி தடுத்தாள். அந்தப் புகார் பல வடிவங்களைக் கொண்டு உருமாறு வது அவளைக் கவலைகொள்ளச் செய்துவிட்டது.

“திருநாவானா பண்ணிக்கிட்டும். என்னாவானா பண்ணிக் கிட்டும். நீ அதுங்க முடியிற வரைக்கும் வெளியே போகாத.”

வீட்டுக்குள்ளேயே முடங்கிக்கிடந்தவர், மாலையில் முருகப்ப னோடு வெளியே வந்தார். அன்று அவரைப் பார்ப்பதற்கு வந்திருந் தான் அவன். இருவரும் பூங்குளம் எல்லையிலிருக்கிற தேநீர்க் கடையில் போய் உட்கார்ந்துகொண்டார்கள். கடைக்கு எதிரிலிருந்த சீதாலட்சுமி டாக்கீசில் பத்ரகாளி படம் போட்டிருந்தார்கள். கடைக்குப் பின்புறம் இருக்கும் பூங்குளம் ஏரியில் ஆட்கள் போவதும் வருவதுமாக சத்தம் கேட்டபடியிருந்தது. சாலையில் அங்கங்கே காவலர்கள் நின்றார்கள்.

“என்னா தலைவரே, இப்பிடியாயிடுச்சி? மோளமடிக்கக் கூடாதுன்னு ஆர்டர் போட்டு மூனுமாசங்கூட ஆகல. அதுக்குள்ள திருநா செய்யிறாங்க. தீர்த்தமலையும் கேசுலர்ந்து வெளியே வந்துட்டதா கேள்வி.”

முருகப்பன் அங்கலாய்ப்புடன் பேசினான்.

“என்ன செய்யச்சொல்ற? மேளம் அடிக்கக் கூடாதுன்னு சொல்லலியே. விரும்பியடிச்சா தடுக்க வேணான்னுதானே சொல்லி யிருக்கிறாங்க? அதான் இவன் விரும்பிப்போயி அடிக்கிறான்.”

கசப்புடன் வந்தன திருவேங்கடத்தின் சொற்கள்.

“புதுப்பட்டியில மேளமடிக்கிற பசங்கள பாத்துக் கேட்டேன். பொளப்புக்கு என்னா செய்யறதுன்னு திருப்பிக் கேக்கிறாங்க.”

அவர்கள் பேசிக்கொண்டிருக்கையில் காவல்வாகனம் ஒன்று வந்து அங்கே நின்றது. ஆய்வாளர் அரிகிருஷ்ணன் அதிலிருந்து இறங்கி வந்தார்.

“என்னாயா? இங்க உனக்கென்னா வேல? மேளமடிக்கிறத எப்படி நிறுத்தறதுன்னு ஆலோசன பண்றியா? இல்ல கலவரத் துக்குத் திட்டம் போடறியா?”

திருவேங்கடத்தால் கோபத்தைக் கட்டுப்படுத்த முடிய வில்லை. அவர் ஆய்வாளரிடம் சத்தம் போட்டார்.

“மரியாதையோட பேசுங்க சார். டி.ஆர்.ஓ. போட்ட ஆர்ட ருக்கு விரோதமா திருவிழா நடத்த வேணுமின்னே அனுமதி குடுத்து மேளமடிக்க விட்டிருக்கீங்க. கடமைய செய்யத்தவறியதுக்கு உங்கமேல பி.சி.ஆர்ல புகார் கொடுக்க முடியும் தெரியுமில்ல? நம்மால எதுவும் நடந்ததுன்னு இருக்கக்கூடாதுன்னு நான் பெரும் போக்கா இருக்கேன். இன்னிக்கெல்லாம் நான் வீட்ட விட்டே

வெளியே வரல. இப்பதான் டீ குடிக்க வந்தேன். நீங்க எங்கிட்ட வந்து தேவையில்லாம பேசறீங்க.”

“எனக்கே பாடம் எடுக்கிறியா? காலத்துக்கும் நீ வெளியே நடமாட முடியாத மாதிரி செஞ்சிடுவேன்.”

அரிகிருஷ்ணன் உறுமினார். அவர்கள் பேசிக்கொண்டிருக்கும்போதே தேநீர்க்கடையின் முன்னால் ஆட்கள் சேர்ந்துவிட்டார்கள். பூங்குளத்துக்காகவும் புதுப்பட்டிக்காகவும் சிலர் ஓடினார்கள். சில நிமிடங்களிலேயே இரண்டு ஊர் சனக் கூட்டமும் அங்கு சேர்ந்துவிட்டது.

“மேளமடிக்காம திருநா செஞ்சுக்கிட்டும் சார். மீறி அடிச்சா நாங்க உடமாட்டோம்.”

பூங்குளத்துக்காரன் யாரோ ஒருவன் சொன்னான்.

“பாத்திங்களாடா? மேளமடிச்சி திருவிழா செஞ்சிட்டோம். உங்களால என்னடா புடுங்க முடியும்?”

புதுப்பட்டிக்காரன் யாரோ பதில் பேசினான்.

“எதுவும் பேச வேணாம். கலஞ்சிபோங்கப்பா.”

கத்தினார் திருவேங்கடம். அவர் பேச்சு அங்கு எடுபடவில்லை. முருகப்பன் அவரை வீட்டுக்குக் கூட்டி வந்துவிட்டான். அவர்கள் வீட்டுக்குத் திரும்பிக்கொண்டிருந்தபோது அவர்களை முந்திக்கொண்டு ஆய்வாளரின் காவல் வாகனம் சீறிக்கொண்டு போனது.

திருவேங்கடமும் முருகப்பனும் வீட்டுக்கு வந்த சிலமணி நேரத்துக்கெல்லாம் சைரன் ஒலியோடு வாகனங்கள் போகும் சப்தம் கேட்டது. ஊருக்குள்ளிருந்து குணசீலன் பரபரப்போடு திருவேங்கடத்திடம் ஓடிவந்து சொன்னான்.

“தலைவரே, என்னென்னவோ ஆகிப்போச்சி. அம்மன் ஊர் வலத்துல யாரோ கல்லெறிஞ்சிட்டதா சொல்றாங்க. சாமிய அங்கியே உட்டுட்டு எல்லாரும் ஆளுக்கொரு பக்கமா ஓடிட்டாங்களாம். சத்துணவுக்கூடத்துக்கும், சில வூடுங்களுக்கும் தீ வச்சிட்டதாகவும் சொல்றாங்க. புதுப்பட்டி ஒரே கலவரமாக்கீதாம். நம்ம ஊர்மேலயும் ஆளுங்க அடிச்சி ஏறினு வர்றாங்க. போலீஸ் உங்களத் தேடினுதான் வரும். ரிசர்வ் போலீசே வந்துடுச்சாம். எங்கியாவது போயி மறஞ்சுக்குங்க.”

குப்பி பதறியடித்துக்கொண்டு ஓடிவந்தாள்.

"அய்யோ, இதெல்லாம் வாணான்னனே நீ கேட்டியா?"

"ஒண்ணுமில்ல. பயப்பிடாத. வீட்ட உள்பக்கமா பூட்டினு பத்திரமா இருங்க. யாருவந்தாலும் தொறக்கக்கூடாது."

சத்தம் போட்டார் திருவேங்கடம். தெருவில் ஓடிவரும் பூட்ஸ் கால்களின் ஓசை நெருக்கத்தில் கேட்டது.

"முருகப்பா, வாடா போவோம்."

திருவேங்கடமும், முருகப்பனும் வீட்டின் பின்புறமாக இருட்டுக்குள் ஓடினார்கள். குணசீலனும் அங்கு இல்லை.

9

பெரும்பாறையொன்றின் மீது துண்டை விரித்துப் படுத்திருந்தார் திருவேங்கடம். முருகப்பன் எங்கு போனான் என்று தெரியவில்லை. பகல் முழுக்கவும் எங்காவது சுற்றிவிட்டு செய்திகளைத் திரட்டிக்கொண்டு அவன் மாலையில் வருவான். இன்று என்ன செய்தி வருமோ என அவர் மனம் இலேசாக ஆவல் கொண்டது. அவர்கள் வீட்டிலும், வெளியிலுமாக காவல் துறையிடம் சிக்காமல் மாறி மாறி தங்கிவந்தனர். சில நாட்களில் திருவேங்கடமும் முருகப்பனும் தனித்தே திரிந்தார்கள்.

அவர் எந்த மனச்சலனமுமின்றி உச்சிவானை மல்லாந்தபடி பார்த்தார். பளிச்சென்று அடித்த வெயிலால் அப்போதவருக்கு வானம் வெள்ளிப்பாளம் போல் தெரிந்தது. பொழுது பளிங்கு போலிருந்தது. கொஞ்சமாகக் கண்கள் கூசின. திரும்பிப் பார்த்தார். பக்கவாட்டிலிருந்த கிழக்கு மலைத்தொடர் பச்சைப் பசேலென்றிருந்தது.

அவருக்கு அருகிலிருந்த பாறைப்புதரில் கொண்டலாத்தியொன்று நெடுநேரமாக அமர்ந்து தலையை இப்படியும் அப்படியுமாக ஆட்டிக்கொண்டிருந்தது. கன்னங்கரேலென்றிருந்த அதன் கொண்டையும் கழுத்தும் அவரை பயமுறுத்தின. அதன் வாலைத் தூக்கியதும் சிவப்பு தெரிந்து வியப்பிலாழ்த்தியது. அவருக்கு இயற்கை ஒவ்வொரு நாளும் புதுச்செய்தி தந்தது.

புதுப்புதுத் தாவரங்கள். புதுப்புதுப் பறவைகள். புதுப்புது உயிரிகள். புதுப்புதுச் சூழல்கள். யோசித்துக்கொண்டிருந்தபோதே இரவு எங்கு தங்குவது என்ற கலக்கம் வந்தது. இப்போது தங்கியிருக்கும் மோட்டாங்காட்டில் படுப்பதற்கென்று போட்டிருந்த குடிசையில் குளிர்வாட்டியது. சுற்றிலும் ஓலைஅணைப்புகளைக் கட்டிவைத்திருந்தாலும், ஊதக்காற்று அகோரப்பசியோடு துளைகள், இடுக்குகள் வழியே பாய்ந்து கவ்வுகிறது.

பசியால் வயிறு காந்தியது. நடுவயிற்றிலிருந்து மூண்டு பரவும் தீயின் வலியையே அவர் ஆழ்ந்து நினைத்தார். பசியின் சீற்றத்தோடு சில நினைவுகளும் சேர்ந்துகொண்டன. மானஉணர்வின் கண்டிப்பும், வியாக்கியானமும் பசியின் இழிமைகளைக் கட்டுப்படுத்த முயன்று தோற்றன. காலையிலிருந்து எதுவும் இல்லை. பையிலிருந்த ஒரு வாழைப்பழத்தை எப்போதோ தின்றாயிற்று. அதன் தோலையும் விடவில்லை. நார்நாராய் நைந்துபோகும்வரை கோதிவீசப்பட்டுவிட்டது. ஒருவேளை, உணவு தேடுவதற்காகத்தான் முருகப்பன் போயிருக்கிறானோ என எண்ணினார். மனம் சற்றே ஆறுதல் கொண்டது. நண்பர்கள், இயக்கத்தோழர்கள் ஆதரவின்றி இதுவரையிலும் நாட்களைக் கடத்தியிருக்க முடியாது. சிவமலை சொல்வதுதான் அவருக்கு அவ்வப்போது நினைவில் வரும்.

“எனக்குக் குடும்ப உறவைவிடவும், சமூக உறவுதான் முக்கியம்.”

இந்த ஏழு ஆண்டுகளில் சமூக உறவுகளின் வீடுகளில்தான் வயிற்றுப்பாடு பெரும்பாலும் கழிந்தது. இனியும் கழியும் என்பது அவரின் நம்பிக்கையாக இருந்தது. பசியுற்ற பொழுதுகளில், “வாங்க, சாப்பிடவாங்க” என்ற குரல் எங்கிருந்தாவது கேட்குமா என்று யாசித்தது மனது. எதிரும்புதிருமான அனுபவங்கள் அவர் முன்னால் பரந்து கிடந்தன.

நல்ல பசிநேரத்தில் ஏதோ ஒரு கிராமத்து நண்பரின் வீட்டில் ஒருமுறை அவர்கள் பேசிக்கொண்டிருந்தார்கள். அந்த வீட்டில் அன்று மீன் குழம்பு போலிருந்தது. வாசம் தொந்தரவுக்குள்ளாக்கியது. திருவேங்கடம் முகத்தில் துளியும் மாற்றம் காட்டவில்லை. முருகப்பன் அவரின் முகக்குறிப்பைப் பார்த்து தன்னைக் கட்டுப்படுத்திக்கொண்டான். திருவேங்கடம் தொடர்ந்து பேசிக்கொண்டிருந்தார். உரையாடல் முடிந்ததும் ஒரு நல்ல சாப்பாடு கிடைக்கலாம். நாம் வருவோம் என்று எண்ணித்தான் மீன் வாங்கி வந்திருக்க வேண்டும். அனேகமாக நாட்டு மீனாய் இருக்கும். கெண்டையோ, கெளுத்தியோ. பேச்சு முடிந்ததும் எழுந்த நண்பர்,

“சரி தலைவரே, அப்புறம் பார்க்கலாம்” என்று கைகூப்பினார்.

“நல்லது தம்பி. பார்க்கலாம்.”

வெகுதூரம் வந்து தனித்து உட்கார்ந்துகொண்டபின் கோபம் பொறுக்காமல் கத்தினான் முருகப்பன்.

“என்ன மனுசனா இருப்பான் அந்த ஆளு?”

“விடு தம்பி. நம்ம மனஉறுதி எந்தச் சூழ்நிலையிலும் கலைந்து போகாம இருக்க அந்தத் தோழர் பயிற்சி குடுத்திருக்காரு!”

வேறோர் ஊரில் இருந்தபோது நீண்டதூரத்துக்கு நடந்து வந்திருந்தார் ஒரு நண்பர். அவர் கையில் களியும் கீரைக்குழம்பும் கொண்ட ஒரு தூக்குவாளி இருந்தது. அவரின் செருப்பில்லாத கால்களில் புழுதி படிந்து தசைச்சுருக்கங்களுக்கு ஏற்ப வெடித் திருந்தது. எதையும் அவரால் மறக்க முடியவில்லை.

காவல்துறையிடம் ஒருபோதும் சிக்கிவிடக்கூடாது என்ற ஒரே வைராக்கியத்தோடு ஓடி வந்தாயிற்று. இது பொய்வழக்கு. ஆதிக்க ஜாதிக்காரர்களுடன் சேர்ந்துகொண்டு காவல்துறை திட்டமிட்டு உருவாக்கிய கலவரம். எனவே அரசு வழக்கைத் தள்ளுபடி செய்ய வேண்டும் என நினைத்தார். முதலில் இந்தக் கண்ணாமூச்சி ஆட்டம் இத்தனை வருடங்களுக்கு நீடிக்கப்போகிறது என்று துளியும் நினைக்கவில்லை. ஆனால், அது தன்னையே நீட்டித்துக் கொண்டது என்றுதான் திருவேங்கடம் நம்பினார்.

முருகப்பன் பலமுறை அவரிடம் சொல்லிவிட்டான். சரணடைந்துவிடுவோம் என்று. சரணடைவது கூடாது. அது தோற்றதற்குச் சமம். கைதாகாமலேயே வழக்கை நடத்திட ஏதேனும் வழியிருக்கிறதா பார்க்கலாம் என்று அவனிடம் கறாராகச் சொல்லி வந்தார் திருவேங்கடம். முருகப்பனுக்கும் இந்தத் தலைமறைவு வாழ்க்கை பழகிவிட்டது. மழுங்க சிரைத்துக்கொள்வது. முகம் மறைக்கும்படி முடியை விடுவது. குளிக்காமலும், சாப்பிடாமலும் பலநாள் கிடப்பது என அவர்கள் இருந்தார்கள். இடையறாத இடப்பெயர்வும் அலைச்சலும் அவரைப் பலமுறை நோயில் தள்ளியது. முருகப்பன் மட்டும் இல்லையென்றால் அச்சூழல்களை அவரால் சமாளித்திருக்கவே முடியாது. மாவட்டத்தின் எட்டு திக்கு களிலும் ஒருநாளுக்கு ஒரு இடமாக அலைந்தபடியே இருந்தார்கள் அவர்கள். மனிதர்களிடையிலேயே மறைந்து திரிந்தார்கள்.

கலவரத்துக்குப் பிறகு ஒரு வாரம் கழித்து வீட்டுக்குப் போனார் திருவேங்கடம். இரவில் பிச்சைக்காரனைப்போல் போய் நின்றார். நீண்ட நேரம் தட்டிய பிறகே கதவு திறக்கப்பட்டது. அவரைப் பார்த்த மாத்திரத்திலேயே குப்பி, மௌனமாய்க் கதறி னாள். அவளால் அவரைக் கண்கொண்டு பார்க்க முடியவில்லை.

"ராஜாவாட்டம் இருந்த மனுசன். உனுக்கா இந்த நெலம? இந்தக் கோராமையெ என்னால பாத்துனு உயிரோட இருக்க முடியாது. பேசாம போலீசுக்கிட்டப்போயிடு. நம்ம புள்ள உன்ன வெளியே கொண்டாந்துடுவான்."

சித்தார்த்தனும் அதையே சொன்னான். அவர் கேட்க வில்லை.

“கடைசியில செய்யாத குற்றத்துக்காக போலீசுல போய் சிக்கி அவமானப்படறதுக்கா இத்தன நாளா இந்த மக்களுக்காக ஒழைச்சேன்? நான் உள்ள போயி இருக்கணும்னா அப்புறம் நான் இருக்கிற கட்சி எதுக்கு? தலைவர்ங்க எதுக்கு? எந்தலைவன் எழுதுன சட்டந்தான் எதுக்கு? யாரு என்னக் காப்பாத்தலன் னாலுஞ்சரி. எந்தலைவனோட சட்டம் காப்பாத்தும்.”

“இதா, இந்த வியாக்கியானமெல்லாம் எதுக்கு? உந்தலைவன் இன்னிக்கி இருந்திருந்தா அவரையே இந்தச் சட்டம் காப்பாத்தி யிருக்காது. நடக்கிறத பேசு.”

குப்பியின் பதில் அவரைக் கோபப்படுத்தியது. திருவேங்கடம் எரிந்து விழுந்தார். யாரும் தனக்குத் தேவையில்லை. யாரையும் இனி நம்பப்போவதில்லை. தானே தன்னை விடுவித்துக்கொள் கிறேன் என்று சொல்லிவிட்டார்.

எப்போதாவது வீட்டுக்கு வருவார். நெடுநேரம் இருக்க மாட்டார். ஆள்மூலம் சில நேரங்களில் செய்தி வரும். அந்த இடத்துக்கு உணவோ, துணியோ, பணமோ கொண்டு போவார்கள். பெரும்பாலும் சமநீதியரசுதான் போவான். பெரியபேட்டை காவல் நிலையத்தில் யார் வருவது? யார் போவது? ஊர் நிலவரமென்ன? என்பதையெல்லாம் சொல்வதும் அவன்தான்.

சித்தார்த்தன் பாதுகாவலராகக் கையொப்பமிட்டுத்தான் சமநீதியரசை ஐ.டி.ஐ.யில் சேர்த்தான். பிறகு ஒரு கல்லூரியில் பி.ஏ. சேர்த்தான். பிறகு சென்னை பச்சையப்பனில் அவனை எம்.ஏ. சேர்த்ததும் அவன்தான். அப்போது மட்டும், தான் இன்டர்மீடியட் படித்த கல்லூரியைப் பார்க்க திருவேங்கடம் அவர்களோடு போயிருந்தார். கடைசிப் பிள்ளை என்பதால் அவன்மீது அவருக்குப் பிரியம் அதிகம். அவன் அவரைப் பார்க்க வரும்போதெல்லாம் நெகிழ்ந்துபோனார் திருவேங்கடம். அவரின் மனதை அசைப்பது போன்றதொரு துக்கம் அப்போது பீறிடும்.

கலவரம் நடந்ததற்குப் பிறகு மூன்று மாதத்துக்கு பூங்குளத்தில் ஆண்களும் பெண்களும் வீட்டில் இல்லாமல் ஓடிக்கொண்டி ருந்தனர். இரவில் பெண்களை உறங்கவிடாமல் காவலர்கள் வந்து ஓயாமல் கதவைத் தட்டினார்கள். வீட்டிற்குள்ளே புகுந்து தேடி னார்கள். ஆண்கள் யாராவது சிக்கினால் அடியும் உதையும் சரமாரி யாக விழுந்தது. குப்பி வீடுமாற்றி வீடு தங்குபவளாக மாறிப் போனாள். வீட்டில் சமைத்தபிறகு அடுப்பிலே தண்ணீர் ஊற்றி அணைத்துவிடுவாள். வீட்டில் ஆட்கள் புழங்கியதற்கான எந்தச் சுவட்டையும் விடமாட்டாள்.

சித்தார்த்தன் தன் மாமியார் வீட்டுக்குக் குடிபெயர்ந்து விட்டான். ஜோதிபாவும், சமநீதியரசும் தமது கல்லூரி விடுதிகளிலேயே நீண்டநாட்களுக்குத் தங்கிக்கொண்டனர்.

நிலமை ஓரளவுக்குச் சரியானதும் சமநீதியரசு வேறொரு செய்தியைச் சொன்னான். ஊரிலிருக்கும் மக்கள் திருவேங்கடத்தைத் திட்டித்தீர்க்கிறார்கள். வீட்டில் உள்ளவர்கள் நடமாடும் போதும் திட்டுகிறார்கள் என்றான் சமநீதியரசு.

ஒரு காலத்தில் அவரை அச்சாகக்கொண்டு சுழன்ற பூங்குளத்தின் தற்போதைய அலட்சியத்தை அவரால் செரிக்க முடியவில்லை. அவரை முருகப்பன் தேற்றினான்.

"ஏன், எதற்கு என்று எதையுமே கேள்வி கேட்காமல், நிலவுகிற நடைமுறைகளுக்குள்ளாகவே தங்களுக்கான நீதி நியாயங்களை உருவாக்கிக்கொண்டு வாழ்ந்துவிட்டுப் போகிறவர்கள். எல்லா வற்றையும் அறிந்திருந்தாலும் தன் குடும்பம், மரியாதை, சுயநலம் எதையுமே விட்டுக்கொடுக்காமல் வாழ்பவர்கள். நிலவும் நடைமுறைகளைத் தங்களுக்குச் சாதகமாகப் பயன்படுத்திக்கொள்பவர்கள். எல்லாவற்றையும் தெளிவாகப் புரிந்துகொண்டு கேள்வி கேட்பவர்கள். துணிச்சலோடு வெளியே வருபவர்கள். இப்படி எல்லா சாதியிலும் வகைவகையான மனிதர்கள் உண்டு. அதனால இதை விட்டுத்தள்ளுங்க."

இத்தனை நடந்ததற்குப் பிறகு ஊர்க்காரர்களை எப்படி எதிர்கொள்வது என்று மருகினார் திருவேங்கடம்.

"பூங்குளத்திலர்ந்து அம்பது ஆளுங்களுக்கு மேல புதுப்பட்டிக்கா அடிச்சிட்டுப் போயிருக்காங்க. புதுப்பட்டியிலர்ந்து நூறு ஆளுங்க பூங்குளத்தைப்பார்த்து அடிச்சியேறி வந்திருக்காங்க. எல்லார் கையிலும் தடி, உருட்டு, கம்பு. மேளமடிச்சிட்டு ஊர்வலத்துக்கு முன்னால வந்தவனுக்குச் செமத்தியான ஒத. அப்பிடியே தப்பைப் போட்டுட்டு வயல்ல எறங்கி ஓடியிருக்கான். சாமியத் தூக்கிட்டு வந்தவனுங்க அங்கியே நடு ரோட்டல வெச்சிட்டு ஓடிட்டாங்க. போலீசுங்களுக்கும் அடியாம். வயல்லயும் சேத்துலயும் ஏரியிலயும் விழுந்து எழுந்து ஓடியிருக்காங்க. பத்திருபது பேருக்குக் காயம். நல்லவேள யாரும் சாகல. புதுப்பட்டி சத்துணவுக் கூடத்தையும், அதுக்குப் பக்கத்துல இருந்த ரெண்டுமூணு வீடுங்களையும் கொளுத்திட்டாங்க. உங்க வீட்டுக்குப் பக்கத்துல இருந்த ரெண்டு ஓல வீட்டையும் கொளுத்திட்டாங்க. அதுங்களக் கொளுத்தினது யாருன்னு தெரியில. ஒருத்தரமாத்தி ஒருத்தர் குற்றஞ்சாட்டிக்கிறாங்க."

"நான் எவ்வளோவோ கத்தினேன். எல்லாரும் அவங்கவங்க வீட்டுக்குப் போங்கடான்னேன். ஒருத்தனும் கேக்கலியே முருகப்பா. நான் என்ன செய்ய?"

தலைமறைந்து திரிகையில் தன்வயதொத்த அம்பேத்கரிஸ்டு களைப் பார்க்க நேரும்போது நேரம்போவது தெரியாமல் பேசிக் கொண்டிருந்தார் திருவேங்கடம். சைமன் கமிஷன் முன்பு அறிக்கை அளித்தபோது செத்தமாட்டின் மாமிசத்தை சாப்பிடாமல் நிறுத்திய தற்காக ரத்தினிகிரி மக்கள் சாதியிந்து நிலப்பிரபுக்களால் அடைந்த துன்பங்களை அம்பேத்கர் குறிப்பிட்டிருப்பதையும், தபோலி மாநாட் டில், செத்த மாட்டை அப்புறப்படுத்துவது, அதன் இறைச்சியை உண்பது, தூய்மையற்ற பணிகளைச் செய்வது போன்றவற்றுக்கு எதிராக நிறைவேற்றப்பட்ட தீர்மானத்தையும் திருவேங்கடம் மறக்காமல் குறிப்பிடுவதை முருகப்பன் ஆர்வத்துடன் கேட்டான்.

"68இல் என்ன நடந்தது? நாப்பத்திநாலு தாழ்த்தப்பட்ட மக்கள் தீவைத்துக் கொளுத்தப்பட்டார்களே? அதுக்குக் காரண மானவன் தண்டிக்கப்பட்டானா? சாதிக்காகப் போராடினவனெல் லாம் தண்டைனை பெறாதபோது சமத்துவத்துக்காகப் போராடும் நான் ஏன் தண்டனை பெறணும்? சொல்லு தம்பி. நாம் செய்யறது ஒருவகையான சோதனை."

சில நேரங்களில் அவராகவே திடீரென அவனிடம் சொல்வார்.

வெண்மணி படுகொலையைக் கண்டித்து ஊர்வலம் போனது, முதுகுளத்தூர் கலவரத்தைக் கண்டித்து ஆர்ப்பாட்டம் செய்தது என அவரின் பேச்சு நினைவுகளின் கரையினில் போய் ஒதுங்கும்.

அன்று காலையில் போன முருகப்பன் மாலையில்தான் திரும்பினான். அவன் கையில் திருவேங்கடத்துக்கென கட்டுச் சோறும், சில புத்தகங்களும் இருந்தன. ஊர் ஓரம் இருந்த ஒரு நிலத்தின் பம்புசெட் கொட்டகையில் அவர்கள் அன்று தங்கி னார்கள்.

இருட்டியதும் சிம்னி விளக்கொன்றைக் கொளுத்தி வைத்துக் கொண்டு அவன் படிக்கத் தொடங்கினான். திருவேங்கடம் அவன் கையிலிருந்த நூலைப் பார்த்தார். ராகுல சாங்கிருத்தியாயன் எழுதிய வால்காவிலிருந்து கங்கைவரை. அவன் அருகிலிருந்த வேறு சில நூல்களைப் புரட்டினார். அம்பேத்கரின் நூல்களும், பெரி யாரின் நூல்களும். அவற்றோடு இருந்த இன்குலாப் கவிதைகள், சிலந்தியும் ஈயும், சோஷலிஸ்ட் புரட்சி, சேகுவேராவின் சோஷ லிசமும் மனிதனும் போன்ற நூல்கள் அவருக்குப் புதியவையாகத் தெரிந்தன.

"முருகப்பா, நாளைக்கி புதுக்குடியிலக்கீற நம்ம வக்கீல் ஒருத்தரப் போயி பாக்கணும்."

"எதுக்கு?"

தன் பார்வையை நூலிலிருந்து எடுக்காமலேயே கேட்டான் முருகப்பன்.

"உள்ள போகாம வெளியே எடுக்கறதுக்கு இவரு எதாவது வழி சொல்றாரா பாப்போம்."

முருகப்பன் பதில் எதையும் சொல்லவில்லை.

10

வீட்டருகில் சிறு லாரி ஒன்று வந்து நின்றது. ஓட்டுநரின் இருக்கைக்குப் பக்கத்திலிருந்த சமநீதியரசு கதவைத் திறந்துகொண்டு கீழே குதித்தான். அவன் நேராக வீட்டுக்குள் சென்று திருவேங்கடத் தின் அறைக்குப் பக்கத்திலிருந்த சிறிய அறைக்குள் நுழைந்தான்.

"என்னாடா நீதி. லாரிய கொண்டாந்து நிறுத்தியிருக்கிற. வீடு கிடு மாத்தறமா?"

"அப்பாவோட சமாச்சாரங்கள மாத்திட்டாலே போதும். இந்த வீடு மாறிட்டதுக்கு சமம்."

அந்தச் சிறிய அறையில் பரண்போலிருந்த பலகைத் தாங்கியின் மீது ஏறி அங்கிருந்த மேளங்களை எடுத்துக்கொடுத் தான் சமநீதியரசு. ஒட்டடையும், தூசும் படிந்து இருந்தன அவை. லாரி ஓட்டுநர் அவற்றை வாங்கிக்கொண்டுபோய் வண்டிக்குள்ளே அடுக்கினான். பலவகையான சரக்குகளை ஏற்றிப்போன அனுபவம் கொண்ட அவனுக்கு இது புதிதாகவும் வினோதமாகவும் தெரிந்தது.

"எடுத்துனுப்போயி ஒழிடா. இதுங்களால பட்டது போதும்."

மெலிதான கோபத்தோடு சொன்னாள் குப்பி. தெருவிலிருப்ப வர்கள் மேளங்கள் ஏற்றப்படுவதை ஆவலோடு பார்த்தனர். ஓட்டுநர் ஒவ்வொன்றாக எடுத்துப் போகும்போது ஒன்று நடுக் கூடத்தில் விழுந்து ஒலியெழுப்பியது.

"என்னா குப்பியக்கா? வெளியில மோளமடிக்கக் கூடாதுண்டு, வூட்டுக்குள்ளயே அடிக்கிறீங்களா?"

பக்கத்து வீட்டுப் பெண்ணொருத்தி கேட்டுச் சிரித்ததற்கு முகத்தைக் கோணினாள் குப்பி.

"என்னாடி பொண்ணே, தமாசாப்போச்சா எங்க பொழப்பு?"

இருநூறுக்கும் மேற்பட்ட மேளங்கள் இருந்தன. குப்பியிடம் சொல்லிக்கொண்டு கிளம்பினான் சமநீதியரசு. வேலூர்ச் சாலையில் போகும்போது வீசியடித்த காற்றில் மேளங்கள் முனகின. அவை எதையோ சொல்வதைப்போலத் தோன்றின. மேளங்கள் நல்ல நிலையில் இருப்பதைப் போலவே தெரிந்தன. நல்ல மரங்களால் செய்யப்பட்டவை. தோல் உதவாது போனாலும் மரக்கட்டைகள் உதவும் என்று எண்ணிக்கொண்டான்.

கல்லூரி மாணவர் மன்றத் தேர்தலில் வென்றதற்கு இது வரையில் யாராவது பறையிசைக் கலைஞர்களை அழைத்து மேளங்களைப் பரிசாக வழங்கியிருப்பார்களா என்று தன்னைத் தானே கேட்டுக்கொண்டான் சமநீதியரசு. அவனுக்குப் புன்னகை அரும்பியது.

வண்டியை மக்கானுக்கு அருகிலேயே நிறுத்தி இறங்கினான். அதை ஊர்வலத்துக்குப் பின்னாலேயே வரச்சொல்லிவிட்டான். அவனுக்காகக் காத்துக்கொண்டிருந்த மாணவர்கள் மாலையைப் போட்டு தூக்கிக்கொண்டனர். விசில் சத்தம் காதைக் கிழித்தது. பட்டாசுகள் வெடித்து கந்தகப்புகை மண்டலத்தை உருவாக்கின. தயாராக இருந்த மேளக்காரர்கள் அடித்துக் கிளப்பினார்கள். உற்சாகமும் வெறிக்கூச்சலுமாகத் தொடங்கியது ஊர்வலம்.

ஆர்க்காடு சாலை முகப்பிலும், மாநகராட்சி அலுவலக வளாகத்திலும் இருந்த அம்பேத்கர் சிலைகளுக்கும், பெரியார் சிலைக்கும் மாலையணிவித்தான் சமநீதியரசு.

கல்லூரிக்குள் நுழைந்ததும் புகை மேகம் எழும்படி பல நிமிடங்களுக்கு பட்டாசுகள் ஆர்ப்பரித்தன. மாணவர் கூட்டம் தன்னைச்சூழ கல்லூரி முதல்வரின் அறைக்குச்சென்று அம்பேத்கர் படமொன்றைச் சுவரில் மாட்டினான்.

மாணவர்கள் தங்களது ஊர்களிலே இருந்து அழைத்து வந்திருந்த பறையிசைக் கலைஞர்களுக்குப் பறைமேளக் கருவிகள் வழங்கப்பட்டன.

கல்லூரி முதல்வர் தன் அறையில் அம்பேத்கரின் படம் வைக்கப்படுவதை விரும்பவில்லை. அவர் அவனின் அகமதிப்பீட்டு மதிப்பெண்களைக் குறைத்துவிட வாய்ப்பிருக்கிறது என்றார்கள் நண்பர்கள்.

ஐ.டி.ஐ. தேர்வு முடிவுகள் வந்தபோது தன் நண்பர்கள் சொன்னதை நினைத்துக்கொண்டான் சமநீதியரசு. அவர்கள் சொன்னபடியே நடந்திருந்தது. அகமதிப்பீட்டு மதிப்பெண்கள்

வழங்கப்பட்டிருக்கவில்லை. வேறுவழியின்றி அவன் அந்த ஆண்டில் பி.ஏ.வில் சேரவேண்டியதாகப் போனது. தொழிற்கல்வியில் படித்துக் கொண்டிருந்தவரை கலைப்பாடத்தில் சேர்க்கக் கூடாது என்று சிக்கல் வந்தது. திருவேங்கடம் கட்சியின் மாவட்டத் தலைவர் உதவியை நாடிப் போனார். மாவட்டத் தலைவரை நேரில் அழைத்துச்சென்று பேசி சமநீதியரசை கல்லூரியில் சேர்த்தான் சித்தார்த்தன்.

விடுமுறைக்கு வீட்டுக்கு வரும்போதெல்லாம் இசைத்தட்டு களையும், ஒலிநாடாக்களையும் வாங்கிவந்துவிடுவது சமநீதியரசின் பழக்கங்களில் ஒன்று.

எப்போதாவது வீட்டுக்கு வரும் திருவேங்கடம் காலையில் கண்விழிக்கிறபோது, 'செந்தூரப்பூவே செந்தூரப்பூவே' என்று எஸ். ஜானகியோ, 'சோளம் வெதைக்கையிலே' என்று இளையராஜாவோ, 'அந்திமழை பொழிகிறது' என்று பாலசுப்பிரமணியமோ செவியில் வந்து உசாவுவார்கள்.

"என்ன பாட்டுப்பா இது?" என்பார் திருவேங்கடம்.

"இசை மீட்பரின் பாட்டு" என்பான் சமநீதியரசு.

சமநீதியரசு விடுதியிலிருந்து வரும்போதெல்லாம் சிவலிங்கத் தின் இளைய மகன் தமிழரசனும் வந்துவிடுவதுண்டு. அவன் சென்னையில் பட்டப்படிப்பு படிப்பதாகச் சொல்லியிருக்கிறான். வரும்போதெல்லாம் சிவலிங்கத்தைப் பற்றி விசாரிப்பார் திருவேங்கடம்.

"என்னா செய்யிறான் உங்கப்பன். பாக்கவே முடியிறதில்ல?"

"ஒன்றியச் செயலாளரானதிலர்ந்து வெளியவே சுத்தறாரு மாமா. இப்ப கட்சியில மாவட்டப் பொறுப்பு வேற தரப்போறதா சொல்றாரு. வாத்தியார் தப்படிக்கிற மாதிரி வருதில்ல, படகோட்டி யிலயா, என் அண்ணன்லயா? அந்தப் படத்த முன்ன வீட்டு செவுத்துல ஒட்டி வச்சிருந்தாரு. இப்ப சட்டம் போட்டுனு வந்தே மாட்டிட்டாரு. ஆனா நான் உங்க ஆதரவாளந்தான் மாமா."

சமநீதியரசும், அவனும் பறைபற்றிய விவாதத்தைக் கிளப்பு வார்கள். தமிழரசின் இயல்பானதொரு கேள்வியால் மூளும் அது.

"இசையே பிடிக்காதா இல்ல, பறையிசை மட்டும் பிடிக்காதா மாமா?"

"இசைக்கு நானோ, நான் சார்ந்த அமைப்போ எதிரியில்ல. தொடக்கக் காலத்துல கலைக்குழுக்களை வச்சிதான் சாதி

யொழிப்புக் கருத்துகளை கிராமம் கிராமமா பரப்புனோம். பறை நம்மை இழிவுபடுத்துது. எல்லாருமா பறைமேளத்த அடிக்கிறான்? ஊருக்குப் பத்துப் பேரு அடிக்கிறான். ஆனா பேருமட்டும் எல்லா ருக்கும் அதவச்சி வழங்குது. அத ஒழிச்சிட்டா இந்த நெலம மாறு மில்ல? தங்களோட முதல் எடத்துக்கு ஆபத்து வருதுன்னு தெரிஞ்ச வுடனே ஒரு இனம் மாட்டுக்கறி சாப்பிடறதையே கைவிட்டுட்டதா அம்பேத்கர் சொல்லலியா?

"ஊழிக்காலத்துல சிவன் தாண்டவமாடியபோது தன் கையிலிருந்த மேளத்தை அடிச்சாராம். அந்த ஒலியிலிருந்து உருவானதுதான் உலக உயிர்கள். புராணம் இதைச்சொல்லுது. நம்ம உடலே இசையாலானது. பழைய தமிழிலக்கியங்களில் பறையப் பத்தி குறிப்பிடாத நூல்களே இல்லை. அரசாங்கத்தோட செய்தி களை அறிவிக்கும் உயர்ந்த சிறப்பு பெற்றிருந்தானாம் பறையடிக் கிறவன். இதைப் பெருங்கதைப்பாட்டு சொல்லுது. இவ்ளோ சிறப்பு கொண்டதாம் இந்த மேளம். இதுல இழிவு எங்க வந்துச்சி? பறை நம்ம தமிழ் மரபுல தொன்மையானதொரு கருவி. நாம அக் கருவிமேல இருக்கிற கறையத்தானே போக்கணும்? எதுக்கு அத ஒழிக்கணும்?"

"ஆமாம். 'துடியெறியும் புலைய'ன்னெல்லாம் ஏன் சொன் னாங்க? அரசாங்கச் செய்திகள அறிவிச்சவன் இன்னைக்கு ஏன் இழிவா மதிக்கப்படறான்? பழம்பெரும பேசி என்ன பிரயோஜனம்? இப்ப இருக்கிற இழிவ போக்கிக்கிறதபத்தி யோசி. அதுதானே யதார்த்தம்?"

"பஞ்சமரபு தமிழிசை நூல்ல பேரிகை, படகம், இடக்கைன்னு முப்பதுக்கு மேல தோல்கருவிகளாகச் சொல்றாங்க. அந்தப் பட்டியல்ல வரும் பறை மட்டும் எப்படித் தீண்டத்தகாததாச்சி? இன்னிக்கி மிருதங்கத்துக்கோ, தவிலுக்கோ, பம்பைக்கோ தரப்படும் மரியாதை மிகத் தொன்மையான பறைக்கு இருக்குதா? அப்போ இங்க கருவி முக்கியமில்ல. யார் அத வாசிக்கிறானோ அத வச்சி தானே அதுக்கு மதிப்பு இருக்கு?"

"இது ஒரு சமூகத்தோட சுயமரியாதை பிரச்சினை. அதை மொதல்ல புரிஞ்சிக்கணும். மும்முனை சுத்திகரிப்பு வேள்வியில நம்மை ஈடுபடுத்திக்கிட்டாதான் நாம் முன்னேற முடியும்னு சொல் றாரு அம்பேத்கர். இனிமேல் அழுகிய பிணத்தின் இறைச்சியை அதாவது செத்த மாட்டின் இறைச்சியைத் திண்ணமாட்டோம். பிறர் வீசியெறியும் அப்பத்துண்டுகளைத் தொடமாட்டோம். நம்மை நாமே காப்பாற்றிக்கொள்ளக் கற்றுக்கொண்டால்தான், நமது சுய மரியாதையை மீட்டுக்கொண்டால்தான், நன்னெறியும்

நற்போதனையும் பெற்றால்தான் நம்மை நாமே உயர்த்திக்கொள்ள முடியும்னு மகத் குள போராட்டத்துல அம்பேத்கர் பேசியிருக் கிறாரு. பறை என்பது ஏதோ ரசனை சார்ந்த கருவியில்ல. அது நம்ம இழிமையோடு தொடர்புபடுத்தப்படுவது. சாதி இழிவு இதுபோன்ற சின்னச்சின்ன விசயங்கள்ளதான் நுட்பமா செயல் படுது. அதனால அது வேணா.”

“விடுங்க மாமா. சமநீதியரசு பறையடிக்கிறவரோட மகன் கிடையாது. அதனால அவனுக்கு இதுல இருக்கிற வலி என்னன்னு உணரமுடியில. இந்தத் தமிழரசன் பறையடிப்பவனோட மகன். சக நண்பர்களிடத்தில எங்கப்பா பறையடிக்கிறவர்னு சொல்ற ஒவ்வொரு தருணத்திலேயும் சாதிய அவமானத்தால குறுகுகிறவன். அவன் சொல்றான் நீங்க சொல்றது சரியின்னு!”

“நீங்க ரெண்டு பேரும் என்னவேண்ணா சொல்லிக்குங்க. எனக்கு உடன்பாடு இல்ல. பறையை நவீனப்படுத்துங்க. எல்லாருமே அத அடிக்கிற மாதிரி மாத்துங்க. மத்த இசைக்கருவிகளோட அதையும் சேத்து வாசிக்கிற மாதிரி செய்யுங்க. நேர்த்தியா உடை யுடுத்தினு அடிங்க. எல்லா நிகழ்ச்சிக்கும் வாசிக்கிற மாதிரி செய் யுங்க. கோவில் காரியங்களுக்கு வாசிங்க. அஞ்சுக்கும் பத்துக்கும் போய் ஏன் அடிக்கிறீங்க. இவ்ளோன்னு ஒரு கட்டணத்த வையுங்க. அப்ப தானா மாறும்.”

பறையைப்பற்றி நடந்த விவாதம் திருவேங்கடத்தை மேலும் உக்கிரமானவராக மாற்றிவிட்டது. மறைந்து திரியும் இடங்களில் பறையொலியைக் கேட்டால் அங்கிருந்து உடனே இடம்பெயர்ந் தார். சில நேரங்களில் காதுகளையும் பொத்திக்கொண்டார்.

பூங்குளத்தில் வேர்க்கடலை உரிப்பு நடந்துகொண்டிருந்தது. மேட்டுநிலம் வைத்திருந்தவர்களின் வீடுகளில் ஊர்ச்சிறுவர்கள் கொட்டைக் கூலிக்குக் கடலை உரிக்கிற வேலையில் ஈடுபட்டி ருந்தனர். அவர்கள் உரிக்கும் கடலைக்கொட்டைகளில் சுருங்கிப் போனவையும் பிளந்தவையும் அவர்களுக்குக் கூலியாகக் கிடைக்கும்.

வீட்டில் நடந்த கடலை உரிப்பை குப்பி கண்காணித்துக் கொண்டிருந்தாள். திண்ணையில் குருவிக்காரன் ஒருவன் உட்கார்ந் திருந்தான். அவன் கடலை உரிப்பைத் துரிதப்படுத்துவதைப்போல பேசிக்கொண்டிருந்தான்.

“சீக்கிரம் ஆவுட்டும். சீக்கிரம் ஆவுட்டும்.”

அன்று திருவேங்கடமும், சமநீதியரசும் வீட்டில் இருந்தார்கள்.

"யாரு?" என்றார் திருவேங்கடம்.

"குருவிக்காரன். நெலத்துலபோட களக்காகொட்டை வேணுமாம்" குப்பி பதில் சொன்னாள்.

"குருவிக்காருங்களுக்கு நெலம் இருக்கா?" என்று கேட்டான் சமநீதியரசு.

"ஏன் இல்லாம? இருக்கே. அவங்க தெய்வமா நெனைக்கிற வாத்தியாராட்சியில குடுத்தது" என்றார் திருவேங்கடம்.

பகல் சாப்பாட்டு நேரம் வரைக்கும் ஏதேதோ கதை பேசிக் கொண்டு இருந்தான் குறவன். திருவேங்கடமும் அவனோடு பேசிக் கொண்டிருந்தார். குப்பி அவரைச் சாப்பிடக் கூப்பிட்டபோது அவர் குறவனையும் சாப்பிடுமாறு கேட்டார்.

"வேணா சாமீ, ஒங்க வூட்லயெல்லாம் நான் சாப்புடக் கூடாது." கோபம் வந்தவராகி குறவனை அடிப்பதற்குப் போய் விட்டார் திருவேங்கடம். வீட்டுக்கு வெளியே அவலக்குரலில் கத்தும் குறவனின் சத்தம் கேட்டு வெளியே ஓடினார்கள் குப்பியும், சமநீதியரசும். குறவன் ஆத்திரத்தில் எதையோ பேசிக் கத்திக் கொண்டிருந்தான். அவனைத் தெருமுனைவரை விரட்டிக்கொண்டு போய் நின்றிருந்தார் திருவேங்கடம்.

"அய்ய சீ. அவங்ககூடப்போயி பிரச்சின பண்ணின்னு. உட்டுட்டு வா. பாவம்."

"ஆமாம் பாவம். நீதான் பாவம் பாக்கணும். கிட்ட போனா ரெண்டு நாளைக்குச் சாப்பிட முடியாது. அவன் நம்ம வீட்ல சாப்பிட மாட்டானாம். நான் நல்ல மனசோடதான் கூப்டேன். கொஞ்சம் சாப்புட்றான்னு. உங்க வீட்லயெல்லாம் சாப்பிடக் கூடாதுன்றான். மூஞ்சில அடிச்சமாதிரி. இந்த அளவுக்குத்தான் தாழ்த்தப்பட்டவனோட சமுதாய மதிப்பு இருக்குது."

அவர்கள் சாப்பிடுகையில் சமநீதியரசு சொன்னான்.

"கொஞ்ச முன்னாடி நடந்ததுதாம்பா உங்க கருத்து நிலை. ஒரு எளியவனப்போயி அடிக்கிறீங்க. அதே போலத்தான் எளிய விஷயங்களைப் பிடிச்சிட்டு விடமாட்டேன்றீங்க. பறையடிக்கக் கூடாதுன்றது ஒரு சின்ன விசயம். நாம செய்யவேண்டிய வேலை எவ்வளவோ இருக்கு. மத்தவன் நம்ம பத்தி எதச்சொன்னாலும் கவலயில்ல. இந்த நாட்டுல எதையும் அவ்ளோ சீக்கிரமா மாத்த முடியாது. கெடைக்கிற வாய்ப்பை, சந்தர்ப்பத்தை வச்சி மேல மேலன்னு போயிட்டேயிருக்கணும். எல்லாத்தியும் ஊடுறுவணும்.

எல்லாத்தையும் ஆக்கிரமிக்கணும். பிறகு எல்லாமே மாறும். ஒரே கருத்தப் பிடிச்சிட்டு இருந்தா ஒரு வட்டத்துக்குள்ளாறதான் இருப்போம். சித்தாந்தம் வேற. நடைமுறை வேற."

"சாதியொழிப்புன்றது ஒரு லட்சியம். அது சுயமுன்னேற்றத் திட்டம் கெடையாது. சாதிப்பிரச்சினை இங்கே இருக்கிற வரைக்கும் எங்க லட்சியத்தோட செயல்பாடும் இருக்கும். அதுல சின்ன விசயம், பெரிய விசயம் என்பதைப் பற்றியெல்லாம் கவலையில்ல."

11

பொங்கல் விடுமுறையில் பூங்குளம் வந்திருந்தான் சமநீதியரசு. அவனுக்கு எம்.ஏ இறுதித் தேர்வுகள் நடக்க இன்னும் சில மாதங்களிருந்தன. பனி விடைபெறும் காலத்தின் வெயில் இதமாக இருந்தது. ஊரில் எங்குபார்த்தாலும் துப்புரவு. சுவர்களெல்லாம் வெண்மை. ஊருக்குப் பக்கத்திலிருக்கும் நிலங்களில் மஞ்சள் பூக்கள் பூத்துக்குலுங்கின. மனிதர்களெல்லாம் உற்சாகமாயிருக்கும் காலத்தில் சலிப்பை உணர்ந்தான் சமநீதியரசு. ஜோதிபா பரவாயில்லை. உயர்படிப்பை முடித்துவிட்டு பெங்களூர் போய் ஒரு வேலையில் சேர்ந்துவிட்டான். அண்ணனுக்கும் அக்காவுக்கும் குடும்பங்களாகிவிட்டன. அப்பா இருக்கும் சூழலில் தன் எதிர்காலம் என்னவாகுமோ என்ற கவலை கொஞ்ச நாட்களாய் அவனைப் பீடித்துக்கொண்டிருந்தது. வீட்டில் நிலவும் அமைதியின்மை அவனைப் பொறுமையிழக்கச் செய்தது. அப்பா வழக்கைச் சந்திக்காமல் தலைமறைவாய் சுற்றித்திரிவது அவனுக்குப் பிடிக்கவில்லை. அவரின் உறுதிப்பாட்டை எப்படிக் குலைப்பது என்று தெரியாமல் தவித்தான்.

பெரியபேட்டைக்கு வந்திருக்கும் புதுக் காவலதிகாரி அடிக்கடி வீட்டுக்கு வந்து விசாரிப்பதாகவும் மிரட்டுவதாகவும் குப்பி சொன்னாள். உடனே வந்து சரணடையாமல் போனால் வீட்டிலுள்ளவர்களைக் கைது செய்யப்போவதாகவும், திருவேங்கடத்தின்மீது போக்கிரி பதிவேடு ஒன்று தொடங்கப்பட்டிருப்பதால் இனி ஊரில் நடக்கும் எல்லாவகையான கொலைகொள்ளை களுக்கும் அவரைத் தொடர்புபடுத்தி வழக்கு பதியப்படும் என்றும், அப்படிச் செய்துவிட்டால் இனி வாழ்நாளெல்லாம் அமைதியான வாழ்க்கையைப்பற்றி நினைத்தே பார்க்கமுடியாது என்றும் ஆய்வாளர் சொல்வதாகச் சொன்னாள். இம்முறை அவர் வீட்டுக்கு வரும்போது எப்படியாவது அப்பாவை சரணடையும்படி சம்மதிக்க வைத்துவிடவேண்டும் என நினைத்தான்.

பண்டிகைக்கென்று யாரும் வீட்டுக்கு வரவில்லை. காலையில் எழுந்து சமையல் வேலைகளை முடித்ததும் குப்பி நிலத்துக்குப் போய்விடுவாள். நிலத்து வேலைகள் நடந்து பல வருடங் களானதால் அதை அவள் குத்தகைக்கு விட்டிருந்தாள். சமநீதியரசு வீட்டை வெளியில் பூட்டிக்கொண்டு வெளியே வந்து ஏணிவைத்து மொட்டை மாடிக்கு ஏறிப்போய் படுத்துக்கொள்வான். படிப்பான். இல்லையெனில் நடுக்கூடத்தின் கம்பித்தடுப்பு வழியாக கீழிறங்கி வீட்டுக்குள் போய்விடுவான். பெரியபேட்டைக்கோ, புதுக்குடிக்கோ, ஆமூருக்கோ போய்விடுவதும் உண்டு.

போகியன்று சமநீதியரசு மொட்டைமாடியில் படுத்துத் தூங்கிக்கொண்டிருந்தபோது காவலர்கள் இருவர் அவன் எதிரில் வந்து நின்றார்கள். அவர்களும் அவனைப் போலவே ஏணியில் ஏறிவந்திருந்தார்கள். துடித்து எழுந்தான் சமநீதியரசு. அவனை நடுக்கம் பீடித்துக்கொண்டது. அவன் கீழே பார்த்தான். தெரு முனையில் காவல் ஆய்வாளர் தன் வாகனத்தோடு நின்றிருந்தார்.

சமநீதியரசு மாடியிலிருந்து இறங்கி அவரின் முன்னால் போய் நின்றான்.

"என்ன தம்பி படிக்கிறியா? எம்.ஏ. படிக்கிறியாமே? ஊர்ல சொன்னாங்க. நீ உங்கப்பாவுக்கு எடுத்து சொல்றதில்லையா? வந்து ஒழுங்கா சரணடையச் சொல்லிடு."

"அவரப்பாத்தே பல நாள் ஆச்சி சார். நான் எப்பிடிச் சொல்ல முடியும்?"

"எல்லாம் முடியும். உங்கப்பாவும், அவரோட இருக்கிற அந்தப் பையனும் இன்னிக்கு புதுக்குடியில ஒரு வக்கீல போய்ப் பார்க்கிறதா தகவல் வந்திருக்கு. எல்லாம் உங்க ஊர்க்காரங்கள்ள ரெண்டுபேரு தர்ற தகவல்தான்! நீ துணி எடுத்துனு போற மாதிரி போயி பேசிட்டிரு. நாங்க வந்து புடுச்சிக்கிறோம். பயப்படத் தேவை யில்லை. ஒரு வக்கீலை வச்சி ஜாமீன்ல எடுத்துக்கங்க."

சமநீதியரசு தயக்கத்தோடு நின்றான். எதையும் யோசிக்க முடியவில்லை.

"ஒண்ணும் யோசிக்காத. வருசக்கணக்கா இழுத்துட்டுப் போகுது இந்தக் கேசு. எனக்கும் தீர்த்தமலைகிட்ட இருந்தும், மேல இருந்தும் பிரஷர். இப்ப அவரு சரணடையிலனா அப்புறம் விபரீதமா போகும். உங்கம்மாகிட்ட போயி எதுவும் சொல்லிக் காத. நீ மட்டும் புறப்பட்டு வா."

குப்பி வீட்டில் இல்லை. தனியே வருவதாகச் சொல்லிவிட்டுப் போனான் சமநீதியரசு. அவன் புதுக்குடிப் பேருந்தில் ஏறியபோது

சாதாரண உடுப்பிலிருந்த காவலர் ஒருவரும் ஏறி கொஞ்சம் தள்ளி நின்றுகொண்டார்.

திருவேங்கடமும் முருகப்பனும் வழக்குரைஞரைப் பார்ப்பதற்காகக் காலையிலேயே புதுக்குடிக்குப் போயிருந்தார்கள். அவர் திருவேங்கடத்துக்கு மிகவும் பழக்கமானவர்.

வழக்குரைஞர், திருவேங்கடம்மீதும் முருகப்பன்மீதும் பூங்குளத்து ஆட்கள் சிலரின் மீதும் பதியப்பட்டிருந்த வழக்குப் பிரிவுகளைப் பார்த்தார். சட்டத்திற்கு விரோதமாகக் கூட்டம் கூடுதல், ஆயுதங்களை வைத்திருத்தல், தாக்குதலில் ஈடுபடுதல், அத்துமீறி நுழைதல், பெண்களை மானபங்கப்படுத்துதல், உடைமைகளைத் தீ வைத்து எரித்தல் ஆகிய பிரிவுகளில் காவல்துறை வழக்கு பதிந்திருந்தது. கலவரத்தில் ஈடுபட்ட பிரதான குற்றவாளிகளாக திருவேங்கடமும், முருகப்பனும் இருந்தனர். இருவருக்கும் உதவியாக இருந்ததாக முப்பதுக்கும் மேற்பட்ட அடையாளம் தெரியாத நபர்கள் சேர்க்கப்பட்டிருந்தனர்.

"எல்லாமே கலவரத்துல ஈடுபடுறவங்கமேல போடற செக்‌ஷன்ஸ்தான். மூனுலர்ந்து அஞ்சிவருசம் வரை தண்டனையும் அபராதமும் வரக்கூடியவை. ஆனா நாம பாத்துக்கலாம். சரண்டராகி ஜாமீன் வாங்கிக்கலாம். கேஸ் நடத்துவோம். சுலபமா உங்கள வெளியே கொண்டுவர்றேன். கவலய விடுங்க."

வழக்குரைஞரின் அறைக்கு வெளியே இருவரும் அமர்ந்துகொண்டிருந்தனர். சந்தடி மிகுந்த சாலையிலிருந்து கிளை பிரிந்து உள்ளொடுங்கியிருந்த தெரு அது. ஆட்களின் நடமாட்டம் குறைவாக இருந்தது.

"தம்பீ, என்ன சொல்றடா? நாம பாதிக்கப்பட்டதில்லாம ஊர்க்காரனுங்க வேற கஷ்டப்படறமாதிரி இருக்குது. இன்னும் ஒரே முறை முயற்சி செஞ்சி பாப்போம். யாருமே உள்ள போகக்கூடாது. இது பொய்க் கேசுன்னு அரசாங்கமே தள்ளுபடி செஞ்சிடணும். அதுபோல ஒரு ஆளப்போயி புடிக்கணும்."

முருகப்பன் அமைதியாக இருந்தான். அவன் முகக்குறிப்பை அவரால் அறியமுடியவில்லை.

"இது சம்பந்தமா நீங்களும் எத்தினியோ பேரைப் பாத்துட்டீங்க. கட்சி சார்புல வழக்கைத் தள்ளுபடி செய்யச் சொல்லி மனுகூடக் குடுத்தாச்சி. ஆனா என்ன நடந்துச்சிண்ணா? ஊர்ல என்னா பேசிக்கிறாங்க தெரியுமா? புதுப்பட்டி ஜாதிக்காரனுங்க நம்ம தலைக்கு பத்தாயிரம் ரூபா வெலவெச்சிருக்கானுங்களாம்."

"அப்பிடியெல்லாம் எதுவும் நடக்காதுடா தம்பி. தைரியமா இரு."

அவர்கள் இருவரும் கிளைத் தெருக்களின் வழியாகவே நடந்து பேருந்து நிலையத்துக்கு வந்தார்கள். அங்கு நின்றிருந்த கோலார் தங்கவயலுக்குப் போகும் பேருந்தில் ஏறி உட்கார்ந்து கொண்டார்கள்.

சமநீதியரசு புதுக்குடியில் இறங்கி நடந்தான். அவனுக்குப் பின்னால் வந்துகொண்டிருந்த காவலர் வழிசொல்லியபடியிருந்தார். குறிப்பிட்ட வழக்குரைஞரின் அலுவலகம் வந்ததும் காவலர் தெருவி லேயே நின்றுகொண்டார். உள்ளே போன சமநீதியரசு ஏமாற்றத் துடன் வந்தான்.

"யாருமே இல்ல சார்."

காவலர் உள்ளே போய்ப் பார்த்துவிட்டு வந்தார். இருவரையும் தவற விட்ட ஏமாற்றம் அவர் முகத்தில் அப்பட்டமாகத் தெரிந்தது. அவர் சமநீதியரசை அழைத்துக்கொண்டு திரும்பினார்.

"இவங்களும் சரியில்ல தம்பி. பொய்க்கேசு போட்டுட்டு சிக்கவைக்க நெனச்சா யாருதான் சும்மாயிருப்பாங்க? அந்த இன்ஸ் பெக்டர் கொஞ்சம் அலையட்டும் விடு. அவரு உங்கள ஒண்ணும் செய்ய முடியாது. பயப்பட வேணா."

சமநீதியரசு மிகவும் இயல்பாகிவிட்டான். காவலர் கனிவோடு சிரித்தார். அவர்கள் இருவரும் தேநீர் குடித்தார்கள். மீண்டும் பெரிய பேட்டைக்கு பேருந்தில் ஏறித் திரும்பினார்கள். வீட்டைப்பார்த்து நடக்கையில் காவல் நிலையம் வந்ததும் சமநீதியரசு சாலையில் நின்றுகொண்டு போவதாகச் சொன்னான்.

"இன்ஸ்பெக்டர்கிட்ட ஒரு வார்த்த சொல்லிட்டுப் போயிடு தம்பி. நான் மட்டும்போயி சொன்னா நம்பமாட்டாரு."

சமநீதியரசு காவல்நிலையத்துக்குள்ளே போனான்.

"என்னா தம்பி, உங்கப்பாவ பாத்தியா?" ஆய்வாளர் சிரித்துக் கொண்டே கேட்டார்.

"அவரு அங்க இல்ல சார்."

"அப்பிடியா? சரி. அவரு வர்ற வரைக்கும் நீ உள்ள இரு."

"சார்..."

அவன் முதுகில் வசமாக ஒரு அடி விழுந்தது.

"போயி அப்பிடி ஒக்கார்றா பேசாம."

ஆய்வாளர் கோபமாகக் கத்தினார்.

பேருந்தில் சன்னலோரத்து இருக்கையில் அமர்ந்திருந்தார் திருவேங்கடம். அவரின் முகத்தில் காற்று ஓயாமல் மோதியது. அவர் முருகப்பனோடு எதையும் பேசிக்கொள்ளவில்லை. அவன் மாவோவின் நூலொன்றைப் படித்துக்கொண்டு வந்தான். அவனின் தோள்பையில் வேறு சில நூல்களும்கூட இருக்கும். ஆனால், அவருக்கு படிக்கும் எண்ணம் வரவில்லை.

கலவர வழக்கு பொய்யாகப் போடப்பட்டது. தாழ்த்தப்பட்ட அமைப்புகளையும், கட்சிகளையும் ஒன்றிணைத்து இதைத் தள்ளுபடி செய்யச் சொல்லியோ, அமைதிப்பேச்சு வார்த்தை நடத்தி முடிக்கச் சொல்லியோ அரசுக்கு அழுத்தம் கொடுங்கள் என்று கேட்டுப் பார்த்துவிட்டார்.

அவர் குரலுக்கு எங்கும் மதிப்பில்லாமல் போனது. ஒரு சில தலைவர்கள் மட்டும் ஆதரவாக இருக்க முன்வந்தனர். ஆனால், அந்த ஆதரவு சக்தியாக உருவெடுக்கவில்லை.

"நீ சும்மாயிருந்திருக்க வேண்டியதுதானேயா? அவன் மேளமாவது அடிக்கிறான், எதையாவது அடிக்கிறான். இப்பிடி நாம செய்யறதாலதான் அங்க ஒட்டுக்குப்போயி நிக்க முடியல."

சிவமலை அவரிடம் சொன்ன அதே குரல்கள்.

"நீயும் பிழைக்கமாட்ட. எங்களையும் விடமாட்ட. கொள்க கோட்பாடுன்னு பேசுவ..."

ஆண்டுகள் பல கடந்தும் வேறுவேறு ரூபங்களில் வருகின்றன. யுகங்கள் கடந்தும் வருமோ? ராகுல்ஜியின் நூலில் படித்தது அவர் நினைவுக்கு வந்தது. பிக்குகள் ஒரு முறை ஓர் அடிமையை சங்கத்தில் சேர்த்துக்கொண்டுவிட்டார்கள். அந்த அடிமை சங்கத்திற்குள் நுழைந்த உடனேயே அடிமைத்தன்மையிலிருந்து விடுதலையடைந்துவிட்டார். அவர் இப்போது எல்லோருக்கும் சமம். ஆனால், இதை அந்த அடிமையின் எஜமானன் ஏற்கவில்லை. அவன் கிளர்ச்சி செய்தான். அரசனின் காதுகளுக்கு விசயம் போனது. அவன் புத்தரிடம் கேட்டான். புத்தர் என்ன செய்யமுடியும்? எதிர்காலத்தில் அடிமைகளை சங்கத்தில் சேர்த்துக்கொள்ள மாட்டோம் என்று உறுதி கொடுப்பதைத் தவிர வேறு வழியில்லை. அவரின் சங்கம் கொந்தளிக்கும் கடலின் மத்தியிலே ஒரு சிறு தீவு.

அப்படியென்றால் தாழ்த்தப்பட்டோரின் அமைப்புகளும் கொந்தளிக்கும் கடலின் நடுவிலிருக்கும் சிறு தீவுகளா? தலையை உலுப்பினார் திருவேங்கடம். இயங்குமுறையில் நெகிழ்வு இருக்க லாம். அடிப்படைக் கொள்கையில் எப்படிச் சமரசம் வரும்? அம்பேத்கருக்குப் பிறகு உருவான தலைவர்களை அவர் எண்ணிப் பார்த்தார். மூத்த தலைமுறையினர் யாரும் இப்போது உயிருடன் இல்லை. ஊருக்கு ஒன்றிரண்டு பேராக தொண்டர்கள் குறைந்து விட்டனர். கவர்ச்சிகரமான தலைமை இல்லை. பத்திரிகை ஆதரவு மில்லை. சினிமாவிலிருந்து யாரும் வரவில்லை. எல்லாவற்றுக்கும் மேலாக இங்கிருந்து படித்து வருகிறவன் சாதியை மறைத்துக் கொள்ளவேதான் விரும்புகிறான். இப்போது புதிய சில அமைப்புகள் உருவாகி வருகின்றனவாம். அவற்றின் எதிர்காலம் எப்படியிருக்குமோ என்று நினைத்தார்.

பேருந்து மலைத்தொடர்களின் வளைவுப்பாதைகளிலேறி, காட்டுக்குள் பயணம் செய்து சமநிலத்துக்கு வந்தது. எங்கு பார்த் தாலும் பசுமையும், நிலங்களுமாகத் தெரிந்தன. நீண்ட பயணத் துக்குப்பின் பேருந்து ஓரிடத்தில் நின்றது. திடீரென்று முருகப்பன் அவரைப் புறங்கையால் இலேசாக இடித்தான்.

“அண்ணா, அங்க பாருங்க.”

முருகப்பன் காட்டிய இடத்தில் பெரியபேட்டை காவல் நிலையத்திலிருக்கும் இரண்டு காவலர்கள் தேநீர்க் கடையொன்றின் எதிரில் நின்று பேசிக்கொண்டிருந்தனர்.

“என்னா ஊரு இது?”

“வி. கோட்டா”

இருவரும் கோலாருக்குப் போவதைத் தெரிந்துகொண்டு, வழிமறித்துப் பிடிக்க வந்திருக்கிறார்களோ என நினைத்தார் திருவேங்கடம். அவர் சடாரென எழுந்து முருகப்பனைச் சீண்டி விட்டு பேருந்திலிருந்து இறங்கி மறைவாக நின்றார். பிறகு நடக்கத் தொடங்கினார். முருகப்பனும் பேருந்திலிருந்து இறங்கி அவரைப் பின்தொடர்ந்து போனான்.

12

அவர்கள் நடந்துகொண்டேயிருந்தார்கள். மௌனமாக, மூச்சுக்காற்று மட்டும் தெறிக்க, நடந்தார்கள். வழியில் முகம்காட்டும் மனிதர்கள் யாருடனும் அவர்களுக்குப் பேச விருப்பமில்லை. பின்னால் யாரோ, எதுவோ துரத்துவது போன்ற ஓர் ஓர்மை. விசை கூட்டி நடந்தார்கள். எதிர்ப்படும் காட்டைக் கடந்துவிட்டால் கோலார் தங்கவயல் வந்துவிடும் என்பது அவர்களின் நம்பிக்கை.

ஒருவர் முகத்தை ஒருவர் பார்ப்பதற்கு அங்கு வழியில்லை. முதுகுகளே முகங்களாகிப் பேசின. திருவேங்கடம் திரும்பிப் பார்க் காமலேயே நடந்தார். அவ்வப்போது ஏதாவது பேசினார்.

"எத்தினியோ முற கோலார் வந்திருக்கிறேன். எனுக்கு நல்லா தெரியும். இப்பிடி காட்டுவழியாகவே போனா ஊர் வந்துடும். என்னா ஒரு பத்து கிலோ மீட்டர் இருக்கும். அவ்ளோதான்."

"நம்ம ஊர் ஸ்டேஷனுக்கு யாரோ ஒரு புது இன்ஸ்பெக்டர் வந்திருக்கிறானாம். பென்டிங்குல இருக்கிற கேசையெல்லாம் முடிச் சிடணும்னு மேலிடத்து பிரஷராம். நம்மள புடிச்சே தீருவேன்னு சபதமே போட்டிருக்கிறானாம்."

அவர் பேசிக்கொண்டே போன சொற்களுக்கு பதில் வர வில்லை. இருட்டு மெல்லக் கவியத் தொடங்கிவிட்டது. மாலைச் சூரியன் இலைகளின் வழியே ஊடுறுவி அவர்களின் முகத்தில் வண்ணம் பூசினான். அவர்கள் மேலும் மேலும் முன்னேறிக் கொண்டிருந்தபோது இலை இமைகளின் கீழ் ஒரு விழியாக சூரியன் சிறுத்தான். பின்னர் இலைக்கண்கள் மூடிக்கொண்டன. அவர்கள் நீரருந்திட விரும்பினார்கள். அந்தக் காட்டுவழியில் ஓடையோ, குளமோ எதுவும் தென்படவில்லை.

உடலில் எஞ்சியிருக்கும் கடைசித்துளி ஆற்றலும் தீரும்வரை நடந்தார்கள். இருவரும் சோர்ந்து விழுந்த இடத்தில் ஒரு பெரும் பாறை இருந்தது.

"இதுக்கும்மேல முடியாதண்ணே."

உடைந்த குரலில் பேசினான் முருகப்பன். திருவேங்கடம் அவன் முகத்தைக் கனிவோடு பார்த்தார். அவன் தலையைக் கவிழ்ந்தபடி உட்கார்ந்திருந்தான்.

"முருகப்பா, டேய் தம்பி."

அவரின் மெல்லிய குரலுக்கு அவனிடமிருந்து பதிலில்லை. அவன் திடீரென்று குலுங்கிக்குலுங்கி அழத் தொடங்கினான்.

"தம்பீ, அழாதடா... அழாதடா... என்ன ஆச்சி சொல்றா?"

அவன் மேலும் மேலும் அழுதான். முருகப்பனின் அழுகை அவருள் குற்றவுணர்வை உண்டாக்கியது. திருவேங்கடம் தலையைத் தொங்கவிட்டபடி பாறையைச் சுரண்டினார். முருகப்பனின் அழுகையினூடே சொற்கள் வந்து விழுந்தன.

"வீட்டுப்பக்கமா போயி ரெண்டு மூணு வாரமாச்சிண்ணா. பாக்கும் போதெல்லாம் அம்மா திட்றாங்க. நாம என்னணா தப்பு

செஞ்சோம்? நாம ஏன் இப்பிடி அலையணும்? சமுதாய சீர்திருத்த வேல செய்றது தப்பாண்ணா?” அவன் அழுது ஓயட்டுமென்று இருந்தார் திருவேங்கடம்.

“தலைவருங்க, பெரிய ஞானிங்க வாழ்க்கையோடவெல்லாம் ஒப்பிடறபோது நமது ஒண்ணுமேயில்ல. வேணும்னா ஒரு சின்ன தியாகம்னு சொல்லிக்கலாம். இத்தன வருச அனுபவத்துல சொல் றேன். சமுதாயப் பணி என்பது ஒரு வழிப் பாதை. அதை மொதல்ல புரிஞ்சிக்கணும்.”

இரவில் அவர்களால் தூங்க முடியவில்லை. குளிர் வாட்டியது. கடைசி நாள் என்பதால் மார்கழி விடைபெற மனமின்றி அவர்களை இறுகப்பற்றியது. திருவேங்கடத்தின் பற்கள் கிட்டிக் கொண்டன. அவர் உடல் தன்னிச்சையாக நடுங்கியது. முருகப்பன் அப்பபடியும் இப்பபடியுமாகத் திரும்பியும், ஒருக்களித்தும் படுக்க முயன்றான். வானில் நட்சத்திரங்கள் பனிப்படலத்தினூடே மங்க லாகத் தெரிந்தன. சுற்றிலுமிருந்த இருள் தன்னுள்ளே அவர்களைக் கரைத்துக்கொள்ளும்படிக்கு நெருக்கிக்கொண்டே வந்தது.

சிள்வண்டுகளின் இடைவிடாத ஓசை பூதாகரமாகக் கேட்டது. பூச்சிகளின் வினோத ஒலிகள் அதை அவ்வப்போது இடைமறித்தன. இரவில் ஏதேனும் மிருகங்கள் வருமோவென பயந்தார் திருவேங் கடம். அவர் அவ்வப்போது எழுந்துசென்று சருகுகளையும் சுள்ளி களையும் திரட்டி வந்து எரித்தார். பனியில் நமுத்திருந்த அவை எரிய மறுத்து பிடிவாதம் செய்தன. ஒருவர் மாற்றி ஒருவர் அமர்ந்தபடி இரவைக் கழித்தனர்.

காட்டுச் சேவல்களின் கத்தல்கள் அதிகாலையைக் காட்டிக் கொடுத்ததும் இருவரும் எழுந்து நடந்தார்கள். பசி வயிற்றை நெறித்தது. தாகத்தாலும் களைப்பாலும் கால்களை எடுத்து வைக்க முடியவில்லை.

பொழுது துப்புரவாக விடிந்தபோது அவர்கள் காட்டோரத்து கிராமம் ஒன்றை அடைந்திருந்தார்கள். விளைநிலங்களுக்கு நடுவே அங்கங்கே குடிசைகள் தென்பட்டன. கதிரவனின் முதல் கதிர் பயிர்களின் மீது விழுந்ததும் அவை தம் சிரிப்பால் உலகை நிறைத் தன. இருவரும் ஒரு குடிசையின் முன்னால் நின்றார்கள். அக் குடிசைக்கு ஓலைவேயும் வேலை நடந்துகொண்டிருந்தது. கிழவி ஒருத்தி ஓலைக்கீற்றுகளைக் கூரையின் மீது அமர்ந்திருப்பவனிடம் எடுத்துக்கொடுத்துக்கொண்டிருந்தாள். அறிமுகமில்லாத இரண்டு மனிதர்களின் வருகை கிழவியைத் துணுக்குறச் செய்தது.

“சாப்பிட எதாவது இருந்தா குடும்மா.”

கைகூப்பினார் திருவேங்கடம். அவர்களைக் கூர்ந்து பார்த்த பிறகு கையிலிருந்த ஓலைக்கீற்றைப் போட்டுவிட்டு உள்ளே போனாள் கிழவி. கீற்றுகட்டுகிறவன் கீறிழங்கி வந்து அவர்களிடம் எதையோ கேட்டுக்கொண்டிருந்தான். திருவேங்கடம் தனக்குத் தெரிந்த கன்னடத்தில் பதில் பேசினார். அவர்கள் முகம் கழுவி வந்ததும், கம்பங்கூழ் தயாராய் இருந்தது. ஆளுக்கொரு மொந்தை வயிறுமுட்டக் குடித்தார்கள். கீற்றுகட்டுகிறவன் அவர்களுக்கு வழி சொன்னான். புறப்படும்போது கிழவியின்பால் மனம் கசிந்தது. திருவேங்கடம் மீண்டும் கைகூப்பினார். இருவரும் நடக்கத் தொடங்கினார்கள்.

ஒருவார காலம் கோலாரில் கழிந்தது. தங்கவயலில் இருந்த அமைப்புத் தோழர்கள் திருவேங்கடத்தையும் முருகப்பனையும் மிகுந்த அன்புடன் கவனித்துக்கொண்டனர். அங்கிருந்த நண்பர் களின் உதவியோடு உயர்அதிகாரிகள், மாவட்ட ஆட்சித்தலைவர் மட்டத்தில் இவருக்காகவும் பேசிப்பார்க்கப்பட்டது. வேறு வேறு மாநிலங்களென்பதால் எதுவும் செய்வதற்கில்லையென்று பதில் வந்தது. நீதிமன்றம் மூலமாக முன் ஜாமீன் பெறுவதற்கான முயற்சி களும் ஒருபுறம் நடந்தன. அவர்களின் நீதிபரிபாலன ஆளுகைக்குள் இந்த விவகாரம் வராதென்பதால் அம்மாதிரியானதொரு பேச்சுக்கே அங்கு இடமில்லை என்றாகிவிட்டது. பத்திரிகைகளின் கவனத்தை ஈர்ப்பதைத் தவிர அவர்களுக்கு வேறு வழியிருக்கவில்லை.

கண்டனக்கூட்டம் ஒன்றுக்கு ஏற்பாடு செய்யப்பட்டது. திருவேங்கடம் அதற்காகப் போடப்பட்ட துண்டறிக்கையை வாங்கிப்பார்த்து, பதினெட்டு அமைப்புகள் ஒருங்கிணைந்திருந்ததை எண்ணி வாயடைத்துப்போனார். இப்படியொரு ஒருங்கிணைந்த கூட்டியக்க ஆர்ப்பாட்டம் பெரியபேட்டையில் இருந்திருந்தால் எவ்வளவு நன்றாய் இருந்திருக்குமென்று அவர் மனம் கற்பிதம் செய்தது.

“தாழ்த்தப்பட்ட மக்களின் சுயமரியாதை அவர்களைச் சாதி இழிவிலிருந்து காப்பாற்றிடும் கேடயம். அம்பேத்கர் ஒடுக்கப்பட்ட மக்களிடம் இழிவான பணிகளை விட்டொழிக்கும்படி தொடர்ந்து வலியுறுத்தி வந்தார். பம்பாய் சட்டமன்றத்தில் அவர் கொண்டு வந்த பாரம்பரிய பணியான ‘வட்டான்’ ஒழிப்பு மசோதா, சவுதார் குள சத்தியாகிரக மாநாட்டுத் தீர்மானம், பல்வேறு கமிஷன் அறிக் கைகள், கமாத்திரபுர பெண்களிடையே பேசியது என அடுக்கிக் கொண்டே போகலாம். அவமானகரமான பணிகளை

விட்டொழியுங்கள். பிழைப்புக்கு நூற்றுக்கணக்கான வழிகள் இருக்கின்றன என்பது பாபாசாகேபின் கருத்து. அதுமட்டுமல்ல, பெரியாரின் கருத்தையும் பாருங்கள். நம் மக்களுக்கு அநேகர் எவர் எப்படிச் செய்தாலென்ன? நம் ஜீவனத்திற்கு வழியைத் தேடுவோ மென்று இழிவையும் சகித்துக்கொண்டு உணர்ச்சியில்லா வாழ்க் கையில் ஈடுபட்டிருப்பதால்தான் ஆயிரக்கணக்கான வருடங்களாய் இக்கொடுமைகள் ஒழிய வழியில்லாதிருந்து வந்திருக்கிறது. நம் ஜீவனத்திற்கு வழியைப் பார்ப்போம் என்று, இழிவிற்கு இடங் கொடுத்துக்கொண்டு போகும்வரை சாதிக்கொடுமைகள் ஒரு போதும் ஒழிய மார்க்கம் ஏற்படாது என்பது திண்ணம் என்கிறார் அவர். எனவே தமது முன்னோடித் தலைவர்களின் கருத்துகளை சிரமேல்கொண்டு பறைமேள ஒழிப்பில் ஈடுபட்ட திருவேங்கடம், முருகப்பன் மற்றும் அவரின் தோழர்கள்மீது பொய் வழக்குப் போட்டிருக்கும் பெரியபேட்டை காவல்துறையை வன்மையாகக் கண்டிக்கிறோம்."

கண்டனக் கூட்டம் திருவேங்கடத்தையும் முருகப்பனையும் உற்சாகப்படுத்திவிட்டது.

கூட்டம் நடந்த இரவே தோழர்களோடு இருவரும் பெங்களூர் போனார்கள். அங்கும் நிலைமைகள் அதேவிதமாகவே இருந்தன. குற்றவழக்கு என்பதால் அரசுபூர்வமாக உதவமுடியாதென பதில் வந்தது. எல்லா கதவுகளும் சாத்தப்பட்டதாக உணர்ந்தார் திருவேங் கடம். சென்னையிலிருக்கிற அமைப்புக்கு நெருக்கமான, மூத்த வழக்குரைஞர் ஒருவரின் முகவரியை வாங்கிக்கொண்டு, பெங்களூரி லிருந்து கோலார் வழியே சென்னைக்குப் போகும் சரக்கு லாரி யொன்றில் இருவரும் ஏறினார்கள்.

நீண்ட பயணத்தின் நடுவே லாரி ஓரிடத்தில் நின்றிருந்தது. இன்னும் தெளிவாக விடிந்திருக்கவில்லை. திருவேங்கடம் விழித்துப் பார்த்தார். லாரி பெரியபேட்டை காவல் நிலையத்துக்கு எதிரிலி ருக்கும் தேநீர்க் கடையருகில் நின்றிருந்தது. அவர் லாரி ஓட்டுநரைத் தேடினார். அவன் தேநீர் குடித்துக்கொண்டிருந்தான். திருவேங் கடம் தலைப்பாகை கட்டியபடி கண்டனத் துண்டறிக்கைகளோடு கீழே இறங்கினார்.

காவல் நிலையத்தின் முன்னால் சென்று அவற்றை வீசியெறிந் தார். திரும்பி வந்து லாரியில் ஏறி அமர்ந்துகொண்டார். ஆய்வாளர் அரிகிருஷ்ணனைத் திட்டியது போல் மனம் அமைதி கொண்டது.

சென்னை வழக்குரைஞரின் அலுவலகத்தில் திருவேங்கட மும் முருகப்பனும் அமர்ந்திருந்தார்கள். அலுவலகத்தின் ஒரு சுவரில் மாட்டப்பட்டிருந்த ஆளுயரம்கொண்ட அம்பேத்கரின் படத்தை

ஆர்வத்தோடு பார்த்துக்கொண்டிருந்தார் திருவேங்கடம். அது ஓர் அரியபடமாக அவருக்குத் தோன்றியது. வழக்கமாக அவர் இது வரையிலும் பார்த்த உருண்டை முகமும், வட்ட வடிவ பிரேம் போட்ட கண்ணாடியும், நீலநிறக்கோட்டும் கொண்ட அம்பேத்கராக அவர் இல்லை. நீண்ட மேலங்கியைப் போன்றதொரு கோட்டும், வெள்ளைக்கார பிரபுக்கள் அணியும் வட்டத் தொப்பியும் அணிந்துகொண்டு கையிலே நவீனகரமானதொரு தோல்பையைப் பிடித்தபடி நின்றுகொண்டிருக்கிற அம்பேத்கர். திருவேங்கடத்தின் ஆச்சரியத்தைக் கவனித்த வழக்குரைஞர் சொன்னார்.

"இது அம்பேத்கர் வட்டமேசை மாநாட்டுக்குப் போனபோது, லண்டன்ல எடுத்த படம், அம்பேத்கர்னாலே நவீனம். மாற்றம். அதானே? இந்தப்படம் அந்த பெர்ஸ்பெக்டிவ்க்கு பொருத்தமா இருக்கிற மாதிரி தோணுச்சி. அதான் இங்க வச்சிட்டேன்."

திருவேங்கடத்தின் கவனத்தைத் திருப்பி வழக்குரைஞர் மீண்டும் பேசினார்.

"உங்கமேல போட்டிருக்கிற செக்ஷன்ஸ் எல்லாத்தையும் பாத்துட்டேன். பயப்பட வேண்டியதில்ல. சரண்டர் ஆன உடனே பெயில் பெட்டிஷன்போட்டு வெளியே எடுத்திடலாம்."

அவர் பேசிக்கொண்டிருக்கும்போது அவருக்கு ஒரு தொலை பேசி அழைப்பு வந்தது. வழக்குரைஞர் திருவேங்கடத்தைக் கவனித்துக்கொண்டே பேசிவிட்டு சொன்னார்.

"உங்க கடைசிப்பையனைக் கைது பண்ணிட்டாங்களாமே? போகியன்னைக்கே ரிமாண்ட் பண்ணியிருக்காங்க. உங்களுக்குத் துணிகுடுக்கிறதுக்காக புதுக்குடிக்கு வந்தாராம். அங்க வச்சி புடிச் சிட்டாங்களாம். உங்க ஊர்க்காரர் யாரோ கோலார்க்குப் பேசி யிருக்காரு. அவங்க பெங்களூர் தோழர்களுக்குச் சொல்லி எனக்குச் சொல்றாங்க."

திருவேங்கடத்தின் கண்கள் இருண்டன. அவருக்கு மயக்கம் வருவது போலிருந்தது. மீசையும், முகமும் துடிக்க கண்களிலிருந்து நீர் வழிந்தது. வழக்குரைஞர் பதறிப்போனவராக அவரை அமைதிப்படுத்த அலுவலக உதவியாளரை அனுப்பி தேநீர் வாங்கிவரச் சொன்னார்.

"என்னா இப்படி இருக்கீங்க? உங்கபையனுக்கும் பெயில் மூவ் பண்ணிடலாம்."

"அவம் படிப்பு?" என்றார் திருவேங்கடம் தன் நொறுங்கிப் போன குரலில்.

"அதெல்லாம் பாத்துக்கலாம். விடுங்க."

அவரின் இறுக்கத்தை வழக்குரைஞரின் சொற்களால் இலகு வாக்க முடியவில்லை. நீண்டநேரம் மௌனத்தில் உறைந்தவரைப் போலிருந்த திருவேங்கடம் அனிச்சையாய் முருகப்பனின் முகத்தைப் பார்த்தார். அவனின் பார்வையை அவரால் எதிர்கொள்ள முடிய வில்லை. தலை கவிழ்ந்தபடி மீண்டும் மௌனத்தில் உறைந்தார்.

13

திருவண்ணாமலைக்குப் போகும் பேருந்தில் அமர்ந்து கொண்டிருந்தார் திருவேங்கடம். காலையிலேயே எழும்பி வர வேண்டியதாக இருந்தது. பெரியபேட்டையிலிருந்து திருவண்ணா மலைக்குப் போவதற்கு நேரடி வண்டிகள் எதுவும் கிடையாது. வேலூர் வந்து வண்டி மாறவேண்டும்.

அவர் தன் பையிலிருந்த தினத்தந்தி பத்திரிகையை மறுபடியும் ஒருமுறை எடுத்துப் பார்த்துக்கொண்டார். அதில் கொட்டை எழுத்துகளில் தலைப்புடன் அந்தச்செய்தி வந்திருந்தது. கிட்டத்தட்ட அரைப்பக்கச்செய்தி. லஞ்சவழக்கில் போலீஸ் இன்ஸ்பெக்டர் கைது. அய்ந்தாயிரம் ரூபாயை லஞ்சமாக வாங்கும்போது கையும் களவுமாகப் பிடிபட்டார்.

நேற்று பூங்குளம் ஏரிக்கரைக்கு அருகிலிருக்கும் தேநீர்க் கடையில் பத்திரிகையைப் புரட்டிக்கொண்டிருந்தபோது அந்தச் செய்தியைப் பார்த்தார். அப்போது முருகப்பனும், வேறுசில நண்பர் களும் இருந்தார்கள். வழக்கமான பரபரப்புச் செய்தியாக இருக்கு மென்று எண்ணியவராக அவர் அந்தப் பக்கத்தைப் புரட்டியபோது முருகப்பன் கத்தினான்.

“அண்ணாண்ணா அது அரிகிருஷ்ணன் மாதிரி தெரியுது பாரு.”

அந்தச் செய்தி அரிகிருஷ்ணன் பற்றியதுதான். நான்கைந்து ஆண்டுகளுக்கு முன்பு பெரியபேட்டையிலிருந்து அந்த ஆய்வாளர் மாற்றலாகிப் போய்விட்டார் என்பது அவருக்குத் தெரியும். திருவண்ணாமலைக்குப் பக்கத்திலிருக்கும் ஒரு ஊரில் பணிபுரிந்து கொண்டிருந்தபோது லஞ்ச ஒழிப்புத்துறையினர் அவரைக் கைது செய்திருக்கிறார்கள். முழுச் செய்தியையும் படித்துவிட்டு, அரி கிருஷ்ணனின் புகைப்படத்தை உற்றுப்பார்த்தார்.

அவர் மனம் கசந்தது. அவர் அந்தப் பக்கத்தை மட்டும் கடைக்காரனிடம் கேட்டு எடுத்துக்கொண்டார்.

“முருகப்பா, நான் நாளைக்கி ஊர்ல இல்ல. வெளியூர் போக வேண்டியிருக்குது. நாளன்னைக்கி வந்துடுவேன்.”

“அடுத்தவாரம் நம்ம கேஸ்ல பைனல் ஹியரிங்னு வக்கீல் சொல்லியனுப்பினது ஞாபகமிருக்காண்ணா? நீ பாட்டுக்கு எங்கியானா போயி சிக்கிக்கப்போற.”

எதையோ ஊகித்தவனாக சொன்னான் முருகப்பன்.

“இல்ல. இல்ல. நீ ஊருக்குக் கெளம்பு.”

அவர் மட்டும் தேநீர்க்கடையிலிருந்து தனித்து வீட்டுக்குத் திரும்பினார். அதிகாலையில் கிளம்பும்போது குப்பியிடம் மட்டும் சொன்னார்.

“வேலூர் வரைக்கும் போறேன். ஒரு வேலையிருக்குது. சாயந் திரமா வந்துடுவேன்.”

பேருந்து கிளம்பியதும் காலையின் குளிர்காற்று வீசியடித்தது. பையிலிருந்து நீலச்சால்வையை எடுத்துப் போர்த்திக்கொண்டார். கதகதப்பாக இருந்தது. இப்போது தசையில் ஊடுறுவத் துடிக்கும் குளிரிடமிருந்து தன்னைப் பாதுகாத்துக்கொண்டு வெளியே பார்க்க முடிந்தது.

காலச்சுழற்சியை அவரால் அனுமானிக்க முடியவில்லை. அதுவே அவரை வியப்பிலாழ்த்தியது. இப்போது திருவண்ணா மலைக்குப் போய்க்கொண்டிருப்பதையும் அவரால் முன்னரே கணிக்க முடியவில்லை. அடுத்த கணம் அவருக்காக எதைக் கையளிக்கப்போகிறதோ என ஆர்வம் கொண்டார்.

சென்னை உயர்நீதிமன்றத்தில் அவரையும் முருகப்பனையும் வழக்குரைஞர் ஜாமீனில் எடுத்தார். சமநீதியரசையும் ஜாமீனில் எடுத்தார்கள். சமநீதியரசை பிரதான குற்றவாளியாக்கி வழக்கில் இணைத்திருந்தது காவல்துறை. நிபந்தனை ஜாமீன். நீதிமன்றப் பகுதிக்கு அருகிலிருக்கும் காவல் நிலையத்தில் தினந்தோறும் கையெழுத்துப் போடவேண்டும். ஒருமாதம் சென்னையில் தங்கி மூன்றுபேரும் கையெழுத்து போட்டார்கள். கையெழுத்தைப் போடுவது எளிமையாக நடக்கவில்லை. தடைகளையும், சடங்கு களையும் தகர்ப்பதற்குள் போதும்போதும் என்றாகிவிட்டது. காவல் நிலையம் போனால் பதிவேடு இருக்காது. அதைப் பராமரிப்ப வரிடம் குழையவேண்டும். கெஞ்சவேண்டும். அவரைக் கவனிக்க வேண்டும். நிலைமை கட்டுக்கடங்காமல் போனபோது மாநிலத் தலைவரிடம் போனார் திருவேங்கடம். அவர் காவல்நிலையத்துக்கு வந்து கண்டித்ததும் நிலைமை ஓரளவு சுமுகமானது.

சென்னையில் செலவுகளைத் தாக்குப்பிடிக்க முடியவில்லை என்றானதும் வழக்குரைஞர் வேலூரிலேயே கையெழுத்து போடும் படி நீதிமன்ற ஆணையொன்றை வாங்கித் தந்தார். சென்னையிலும், வேலூரிலுமாக காவல்நிலையத்தில் கையெழுத்துப் போட அலைந் ததில் சமநீதியரசின் எம்.ஏ. இறுதியாண்டுப் படிப்பு இடையிலேயே நின்றுபோனது. பின்னர் நடந்த வழக்கில் ஆறு ஆண்டுகள் கரைந்தன. எத்தனை வாய்தாக்களென்று கணக்கில்லை. பெரிய பேட்டைக்கும் வேலூருக்குமாக திருவேங்கடமும், முருகப்பனும், சமநீதியரசும் அலைந்தார்கள். தன்னோடு சேர்ந்து வழக்குக்காக அலையும் மகனையெண்ணி நொறுங்கிப்போனார் திருவேங்கடம்.

வன்முறையில் ஈடுபட்ட அடையாளம் தெரியாதவர்களில் முப்பது பேரை அடையாளம் கண்டதாக காவல்துறை திருவேங் கடத்தின் நண்பர்களையும் உறவினர்களையும் கொண்டு போய் நிறுத்தியது. புதுப்பட்டியிலிருந்து சாட்சி சொல்வதற்கு, தீர்த்தமலை யின் வேனில் வந்து இறங்கிய பெண்கள், திருவேங்கடமும் முருகப்ப னும் சமநீதியரசும் தங்களை மானபங்கப்படுத்த முயன்றதாகச் சொன்னார்கள்.

வேலூர் கீழ்நீதிமன்றம் பிரதான குற்றவாளிகள் மூவருக்கும் தலா அய்ந்தாண்டு சிறைதண்டனையும், ஆயிரம் ரூபாய் அபராதமும் விதித்து, மற்றவர்களையெல்லாம் விடுவித்தது. திருவேங்கடம் விரைவு நீதிமன்றத்துக்கு வழக்கைக் கொண்டுபோனார். விரைவு நீதிமன்றமும் கீழ்நீதிமன்றத்தின் தீர்ப்பையே உறுதிசெய்துவிட்டது.

வழியில் ஓரிடத்தில் பேருந்து நின்றதும் இறங்கி தேநீர் குடித்தார் திருவேங்கடம். மீண்டும் தன் இருக்கையில் வந்து அமர்ந்துகொண்டார். தன்னோடு இருக்கையில் ஒன்றாக அமர்ந்து பயணம் செய்யும் நபரைக்கூட அவர் பார்க்கவில்லை. எதையும் உள்வாங்காதபடி மனம் நினைவுகளில் நிலைகொண்டுவிட்டிருந்தது.

சிறைக்குள்ளேயே போகாமல் தலைமறைவிலும் ஜாமீனிலும் திரிந்த அவரால் அந்தத் தீர்ப்பை ஏற்கமுடியவில்லை. காவல் வாகனத்தை வைத்துக்கொண்டு நீதிமன்ற வளாகத்தில் காத்திருந் தார் பெரியபேட்டை ஆய்வாளர். ஆனால், மூவரும் அவரிடம் சிக்கவில்லை. மீண்டும் தலைமறைவாகி ஓடத்தொடங்கினர். சமநீதி யரசு பெங்களூருக்குப் பறந்தான். முருகப்பன் தலைமறைவானான். திருவேங்கடம் மேல்முறையீட்டுக்கு மனுப்போட சென்னையில் அலைந்தார். தன்னோடு சேர்ந்து தன் மகனும் சிறையில் அடை பட்டு வாடும் சித்திரங்கள் மனதில் உருவாகி அலைக்கழித்தன. ஒரே நிபந்தனைதான் அவரிடம் இருந்தது. சிறைக்குள் தள்ளாமல்

ஜாமீனில் எடுக்கவேண்டும். நாளொன்றுக்கு ஐந்தாறு வழக்குரை ஞர்கள். அலுவலகம் அலுவலகமாக ஏறியிறங்கத் தொடங்கினார் அவர். பிடியாணை எதிரில் நிற்கிறது. கைதாகித்தான் வெளியில் வரமுடியும் என்றே எல்லோரும் சொன்னார்கள்.

துளி நம்பிக்கையுமற்று உலகத்தார் அனைவராலும் கைவிடப் பட்டவராய் தன்னை உணர்ந்தபடி தம்புசெட்டிதெரு முனையில் நின்றிருந்தபோது வழக்குரைஞர் மணிகண்டனைப் பார்க்க நேர்ந்தது. மணிகண்டன் வேலூர்ப் பக்கமென்பதால், சில வழக்குகள் நிமித்தம் வேலூர் நீதிமன்றம் வந்திருந்தபோது அவரைப் பார்த்தது மனதில் நன்றாகப் பதிந்திருந்தது. இருவரும் பேசிக்கொண்டனர்.

"நீங்க யாரும் உள்ளபோகத் தேவையில்ல. நான் ஜாமீன்ல மூனுபேரையும் எடுத்துர்றேன்."

மணிகண்டன் திட்டம் ஒன்றைச் சொல்லியனுப்பினார். நம்பிக்கையோடு திரும்பிய திருவேங்கடம் எங்கும் ஓடி ஒளியாமல் அன்று வீட்டிலேயே படுத்தார். காவல்துறை அவரைக் கைது செய்தது. செய்தி கிடைத்ததும் மூன்றுபேரும் சரணடைந்தாகச் சொல்லி ஜாமீன் வாங்கினார் மணிகண்டன்.

திருவண்ணாமலை வந்துவிட்டது. நேரம் இன்னும் ஒன்பது மணியைக்கூட நெருங்கியிருக்கவில்லை. திருவேங்கடம் சிறைச் சாலையை நோக்கி நடந்தார். பார்வையாளர் மனுப் போட்டு விட்டுக் காத்திருந்தார். அவரின் உடைமைகளைப் பரிசோதித்து விட்டு பத்துமணிக்குமேல் அவரை உள்ளே அனுமதித்தார்கள்.

கைதிகளைப் பார்ப்பதற்கான கம்பித்தடுப்பின் முன்னால் போய் நின்றார் திருவேங்கடம். சிறிது நேரத்துக்கெல்லாம், தன்னைப் பார்க்க வந்தது யாராய் இருக்குமென்ற குழப்பத்துடன் அரி கிருஷ்ணன் வந்து நின்றார். திருவேங்கடத்தைப் பார்த்ததும் அவர் துணுக்குற்றுத் தடுமாறினார். அவமான உணர்வாலும், குற்ற உணர் வாலும் தத்தளிப்பவர் போலத் தெரிந்தார். அவர் முகம் மேலும் கருத்தது. எதையெல்லாமோ பேசவேண்டும் என்று வந்த திருவேங் கடத்துக்குச் சொற்கள் எதுவும் ஒத்துழைக்கவில்லை.

"என்னாயா? எதுக்கு வந்த?" மிடுக்கு குறையாமல் கேட்டார் அரிகிருஷ்ணன்.

"உன்ன இந்த நெலமையில பாக்கணும்னு தோணுச்சி. அதான் வந்தேன். மாறணும்னு நெனைக்கிற சமூகத்த உன்னப் போல ஆளுங்க தங்களோட சுயலாபத்துக்காகப் பிடிச்சி இழுக் கிறதுனாலதான் இன்னும் மாறாமயே இருக்கு..."

அழகிய பெரியவன் ● 311

அரிகிருஷ்ணனின் பதிலுக்காகக் காத்திருக்காமல் திரும்பி நடந்தார் திருவேங்கடம்.

திருவண்ணாமலையிலிருந்து திரும்பிய மறுநாள் நிலத்துத் தரகர் வீட்டுக்கு வந்திருந்தார். கலவரம் தொடங்கி வழக்கு நடந்து வரும் பதினான்கு ஆண்டுகளில் நிலத்தின் மீது வாங்கியிருந்த கடன் வாழ்க்கையை ஓட்ட உதவிவந்தது. அது தன் சக்திக்கும் மீறி தனக்கு உதவிசெய்துவிட்டதாக நினைத்தார் திருவேங்கடம். இனி வழியே இல்லை என்றாகிவிட்டது.

வழக்கின் இறுதி விசாரணை முடியும்போது மணிகண்டனுக்குக் கட்டணத்தைத் தந்தாக வேண்டும். கடன் வாங்கியவரிடமே நிலத்தை விற்கும்படியானது. புதுக்குடி பதிவு அலுவலகத்துக்குத் தனியாளாகச் சென்று கையெழுத்துப் போட்டுவிட்டு வந்துவிட்டார் திருவேங்கடம். கையெழுத்துப் போடும்போது விழிகளில் நீர் திரை கட்டிக்கொண்டது. காதர்பாயும், அம்மாவும் நினைவில் வந்து போனார்கள்.

கடைசி வாய்தாவுக்குக் கிளம்பிப் போனார்கள். தானும் வருவதாகச் சொன்னாள் குப்பி. வேண்டாமென்று மறுத்துவிட்டார் திருவேங்கடம். அனேகமாக உடனேகூட தீர்ப்பு கிடைத்துவிடலாம் என்று முன்பே சொல்லியிருந்தார் மணிகண்டன்.

விசாரணை அறையின் வாயிலில் இருந்த உதவியாளர் பெயர்களை அழைத்ததும் மூவரும் உள்ளே போய் ஓரமாக நின்றார்கள். வழக்குரைஞர்களுக்குப் பக்கத்திலிருந்த பெஞ்ச் ஒன்றில் பெரிய பேட்டை காவல்நிலைய ஆய்வாளர் உட்கார்ந்துகொண்டிருந்தார். நேரம் உச்சிப்பொழுதை நெருங்கிக்கொண்டிருந்தது. அரசுத்தரப்பு வழக்குரைஞரும், மணிகண்டனும் தங்களது தொகுப்புரையை இறுதி வாதமாக வைத்தார்கள். மணிகண்டன் பேசிக்கொண்டிருந்தபோது குறுக்கிட்ட நீதிபதி கேட்டார்.

"அக்யூஸ்ட் ஒன் திருவேங்கடம் கொடுத்ததாகச் சொல்லப்படும் பெட்டிஷன் எங்கே?"

மணிகண்டன் குழம்பிப்போனார். நீதிபதி திடீரென்று அப்படி ஒன்றைக் கேட்பார் என அவர் நினைக்கவில்லை. இரு தரப்பு ஆவணங்களையும் அவர் கவனமாகப் படித்திருப்பது தெரிந்தது. என்ன மனு என்று தெரியாமல் திணறினார் அவர். நீதிபதி உணவு இடைவேளைக்காக விசாரணையை ஒத்திவைத்து விட்டுப் போய்விட்டார்.

நீதிமன்ற வளாகத்திலிருந்த உணவகத்தில் உட்கார்ந்திருந்த போதும் மணிகண்டனுக்குப் பதற்றம் குறையவில்லை. தன்னை

நாடி வந்திருப்பவர்களைப் பொறுத்தவரை இதுதான் கடைசி முறை யீடு. இதில் சிறிய தவறு நேர்ந்தாலும் விடுதலைக்கான வாய்ப்பு பறிபோய்விடலாம்.

மணிகண்டன் தன் முன்னாலிருந்த பிஸ்கெட்டுகளையும், வடையையும் மாறிமாறி கடித்தார். நிலைகொள்ள முடியவில்லை.

"ஜட்ஜ் கேட்டது ஒண்ணுமே புரியல. நீ எதாவது பெட்டிஷன் குடுத்தியா?"

"ஆமா சார். கலவரம் நடந்தன்னிக்கு புதுப்பட்டியாளுங்க என் வீட்டை அடிக்கவந்து, பக்கத்துல இருந்த ஓலவீடுங்க ரெண்டைக் கொளுத்திட்டாங்க. ஆளுங்க சிலரையும் அடிச்சிட்டுப் போயிட்டாங்க. அந்தப் புகாரின் பேர்ல புதுப்பட்டிக்காரங்க மூணுபேர போலீஸ் புடுச்சினு போச்சி. ஆனா ஒண்ணும் செய்யல. வெளியே விட்டுட்டாங்க."

"இத ஏன் எங்கிட்ட மொதல்லயே சொல்லல?"

"கீழ்க்கோர்ட்ல ஆஜரான வக்கீலுங்ககிட்டயெல்லாம் இதப்பத்தி சொன்னேன் சார். யாரும் இத பெரிசா எடுத்துக்கல. ஒதவாதுன்னு உங்ககிட்ட சொல்லாம விட்டுட்டேன்."

"சரி, வா பாத்துக்கலாம்."

மணிகண்டனின் முகம் தெளிவாகியிருந்தது. பகலுணவுக்குப் பிறகு விசாரணை தொடங்கியதும் நீதிபதியின் கேள்விக்கு மணி கண்டன் பதில் சொல்லும் முகமாக, அது அரசுத்தரப்பு தாக்கல் செய்ய வேண்டியது என்றார்.

பரபரப்படைந்த அரசுத்தரப்பு வழக்குரைஞர் ஒரு வாரம் அவகாசம் தந்தால், அதைத் தாக்கல் செய்வோம் என்றார். நீதிபதி அவரை சலனமின்றிப் பார்த்தார்.

"பதினாலு வருசத்துக்கு முந்தைய மனுவை ஒரு வாரத்துல எப்படிக் கண்டுபிடிக்க முடியும்? கலவரம்னா ரெண்டு தரப்புந்தான் பாதிக்கப்பட்டிருக்கும். குற்றம் சாட்டப்பட்டவர் தரப்பிலிருந்துதான் முதல் புகார் மனுவைக் கொடுத்திருக்காங்க. அது விசாரிக்கப்படல. ஒரு தரப்ப மட்டும்தான் இங்க கொண்டுவந்து நிறுத்தியிருக்காங்க. அதிலிருந்தே இது ஜோடிக்கப்பட்டதுன்னு தெரியுது. குற்றம் சாட்டப்பட்டவர்களை விடுதலை செய்கிறேன்."

நீதிபதி மூவரையும் பார்த்துச் சொன்னார்.

"நீங்க போகலாம்."

விசாரணை அறையிலிருந்து வெளியே வந்த பிறகும் திருவேங் கடத்துக்கு எதுவும் விளங்கவில்லை. நீதிபதி எங்கே போகச் சொன்னார். வீட்டுக்கா? சிறைக்கா? மணிகண்டன் புன்னகையுடன் அவரிடம் சொன்னார்.

"நாம ஜெயிச்சிட்டோம்யா."

வழக்குரைஞரின் சொற்களைக் கேட்டதுமே நீண்ட நடை பாதையின் சுவரில் ஒண்டியபடி கீழே அமர்ந்து நீதிமன்றத்தின் தரையைத் தன் இரு கைகளாலும் தொட்டார் திருவேங்கடம். அவரின் கண்களிலிருந்து பொலபொலவென நீர்கொட்டியது.

14

திருவேங்கடத்தின் உலகம் சிறியதாகிவிட்டது. வீட்டுக் குள்ளேயே வலம் வரத் தொடங்கிவிட்டார். பூங்குளம், பெரிய பேட்டை என்று தன்னைக் குறுக்கிக்கொண்டார். இப்போது அவரால் நிறைய வாசிக்க முடிந்தது. தமிழரசன் அவருக்கு நூல் களைக் கொண்டுவந்தான்.

வழக்கு முடிந்த சில காலத்திலேயே முருகப்பன் எங்கோ போய்விட்டதாகவும், வீட்டுப்பக்கமே வருவதில்லையென்றும் முனிக்கண்ணு ஒருமுறை வந்து சொல்லி அழுதுவிட்டுப் போனாள். தமிழரசன் கல்லூரி ஒன்றில், சென்னையில் தங்கி வேலைபார்ப்பது திருவேங்கடத்துக்குத் தெரியும். அவனைப் பார்க்கிற போதெல்லாம் சமநீதியரசின் நினைவு வந்து மனம் கனக்கும்.

அவ்வப்போது அவரைத் தேடிக்கொண்டு யாராகிலும் வந்து நின்று, "அய்யா இருக்காரா?" என்று கேட்டால், "உன்ன யாரோ கேட்டுனு வந்துக்கீறாங்க அய்யா" என்று வந்திருப்பவரின் முன்னா லேயே சொல்லி கிண்டலடிப்பாள் குப்பி. அவள் அழுத்தி உச்சரிக் கும் 'அய்யா' என்ற சொல்லால் கிளர்ச்சி கொள்வார். யாருமற்ற தனிமைப்பொழுதுகளில் கிண்டலும் கேலியுமாகப் பேசிச் சிரித்துக்கொள்வார்கள் கிழத்தம்பதிகள்.

பண்டிகைக் காலங்களில் வீட்டை நிறைக்கும் பேரப் பிள்ளைகள் போய்விட்டால், சமநீதியரசின் கனத்தமௌனம் அவர்களை வாதிக்கத் தொடங்கிவிடும். வழக்கு முடிந்தபோதே முப்பதைக் கடந்திருந்தான் அவன். ஜோதிபா, தான் வேலை செய்யும் பெங்களூரிலேயே ஒரு பெண்ணைப் பதிவுத்திருமணம் செய்துகொண்டதாக வழக்கு நடந்துகொண்டிருந்த சமயத்தில் ஒருநாள் வந்து நின்றான். திருவேங்கடத்துக்கு அது அந்த நேரத்தில் பெரிதாகத் தோன்றவில்லை. அதைப்போலவே சமநீதியரசும்

திடீரென்று ஒருநாள் வந்து நிற்கமாட்டானா என்றும்கூட அவர் நினைத்தார்.

"வாழ்க்கையே போச்சி. இனியென்னா கல்யாணம்?" என்கிறான் எதையாவது கேட்டால்.

"என்னாடா முடிஞ்சிபோச்சி? பி.ஏ. சர்டிபிகேட் கைல இருக்கு. எம்.ஏவை எப்படியாவது எழுதப்பாரு. முயற்சி செஞ்சா எதாவது நடக்குன்டா சாமி" என்றால்,

முறைத்துவிட்டுப் பேசாமல் போய்விடுகிறான்.

அவர்கள் நினைவின் ஆகிருதியிலிருந்து சமநீதியரசு மெல்லக் கரைந்துகொண்டிருந்தான்.

கலவர வழக்கின் தீர்ப்பு திருவேங்கடத்துக்கு இப்போது ஒரு நூலைப் போல மாறிவிட்டிருந்தது. அதைப் பழுப்புத்தாள் ஒன்றில் பொதிந்து தைத்து வைத்திருந்தார். அவ்வப்போது அதை எடுத்துப் படித்துக்கொள்வார். தீர்ப்பைத்தந்த நீதிபதியின் முகம் அவர் நினைவில் ஒரு சித்திரம் போல உருவாகும். 'வழக்கு தொடுத்தவர் நடு இரவு பன்னிரண்டு மணிக்கு புகார் அளித்ததாகவும், குற்றம் சாட்டப்பட்டவர்கள் அதற்கு முன்பே காவல்நிலையத்தில் புகார் கொடுத்து பாதுகாப்பை நாடியதாகவும் முதல் தகவலறிக்கை சொல் கிறது. ஆனால், காவல்துறை குற்றம்சாட்டப்பட்டிருப்பவர்கள் கொடுத்த புகாரின்மீது ஏன் எந்த விசாரணையையும் நடத்த வில்லை?

சத்துணவுக்கூடமும், வீடுகளும் எரிந்ததற்கான எந்த ஆதாரமும் அளிக்கப்படவில்லையே. ஏன்?

வழக்கு தொடுத்தவர்களின் தரப்பில் கலவரம் நடந்த அன்று சுமார் நூற்று அய்ம்பதற்கும் மேலானவர்கள் ஆயுதங்களுடன் வந்து தாக்கியதாகச் சொல்லப்பட்டிருக்கிறது. அப்படியெனில் திருவிழா சமயத்தில் இரவுநேரத்தில் பெரும் கூட்டத்திற்கிடையே குறிப்பிட்ட முப்பத்தைந்து பேரை மட்டும் குற்றமிழைத்தவர் என்று எப்படி அடையாளம் காண முடிந்தது?

கலவரம் இரு ஊர்களுக்குமிடையில் நடந்ததாகச் சொல்லப் படுகிறது. இரண்டு கிராமங்களுக்கும் எதிரெதிர் தரப்பினர் புகுந் திருக்கின்றனர்.

அப்படியென்றால் இரண்டு தரப்பையும் ஏன் காவல்துறை கைது செய்யவில்லை, விசாரணையை மேற்கொள்ளவில்லை?' தீர்ப்பின் வரிகளும், கேள்விகளும் திருவேங்கடத்திற்கு மனப்பாடம் ஆகிவிட்டிருந்தன.

அழகிய பெரியவன் ● 315

பறையொழிப்பு பற்றிய செய்திகளை எங்காவது படித்தால் ஊருக்கு வரும்போதெல்லாம் தமிழரசன் அவரிடம் வந்து பகிர்ந்து கொள்வதுண்டு. கடந்த முறை வந்தபோதுகூட இரண்டு செய்தி களைச் சொன்னான்.

“காட்டுமன்னார்குடி பக்கத்துல திருவிழாவுக்கு பறையடிச்சதத் தடுத்த பாண்டியென்ற இளைஞன் போலீஸ் துப்பாக்கிச் சூட்டுல இறந்திருக்கான். அதுவும் ஆகஸ்டு பதினஞ்சு அன்னிக்கே இது நடந்திருக்கு! காட்டுமன்னார்குடி பஸ் ஸ்டாண்டுல அந்தத் தம்பிக்குச் சிலையே இருக்காம்.”

“தலைவர் இளையபெருமாள் வாழ்ந்த பகுதியாச்சே” என்றார் திருவேங்கடம்.

“தஞ்சாவூருக்குப் பக்கத்துல குறுங்குளம்ற ஊர்ல மேளமடிக்க மாட்டேன்னதுக்காக குருமூர்த்தியென்ற ஒருத்தரோட கட்டை விரலையே வெட்டியிருக்காங்க.”

“நாடு முழுசும் தேடிப்பாத்தா இப்பிடி எத்தினியோ நடந்தி ருக்கும். நீ சொல்றதயெல்லாம் பாக்கும்போது எனக்கு நடந்ததெல் லாம் சொற்பம். எல்லாமே சுயமரியாதையை உருவாக்கவும், அதைக் காப்பாத்திக்கவும், அதுக்குக் குந்தகம் வரும்போது போராடவும் நடத்துன போராட்டங்கள்தான். சின்னச்சின்ன விசயத்துலகூட நாம அத பாக்கவேண்டியிருக்குது. தாடியத் தொரைக்காம, ஒழுங்கா துணியுடுத்தாம போனாக்கூட தலைவர் சிவமலை அப்போ எங்களைத் திட்டுவார். அது வேற காலம்” என்று பேசிய திருவேங்கடத்தைப் பார்த்து,

“அப்பிடியெல்லாம் நம்பிக்கையிழந்திட வேண்டியதில்ல மாமா” என்றான் தமிழரசன்.

ஊரெல்லாம் உள்ளாட்சித் தேர்தலைப்பற்றிய பேச்சு இருந்தது. பஞ்சாயத்து ராஜ் சட்டம் அறிமுகமான பிறகு நடை பெறப்போகும் இரண்டாவது தேர்தல். பெரியபேட்டை நகராட்சி யாகிவிட்டது. பூங்குளத்தை பக்கத்து கிராமங்களைச் சேர்த்து ஊராட்சியாக அறிவித்திருந்தது அரசாங்கம். பூங்குளம் தனிப் பஞ்சாயத்துத் தலைவருக்கு இந்தமுறை நிற்கப்போவது யார் என்ற எதிர்பார்ப்பு ஊரில் நிலவியது. இதற்கு முன்பு தனி ஒதுக்கீடு இல்லாமலிருந்ததால் பிற ஜாதிக்காரர்களே பஞ்சாயத்துத் தலைவர் களாக இருந்திருக்கிறார்கள். இப்போது ஒதுக்கீடு கிடைத்துள்ளதால் பூங்குளத்திலேயே கட்சிக்கு ஒருவராக நாலைந்துபேர் நிற்கப்போவ தாகச் சொன்னார்கள். வேட்புமனுத் தாக்கல் தொடங்கியிருந்த

சமயத்தில் ஒருநாள் திருவேங்கடத்திடம் வந்து நின்றான் சமநீதியரசு. அவனுக்குப் பின்னால் குப்பியும் இருந்தாள்.

"பஞ்சாயத்துத் தலைவருக்கு நிக்கலான்னு இருக்கம்பா."

திருவேங்கடத்துக்குக் குழப்பம் மேலிட்டது.

"ஊர்ல நமக்கு ஆதரவு இருக்குமா?" தயக்கத்தோடு கேட்டார் திருவேங்கடம்.

"இந்த ஊர வுடு. மத்த ஊர் இல்ல?"

"உன் விருப்பம். நில்லு."

"மத்த ஊர்ல இருக்கிற பெருந்தனக்காரர்களையும் முக்கியஸ்தர்களையும் எனக்காக நீ போய்ப் பார்க்கணும்."

சமநீதியரசின் பேச்சைக் கேட்டதும் ஆடித்தான் போனார் திருவேங்கடம்.

"நீ எம்புள்ளன்னு தெரிஞ்சா, உள்ளபடியே சொல்றேன், ஜாதிக்காரன் ஓட்டு ஒண்ணு விழாது."

"இந்த மாதிரியெல்லாஞ்செஞ்சி என் பொழப்பையேந்தான் கெடுத்த?"

திருவேங்கடத்துக்குக் கோபம் வந்தது. குரலுயர்த்திப் பேசினார் அவர்.

"நீ வந்து இப்போ தேர்தல்ல நிப்பேன்றதுக்காக அந்தக் காலத்துல என் உரிமைய விட்டுட்டா நான் இருந்திருக்கணும்?" அவர் கோபம் அடங்கவில்லை.

"என்னப்பாத்து பொழப்பக்கெடுத்தவன்றானே? இவனே காலேஜ்ல படிக்கும்போது ஜாதிபேரச் சொல்லித் திட்டிட்டான்ற துக்காக அந்த ஊர் முக்கியஸ்தர் ஒருத்தரோட பிரச்சினை பண்ண வந்தானே? கேசு எதுவும் ஆகாம நாந்தானே மீத்துனு வந்தேன், நான் செஞ்சது பொழப்பக் கெடுக்கிறது. இவன் செஞ்சது ஞாய மானது?"

குப்பியைப் பார்த்துக் கேட்டார் திருவேங்கடம்.

"எப்பப்பாரு தகராறு, பிரச்சினன்னே, ஏன் பேசணும்? உன்னால புள்ள வாழ்க்க என்னான்னாவோ ஆகிப்போச்சி. பேசாம அவஞ்சொல்றமாதிரி செய்யி. உங்காலம் இனிமே போனது தான். அவனதான் நாம பாக்கணும்."

அழகிய பெரியவன் ● 317

இருவரும் போனபிறகு யோசனையில் ஆழ்ந்தவராக உட்கார்ந் திருந்தார் திருவேங்கடம். பூங்குளம் பஞ்சாயத்தில் புதுப்பட்டியும் திம்மநாயக்கன்பேட்டையும் பட்டரையும் வந்தன. அந்த ஊர்களி லிருக்கும் பிரமுகர்களுக்கு அவர் காட்டிய எதிர்ப்புகள் மனதில் வந்து போயின. போட்ட தீண்டாமை வழக்குகளையும், நடத்திய போராட்டங்களையும் நினைத்துக்கொண்டார். எல்லாவற்றையும் ஒதுக்கிவைத்துவிட்டு மகனுக்காக அவர்களிடம் எப்படிப் போய் நிற்பது?

"இந்த மனுசன நம்பனா ஒண்ணுக்குமாகாது. நீ போயி மனுத்தாக்கல் பண்ணுடா நீதி."

மகனுக்குச் சொல்லியனுப்பிய குப்பியின் சொற்கள் ஒலித்துக் கொண்டேயிருந்தன. மாலைக்குள் அவர் மனது ஒரு முடிவுக்கு வந்திருந்தது. ஊரிலிருக்கிற மனிதர்களில் சிலருக்குக்கூடவா நம்மீது மதிப்பிருக்காது என்று கேட்டுக்கொண்டார். யாருக்குத் தெரியும்? நாம் போய்க் கேட்டால் ஒருவேளை ஊரே ஒன்றாகியும்விடலாம். நாட்டாண்மைக்காரரையும் குணசீலனையும் சிவலிங்கத்தையும் வைத்துக்கொண்டு ஊராரின் ஆதவை நாடினால் சமநீதியரசை எல்லோருமே ஆதரிக்கலாம். பலவாறாக எண்ணிக்கொண்டது அவர் மனம்.

தான் நினைத்தபடி சிறு அளவில் ஒரு ஊர்க்கூட்டத்தைக் கூட்டிவிட்டார் திருவேங்கடம். அவர் தன் கோரிக்கையை வைத்த தும் எல்லாரும் சிறிது நேரத்துக்கு மௌனம் காத்தார்கள். முதலில் பேசியது சிவலிங்கம்தான்.

"அது சரிதான். என்னென்னமோ செஞ்சீங்க. இல்லேன்ல. அதுக்காக அவங்கவங்க உரிமைய எப்பிடி உட்டுக்குடுக்கிறது? உங்க பையனுக்கு ஒரு ஆசயிருக்கிறது போல எல்லாருக்கும் இருக்கு மில்ல? ஊர்சார்புல எம்பையன் நீலமேகத்தை ஆதரிக்கிறதாக முடிவு செஞ்சிருக்குது!"

சிவலிங்கத்திடமிருந்து அப்படியொரு பதில் வரும் என்று அவர் எதிர்பார்க்கவில்லை. எல்லோரும் அதே தொனியில் பேசி னார்கள். மனம் கசந்துபோய் வந்துவிட்டார். வீட்டுக்குள்ளேயே முடங்கியிருந்தார் திருவேங்கடம். தன் வயதொத்த இளைஞர்கள் சிலரை புதுப்பட்டியிலிருந்து வீட்டுக்கு அழைத்து வந்திருந்தான் சமநீதியரசு. அவர்கள் அவரிடம் பேசிவிட்டுப் போனார்கள்.

"எதையும் யோசிக்க வேணாம் தலைவரே. சில பேரை மட்டும் போய்ப் பாத்துட்டு வந்துடுங்க. நீதி ஜெயிச்சிடுவான்."

இளைஞர்கள் சொல்லிவிட்டுப்போனதை நினைத்தபடியே இருந்தார் திருவேங்கடம். மகனின் முகவாட்டம் அவரைக் கரைத்தது. சின்னங்கள் அறிவிக்கப்பட்டுவிட்டன. சமநீதியரசுக்கு தெரு விளக்குச் சின்னம் ஒதுக்கப்பட்டிருப்பதாக குப்பி சொன்னாள். நீலமேகத்தின் சார்பாக ஊரிலிருக்கிற ஆணும் பெண்ணும் வாக்கு கேட்பதற்குப் போகத் தொடங்கியிருந்தார்கள்.

சமநீதியரசு உற்சாகமின்றியிருந்தான்.

திருவேங்கடம் காலையிலே எழுந்து குளித்துத் தயாராகி விட்டார். தும்பைப்பூப் போன்ற வேட்டியையும் சட்டையையும் அணிந்துகொண்டு, தோள்துண்டை எடுத்துப் போட்டுக்கொண்டார். குப்பியிடம் சொல்லிவிட்டுப் புதுப்பட்டியை நோக்கி நடந்தார்.

நிலத்துக்கு நடுவேயிருந்த தீர்த்தமலையின் வீட்டில் போய் நின்றார் திருவேங்கடம். கிணற்றுமேட்டில் தீர்த்தமலை இருந்தார். திருவேங்கடத்தைப் பார்த்த அவர் முகத்தில் எந்த உணர்வும் இல்லை.

"வா திருவேங்கடம். எங்க ரொம்ப தூரம்?"

"உங்களப்பாத்து பேசலாம்னு வந்தேன். எம்பையன் பஞ்சாயத்துத் தலைவருக்கு தேர்தல்ல நிக்கிறான். நீங்கெல்லாம் அவன ஆதரிக்கணும்."

"போய் நிக்கச்சொல்லு."

திருவேங்கடம் தயங்கினார்.

"பழசையெல்லாம் மனசுல வச்சிக்கவேணா."

"அடடா, அதையெல்லாம் நான் எப்பவோ மறந்துட்டேன் திருவேங்கடம். மனுசன்னா மன்னிக்கத் தெரியுணும். பயப்படாத. உம்பையன நிக்கவய்யி. ஜெயிக்கவைக்கலாம். எம்பையனும் உம்பையனும் ஒண்ணா படிச்சவங்களாமே? எனக்குத் தெரியாது. இவந்தான் சொன்னான். இனிமே அவங்களோட காலம். எதையும் நெனைக்காம போய் தேர்தல் வேலையப்பாரு."

புதுமனையிலும் ஊரிலும் உருவாகியிருந்த மாடி வீடுகளையும் ஓட்டுவீடுகளையும் பார்த்தபடி பூங்குளத்திற்குத் திரும்பிக்கொண்டிருந்தார்.

பூங்குளத்தின் முச்சந்தியில் புதுப்பட்டியிலிருந்து வந்திருந்த இளைஞர்களோடு சமநீதியரசு நின்றுகொண்டிருப்பது தெரிந்தது. அவர்களோடு குணசீலன் இருப்பதையும் பார்த்தார். அவர்களில் சிலர் அவரை அழைப்பது போலிருந்தது. திருவேங்கடம் அங்கு போகாமல் வீட்டுக்குள் நுழைந்து மொட்டைமாடியின் மேல் போய் நின்றுகொண்டார்.

சமநீதியரசு பூங்குளத்தின் முச்சந்தியிலுள்ள அம்பேத்கரின் சிலைக்கு மாலைபோட்டுவிட்டு இறங்கினான். வாழ்த்து முழக்கங்கள் எழுந்தன. ஊர்வலம் கிளம்பிவிட்டது. ஊர்வலத்தின் முன்னால் இருவர் தப்படித்துக்கொண்டு போனார்கள்.

ஊர்வலத்தில் எழும் பறையொலி பூங்குளத்தின் திக்கெங்கும் மோதி எதிரொலிப்பதைக் கேட்டபடி நின்றுகொண்டிருந்தார் திருவேங்கடம்.

●